'BHABNAGULO' या बंगाली पुस्तकाचा अनुवाद

भावनागुलो

संवेदनशील मनाचे मुक्तचिंतन

तसलिमा नासरिन

अनुवाद

अपर्णा झा

मेहता पब्लिशिंग हाऊस

Please contact us at **Mehta Publishing House,** Pune 411030.
✆ +91 020-24476924 / 24460313 / Mob. No. 9545000513
Email : production@mehtapublishinghouse.com
Website : www.mehtapublishinghouse.com

- *या पुस्तकातील मते, घटना, वर्णने ही त्या लेखकाची असून त्याच्याशी प्रकाशक सहमत असतीलच, असे नाही.*

BHABNAGULO by TASLIMA NASRIN

Translated into Marathi Language by Aparna Jha

भाबनागुलो / अनुवादित ललित

अनुवाद : अपर्णा झा

Email : author@mehtapublishinghouse.com

मराठी अनुवादाचे व प्रकाशनाचे हक्क मेहता पब्लिशिंग हाऊस, पुणे

प्रकाशक : सुनील अनिल मेहता, मेहता पब्लिशिंग हाऊस,
१९४१, सदाशिव पेठ, माडीवाले कॉलनी, पुणे ४११०३०

अक्षरजुळणी : श्री एंटरप्रायझेस, पुणे ९.

मुद्रक : ट्रिनिटी अ‍ॅकॅडमी फॉर कॉर्पोरेट ट्रेनिंग लिमिटेड

मुखपृष्ठ चित्र : प्रार्थना अनंत फाटक

प्रथमावृत्ती : एप्रिल, २०२०

किंमत : ₹ २९५

P Book ISBN 9789353174422
E Book ISBN 9789353174439
E Books available on : amazonkindle Apple Books Google Play Books

---

* पायरेटेड पुस्तकांची खरेदी-विक्री हा कायद्याने गुन्हा आहे आणि अशा गुन्ह्याविरोधात कायदेशीर कारवाई होऊ शकते.

साहसी मुलींना

अनुवादकाचं मनोगत

'भाबनागुलो' अर्थात 'चिंताच चिंता' या तसलिमा नासरिननं लिहिलेल्या विविध आणि वैविध्यपूर्ण लेखातून तसलिमाने खूप म्हणजे खूपच विषयांवर मुक्त चिंतन करून स्वत:ची मतं अगदी मोकळेपणाने लोकांसमोर मांडलीत. यामध्ये स्त्रीस्वातंत्र्य, स्त्री-पुरुष समानाधिकार, आचार-विचार आणि उच्चार स्वातंत्र्य, अंधश्रद्धा, धर्म आणि राजकारण, बलात्कार, सार्वजनिक ठिकाणची शिल्पे फोडणे, हटवणे, अरब इंडोनेशियातील शिल्पे, न्यायदेवतेचे शिल्प हटवणे, बांगलादेशच्या शेख हसीना आणि पश्चिम बंगालच्या ममता बॅनर्जी, नरेंद्र मोदी, ट्रम्प आणि त्याची कुटिल नीती, ट्रम्पची स्त्रियांकडे पाहण्याची दृष्टी, त्यांनी सत्तेवर आल्यावर घेतलेले विचित्र निर्णय – व्हॅलेंटाइन डे, मेनोपॉज, करवा चौथ, सिंदूरखेला, बांगलादेश आणि भारतातून तसलिमाची हाकलपट्टी व अपमान, घर न मिळणं, लेखिकेचं कुटुंब, तिचं एकाकी जीवन, तिच्या पुस्तकांवरील बंदी, तिच्याविषयीचे मुल्ला-मौलवींचे भयानक फतवे, कट्टरपंथी– हिंदू व मुस्लीम दोन्ही धर्मांतले, भारत सरकार आणि बांगलादेशी सरकारचं त्यांच्या बाबतीतलं पक्षपातित्व, जगात वाढत चाललेलं धर्मपालन, धर्मरक्षण, हिंदू-मुस्लीम तेढ, वर्णविद्वेष, जातीयता, रोहिंगे आणि सर्वांबरोबर पुन:पुन्हा येणारा विषय म्हणजे लेखिकेवर सर्व बाजूंनी होणारे (खोटे) दोषारोप, मायदेश किंवा भारत कुठेही थारा नसल्याचं अतीव दु:ख, पुरोगामी विचारवंत दाभोळकर, पानसरे वगैरेंवरील हल्ले आणि खून इत्यादी अनेक अनेक विषयांवर तसलिमाचे विचार आणि परखड लेखन वाचल्यावर खरोखरच तिच्या बाबतीत जे घडलंय, घडतंय ते पाहून वाईट वाटतं. वरील विषयांची ही पूर्ण सूची नाही, वैज्ञानिक दृष्टिकोन, विज्ञानमनस्कता, मुस्लिमांनी उदार होण्याची गरज, राष्ट्रगीत इत्यादी अजूनही बरेच विषय आहेत. प्रचंड छळ होऊनही, होत असूनही तसलिमाची सर्वत्र नजर आहे, चालू परिस्थितीचं तिला भान आणि ज्ञान आहे. नेमक्या कोणत्या कारणामुळे या बुद्धिमती स्त्रीवर सर्वप्रकारची बंदी घालण्यात

आली आहे हे माहीत नाही, पण लोकशाही खऱ्या अर्थाने देशात असेल तर सर्वांना आचार-विचार आणि उच्चार या बाबतीत स्वाधीनता, स्वातंत्र्य असायलाच हवं हे जे तिचं मत आहे. त्याच्याशी वस्तुत: कोणाचंही दुमत नसावं. पण तसलिमाच्या बाबतीत ते सर्व खोटं झालंय, ठरवलं गेलंय असं तिचे हे लेख वाचल्यावर वाटतं आणि दु:ख वाटतं. तिने म्हटल्याप्रमाणे तिने खून, मारामारी, चोरी वगैरे घृणास्पद गुन्हे केलेले नसताना तिच्यावर पूर्ण पाबंदी का, हा प्रश्न मनात घोळत राहतो. पुन्हा एकदा सत्य कटू, सत्य हे अप्रियच असतं याची प्रचिती येते.

१

'देवबंद दारुल उलुम मदरसा'मधून फतवा जारी होणं हे ठीकच आहे. या मदरशानं दोन दिवसांपासून फतवे जारी केलेत– 'मुलींनी केस कापणं, भुवया कोरणं हे इस्लाममध्ये निषिद्ध आहे. परिणामी मुस्लीम मुली केस कापू शकणार नाहीत की भुवयांना हात लावू शकणार नाहीत. मौलाना सादेक काश्मी म्हणालेत की मुलींना ब्यूटी पार्लरमध्ये जाणंदेखील निषिद्ध आहे. २०१० साली, नोकरी करून मुलींनी पैसे कमवण्याच्या विरुद्ध, देवबंद मदरशातून फतवा जारी केला होता. मुलींनी घराबाहेर पडणं, ऑफिसाला जाणं, स्त्री-पुरुषांनी एकाच ऑफिसात बसून काम करणं– हे म्हणे इस्लामला मान्य नाही. 'देवबंद'ला जणूकाही काम नाही की ते मुलींचे केस, डोळे, छाती, पोट, योनी, नितंब, पाय, पावलं याविषयी बोलायला लागलेत ते? मुलींनी काय-कोणते कपडे घालवे किंवा घालू नये, त्यांनी काय करावं किंवा काय करू नये याबद्दलचं संशोधन जे चाललं होतं ते अजूनही चालूच आहे. मुलींच्या शरीराची अतिकाळजी जी मौलानांना वाटतेय त्याला तर अंतच नाही. या एकविसाव्या शतकात घोषणा करतायत– की मुलींनी केस कापणं हे अवैध, अपवित्र आहे, भुवया कोरणं, पार्लरमध्ये जाणं हेसुद्धा अवैध, अपवित्र आहे.' त्या मुली अशाच दिसायला हव्यात– ज्या घरसंसार करताहेत, मुलं वाढवताहेत, नवऱ्याला संभोगसुख देताहेत आणि नवऱ्याच्या आज्ञा आणि निषेध दोन्ही, तोंड बंद करून पालन करताहेत. याव्यतिरिक्त मुलींची कोणतीच भूमिका 'देवबंद'मधल्यांना मान्य नाही. म्हणजे मान्य आहे असं वाटत नाही. आपण नेहमीच ऐकतो की इस्लाम हा शांतीचा धर्म आहे. इस्लामनं मुलींना खूप मान दिलेला आहे. या उक्तीशी त्या फतव्यांचा मेळ असायला हवा ना. मुलींचं कॉलेजात, विद्यापीठात शिकणं चालणार नाही, नोकरी करणं चालणार नाही, उद्योग-व्यवसाय करणं चालणार नाही, घराबाहेर पडणं चालणार नाही, स्वतंत्र मत मांडणं चालणार नाही, मनाप्रमाणे स्वतंत्र हिंडणं-फिरणं चालणार नाही, प्रेम करणं चालणार नाही, स्वत:च्या पसंतीप्रमाणे लग्न करणं चालणार नाही, गोषा (चेहऱ्यावरचा), बुरखा न घालता बाहेर रस्त्यावर येणं चालणार नाही, पतीचं बोलणं शब्दश: पालन न

करणं चालणार नाही, अपत्याच्या लालनपालनात कसलीही उणीव राहून चालणार नाही, मोठ्यानं हसणं, मोठ्यानं बोलणं चालणार नाही. या 'चालणार नाही'ला अंत नाही. मुलींना अशाप्रकारे सर्वोच्च मान देतात का? पुरुषाची कन्या, पुरुषाची पत्नी, पुरुषाची आई, पुरुषाची बहीण-भाऊ, याव्यतिरिक्त जिचा कोणताही परिचय नाही, परिचय दिला जात नाही, तिचा खरंतर कोणताच मान राखला जात नाही. पुरुषप्रधान धर्मात आणि समाजात स्त्रीचा एकच परिचय, एकच ओळख म्हणजे ती दासी, कृतदासी, सेवादासी, संभोगदासी, या परिचयाखेरीज मुलींचा दुसरा कोणताही परिचय 'देवबंद'च्या फतवेबाजांना नकोच आहे.

मुलींनी त्यांचे डोईचे केस, भुवया यांचं काय करायचं किंवा करावं हे मुलींना समजावून सांगणं योग्य ठरेल. पुरुषांनी त्यांच्या शरीराबाबत काय करावं, शरीरावरचे कुठले केस किती ठेवावे, शरीराचा कोणता भाग किती झाकावा या सगळ्या व्यक्तिगत बाबींसंबधी मुली काही समज देतायत असं मी कधीच ऐकलेलं नाही. पुरुष त्यांच्या स्वतःच्या आवडीप्रमाणेच चालतात, वागतात ते चालतं, कोणीही आडकाठी आणत नाही. पण हे मोठं कठीण, अजब आहे की पुरुष स्वतःच्या पसंतीनुसारच मुलींना वागायला भाग पाडतात. मुलींचं स्वतंत्र वेगळं अस्तित्व ते आजही मान्य करत नाहीत. एकेकाळी अज्ञानाच्या अंधारयुगात कदाचित नसतील मानत, पण आता तर दिवसेंदिवस सभ्य सुसंस्कृत होण्यासाठी नानाप्रकारे प्रयत्न होत असतात आणि या प्रयत्न काळात, मुलींना स्वतःच्या न्याय्य अधिकारासह जर जगू-वाचू दिलं नाही तर सभ्यता, सुसंस्कृतता कायमचीच हातातून निसटून जाईल. हाताबाहेर दूरच राहील. अनाकलनीयच होईल, हे निश्चित.

धर्माला राष्ट्रापासून वेगळं न ठेवल्यास किंवा वेगळं न केल्यास जसं ते राष्ट्र धर्मनिरपेक्ष होणं शक्य नाही तसं, समाजापासून धर्म वेगळा न केल्यास (स्त्री-पुरुष) समानाधिकाराच्या-समानतेच्या आधारे एक स्वस्थ आणि सभ्य समाज निर्माण होणं शक्य नाही. सभ्य जगताची निर्मिती करण्यासाठी याव्यतिरिक्त दुसरा उपाय नाही. वर्तमानात आज नाही तर भविष्यात उद्या तरी धर्माला, समाज आणि राष्ट्र यापासून दूर ठेवून, व्यक्तिगत विश्वासाच्या मर्यादेतच ठेवलं पाहिजे. धार्मिक प्रतिष्ठान/संस्था एकेकाळी राज्यं चालवत होती. त्या काळात धर्माच्या नावावर एवढी अराजकता होती, मानवाधिकारांचं इतकं उल्लंघन केलं जात होतं, स्त्रियांचा इतका छळ होत होता की राज्य शासनाचा भार धार्मिक गटांच्या हातातून काढून घेतला गेला. स्त्रियांच्या अधिकाराचा मान राखायचा तर, अभिव्यक्ती-स्वातंत्र्य मानायचं तर, प्रजासत्ताक प्रतिष्ठित, स्थिर करायचं तर, सरकारी आणि बिगर सरकारी सर्व संस्थांना-प्रतिष्ठानांना मूलतत्त्ववादापासून दूर राहावं लागेल– मुक्त व्हावं लागेल. 'देवबंद'मध्ये धर्मचर्चा होते तर होऊ दे, पण मूलतत्त्ववादाची चर्चा होत असेल तर

ते कठीण आहे– ती झाली की समाजात फतवे जारी करणं सुरू होत असतं. प्रजासत्ताक पद्धतीत फतव्यांना बिलकूल स्थान नाही. मुस्लीम मुलींच्या पायात बेड्या टाकल्यावर त्यांच्या प्रजासत्ताक अधिकारांचं काय होणार? भारतामध्ये (भारतीय) अमुस्लीम मुलीच फक्त प्रजासत्ताक अधिकार उपभोगणार, मुस्लीम मुली नाही? सर्वांत वाईट वार्ता ही की अमुस्लीम नव्हे मुस्लीम पुरुषच, मुस्लीम मुलींच्या कमीत कमी का होईना अधिकार आणि स्वातंत्र्य प्राप्त होणाऱ्या मार्गातला भलामोठा अडथळा होऊन उभे ठाकलेत. पण तुमच्या समाजात मुलींना -स्त्रियांना किती स्वातंत्र्य मिळतं यावरच तुमची सभ्यता, किंवा तुम्ही किती सभ्य सुसंस्कृत आहात, हे अवलंबून आहे, असतं. मुसलमानच मुसलमानांचे शत्रू होऊन जेव्हा उभे ठाकतात तेव्हा मुस्लीम समाजाला पुढे घेऊन जाणं फार कठीण, अवघड होऊन जातं. मुलींच्या स्वातंत्र्याविरुद्ध फतवे जारी करणं, पुरोगामी लेखकांना फाशी देण्यासाठी प्राणपणाला लावणं, धर्माच्या नावाखाली अमुस्लिमांचा तिरस्कार, मत्सर करणं, पुरोगामी विचारवंतांची हत्या करणं, हे सारं चालूच आहे. अनेक जण म्हणतात– आणखी कोणालाही नाही तर इजिप्तमधील 'आल आजह'च्या विद्यापीठालाच (युनिव्हर्सिटीलाच) फक्त म्हणे, फतवा काढायचा अधिकार आहे. या प्रसिद्ध विद्यापीठातून काही वर्षांतून एक फतवा घोषित झाला होता– पुरुषांबरोबर एका ऑफिसात बसून काम करणं हे मुलींच्या बाबत, मुलींसाठी अनैस्लामिक किंवा इस्लामविरोधी आहे. या इस्लामविरोधी कृत्याला वैध आणि इस्लामिक करायचं असेल तर मुलींना जे काही करावं लागेल ते हे की, सहकारी/सहकर्मी पुरुषांना स्वत:चं स्तन्यपान करवायला हवं. स्तन्यपान करवल्यामुळे सहकर्मी/सहकारी पुरुष हे मुलींच्या अपत्यासमान होतील. स्वत:च्या अपत्यांसमोर जायला कसलीच आडकाठी, अडचण नाही आणि त्यायोगे मुलींना कोणतीच धार्मिक आडकाठी, बंधन उरणार नाही. पुरुषांसमोर जायला, त्यांच्याबरोबर काम करायला. हे असले सगळे अत्यंत क्लेशदायक, अतार्किक, अस्वाभाविक, अद्भुत चमत्कारिक, असभ्य, असंस्कृत, अमानुष फतवे पाहून माणसं हसतात, वैतागतात क्षुब्ध संतप्त होतात. एकेकाळी मुस्लीम वैज्ञानिक शास्त्रज्ञ होते. एकेकाळी मुस्लिमांनी हे शोधून काढलं, ते पार केलं– असलं काहीतरी म्हटलं म्हणजे सात खून माफ होत नाहीत.

आता तुम्ही काय करताहात, आता तुम्ही विज्ञाननिष्ठ आहात की नाही, आता तुम्ही काय शोध लावलेत आणि काय पार केलंत, कशाच्या पल्याड गेलात ते सांगा. मुलींना दगड मारून त्यांची हत्या करणं बंद केलंत? मुलींना गुलामगिरीच्या बेडीतून मुक्त केलंत? मुलींकडे क्रुद्ध रागीट नजर टाकणं, त्याच्यावर हात टाकणं बंद केलंत? सभ्य व्हायचं तर पहिल्याप्रथम हे सगळं बंद केलं पाहिजे. तसं नाही झालं तर सभ्यतेचं पहिलं पाऊलच पहिला पदक्षेपच निष्फळ, व्यर्थ होईल,

कोलमडेल. मुलींविरुद्ध निघणारे देवबंदी फतवे बंद झाले पाहिजेत. उपदेश करून, सांगून काम होत नसेल तर कायद्यानं ते बंद करावं. देशात सभ्य कायदे आहेत, फतव्यांची गरज नाही, मुलींचं जगणं असं दु:सह करायचा अधिकार कोणालाही नाही. प्रजासत्ताक सर्वांसाठी. स्त्री-पुरुष, हिंदू-मुसलमान, लहान-मोठा सर्वच. ज्या देशात एकाच प्रकारचे प्रजासत्ताक अधिकार सर्वजण उपभोगू शकत नाहीत, त्या देशांतलं प्रजासत्ताकत्व हे मुळातच प्रजासत्ताक आहे की नाही याविषयीच संशय येतो.

२

मुस्लीम बांगलादेशाचे मुख्य न्यायाधीश हिंदू आहेत, याविषयी मला मोठा गर्व अभिमान होता. बहुसंख्य हिंदूंच्या भारतात एक जण मुसलमान किंवा दलित जेव्हा राष्ट्रपती होतो तेव्हा असाच अभिमान, गर्व मला वाटतो. जो देश किंवा जो माणूस जात, धर्म तुच्छ मानून माणसाच्या ज्ञानाला मान देतो, त्यांना मी सॅल्यूट करते.

बांगलादेशाचे न्यायाधीश सुरेंद्र सिन्हा, ऑस्ट्रेलियाला जातायत. मी जेवढं ऐकलंय त्यानुसार, त्यांनी जी एक महिन्याची सुट्टी घेतलीय ती, त्यांनी खरंतर घेतलेली नाही, त्यांना सुट्टी घ्यायला भाग पाडलंय. हे जे, ते, मुलीकडे ऑस्ट्रेलियाला फिरायला चाललेत ते काय स्वेच्छेनं चाललेत का? त्यांना जाणं भाग पाडलंय. मलासुद्धा एकेकाळी देश सोडायला भाग पाडलं होतं, आणि मला देशात परत येऊही देत नाहीयेत. न्यायाधीशांनासुद्धा आयुष्यात परत येऊ देणार नाहीत का? माहीत नाही त्यांनी काय अपराध केला होता. मला माझी चूक, दोष माहीत आहे. मी माणसाला चांगला माणूस बनवून पाहिलं होतं. कोणतंही शस्त्र हातात घेऊन मी उतरले नव्हते हातात. फक्त लेखणी (कलम) आणि संगणक (कॉम्प्युटर) होता.

गर्व, अभिमान एकएक करून वाळल्या फुलासारखे गळून पडतात. मुस्लीम मूलतत्त्ववादी, स्वतंत्र/पुरोगामी विचारांवर विश्वास ठेवणाऱ्यांचे, इस्लामच्या टीकाकारांचे खून करतात. हिंदू कितीही कट्टर असो खून करत नाहीत असा एकतऱ्हेचा विश्वास होता. पण त्या विश्वासाला देखील तडा गेलाय. एक एक करून कित्येक हिंदू पुरोगामी विचारवंतांचे खून झालेले आहेत. लोकांच्या मनात अशी आशंका-भीती आहे की कट्टर हिंदूंनीच हे खून केलेत. बौद्ध खूप सहिष्णु असं मोठ्या अभिमानानं आपण कित्येक दिवस म्हणतोय. (पण) बर्मामध्ये बौद्धच दिसतायत, वांशिक हत्याकांड घडवताना, अविचारानं माणसांचे खून करताना, घरादारांना आगी लावून जाळून टाकताना...

किती स्वप्नांचा चुराडा होतोय, ध्वंस होतोय. त्यानंतही माझ्या हातात कलम आणि कॉम्प्युटर आहे, डोळ्यांत अजूनही स्वप्नं आहेत.

३

दोष आहे पुरुषतंत्राचा, पुरुषाचा नाही. पुरुषतंत्र नामक एक जिन्नस, एक दिवस आकाशातून पडला होता. उल्का, तारा जसा पडतो तसा. तो पदार्थ (ते तंत्र) कोणीही तयार केलेले नाही. कोणी त्याचा जन्मदाता नाही– त्याला कोणी जन्म दिलेला नाही, त्याला कोणी प्रेमानं घरीही आणलेलं नाही. ते स्वत:च गडगडत गडगडत घराघरांत गेलंय (घुसलंय) आणि सगळ्यांची गचांडी/मानगूट त्यानं पकडलीय. त्याच्या अधीन नाही झालं तर ते खाऊन टाकेल. पुरुष जो मुलींचा छळ करतो, रेप करतो, खून करतो, तो दोष पुरुषांचा नाही–

दोष आहे 'पुरुषतंत्र' नामक वस्तूचा जी आकाशातून पडलीय.

४

बांगलादेशाच्या एका मुलीला विचारलं– देशात फार मोठं परिवर्तन झालंय असं लक्षात येतंय. पण हा बदल मुलींच्या शरीरावरच जास्त (दिसतोय). मुली साडी नेसोत, सलवार-कमीज घालोत, जीन्स-स्कर्ट घालोत, डोक्यावरचे केस मात्र झाकून घेतात. केसांनी काय अपराध दोष केला बुवा अचानक?

मुलीनं उत्तर दिलं– केस झाकले किंवा चेहऱ्यावर गोषा/पडदा घेतला तर लोक चांगलं म्हणतात, चांगलं समजतात (आम्हाला). चेहऱ्यावर पडदा/गोषा नाही घेतला तर नाना तऱ्हेचे अपशब्द, कानावर पडतात. एकावे लागतात. त्या कारणानेच मुली वाईटसाईट बोलण्यापासून बचावण्यासाठी तोंडावर गोषा घालतात. पडदानशीन मुलींचा सगळेच मान राखतात.

केस झाकले, डोक्यावर घुंघट घेतला तरच मुलगी चांगली आणि नाही घेतला तर वाईट. मुलींचं चारित्र्याचं असं सरलीकरण/सुलभीकरण नेमकं कधीपासून सुरू झालं मला माहीत नाही. पण ते तसं होतं. हे महाभयंकर आहे. केस हा शरीराचा महत्त्वाचा भाग आहे, त्याला वास, हवा न लागू देणं केसांच्या आरोग्याच्या दृष्टीनं हानिकारक आहे. दीड हजार वर्षांपूर्वी मुलींना केस झाकण्याचे आदेश दिले गेले होते. त्या वेळी मरुभूमीचा रेती, धूळ आणि लू-गरम हवा या पासून सुरक्षित राहण्यासाठी स्त्री-पुरुष दोघांनाही केस डोकं झाकून घ्यायला लागत होतं. अरबी पुरुषांना, मुलींच्या शरीराचा जो भाग नजरेस पडत नसे, तो भाग पाहिला तर

स्वभावत:च लैंगिक आकर्षण वाटत असे. त्यामुळे पुरुषांचं लैंगिक आकर्षण उत्तेजित होऊ नये, प्रबल होऊ नये (जागं होऊ नये) या करता मुलींना छाती, केस हे सगळं चांगल्यापैकी झाकून घ्यायला सांगितलं गेलं होतं. बांगलादेश काही उष्ण तप्त मरुभूमीचा देश नाही. या जल पहाडांच्या प्रदेशांत कोणालाही हात, पाय, चेहेरा झाकून घेण्याचं काहीच प्रयोजन नाही. हजारो वर्षांपासून या भागातल्या मुली कमी कपड्यांत, वस्त्रातच राहत आल्या आहेत. मुलींचे केस पाहण्याची पुरुषांना सवय आहे. किंवा मुलीचे केस नजरेस पडणं ही पुरुषांच्या अंगवळणी पडलेली गोष्ट आहे. केस दिसले की हूं म्हणून लगेच त्यांचे लैंगिक आकर्षण किंवा संभोगेच्छा उसळत नाही. यदाकदाचित उसळली, उत्तेजित झाली तर ती हाव दमन करण्याची रीतसुद्धा पुरुषांना माहीत आहे. ती ते जाणतात. सामाजिक बंधनं पाळून, जीवन यापन करायला सर्वजण शिकतात. आजपर्यंत या भागात जेवढे बलात्कार, जेवढे लैंगिक अत्याचार पुरुषांनी केलेत, ते काही मुलींच्या केसाकडे पाहून केलेले नाहीत, तर मुलींना बरोबरीचं मानण्याचं शिक्षण त्यांना मिळालेलं नाही किंवा मुलींना हलक्या जातीची, मानसन्मान नसलेली, कमी मेधाबुद्धीची, अशी भोग्यवस्तू असंच समजायला ते शिकलेत. ज्यांना असेच वाईट संस्कार मिळाले त्यांनी हे संस्कार, हे शिक्षण स्वत:च्या डोक्यातून झाडून टाकले, काढून टाकले तरच लैंगिक अत्याचार आणि बलात्काराची समस्या समाजातून नाहीशी होईल. मुलींना समान अधिकार मिळायला हवे, मुलीसुद्धा माणूस आहेत– मुलींचा सन्मान राखा, अशा तऱ्हेच्या उपदेश वाणींची मग गरजच पडणार नाही.

मला माहीत आहे 'अंगावरण'-अंगभर बुरखा घालणाऱ्या मुलींमध्ये अनेकजणी, खोटारड्या, लोभी, स्वार्थी, कुटिल, हिंस्र स्वभावी, निष्ठुर असतात. तर बुरखा न घालणाऱ्या मुलींत अनेकजणी सत्यवादी, निर्लोभी, नि:स्वार्थी, प्रेमळ, सरळ आणि संवेदनशील असतात. बुरख्याचा चारित्र्याशी काहीही संबंध नाही, खरेपणाचाही नाही. बुरखा हा एक धार्मिक पोशाख आहे. बऱ्यावाईट कोणत्याही प्रकारे, काही करून पुरुषांनी हा पोशाख मुलींच्या डोक्यावर बसवलाय. पुरुषांना बुरखा आवडत असला तरी स्वत: बुरखा घालत नाहीत. 'नमाज', 'रोजा'चे उपास किंवा रोजापालन करणारे धर्मविश्वासू पुरुषही अगदी छानपैकी जीन्सपॅन्ट, शर्ट घालून फिरत असतात. वावरत असतात. दररोज सैल 'आलखाल्ला' ही (कफनीवजा अंगरखा) घालत नाहीत, दाढीही ठेवत नाहीत डोक्यावर टोपीही घालत नाहीत. पण मुलींना मात्र दररोज बुरखा किंवा 'हिजाब' घालावा लागतो. धर्मावर विश्वास ठेवला असला की तो तो विश्वास अवघ्या शरीरावर वागवून हिंडलं-फिरलं पाहिजे असं मुळीच नाही. मनामध्ये तो विश्वास असला म्हणजे झालं. मनातल्या विश्वासाबद्दल ज्यांना

शंका, संदेह वाटतो तेच अंगावर काहीतरी निशाणी किंवा चिन्ह घेऊन फिरतात, मिरवतात. लैंगिक अत्याचारापासून बचावण्यासाठी मुली जर बुरखा घालतात. तर त्याचा संपूर्ण दोष आणि कलंक हा पुरुषावरच येतो. पुरुष इतके रानटी, असभ्य, असे काही दानव आहेत की एकाच समाजात राहत असूनही एकच मनुष्यजातीचे असूनही, अन्य मनुष्यालाही प्राप्त असे जे स्वातंत्र्य, त्या स्वातंत्र्याचा तोडूनमोडून चुराडा करतात. पृथ्वीतलावर आणखी कोणतीही प्रजाती नाही जी स्वत:च्याच प्रजातीवर असा नृशंस-निर्घृण हल्ला करते.

बंगालमध्ये मुसलमान आधीही होतेच. धर्म, प्राण, स्त्री हे आधीही होतेच. मी साठ-सत्तर-ऐंशीच्या दशकातला बांगला पाहिलाय. फारच थोड्या वयस्क स्त्रिया सोडून कोणीही बुरखा किंवा हिजाब घालत नव्हत्या. स्त्रिया धर्मावर विश्वास ठेवतात. त्याचे प्रमाण म्हणून केस झाकणं किंवा डोक्यावर पदर घेणं असं झालेलं नाही. केस झाकण्याची संस्कृती बंगालीत नव्हती. पण म्हणून आजच्यासारख्या एवढ्या प्रमाणात मुली बलात्काराच्या बळी होत नव्हत्या. देशात बुरखा-हिजाबची संख्या वाढतेय, आणि बलात्काराची संख्याही त्या प्रमाणातच तशीच वाढतेय. आधीच मी म्हटलंय की मुलींच्या केसाशी लैंगिक छळणुकीचा संबंध नाही. कमीत कमी बंगालात नाही. अरबी देशात होता, कदाचित अजूनही आहे. दीड हजार वर्षांपूर्वीचा तो केस झाकण्याविषयीचा उपदेश जगातल्या सर्व प्रदेशांसाठी नव्हता, होता तो रणरण करणाऱ्या मरू प्रदेशासाठी– वाळवंटी प्रदेशासाठी. एकेका प्रदेशात किंवा वेगवेगळ्या प्रदेशात वेगवेगळ्या जीवनपद्धती– असतात. दृष्टिकोनही भिन्न-भिन्न प्रदेशात भिन्न-भिन्न असतो. काही काही प्रदेशात मिनिस्कर्ट घालून रस्त्यावर चाललं फिरलं तरी रस्त्यावरचे पुरुष कोणी ढुंकूनही पाहत नाही. तर कुठे कुठे लोकांना वाटतं मिनिस्कर्ट घातलाय, नक्कीच 'सेक्स बिक्स'ची इच्छा आहे. दोष मुलींच्या पोशाखात नाही तर समस्या पाहणाऱ्याच्या दृष्टीत– दृष्टिकोनात आहे आणि तोच सरळ केला पाहिजे. मिया खलिफा नावाची 'पॉर्नस्टार'– पॉर्नतारका- हिजाब घालून पॉर्न चित्रपट करते. चित्रपट करतेवेळी डोक्यावरचा बुरखा-हिजाब सोडता शरीरावर अन्य काहीच कपडा नसतो. अनेक जण म्हणतात की तो हिजाबच म्हणे लैंगिक आकर्षण वाढवतो. वस्तुत: काय पाहून कोणाचं काय जागृत होतं ते निश्चितपणे सांगता येत नाही. मुलींचे जोडे पाहिल्यावर बऱ्याच पुरुषांची लैंगिक वासना जागी होते– चाळवते, म्हणून काय मुलींनी जोडे घालायचे नाहीत? पुरुषाच्या शरीराचे जे भाग पाहिल्यावर मुलींची लैंगिक इच्छा चाळवते, ते सगळे भाग झाकण्याविषयी कोणीच काही बोलत नाही! स्त्री-पुरुषात परस्परांविषयी लैंगिक आकर्षण असणारच आणि तेच स्वाभाविक, नैसर्गिक आहे. या स्वाभाविकतेला घाण न मानता– न समजता उलट तिला (स्वाभाविकतेलाच) आनंददायक समजणं–

मानणं योग्य आहे. आपण जसजसे जेवढे सभ्य, सुसंस्कृत होतोय, जितके शिक्षित होतोय तितके, तसे या आकर्षणाच्या ओढीच्या, परस्परांच्या पसंतीच्या आणि आवडीच्या आधाराने पुढे जायला– पुरस्सर व्हायला शिकतोय, भय-भीती दाखवून किंवा दडपण आणून, जबरदस्ती करून या बाबतीत चालत नाही– हे आपण शिकतोय.

हिजाब– (पडदा, बुरखा) हा मुलींचं संरक्षण करू शकत नाही हे तर पडदानशीन मुलींवरचे बलात्कार आणि मृत्यूच्या घटना यावरूनच लक्षात येतं. मुलींच्या अंगावर जास्त कपडे चढवून पुरुषांना चारित्र्यवान बनवता येत नाही, समाजाला शुद्धही करता येत नाही. समाजाला संकटमुक्त सुरक्षित करायचं झालं तर समाजातल्या माणसांना कुशिक्षण आति कुसंस्कारांपासून दूर राहायला हवं. स्त्रियांकडे-मुलींकडे, पाहण्याचा पुरुषांचा हीन विनाशी दृष्टिकोन समूळ बदलायला हवा. मुलींनी कोणतीही वेशभूषा केली– पोशाख घातला तरी सर्वत्र ताठ मानेनं त्यांना हिंडता-फिरता आलं पाहिजे. ज्या वेळी-जेव्हा मुलींच्या सुरक्षिततेसाठी हिजाब-बुरखा-पडदा किंवा पहारेदार किंवा संध्याकाळी (७च्या आत) विद्यार्थिनी वसतिगृहात परत येण्यासंबंधीचं वेळापत्रक इत्यादि गोष्टींची गरज पडते अशावेळी लक्षात घ्यायला हवं की, या प्रकारांनी मुलींची सुरक्षितता नक्की करणं, निश्चित करणं, कधीही जमणार नाही, शक्य होणार नाही. हिंडण्या-फिरण्याची मर्यादा अजूनच कमी होत जाईल. आणि विधिनिषेध दिवसेंदिवस वाढतच जातील. हे काही कोण्या निरोगी स्वास्थपूर्ण समाजाचं चित्र नाही. एखादा समाज किती स्वास्थ्यपूर्ण निरोगी आहे हे पाहायचं झालं तर त्या समाजातल्या मुली किती स्वतंत्र, स्वाधीन आहेत हे पाहायला पाहिजे.

५

विशाखापट्टणममध्ये रस्त्यावर बसलेल्या एका भिकारी मुलीवर, काही दिवसांपूर्वी एका युवकानं उघडपणे, दिवसाढवळ्या, सर्वांसमोर बलात्कार केलेला. ते पाहून त्या मुलीचा उद्धार करायला, तिला सोडवायला कोणीही आलं नाही. ही घटना ऐकून मी काही अवाक् झाले नाही. दीडदमडीच्या खिसेकापूला जेव्हा एकगठ्ठा लोक मारून पिटूनमारून टाकत असतात– कोणीही येत नाही– जेव्हा एक माणूस दुसऱ्या एका माणसाचा खून करत असतो, तेव्हा त्याला वाचवायला कोणीही येत नाही. जेव्हा असाहाय्य मुलीला लोक दगड मारत असतात, कोणीही येत नाही जेव्हा तलवारीच्या एका घावातच माणसाचं मुंडकं कापून टाकतो सौदी जल्लाद-घातक, रस्त्यातून चालणारे पादचारी कोणीही येत नाहीत उलट जयघोष करतात.

एखादा माणूस रस्त्यात वेदनेनं तळमळत असतो– मरू लागतो– मरूनही जातो– जवळपासची माणसं अगदी निर्विकार– आपापल्या कामाला निघून जातात. आपण माणसं. आपणही असेच. रस्त्यावर एका भिकारी मुलीवर कोणी एक जण बलात्कार करतोय, ते पाहता माणूस घाबरून जाईल, पळत जाईल, मुलीला वाचवेल... असा विचार मी का करतेय? रात्रीच्या अंधारात फुटपाथवर पडून असलेल्या भिकारी मुलींवर नेहमीच बलात्कार करतात– हे सत्य आपल्याला माहीत नाही असं नाही. तर मग काय दिवसाउजेडी केलेलंय म्हणून आपल्याला काही अडचण हरकत आहे का? माणसासारख्या स्वार्थांध, व्हायोलन्सप्रेमी, हिंसक जातीकडून का बरं एवढ्या जास्त मायाममतेची आशा करते, (मी) का करावी?

६

काल 'सीक्रेट सुपरस्टार' सिनेमा पाहिला. भारतातल्या एका मुसलमान परिवाराची गोष्ट. कुटुंबाचा कर्ता पुरुष. पानातून किंचित चुना निसटला तर घर डोक्यावर घेतो. आमटीत मीठ कमी झालं तर बायकोला मारतो. त्याचे सर्व हुकूम शब्दन्शब्द नाही पाळले तर बायकोवर अर्वाच्य अत्याचार करतो. सिनेमात शेवटी सर्व सहन करणारी त्याची बायको नवऱ्याचा त्याग करते. आहाहा, काय ती शांती! माझ्या डोळ्यांत तेव्हा आनंदाश्रू आले. जुलमी नवऱ्याबरोबर मुली का बरं राहतात! त्यांना तर लाथा मारून घराबाहेर काढलं पाहिजे किंवा असल्यांच्या घरातून ताठ मानेनं बाहेर पडणंच योग्य. ज्यांना नरकातून बाहेर पडायचं कळतं, त्यांना चांगल्या जीवनाचा शोध कसा करायचा तेही कळतं.

७

मी मयमनसिंह मेडिकल कॉलेजची एम १६ बॅच(ची). ढाका मेडिकल कॉलेज हॉस्पिटलच्या ॲनेस्थेशिया विभागात १९९३ साली मेडिकल ऑफिसर म्हणून नोकरी करण्याच्या वेळी सरकारी नोकरीचा राजीनामा दिला. कारण, सरकारी नोकरी करत असताना चिकित्सा विज्ञानाव्यतिरिक्त (medical science) इतर कोणत्याही विषयासंबंधी पुस्तक प्रकाशित करू शकणार नाही, मासिकातून लिहू शकणार नाही असा एक कायदा माझ्यावर देशाच्या सरकारने लादला. त्या विरोधात म्हणून मी नोकरी सोडली होती. त्यानंतर बिगरसरकारी खासगी क्लिनिकमध्ये वैद्यकी करायची असल्यास देशभरातल्या मूलतत्त्ववादींचं 'तसलिमाविरोधी तांडव' या कारणामुळे तेही शक्य झालं नाही. डॉक्टरीच्या पैशाऐवजी, निरुपायाने लिखालिखी करण्याचा

पेशा-व्यवसाय करणं भाग पडलं. वैद्यकीशी जवळपास २५ वर्षं काही संबंध नाही.

काही दिवसांपूर्वी एम १६ बॅचचं रियुनियन– पुनर्भेट संमेलन झालं. मयमनसिंह मेडिकल कॉलेजमध्ये. या संमेलनाच्या पोस्टरमध्ये (जुन्या) माजी सहपाठी (क्लासमेट)– जे सगळे देशापरदेशात प्रतिष्ठित डॉक्टर होते त्यांच्या गर्दीत माझं चित्र पाहून मी तर अगदी आश्चर्यचकित झाले. म्हणजे काही जुने मित्र मला अजूनही विसरलेले नाहीत! पण या संमेलनात कशी सामील होणार? मला तर देशातच प्रवेश करायला बंदी!

८

मेडिकल कॉलेजमध्ये शिकत असताना, ऐंशीच्या दशकात, कोणत्याही मुलीच्या डोक्यावर हिजाब/बुरखा नव्हता. त्या वेळी हिजाब किंवा बुरखा घालण्याविषयी कुणी मनातही आणत नसे. तशी कल्पनाही करत नसे. सर्व मुलं पॅन्ट-शर्ट घालायची. कोणाच्या गालावर दाढी ना कोणाच्याही कपाळावर नमाज पढल्याचा काळा ठिपका किंवा डाग नाही. मेडिकल कॉलेजमध्ये असं दृश्य आता दिसत नाही. आता मेडिकलच्या किती टक्के मुली हिजाब/बुरखा परिधान करतात मला माहीत नाही. कोणी म्हणतं, ऐंशी टक्के, कोणी म्हणतं सत्तर टक्के. पण तरी ही संख्या पन्नासच्या वर असतेच.

आताच्या तुलनेत, आमचा काळ म्हणजे, त्याला बहुधा सुवर्णयुग म्हटलं तरी चालेलं. अंधारातून माणूस प्रकाशाकडे जातो आपणच कपाळ करंटे, उजेड सोडून अंधाराकडे चाललोत.

९

गर्दीमध्ये गाड्या घुसवल्या गेल्यात, घाव घालून वार करून कोणाकोणाला मारलं गेलंय. कुठल्याशा बसवर किवा इमारतीवर, बाजारावर किंवा मशिदीवर बॉम्ब टाकलेत. आपण असं मानून चालतो की हे कोण्या इस्लामी गटाचं हे काम आहे. लास वेगासमध्ये एका कॉन्सर्टवर गोळ्यांचा वर्षाव करून ज्या स्टीफेन पॅडॅक नामक एका माणसानं ५९ निरपराध माणसांचा खून केला, ५२७ निरपराध माणसं जखमी केली, तो परंतु मुस्लीम नाही. त्याचा रंग काळा किंवा बदामी नाही. तो गोऱ्या रंगाचा. धर्म, राजकारण, हिंसा, विद्वेष– या साऱ्यातही तो नाही. तरीसुद्धा स्टीफेननं असंख्य निरपराध्यांचा खून केलाय. स्टीफेन पॅडेक कोट्यधीश आहे. 'रिअल इस्टेट'चा व्यवसाय आहे त्याचा. जुगारची नशाही त्याला आहे. वय ६४.

एकेकाळी हिशेबनिसाची नोकरी करत असे. राहायचा 'नेवाडा'मध्ये. २७ वर्षांपूर्वी डिव्होर्स झालेला आहे. फार थोडा काळ त्याचा विवाह टिकला होता. पत्नीच्या छळाची खबर काही मिळालेली नाही. मूलबाळ नाही. गर्लफ्रेन्ड आहे. फिलिपियन गर्लफ्रेन्ड वय ६२– एकेकाळी कॅसिनोत काम करायची. लास वेगासपासून ८० मैल दूर स्टीफेनचं घर आहे. जुगार खेळायचा ऑनलाइन, लास वेगासच्या कॅसिनोत. शेजारीपाजारी त्याला चांगला माणूस म्हणूनच ओळखतात. एका शेजाऱ्याला तो म्हणाला होता. त्याच्या घराकडे नीट लक्ष ठेवावं, बरेच दिवस तो असणार नाहीये म्हणून त्याच्या बापानं बँकेवर दरोडा घातला होता, एकदा जेलमधून पळूनही गेला होता. १९६९ साली 'एफबीआय'च्या most wantedच्या लिस्टमध्ये त्याचा बाप होता. बाप मरून गेलाय. भाऊ असतो फ्लोरिडामध्ये.

या स्टीफेन पॅडेकनं लास वेगासच्या कन्ट्री म्युझिक कॉन्सर्टवर जवळच्या हॉटेलच्या ३२व्या मजल्यावरील खिडकीतून २२००० लोकांवर ऑटोमॅटिक रायफलमधून गोळ्याचा वर्षाव केला. जाणूनबुजूनच केला. त्याच्या हॉटेलच्या खोल्यांतून २३ बंदुका होत्या. गाडीमध्ये हजारांहून जास्त बुलेट होत्या. घरीही बंदूक होती.

लास वेगासची समूहहत्या केली होती. गोऱ्या अमेरिकन माणसाने १९८२त जेवढी दहशत निर्माण केली अमेरिकेत, ती सारी सर्वांत जास्त अमेरिकनांनीच घडवलेली आहे– निर्माण केली आहे. ५४ टक्के या सूचीमध्ये त्यानंतरच आहे काकांच नाव. 'गोऱ्यांनी दहशत निर्माण केली तर, त्यांना दहशतवादी म्हणत नाहीत. ते का, हे मला काही समजत नाही. अजूनही स्टीफेन पॅडेकला 'बंदूकधारी' म्हटलं जातं. मानसशास्त्रज्ञ किंवा मानसोपचार तज्ज्ञांना बोलावून त्यांच्याकडून जाणून घेतलं जातंय की त्याच्या-स्टीफेनच्या- डोक्याची काही समस्या होती की काय? डोक्यात समस्या असो वा नसो, जाणूनबुजून करो किंवा अजाणतेपणी करो स्टीफेन हा टेररिस्ट– दहशतवादीच आहे. बावीस हजार माणसांमध्ये भयानक भीती, दहशत निर्माण करूनसुद्धा या एका माणसावर आतंकवादी म्हणून का शिक्कामोर्तब केला जात नाही. तर मग, काय दहशती किंवा आतंकवादी होण्यासाठी मुसलमान असायला पाहिजे काय?

काय झालं असतं जर स्टीफेन पॅडेक मुसलमान असता तर (किंवा) आयसिसचा माणूस असता तर? माणसं मारण्याच्या वेळी 'अल्लाहु अकबर' म्हणून ओरडला असता तर? जर एका हातात 'कुराण' असतं त्याच्या आणि दुसऱ्या हातात ऑटोमॅटिक बंदूक, मागे आयसिसची काळी पताका, पताकेवर पांढऱ्या अक्षरात लिहिलेली कुराणामधली वचनं, वाणी असं असतं तर निश्चितच ट्रम्पनं ट्विट केलं असतं, 'मी आधीच बोललो होतो, बोललो होतो ना ते आपले शत्रू आहेत.

उगीच का मी मुस्लीम देशांमधून माणसांना येण्याला बंदी घातलीय.' पगडी/फेटा बांधलेल्या शिखांना मुस्लीम समजून काही लोक गोळ्या घालून मारत आहेत. मशिदीतून बाहेर पडलेल्या इमामांचीसुद्धा हत्या केली जातेय. अमेरिकेत राहणाऱ्या बदामी रंगाच्या कोणत्याही माणसाला मुस्लीम समजून, त्यांच्याबद्दल घृणा बाळगली जातेय, कोणाकोणावर तर हल्ला होतोय. रिपब्लिकन गट आणि त्यांची 'टीपार्टी' प्रचंड लोकप्रिय होतेय. मुसलमान नागरिकांपैकी अनेकांना आतंकवादी समजून त्यांचा छळ केला जातोय आणि ट्रम्पची युद्धनौका मध्यपूर्वेत आतंकवाद निपटण्याच्या नावावर बॉम्बफेक करायला जातेय, एखाददुसरा आयसिस किंवा अल् कायदाचा आतंकवादी मरायचा आणि हजारो निरपराधी मरायचे. असं हे चित्र आपण कल्पना करूच शकतो.

अमेरिकेतल्या या मुक्त, शिथिल असलेल्या बंदूक कायद्यामुळे आणखी किती ते दहशतवादी जन्म घेतील सांगता येत नाही. अनेक जण म्हणतात की बंदूक विकत घेण्याचा अधिकार माणसाला असू देत, असावा. परंतु कोण बंदूक विकत घेतंय, का घेतंय, त्याचं वय काय, डोक्यात काही समस्या आहे की काय? अशा सर्व वस्तुस्थितीची– तथ्याची तपासणी– चौकशीही केली जावी.

१९६६ साली 'पोर्ट आर्थर हत्याकांड' झालं होतं. एका वेड्याच्या गोळीनं ३५ निरपराध माणसं मारली गेली. या घटनेनंतर ऑस्ट्रेलियात बंदूक खरेदीचा अधिकार मर्यादित केला गेला. आता ऑस्ट्रेलियात गोळी मारून मनुष्यहत्येचा दर किंवा प्रमाण अर्ध्यानं कमी झालंय. आत्महत्येचं प्रमाणही अर्ध्याने कमी झालंय. परंतु अमेरिकेत ते झालं नाही. १९७० सालानंतर आत्महत्या, हत्या, आणि अपघात यामध्ये जेवढी माणसं मेलीत, ती अमेरिकेच्या इतिहासात जितकी युद्धं झाली, त्या सर्व युद्धात जितके अमेरिकन मारले गेले, त्याहूनही जास्त आहेत. दररोज ९२ अमेरिकन बंदुकीच्या गोळीनं मारले जातात, इतर दुसऱ्या प्रगत देशात जेवढी मुलं गोळ्यांनी मरतात त्यापेक्षा १४ पट अधिक मारली जातात अमेरिकेत.

बरेच जण म्हणतात चांगली नीट व्यवस्था ठेवल्यावर परिस्थिती सुधारण्याची शक्यता आहे. १९२१ सालानंतर अमेरिकेत पथ दुर्घटना/अपघात यांचं प्रमाण खूप कमी झालंय. सीटबेल्ट, एअरबॅग, पॅडेड डॅशबोर्ड, चांगले बंपर, पथदिवे, हायवेवरील गार्डरेल, मद्यधुंद अवस्थेत गाडी चालवल्यास शिक्षा, गाडी चालवण्याचा परवाना इत्यादि नाना प्रकार वापरात आणून पथदुर्घटना/अपघातांची संख्या कमी करण्यात आली आहे. गाडीला मात्र बंदी नाही. खरं तर बंदुकीवर बंदी न घालताही बंदूकनिर्मित हत्या, आत्महत्या, यांची संख्या कमी करता येईल. पण त्याबाबत तसा प्रयत्न केला जात नाहीये. इतका मोठा विनाश होतोय, इतका रक्तपात होतोय त्यानंतरही बंदूक नियंत्रण कायद्यात बदल होत नाही, त्याला हात लावला जात नाहीये.

स्टीफेनच्या सर्व बंदुका कायदेशीररीत्या खरेदी केलेल्या. वैधपणे खरेदी करून अवैध कामासाठी त्याने त्याचा उपयोग केला. ४३ बंदुका एकट्याच्या वापराकरता विकत घेतल्या आहेत. बंदुकींच्या दुकानात जे पाहायचे असते ते म्हणजे सर्व त्याने पाहिलेले आहे. स्टीफेनचा कोणत्याही अपराधाचा इतिहास नाही, उलट त्याच्या हातात मारणास्त्र- बंदूक असू शकतेच. हा त्यामागचा तर्क. भूतकाळी-पूर्वी ज्याने अपराध-गुन्हा केलेला नाही, तो काय आज अपराध करू शकत नाही का? स्टीफेन पॅडेकनं भयंकर अपराध करून दाखवूनच दिलंय की गुन्हा, अपराध पूर्वी नाही केला तरी नंतर, पुढे करता येतो... बंदूक नियंत्रण कायद्यात बदल न झाल्यास भयकारी, भयंकर अशी सारी हत्याकांडे बंद होणार नाहीत. बंदूक नियंत्रण कडक किंवा जास्त केल्यास लोकप्रियता गमवावी लागेल. मतात जिंकणार नाही. राजकारण्यांचं भय इथेच आहे.

स्टीफेननं का इतकी माणसं मारली? मारून आत्मघाती झाला. अजूनही कारण कळलेलं नाही, जाणून घेण्यासाठी प्रयत्न चालू आहेत. लजॉन लेनिनचा खुनी आठवतो, तो प्रतिभावान नाही, तो आयुष्यात विख्यात, प्रख्यात होऊ शकत नाही; पण Nobody चा somebody होऊ शकेल जर लेनिनचा खून केला तर. असा somebody होण्यासाठीच खून केला. स्टीफेनचंही असंच काही कारण आहे का? धनदौलत प्रचंड आहे. पण आयुष्यात 'नाव' मिळालं नाही. मासिकांत किंवा वर्तमानपत्रात कधी नाव छापून आलं नाही. काय केलं असता संपूर्ण विश्व त्याच्या नावाचा उच्चार– स्टीफेन पॅडेकचं नाव घेतील? भला चांगला माणूस म्हणून लोक त्याला ओळखतील अशी काही शक्यताच नाही. 'कम से कम वाईट माणूस' म्हणून तरी लोकांनी त्याला ओळखावं एवढं अनोळखी, एवढं असं Nobody होऊन जगातून निघून जायचं! हे काही मनाला पटत नाही. मरायचं तर आहेच तर मग माणसांना मारूनच मरावं. अगणित माणसांच्या मृत्यूचं कारण म्हणून लोक त्याला आठवतील तर आठवोत– असंही असूं शकतं. अजून एक कारण असूं शकतं– मला काही गाणं ऐकून आनंद मिळत नाही, एवढ्या लोकांना कसा काय आनंद मिळतो, का मिळतो– हे मला सहन होत नाही, त्यांचं हे इतकं सुख मला पाहवत नाही, आवडत नाही. मला माहीत नाही, खरं कारण काय. लवकरच त्याचं कारण लोकांना कळेल. ते बाहेर येईल.

स्टीफेनच्या मस्तकात/मेंदूत जर काही समस्या असेल आणि त्या समस्येपोटी तो समूहहत्या करत असेल तर मग धर्माच्या नावावर जे आतंक माजवतात/दहशत निर्माण करतात. त्यांच्यासुद्धा डोक्यात समस्या आहे! समस्या नसेल तर माणूस होऊन माणसाचा खून करणं शक्य आहे का? कदाचित शक्य आहे, कदाचित माणूस असाच आहे, नृशंस, निर्घृण. पण आपण आपली नृशंसवृत्ती, निष्ठुरपणा

सारं नियंत्रणात ठेवतो मात्र.

१०

'ताजमहाल'– एक विशाल प्रेमाचा प्रासाद; सम्राट शहाजहाननं पत्नी मुमताज महलवरील प्रेमासाठी तो बनवला. जर मुमताज महलवर प्रेम होतं, तर बरेचजणांना प्रश्न आहे की मुमताज महलशी त्यांचा विवाह होणार हे माहीत असूनही, दुसऱ्याच रमणीशी का विवाह केला, मुमताज महलबरोबर विवाह केल्यानंतरही, पुन्हा लग्न करण्याचा मोह ते आवरू शकले नाहीत? जर प्रेमच होतं तर, १९ वर्षांत १४ अपत्यांना जन्म द्यायला का भाग पाडलं, १४व्या अपत्याला जन्म देतानाच तर मुमताज महलचा मृत्यू झाला! जर मुमताजवर प्रेम होतच तर, एवढ्या उपपत्नी किंवा रक्षिता– (ठेवलेल्या स्त्रिया) त्यांनी का ठेवल्या होत्या? या सगळ्यांची उत्तरं काहीही असोत, मला असं वाटतं, प्रेम नसताना, प्रेम न करता ताजमहलसारखा प्रासाद घडवला जाणार नाही. सर्व उणिवांसह त्यांचं मुमताजवर खूप प्रेम होते. मुमताजखेरीज आणखी कोणत्याही पत्नीसाठी किंवा प्रेमिकेसाठी त्यांनी प्रासाद बांधला नाही.

हा ताजमहाल दुनियेतलं अनन्यसाधारण असं एक आश्चर्य आहे. हा ताजमहाल भारताचा गौरव, शान आहे. भारताविषयी काही माहीत नसलं तरी ताजमहालसंबंधी लोकांना माहीत असते. लाखो देशी, परदेशी माणसं दरवर्षी हा ताजमहाल बघायला येतात. आणि या ताजमहालचं नावच किनई, उत्तर प्रदेशच्या नवीन पर्यटन प्रचारपुस्तिकेतून वगळलंय– बाद केलंय. ताजमहाल बनवला गेलाय मुस्लीम अंमल असताना, त्यामुळे हिंदुत्ववाद्यांचं म्हणणं की, हा ताजमहाल भारताचा गौरव होऊ शकत नाही. या ताजमहालाबद्दल, ज्यादाच्या प्रेमाचा पुळका, ज्यादा प्रेमाचा उमाळा, खपवून घेतला जाणार नाही. कारण, हे विसरून जाणं उचित नाही की, मोगल सम्राटांनी इतकंच काय, शहाजहाननेही हिंदूंचा छळ केलाय, हिंदूंची हजारो मंदिरं उद्ध्वस्त, भग्न करून टाकलीत. तेव्हा त्याच कारणामुळे ताजमहलचं नाव बाद करून, पर्यटन पुस्तिकेमध्ये गोरक्षपूर मठाचं नाव घातलेलं आहे. हिंदूंचे मठ, त्यांची मंदिरं यांची नावं राहणार, असणार पर्यटन पुस्तिकेत, मुसलमानांचे प्रासाद किंवा मशिदींची नावं असणार नाहीत, कारण मुसलमानांनी हिंदूंचा छळ केलाय. बाहेरून आलेल्या मुसलमानांनी हिंदूंचा छळ केला ही गोष्ट नाकारायचं काही कारण नाही. छळ तर इंग्रजांनीही केलाय. परंतु जे सम्राट अकबराचा तिरस्कार करतात ते लॉर्ड क्लाइव्हच्या विरोधात मात्र काहीही बोलत नाहीत, जे जहांगीरचा तिरस्कार करतात ते हेस्टिंगच्या बाबतीत अवाक्षरही काढत नाहीत, एकदम गप्प! याचा अर्थ

असाच नाही का, अत्याचारी इंग्रज जितके अप्रिय, तिरस्कृत त्याहीपेक्षा जास्त अप्रिय तिरस्कृत आहेत अत्याचारी मुसलमान!

हिंदू-मुसलमानांमधील तिरस्कारामुळे भारत विभागला आहे. या घृणा, तिरस्कारामुळे दुर्घटना घडतच आहेत. पाकिस्तानात हिंदूंचा छळ होतोय. हिंदू मुलींचं अपहरण करून जोरजबरदस्तीने त्यांचं धर्मांतर केलं जात आहे. बांगलादेशातले कट्टर मुसलमान नेहमी हिंदूंची घरंबिरं जाळून टाकतात, मंदिरं फोडून टाकतात. हिंदू भीतीनं देश सोडतात. बांगलादेश आणि पाकिस्तानातील कट्टर मुसलमान जेवढा हिंदूंचा तिरस्कार करतात, भारतातले कट्टर हिंदूसुद्धा तसाच तेवढा तिरस्कार मुसलमानांचा करतात. भारतवर्षात कट्टर हिंदूमध्ये आधी/पूर्वी एवढं बळ/क्षमता नव्हती त्यामुळे त्यांच्यातला तिरस्कार फार काही दिसून येत नव्हता. आता मात्र दिसून येतंय– गोरक्षकांचं आकांडतांडव, गोमांस खाण्याच्या आरोपावरून मुसलमानांची हत्या करणं, हिंदू कट्टरपंथ किवा मूलतत्त्ववाद, हिंदू कुसंस्कार, अंधश्रद्धा वगैरेंची निंदा करतात, म्हणून कितीएक मुक्तचिंतक पुरोगाम्यांचे खून पडणं.

भारतातले 'काँग्रेस' आणि 'सीपीएम' नेते म्हणतात, 'पर्यटन पुस्तिकेत ताजमहालचं नाव नसणं ही एक मस्करी, नुसता तमाशा आहे आणि बजेटमधून म्हणजे ताजसाठीच्या बजेट मंजुरीतून ताजमहाल बाद करण्याची घटना दुःखदायक आहे. ही घटना पूर्णपणे धार्मिक पक्षपातीपणा आहे. त्यांच्या सत्तेचा दुर्व्यवहार करत आहे. उत्तर प्रदेशाचे राज्य सरकार! ताजमहलशी, जातपात, (धार्मिक) संप्रदाय यांचा कोणताही/कसलाही संबंध नाही. या देशात हिंदू-मुस्लीम एकत्र राहतात. अशाप्रकारे ताजमहालचं नाव बाद करणं किंवा वगळणं यातून भाजपा सरकारचा उद्देश समजून येतो. राम म्हणून रामाच्या नावावर शाहजहानला दडपून टाकतंय भाजपा. म्हणून मग शाहजहाच्या प्रेमाचा प्रासाद ध्रुवीकरणाच्या राजकारणाचा सर्वोच्च बिंदू/ मेरुमणी.'

उत्तर प्रदेश सरकार आग्र्यापेक्षा अयोध्याविषयी जास्त विचार करतं. अयोध्येत रामराज्य केलं जाईल. मुख्यमंत्र्यांनी सांगितलंय– ताजमहाल भारतीय संस्कृतीला अनुकूल, अनुरूप नाही, भारतीय संस्कृतीत बसत नाही. उत्तर प्रदेशाच्या बीजेपीचे कायदामंत्री संगीत सोम हे तर अजूनच भयंकर बोललेत. म्हणालेत– "ताजमहल भारतीय संस्कृतीवरचा कलंक आहे. हे कलंकबिंदू समूळ उखडून टाकणंच योग्य. शाहजहानला हिंदूंना खतम करायची इच्छा होती. त्यामुळे ताजमहलचा इतिहासच बदलून टाकला पाहिजे. त्याची गरज आहे." आणखी एक पुढारी विनय कटियार म्हणतात– "शिवमंदिर मोडून ताजमहाल बांधला गेला आहे. या मंदिराचं नाव 'तेजोमहल' होतं. मुसलमान नेतेसुद्धा नुसते बसले नाहीत. समाजवादी पार्टीचे आझम खान बोललेत– "फक्त ताजमहलच का? संसद भवन, राष्ट्रपती भवन

लाल किल्ला हे सर्व गाडून टाकलं पाहिजे. त्या साऱ्या गोष्टीसुद्धा गुलामगिरीचाच इतिहास वहन करतात. ती सारीसुद्धा गुलामगिरीचीच प्रतीकं आहेत.''

ध्रुवीकरणाच्या (polarization) या राजकारणात बॅलन्स समतोल ठेवण्यासाठी उत्तर प्रदेशच्या मुख्यमंत्र्यांनी कळवलं की ते आग्र्याला ताजमहाल बघायला जाणारेत. ताजमहलसाठी काही रक्कमही देणार आहेत. पण त्यांनी हेही सांगितलंय की एका कारणासाठी ताजमहलला मी महत्त्व देतो; ते कारण म्हणजे ताजमहल हा भारतातल्या श्रमिकांच्या परिश्रमाचं फळ आहे. मुख्यमंत्री अयोध्याला जास्त महत्त्व देतात. शरयू नदीच्या तीरावर साधारण १०० मीटर उंच अशी, रामाची मूर्ती स्थापन करण्याची व्यवस्था ते करताहेत. भविष्यात राममाहात्म्याचा असा प्रचार केला जाईल की अयोध्येचं महत्त्व ताजमहलपेक्षाही वाढेल. भाजपाचे अनेक जण म्हणतात– या क्षणी, अवघ्या जगात ताजमहलच पर्यटकांचं-पर्यटनाचं सर्वांत मोठं आकर्षण आहे. त्यामुळे रातोरात ताजमहलची उपेक्षा करणं शक्यच नाही. पण, भारताच्या हिंदू संस्कृतीला धरून राखणारी– धारक या हिशेबानं, अयोध्येलाच भविष्यात भव्य रूप देणं हेच सर्वांत मोठं आकर्षणाचं केंद्र असेल– त्या दृष्टीनं अयोध्येचा विकास करणार.

हिंदुत्ववादी असं समजतात की, बाबरी मशिदीप्रमाणे ताजमहाल समाप्ती जर सहजपणे न होईल, तर मग हिंदू मंदिर या हिशेबानं तरी ताजमहलवर अधिकार करणं जरुरीचं आहे. भारतातल्या एका मुस्लीम शिल्पाविषयी, स्थापत्याविषयीं दुनियेला होणारा एवढा आनंद हे लोक (हिंदुत्ववादी) पाहू शकत नाहीत, त्यांना त्याचा आनंद वाटत नाही. ताजमहलला भारताचं सांस्कृतिक प्रतीक म्हणून मानायला ते बिलकूल तयार नाहीत. 'ताजमहल'ला धर्मांतर करून हिंदू व्हायला पाहिजे, तसं झालं तर मगच या शिल्पकृतीविषयी त्यांना अभिमान, गर्व वाटेल. हिंदुत्ववादी म्हणतात– जसा ताजमहल हे हिंदू मंदिर होतं तसं, मक्का येथील काबादेखील एकेकाळी हिंदू मंदिर होतं. ट्विटर, फेसबुकवर जसे मुसलमान मूलतत्त्ववादी (फंडामेंटालिस्ट) त्यांचा हिंदूद्वेष पसरवत असतात, तसे हिंदू मूलतत्त्ववादीसुद्धा आता तेच करताहेत. मुस्लीमद्वेष पसरवत फिरतायत. ताजमहलचा इतिहास तयार करताहेत. सर्वसाधारण हिंदू लोक 'या' इतिहासावर विश्वास ठेवतात.

१९८९ साली पी. एन. (पु. ना.) ओक नावाच्या एका माणसानं म्हटलेलं की ताजमहल, खरेतर, तेजोमहल नावाचं एक शिवमंदिर आहे. 'वेस्टमिनस्टर ॲबे'सुद्धा एकेकाळी एक शिवमंदिर होतं. या पी. एन. ओकला त्या वेळी कोणीही महत्त्व दिलं नाही. आज त्यांच्या त्या हास्यास्पद विधानांना आत्यंतिक महत्त्व दिलं जातंय.

ताजमहलच्या भविष्याविषयी मला खरोखर अतिशय चिंता वाटते. मी चिंताग्रस्तच झालेय. ज्या प्रमाणात हिंदू-मुसलमान द्वेषी होतायत ते पाहून मला वाटतं, माझ्या मनात येतं की एक तर ताजमहलची कोणी काळजी घेणार नाही किंवा त्याचं शिवमंदिरच बनवून टाकतील! माझ्या कानावर आलंय की, काही दिवसांपूर्वी, ताजमहलमध्ये जाऊन काही हिंदू मूलतत्त्ववादी शिवमंत्रांचं पठण करून, पूजाबिजा करून आलेत. हे पुन्हा घडणार नाही असं काही शपथेवर सांगता येणार नाही. हिंदुत्ववादी नेते सामान्य हिंदूंची डोकी प्रतिदिवशी विकृत, कलुषित करताहेत. ‘‘भारतात संख्येनं जास्त माणसं ही हिंदू आहेत. संख्याबहुल किंवा बहुसंख्य मुसलमानांचा देश जर मुस्लीम राष्ट्र होऊ शकतो, तर संख्याबहुल हिंदूंचा देश का हिंदू राष्ट्र होणार नाही!’’ असं आहे त्यांचं म्हणणं-सांगणं.

मूलतत्त्ववादी कोणत्याही देशाचं मंगल, कल्याण करत नाहीत, ना मुस्लीम देशाचं ना हिंदू देशाचं. मी आशा करते की अशुभकाळ संपेल. टळेल, दूर होईल.

११

बांगलादेशाचे राष्ट्रपती मयमनसिंहमधील आहेत. मयमनसिंहच्या भाषेतली आणि आवाजातली काही भाषणं मी यू-ट्यूबवर ऐकलीत आणि मी अगदी आनंदाश्चर्याने थक्क झाले. माझंही घर मयमनसिंहमध्येच आहे. त्यामुळे मयमनसिंहच्या भाषेत तशा उच्चारात, ते जेव्हा बोलले तेव्हा ते मला खूप ‘आपलं माणूस’ वाटले. त्यांचा सर्वांत मोठा गुण म्हणजे सुस्वभाव, सच्चेपणा आणि स्वयंस्फूर्त होऊन काम करणे.

राष्ट्रपती गेल्या शुक्रवारी राजधानीतल्या एका महावनातल्या पूजा मंडपात भाषण देण्यासाठी गेले होते. तेथे ते म्हणाले, ‘‘या विश्वाला धर्माधिष्ठित राष्ट्र करण्याच्या धारणेपासून दूर गेलं पाहिजे– अशा विचारातून बाहेर पडलं पाहिजे हे नक्की. धर्माच्या अयोग्य-अपव्याख्या किंवा धर्माचं अयोग्य स्पष्टीकरण याविषयी सर्वांनी सजग व्हायला पाहिजे. आपल्याला दिसू नये की, अशुभ किंवा दुष्टशक्ती अजूनही धर्माधिष्ठित राष्ट्र घडविण्याच्या कामात प्रयत्नशील आहेत, गुंतलेल्या आहेत. परंतु या विश्वातील रहिवाशांना धर्माधिष्ठित राष्ट्र घडवण्याच्या या मानसिकतेतून बाहेर पडायला पाहिजे. भूतकाळात धर्माधिष्ठित राष्ट्राला केंद्र करून राष्ट्राराष्ट्रांत अनेक संघर्ष युद्ध झालीत.’’

धर्माच्या नावाखाली, माणुसकी, बंधुभाव, सहृदयता हे सारं धुळीला मिळालंय. ते म्हणाले– एक अकल्याणकारी अशुभ असा माहौल, धर्माधिष्ठित राष्ट्र प्रतिष्ठित

करण्याच्या कुकर्मात व्यग्र आहे. कोणताही धर्म नाहीच, उलट धर्मनिरपेक्षताच होईल एक राष्ट्र, देश घडणीचा आधार. कोणताही एक धर्म नाही तर उलट सर्व धर्मांच्या अनुयायांना घेऊन घडवायला हवे– सर्वधर्मीय आणि मानवी मूल्याधिष्ठित मानवी मूल्यांची जाणयुक्त सौहार्दमय मैत्रीपूर्ण समाज आणि राष्ट्र. या ठिकाणी सर्व धर्माचे लोक परस्परांतील परस्परांविषयीची श्रद्धा बाळगून, परमताविषयी सहिष्णुता, उदार दृष्टिकोन ठेवून आपापला धर्म पाळत असतील. धार्मिक उत्सव भिन्न-भिन्न प्रकारे होतील; पण हिंदू, मुसलमान, बौद्ध आणि ख्रिश्चनासह सर्व धर्मांच्या अनुयायांची त्या मागची चेतना आणि मूळ सूर एकच. बांगलादेशात, दीर्घकाळापासून सौहार्दपूर्ण, मैत्रीपूर्ण वातावरणात, सर्व धर्माचे लोक आपापला धर्म पालन करत आलेले आहेत.

पंतप्रधानानांदेखील इतकी, आवश्यक जरुरीची गोष्ट कधीही बोलताना ऐकलं नाही. उलट त्या मधून मधून धर्माधिष्ठित राष्ट्राच्या बाजूने बरंच काही बोलतात. कधीतरी 'मदिना सनद गामी अधिकाराचे अनुयायी' (कट्टर मुसलमान धर्मरक्षक) हा देश चालवतील असा पण केला होता.

राष्ट्रपती खूप मोठे रसज्ञ, रसिक आहेत. ज्यांना चांगल्या प्रकारचा आनंद रसिकता याची जाण असते, बहुधा तीच माणसं. म्हणून फार चांगली असतात. माणूस चांगला (राष्ट्रपती) म्हणूनच धर्मांधता जेव्हा चहूबाजूला आरडाओरड, हाय हुल्लड करतेय, तेव्हा त्यांना धर्माला देशातून/राष्ट्रातूनच निरोप द्यायची इच्छा आहे. राष्ट्राच्या अंदर महालात/आंतरगृहात धर्माला घुसवून दिलं तर समाजात धर्मांधता वाढते. धर्मांधता वाढली की दहशत/आतंक, भय वाढतं, भय वाढलं की देशभर प्रचंड अशांती वाढते, राष्ट्र अस्थिर होऊन जातं. हे काही कोणतं नवं सत्य नाही. त्याचे भरपूर, यथेच्छ पुरावे आपल्याला मिळतात. या कारणाकरताच राष्ट्र आणि धर्म यांना वेगवेगळं करायची अतिशय गरज आहे. फक्त सर्व धर्मांच्या माणसांचं हिंदू, बौद्ध, ख्रिश्चन, मुसलमान इत्यादींचं एकसाथ, सहजीवन शांतीपूर्ण व्हावं किंवा करावं यासाठी नाही, तर हे मनुष्याच्या मूलभूत अधिकारांसाठीच अत्यंत जरुरीचं आहे.

राष्ट्रात धर्म असणं म्हणजे धर्माला धरून कायदेकानून प्रस्थापित किंवा नियुक्त करणं. मुसलमानांसाठी मुस्लीम कायदा, ख्रिश्चनांसाठी ख्रिश्चन कायदा, हिंदूंसाठी शास्त्र इत्यादी. कोणत्याच कायद्यात स्त्रीला समानाधिकार दिला गेलेला नाही. मुसलमान मुलींना, मुलाला जी संपत्ती मिळते त्याच्या अर्धीच मिळते. हिंदू मुलींना काहीही संपत्ती मिळत नाही. हजारो वर्षांपूर्वीची जुनी शास्त्रं आणि कायदे आपल्याला अजूनही का पाहावे लागतात? प्राचीन काळी लोक जसं जीवन जगत होते, तसं

जीवन, तशा जीवनपद्धतीनं आता आपण जगत नाही, जीवन यापन करत नाही. आपल्या चिंता, विचार, काळज्यासुद्धा जुन्या माणसांपेक्षा खूपच पुढे गेल्यात. आता आपण स्त्रीच्या समानाधिकारावर विश्वास ठेवतो. तर मग स्त्रीला तिचा प्राप्य (तिला मिळण्यास योग्य, मिळालाच पाहिजे असा) सन्मान द्यायला एवढी असंमती/नकार का? अजूनही जुनी शास्त्रं किंवा धर्म खेचून आणली जातात स्त्रीला वंचित करण्यासाठी? कसलासा विश्वास, जो विश्वास (चालू) युगाबरोबर तालात ताल जुळवू शकत नाही, सुरांत सूर मिळवू शकत नाही, तसल्या विश्वासाला एकतर फेकून दिलं पाहिजे, नाहीतर दामटून धोपटून आधुनिक करायला पाहिजे. असं नाही झालं तर, पत्त्यांच्या बंगल्यासारखी जी सभ्यता, इतक्या काळापर्यंत अगदी धरून ठेवलीय, बांधून ठेवलीय, ती मोडून, तुटून जाईल.

बरेच जण म्हणतात, बांगलादेशाच्या राष्ट्रपतीला मताची (व्होटची) काही गरज नाही, त्यांनी निवडणुकीत उभं राहू नये. म्हणूनच धर्माला राष्ट्रापासून वेगळं करण्याची गोष्ट ते बोलू शकतात. सगळ्या उपमहादेशात, उपमहाखंडात ही स्थिती आहे. मतांची गरज पडली की धर्माचा वापर करायचा. राष्ट्रात, संविधानात, कायद्यात, शाळांत, व्यासपीठांवर, मातीत धर्म उतरवायला हवा. मग काय धर्माला माणसांच्या मेंदूत घुसवून त्यांचे तर्कबुद्धीचे कोश अस्थिर, निष्प्रभ करून टाकायला, हळूहळू साध्यासुध्या माणसांना धर्मीय संन्यासी करून टाकण्यासाठी किड्या-मकोड्यांची काही कमी नाही.

धार्मिकांच्या/धर्मिष्ठांच्या नाकासमोर धर्माचं गाजर झुलवत ठेवून मतं मिळवायची असतील ती काही निरोगी प्रजासत्ताक किंवा गणतांत्रिक पद्धत नव्हे. डोक्याला बंदूक लावून मत मिळवण्याप्रमाणेच अप्रजासत्ताक होय.

एक गणतांत्रिक किंवा प्रजासत्ताक निर्माणासाठी, अप्रजासत्ताकीय दृष्टीचा, पद्धतीचा इतका मनमानी, यथेच्छ वापर जर होतोय तर मग मनात संशय निर्माण होतो, अशाप्रकारेच का आपण प्रजासत्ताक तंत्राचं अनुशीलन करतोय. का प्रजासत्ताक पद्धतीची थोडी थोडी करून हत्या करतोय?

माणसाला बोथट, निर्वाक गुळगुळीत करून त्याच्याकडून मत घेणं, मिळवणं यामध्ये खरोखर समाधान, तृप्ती मिळते का? दूरदृष्टी नसलेल्या, राजकारणविदांना कदाचित मिळतं. परंतु याप्रकारे आणखी तसंच पुढे चालू राहू देणं योग्य नाही. माणसांमध्ये राजनैतिकदृष्ट्या चैतन्य सजगता आली तर मनाला येईल ते बोलणं किंवा मनाला येईल ते करणं त्यांना जमणार नाही. देश घडवण्याच्या नावावर देश उद्ध्वस्त करू शकणार नाहीत. बहुजनांना अज्ञ/अडाणी आणि अशिक्षितच ठेवायचं आहे. या राजकारण्यांना. शिक्षित आणि सजग जागृत जनतेची भीती वाटते. किंवा त्यांना ते घाबरतात. कारण शिक्षित आणि सजग लोक दुर्नीती, दुर्दशा आणि

कुशासन याबद्दलचा जाब विचारतात. धर्म ही ज्याची त्याची व्यक्तिगत बाब आहे. त्याविषयी तणातणी होऊ नये. बांगलादेशचे पंतप्रधान जर राष्ट्रपतींचा उपदेश मानून घेऊन किंवा त्याच्याशी सहमत होऊन चालतील तर सांप्रदायिक असंतोष, धर्मीय-धर्मांतून आलेली दहशत किंवा आतंक, विषमतेचा कायदा, स्त्रियांची छळवणूक वगैरे गोष्टींतून समाज हळूहळू मुक्त होईल आणि हीच तर प्रजासत्ताक तंत्रावर विश्वास ठेवणाऱ्या सर्व माणसांची योग्य अशी इच्छा कामना आहे. प्रजासत्ताकतंत्र म्हणजे फक्त मते देणे, मते मोजणे, कोण जिंकणार कोण हरणार असा एकदिवसीय खेळ नाही. प्रजासत्ताकतंत्र हे पूर्ण वर्षभरासाठीचं आहे. स्त्रियांचा समानाधिकार कुठल्याशा किंवा कोणत्याही कायद्याच्या द्वारा, कायद्याच्या माध्यमातून रद्द करणं म्हणजे स्त्रीला किंवा स्त्रियांना तिच्या प्रजासत्ताकतंत्रीय अधिकारापासून वंचित करणे होय.

प्रजासत्ताक पद्धतीत साऱ्यांना समान अधिकार असतो हे विसरून चालणार नाही. स्त्री-पुरुष, समलिंगी, रूपांतरलिंगी, ब्राह्मण, शूद्र, गरीब, धनी, निरोगी, हिंदू, मुलसमान, बौद्ध, ख्रिश्चन, यहुदी, नास्तिक– सर्वासर्वांचा अधिकार समान आहे. खरोखरीच प्रजासत्ताकतंत्र हे तेव्हाच प्रस्थापित प्रतिष्ठित होणं शक्य आहे जेव्हा एकाही माणसाचा अधिकार जरासुद्धा उल्लंघित होणार नाही, डावलला जाणार नाही. अन्यथा प्रजासत्ताकतंत्र प्रस्थापित होणार नाही.

१२

मी स्वतंत्र स्त्री, मी हिजाब/पडदा गोषा घालते. हिजाब ही माझी निवड आहे, माझी पसंती आहे.

मी स्वतंत्र स्त्री, मी 'सिंदूरखेला' खेळते, सिंदूरखेला हा माझा चॉइस आहे.

(सिंदूरखेला – दुर्गा प्रतिमा विसर्जनाच्या वेळी बंगाली स्त्रिया देवी प्रतिमेवरील कुंकू = सिंदूर स्वतःच्या व इतर स्त्रियांच्या कपाळी लावण्याचा, परस्परांना लावण्याचा खेळ खेळतात त्याला सिंदूरखेला म्हणतात.)

१३

मुलींनी गाडी चालवण्यावर जी बंदीची आज्ञा, हुकूम होता तो, सौदी अरबांनी काल काढून टाकला. २०१८च्या जून महिन्यापासून मुली गाडी चालवू शकतील. खरंच ही एक फार मोठी, छान बातमी आहे. १९९० साली गाडी चालवण्याचा अधिकार मिळण्यासाठी, मुली प्रथम रस्त्यावर उतरल्या होत्या. ४७ मुलींनी रियाद शहरामध्ये

गाडी चालवली होती. त्या ४७ जणींना अटक गिरफ्तार केलं होतं, त्यांच्यापैकी काही जणींची तर नोकरी गेली होती. इतकं स्त्रीद्वेषी सौदी अरब सरकार, अचानक काय, स्त्रीस्वातंत्र्यावर विश्वास ठेवू लागलं का? असं अजिबात नाही. मुलींना गाडी चालवू देणार नाही, याविषयी अवघी दुनिया– विशेषत: युरोप, अमेरिका, सौदी अरब हे देश निंदा करण्यात फारच पुढे. अतिभाषी, वाचाळ नुसते. सौदी अरब हा देश तर स्त्रियांना छळणारा देश म्हणूनच ओळखला जातो. यांच्याबरोबर धंदा-व्यवसाय तेच करतात. तेलाचे ग्राहकच. शेकडो प्रश्नांना, तयारी नसतानाही सामोर जावं लागतं. सौदी अरबला. तेलाची किंमत, वाढवता येत नाही. (देशाच्या) अर्थनीतीमध्ये (economy) खळबळपूर्ण अस्थिर, चंचलपणा करून चालत नाही. या कारणांमुळेच सौदी सरकारने मुलींना गाडी चालवायला देण्याचा निर्णय घेतलाय. इतक्या मोठ्या कालावधीनंतर, सभ्यतेचा चेहेरा, दिसण्यासाठी या महिलाविरोधी देशानं हा निर्णय घेतलाय असं म्हणावं लागेल. भयंकर अशा निंदेपासून वाचण्यासाठी केवळ, मुलींना गाडी चालवण्यासाठी अनुमती दिलीय. इतके दिवस, कोणी पुरुष नातेवाइकांकरवीच मुलींसाठी गाडी चालवली जायची, आता त्या स्वत: चालवतील. मुली म्हणताहेत, टॅक्सीसाठी त्यांचा पैसा खर्च व्हायचा, आता तो पैसा वाचेल.

सौदी अरबचे एक मंत्री म्हणाले होते की, मुलींनी गाडी चालवली तर त्यांच्या ओटीपोटाचं नुकसान होतं. त्यात बिघाड होतो. काही दिवसांपूर्वी एक सौदी इमामसुद्धा म्हणालेत की, मुलींच्या मेंदूचा आकार हा पुरुषांच्या मेंदूच्या एक चतुर्थांश भाग असतो, म्हणून त्यांनी गाडी चालवणं निषिद्ध आहे. हा असला एवढा द्वेष आजसुद्धा सौदी पुरुषाच्या मनातून नाहीसा झालेला नाही. पूर्वीप्रमाणेच घृणा तिरस्कार वगैरे त्यांच्या मनात पूर्णत: घर करून आहे. मुलींना गाडी चालवण्यास अनुमती देण्यात येते आहे. ही वार्ता समजताच, कट्टर, पुराणमतवादी सौदींनी व्हॉट्स ॲपवर विरोध सुरू केला आहे. हा क़ायदा ते म्हणे अमलात आणू देणार नाहीत, मुलींना व्यभिचारी होऊ देणार नाहीत. मुलींनी गाडी चालवल्यास, परपुरुषांबरोबर बोलल्यास त्या निश्चितपणे व्यभिचारी होतील असा त्यांचा दृढ विश्वास आहे.

सौदी अरबच्या या नारीविरोधी संस्कृतीपासून दूर जाणाऱ्या, असभ्य सभ्यताहीन गोष्टी, अगदी सहजपणे दूर होतील किंवा थांबतील, असं मला वाटत नाही. त्या सर्व गोष्टी जशा आहेत तशाच दीर्घकाळ राहणार. प्रत्येक मुलीला बुरखा घालण्याची सक्तीच आहे. कुठे एखादी फट किंवा छिद्र यामधून डोक्याचा एखाददुसरा केस जरी नजरेस पडला तर सत्यानाशच! बुरख्यामध्ये आपादमस्तक झाकून, गुंडाळून सर्वच मुलींना जा-ये किंवा हालचाल करावी लागते. त्या रस्त्यातून चालत असोत किंवा गाडी चालवत असोत. मुली गाडी चालवतील, पण स्त्रीविरोधी स्त्रीविद्वेषी सगळे नियम कायदे तसेच राहणार. बलात्काराच्या बळी मुली झाल्यातरी शिक्षा

मुलींनीच भोगायची. कारण बलात्कार झालाय ही घटना सिद्ध करण्यासाठी चार जण साक्षीदार हजर करायला हवेत. 'बलात्कार-धर्षण' असा कोणताही शब्द सौदी शब्दकोशात नाही, जो आहे तो व्यभिचार! व्यभिचारी शिक्षा नारी आणि पुरुष दोघांना मिळते. बलात्कारी किंवा व्यभिचारी (पुरुष) त्याला नाहीतरी शिक्षा मिळतेच, पण बलात्काराची जी शिकार असते, बळी असते तिलासुद्धा शिक्षा? का, कशासाठी? परपुरुष किंवा बिगरनात्याच्या पुरुषाबरोबर कोणी मुलगी नजरेस पडली तर त्याचा अर्थ मुलींनी व्यभिचार केलाय. मुलींना पळवून नेऊन त्यांच्यावर सामूहिक बलात्कार केले तरी त्यात दोष मुलींचाच, चार जण साक्षीदार म्हणून नाही आणले तर बलात्काऱ्यांप्रमाणे शिक्षा त्यांनाही मिळणार. मुलींना साक्षीदार कुठून मिळणार? बलात्कारी काय साक्षीदारांसमोर बलात्कार करतात का?

सौदी मुली नवऱ्याच्या परवानगीशिवाय देशाबाहेर फिरू शकत नाहीत किंवा फिरायला जाऊ शकत नाहीत. दुखण्याची, आजाराची चिकित्सा, तपासण्या करायची झाली तरीसुद्धा पुरुष पालकाच्या अनुमतीची गरज असते. पुरुष पालकाच्या अनुमतीखेरीज मुलींची लग्नं करणं, तलाक देणं, शाळा-कॉलेजात शिकणं, नोकरी करणं, व्यवसाय करणं, बँकेत खातं उघडणं यातलं काहीच होऊ शकत नाही. मुलींचे पालक म्हणजे वडील, नवरा, भाऊ, काका किंवा मुलगा. कोणा गैरनात्यातल्या किंवा परपुरुषाबरोबर मिळून मिसळून बोलणं वगैरे मुलींना निषिद्धच. २०१३ साली रत्यातील अपघातामध्ये भयंकर मार लागलेल्या एका महिलेला जीव बचावण्यासाठी तिचा हात कापून टाकण्याची गरज होती. परंतु ही शस्त्रक्रिया होऊ शकली नाही, कारण तिचा कोणी पुरुष पालक नव्हता, जो ऑपरेशनसाठी अनुमती देऊ शकला असता. नवरा होता, तो नवरा त्याच एका गाडीच्या अपघातात मरून गेला होता.

मानाल आल-शाराफ नावाची सौदी मुलगी २०११ साली रात्रीच्या अंधारात, सौदी अरबमध्ये गाडी चालवत होती, आणि तिचं ते गाडी चालवणं रेकॉर्ड करून यू-ट्यूबवर टाकलं होतं, आणि या कारणासाठी जिला कारावासही झाला होता, तिनं म्हटलंय– मुलींच्या गाडी चालवण्यावरचा बंदीचा हुकूम तर उठलाय, आता पालक कायद्याविरुद्ध लढाई केली पाहिजे. पुरुष पालकावाचून सामान्य स्वाभाविक जीवन व्यतीत करण्यासाठी अनुमती नाही याच्याविरुद्ध मुली स्वत:च स्वत:च्या पालक– हेच आता प्रस्थापित करायला पाहिजे. पालक कायदा उखडून टाकायला किती युगं लागणार माहीत नाही. 'मानाल' ही मागणी किंवा मागण्या अगदी जोरात करतेय. सौदी अरबमध्ये बसून या मागण्या ती करू शकली नसती. ऑस्ट्रेलियात आहे म्हणूनच करू शकतेय.

अरब देश होता असभ्य रानटी लोकांचा देश. मारामारी, आघात-प्रत्याघात, काटाकाटी, रक्तपात– हे सारं लोक करत होते. मुलींना, स्त्रीला कधीही माणूस

म्हणून मानलं नाही. आजही मुलींकडे माणूस म्हणून पाहणं, त्यांना माणूस मानण्याचं कोणतंही लक्षण नाही. अर्थकारणातील स्वार्थापोटी आणि निंदेपासून बचाव करण्याच्या स्वार्थापोटी, मुलींना गाडी चालवण्याची परवानगी दिलीय; मुलींचे अधिकार रक्षण करण्यासाठी काहीही करत नाहीत. लग्न, तलाक, अपत्याचं पालकत्व, उत्तराधिकार असे सगळे कायदे वापरून, मुलींना चरम– आत्यंतिक वंचित करताहेत, मानवाधिकारांचे भयानक असं उल्लंघन करतायत. स्वत:चे हक्क, अधिकारांची मागणी करण्याचाही अधिकार त्या देशात मुलींना नाही. सरकारी- सर्वसाधारणप्रकारे भोगवस्तू– लैंगिक भोगवस्तू होऊन जगायला पाहिजे. भोगवस्तू म्हणून किंवा कोणाची व्यक्तिगत, वैयक्तिक संपत्ती म्हणूनच पायात बेडी घालून पडून राहायला पाहिजे– राहायचं.

ज्या मुलींना स्वातंत्र्य हवंय, तिला देशातून बाहेरच जायला पाहिजे. अशाप्रकारे किती दिवस! जगातले अनेक रानटी, असभ्य देश सभ्य झालेत. अनेक स्त्रीविरोधी समाजांनी स्त्रीचा समानाधिकार स्वीकारला आहे, मानलाय. पण सौदी अरब हा पृथ्वीवरचा एक दरिद्री देश जो आता पृथ्वीवरचा धनवान देश होऊन बसलाय तरी, एवढ्या मोठ्या परिवर्तनातून, बदलातून देश गेला तरी, पाश्चात्त्य देशातून तेलाच्या खाणी शोधून काढण्यापासून ते हॉस्पिटलमध्ये डॉक्टरीपर्यंत सर्व काही शिकला तरी, स्त्रीला समानाधिकार देण्यासंबधात तो काहीही शिकला नाही!

स्त्रीद्वेष्ट्या पुरुषांचा सौदी अरबमध्ये बिलकूल अभाव नाही. पण दु:ख याचं आहे की स्त्रीद्वेष्ट्या स्त्रियासुद्धा बरोबरीनं आहेत. 'ब्रेन वॉशिंग' (मगज धुलाई)ची फळं मोठी विलक्षण आहेत बरं! २००६ सालच्या एका सर्वेक्षणात दिसून आलंय की, ८९ टक्के मुलींना, मुलींनी गाडी चालवावी, असं वाटत नाही आणि ८६ टक्के मुलींना पुरुषांच्या बरोबर काम करणं योग्य आहे असं वाटत नाही. ९० टक्के सौदी मुलींना, पालक कायदा उठावा, रद्द व्हावा, असं वाटत नाही. मुलींचीच जेव्हा स्वत:चा मानसन्मान विकायला हरकत नाही तेव्हा मी स्तब्ध, अवाक होऊन जाते.

स्त्रियांना समानाधिकार हवा म्हणताच लोक म्हणतात आम्हाला स्त्रीसत्ताक समाज पाहिजे. त्यांना भीती वाटते, त्यांना वाटतं पुरुषसत्ताक किंवा पुरुषतांत्रिक समाज मोडून पडला तरच स्त्रीसत्ताक किंवा स्त्रीतांत्रिक समाज निर्माण होईल आणि मग, पुरुषांनी जसा महिलांचा छळ केलाय तसाच महिलाही पुरुषांचा छळ करतील. मी अवाक होते बरं! मानवसत्ताक किंवा मानवतांत्रिक समाजाविषयी पुरुष विचारही करू शकत नाहीत? समता, समानाधिकार, सहृदयता यांच्या आधारे समाज घडवण्याच्या विषयी, जास्तीत जास्त पुरुष सहमत नाहीत, त्या पक्षाचे नाहीत. एकच मानवजात तरी त्यातल्या अर्ध्यांना बाहुबळाच्या जोरावर उरलेले अर्धे पिसत-पिंजत असतात, कांडत असतात, भरडत असतात. एकच मानवजाती, पण एका

अर्ध्यांची दुसरे अर्धे प्रतारणा करत गेलेत. पुरुषांचा हा 'कीर्तिकलाप' पाहून खरोखर लाज वाटते.

१४

दुर्गापूजेवेळी एक व्हिडीओ प्रस्तारित झालाय. ऋतुपर्णा सेनगुप्त, गार्गी रायचौधरी, मानवी बंदोपाध्याय, सोहिनी सेनगुप्त अशा विख्यात, प्रख्यात स्त्रिया, स्त्रियांच्या गुणांविषयी विलक्षण अशी वाक्यं बोलल्यानंतर मोठ्या गर्वानं बोलल्या आता प्रतिमाविसर्जनाच्या दिवशी 'सिंदूरखेला' खेळणार.

मी तर थक्क झाले. विचार करतेय, एवढ्या स्वावलंबी, चैतन्यपूर्ण उत्साही स्त्रिया, मोठ्या दिमाखात 'सिंदूरखेला' खेळणार असं का म्हणतायत. 'सिंदूरखेला' हा प्रकार पूर्णत: पुरुष तांत्रिक नाही का? त्यात सधवांनी-सुवासिनींनी सिंदूर कुंकू लावायचं ज्यामुळे पतीला दीर्घायुष्य लाभतं. स्त्रीला (पत्नीला) दीर्घायुष्य लाभावं अशी कामना मनी धरून, पुरुष स्वत:च्या भांगात सिंदूर लावत नाहीत! स्त्रीविरोधी कुसंस्कार स्वीकारून स्त्रिया स्वत:ला अधिकच खालच्या पातळीवर आणतायत, नाही का? स्त्रीला पुरुषाची संपत्ती मानण्याची संस्कृती-रीत प्रचलित आहे, ती गोष्ट नाहीशी करण्याचं, रद्द करण्याचं आज-आजच्या युगातही प्रयोजन नाही का? सतिप्रथा तर गेली. आता कुठे 'कडवाचौथ', 'सिंदूरखेला' हेही जाईल तर नाही, महासमारोहानं गाजावाजा करत त्याचं पालन करताहेत. स्त्रियांकडून हे सगळं पालन करून घेण्याचं षड्यंत्र, स्त्रीद्वेष्टे पुरुष तर करत नाहीत ना?

मला माहीत आहे, अनेक जण म्हणतील– हा सिंदूरखेला केवळ आनंदासाठीचा खेळ आहे. या खेळाशी धर्माचा किंवा पतीच्या दीर्घायुष्याचा काहीच संबंध नाही. असं का? तर मग हा आनंद दुसरा कोणता रंग घेऊन नाही करता येत? सिंदूरचं काय प्रयोजन? सिंदूर एक अर्थ आहे आणि तो आहे म्हणूनच विधवा मुलींना सिंदूरपासून दूर सारून देतात. 'सिंदूरखेला' जर पूर्णपणे आनंदासाठी खेळला जातो तर मग पुरुष का नाही सिंदूर खेळत? त्यांना आनंद, मजा करायची इच्छा नसते का?

१५

जितकी जास्त मी जिममध्ये जातेय, जितका व्यायाम करतेय, तितकं वजन वाढतंय. कुठवर या यातना सोसायच्या? एक दिवस शेवटी वैयक्तिक ट्रेनर ठरवला. ज्या ट्रेनरला पाहून मनाला वाटलं की हा सर्व ट्रेनरपेक्षा चांगला, असा

ट्रेनर. मी महिन्याचे पैसे एकदमच जमा केले. पैसे जमा केल्यावर ट्रेनर मला म्हणाला– हा माझा फोन नंबर हा सेव्ह करून ठेवा. कोणत्या नावानं सेव्ह करू– मी विचारलं. ट्रेनर म्हणाला, 'बदिउज्जामान खान' जरा घाबरूनच गेले. दुसऱ्या दिवशी बदिउज्जामानने मला त्याच्या वहीत माझं नाव लिहायला सांगितलं मी लिहिलं 'मानसी राय'. जिमच्या नोंदवहीतही माझं हेच नाव. जिथे नियमितपणे जायचं असतं, तिथे कुठेही स्वत:चं मी नाव देत नाही. सुरक्षिततेसाठीच देत नाही. बदिउज्जामान जरा वेळानं मला म्हणाला– मी वाचलेलं नाही, पण माझ्या दोन क्लायंट्सनी तुमचं पुस्तक वाचलंय. त्या दिवशी त्यांनी तुमच्याबद्दल सांगितलं. याचा अर्थ नाव, परिचय/ओळख लपवून काही काम झालं नाही. ते ओळखतात मी कोण ते.

व्यायाम करतेय. अचानक म्हणाला, "अच्छा, या सरकारवर टीकात्मक असं काही लिहीत नाही का? लिहीत नाही म्हटलं तर नशिबात काय आहे कोण जाणे. मोठा श्वास घेऊन. काही वेळ गप्पच बसले, मग म्हणाले– 'रोहिंगा' या विषयी सरकारशी सहमत नाही, माझं मत वेगळं आहे. निराश्रय माणसांना आश्रय देणं योग्य आहे.

बदिउज्जामान खूश झाला. दुसऱ्या दिवशी मला म्हणाला– 'ओवेसीबंधू' खूपच सोयीचे आहेत ना. तीनदा तलाक- ही गोष्टसुद्धा योग्य नाही. बायकोला पट जलदी तलाक दिल्यावर मुलंबाळं घेऊन ती आता कुठे जाणार? बहुधा इंटरनेटवर शोधून, धुंडाळून त्यानं माहिती काढली होती की मी आता कशावर टीकाटिप्पणी करतेय. माझ्या बाजूनं थोडंस बोलून त्यानंतर त्यानं सांगितलं की तो मुजफ्फरपूरचा मुलगा आहे. दहा वर्षांपूर्वी दिल्लीत आलाय. शहरात एक छोटंबिटं घर केलंय. आयुष्य छान चाललंय. (त्याचा) मुलगा चांगल्या शाळेत शिकतो.

पण तुम्हाला माहीत आहे का, या जिमला ईदची सुट्टी नाही. मी ईदच्या दिवशी येत नाही. या कारणावरून माझे पैसे ते कापतात. कापू देत. म्हणून काय ईद साजरी करायची नाही का?

दुर्गापूजेला सुट्टी असते?

हो, पूजेला सुट्टी असते.

बरं, मुजफ्फरपूरच्या दंगलीत किती मुसलमान मेले होते? हिंदूसुद्धा मेले होते का?

खूप मेले होते. तरुण मुलंमुली जास्त मेली होती.

मला, बदिउज्जामान व्यायाम शिकवत, दाखवत होता. मी करत होते. पण त्याचा मूळ, अंतर्गत उद्देश होता– माझ्याबरोबर बोलणं, गप्पा करणं, म्हणाला NDTV तर बीजेपीनं विकतच घेतलाय.

मला तर माहीत नाही! कधी?

विक्री होऊन गेलीय. आता NDTVचा ऐंशी टक्के भाग 'भाजपा'चा. आम्हाला आमचं काही सांगायला आता कोणताच टीव्ही उरला नाही. मी म्हणाले– तसं कसं होईल? इतर टीव्ही आहेत बोलायचं नाही. मुसलमानांच्या 'फेव्हर'मध्ये आता कोणताच टीव्ही नाही.

बदिउज्जामान दररोज माझ्याकरता प्रश्न घेऊन तयारच असायचा. दुसऱ्या दिवशी म्हणाला– बरं, या देशातले हिंदू म्हणतात की, आधी कोणी मुसलमान नव्हतेच. सगळे मुसलमान हिंदूंतूनच आलेत म्हणे. याविषयी तुमचं काय मत आहे?

मी म्हणाले– "तुम्हाला इतिहास माहीत नाही का? भारताचा इतिहास किंवा इस्लामचा इतिहास?"

बदि गप्प बसला.

मी म्हटलं– "काही मुसलमान अरब देशातून आलेले, तर काही मध्य आशियातून आणि बाकीचे तर स्थानिक लोक– हिंदू होते. ते मुसलमान झाले. बहुश: सर्व धर्मांतरित मुसलमान."

बदिउज्जामान कुटिल हसला. म्हणाला, "धर्मांतरित मुसलमानांची संख्या इतकी मोठी आहे वाटतं? पृथ्वीवरचे जगातले सर्वांत जास्त मुसलमान या भारतात आहेत."

मी त्याला दुरुस्त करून म्हणाले– "सर्वांत जास्त मुसलमान इंडोनेशियात आहेत. दुसऱ्या क्रमांकाचे भारतात."

पुन्हा त्याचं कुटिल हसू. माझी चूक किंवा खोटं पकडल्यावरचं कुटिल हसू. म्हणाला इतके मोठे मुसलमान धर्मांतराद्वारा होऊ शकत नाहीत. जरासं वैतागून मी म्हणाले– "इस्लाम अरब देशातून आलेला आहे माहीत आहे ना. इस्लामचा जन्म भारतात झालेला नाही. तर मग मुसलमान हे धर्मांतरित आहेत, याविषयी एवढं दु:ख का? फक्त मुसलमानच धर्मांतरित नाहीत, इतर धर्मातली माणसंसुद्धा एकेकाळी, कोणा एका धर्मावरचा विश्वास टाकून नवीन धर्मावर विश्वास ठेवू लागले. वंशपरंपरेने तो विश्वास पुढे सरकत गेला.

"हिंदू, ख्रिश्चन, यहुदी/ज्यू मुसलमान, बहाई– सर्वच जणांचा दुसऱ्याच धर्मावर विश्वास होता."

माझ्या बोलण्याकडे लक्ष देण्याची गरज त्याला वाटली नाही. त्याला नीट चांगलं माहीत आहे की मुसलमान कुठून आलेले आहेत. सगळेच मुसलमान 'ह्यरत आदम'चे वंशधर. धर्मांतराची कसलीच घटना कुठेही घडली नाही.

काही कळत नाही, हा ट्रेनर, प्रश्न विचारत विचारत मला कुठे घेऊन जाईल!

१६

माझा एक प्रेमिक आहे. आठवड्यातून एकदा भेट होते. दोन-तीन तास असतो माझ्याबरोबर. दोन-तीन तासांपेक्षा जास्त वेळ झाला की मला कसं, बेचैन व्हायला लागतं. कारण हळूहळू त्याचं सगळंच नुसतं वैतागवाणं, कंटाळवाणं व्हायला लागतं. मला समजत नाही, मुली कशा काय नवरा/पती नामक वस्तू बरोबर दिवसानुदिवस, महिनोन्महिने वर्षानुवर्षे पार करतात. एकटं राहण्यासारखं सुख अजून कशातच नाही.

१७

प्रिय शेख हसीना,

तुम्ही रोहिग्यांच्या दु:खानं दु:खी झालात; त्यांच्या कष्ट- त्रासाच्या गोष्टी ऐकून तुम्ही रडलात. जगातल्या कुठल्याच देशानं, सर्वांत जास्त छळ झालेल्या जनसमूहाला/समाजगटाला आश्रय दिला नाही, देऊ इच्छित नाही अशावेळी तुम्ही त्यांना आश्रय दिलात. तुमच्यासारख्या मानवतावादी पंतप्रधान म्हणून सध्यातरी मला दुसरं कोणीही दिसत नाही. या क्षणी कदाचित जर्मनी देशाच्या चॅनेल्सला अँजेला मर्केल यांच्याशी तुमची तुलना केली तर चालेल. भारतात ४० हजार रोहिंगा शिरलेले, त्या सर्वांना बाहेर काढण्याचा निर्णय भारत सरकारनं घेतलाय. पाकिस्तान रोहिंग्यांना स्वीकारणार नाही. श्रीमंत मुस्लीम देशही स्वीकारणार नाहीत. मुस्लिमांसाठी जे धाय मोकलतात त्या देशांनीसुद्धा पाठ फिरवली आहे. मुस्लीम मूलतत्त्ववादी देशसुद्धा रोहिंग्यांच्या बाजूने आरडाओरड करतात, पण देशात त्यांना जागा देत नाहीत. 'बांगलादेश'सारख्या गरीब देशालाच सरतेशेवटी पुढे यावं लागलं. लाखो रोहिंग्यांना 'नाफ' नदीत बुडून मरणं किंवा आत्महत्या करणं किंवा अनाहार/उपासमारीने मरून जाणं या गोष्टींपासून तुम्ही वाचवलंत. तुम्हाला नोबेल पुरस्कार देण्याविषयीची गोष्ट संसदेत आली होती. तुमचा मोठा अभिमान वाटतो. नोबेल पुरस्कार मला तितकासा मोहित करत नाही. बऱ्याच अयोग्य माणसांना आतापर्यंत नोबेल पुरस्कार दिला गेला आहे. हेन्री किसिंजरसारख्या अमानुष, अशांतीप्रिय माणसालासुद्धा नोबेल शांती पुरस्कार देण्यात आला आहे. 'आङ्सान सूची'सारख्या मानवाधिकारावर विश्वास न ठेवणे, महाअशांतीला अशांती म्हणून न मानणे. हे सारं करणाऱ्या महिलेलासुद्धा 'नोबेल शांती पुरस्कार' दिलेला आहे. पुरस्काराच्या उद्देशाने काही चांगलं भलं काम करणं, आणि पुरस्काराचा विचारही मनात न आणता दु:खी, दरिद्री, हलाखीत असलेल्या माणसांजवळ नि:स्वार्थीपणे उभं राहणं या दोन वेगळ्या गोष्टी आहेत. एक अस्सल आणि दुसरी नक्कल. मला असा विश्वास, खात्री वाटते की, पुरस्काराच्या आशेने आपण पीडित

माणसांच्या बाजूने उभ्या राहिला नाहीत. खरं सांगायचं तर 'माणसाचं प्रेम' हाच तुमच्यासाठी सर्वांत मोठा पुरस्कार आहे. जगातल्या सर्वांत जास्त पीडित, निराश्रित माणसांचं प्रेम तुम्हाला मिळलेलं आहे, नोबेल त्यापुढे तुच्छ आहे.

तुम्ही सांगितलेलं की, 'देशातल्या १६ कोटी माणसांची अन्नसुरक्षा निश्चित झालेली आहे. म्यानमारहून आलेल्या सात लाख रोहिंग्यांनासुद्धा बांगलादेश खायला घालू शकतो/ अन्न पुरवू शकतो. संकटात सापडून, आमच्या देशात आलेल्या दोन-पाच-सात लाख माणसांना अन्न देण्याची क्षमता आमच्यात आहे.' ही गोष्ट पृथ्वीवर श्रीमंत देश आजपर्यंत कधी म्हटले नाहीत, म्हणाला एक गरीब देश. संकटकाळी मदतीचा हात पुढे करणं हे श्रीमंत देशांना शक्य आहे आणि सर्वांना श्रीमंत देशांकडून सहकाराची, मदतीची आशा, अपेक्षा असते. बांगलादेशासारख्या दरिद्री देशानं ही आशेची भाषा ऐकवलीय आणि म्हणूनच दरिद्री/ गरीब देशाचा हा उदारस्वभाव प्रकाशात आला, सर्वांना दिसून आला.'

तुम्ही म्हणलंत– आम्ही म्यानमारच्या शरणार्थींच्या जवळच बाजूनेच आहोत आणि त्याना सर्व प्रकारचा सहकार साहाय्य आम्ही करत राहू, जोपर्यंत ते त्यांच्या देशात परत जात नाहीत तोपर्यंत त्यांच्या पाठीशी आहोत.'... हे एवढं तरी आजकाल कोण म्हणतं, कोण बोलतं? रोहिंग्यामधील अनेक जण इस्लामी आतंकवादी किंवा दहशतवादी होण्याकडे झुकू लागलेत, त्यामुळे रोहिंग्यांवर कोणीही विश्वास करू पाहत नाही, करू इच्छित नाहीत. इतकंच काय पण मुसलमानांसाठी बनलेला, तयार झालेला देश– पाकिस्तान, त्याचीही इच्छा नाही. रोहिंग्यांना टेररिस्ट - दहशतवादी बनवण्यासाठी दहशतवाद्यांचे म्होरके, बांगलादेशात टपूनच बसलेले आहेत. पण तुम्ही सांगून दिलेलं की कोणी स्वार्थपर माहौल, परिस्थितीचा फायदा लुटण्याचा प्रयत्न करेल तर त्याच्या बंदोबस्ताची व्यवस्था केली जाईल. त्यामुळे विखुरलेल्या स्वरूपात असले तरी कोणी असल्या प्रकारच्या कुकर्माला साथ देऊ नये, त्यांच्यात गुंतू नये. तिकडे हद्दीतल्या, अधिकारातल्या देशातल्या लोकांना सांगितलंय की आश्रित माणसांबरोबर कोणत्याही प्रकारचं माणुसकीहीन/ अमानवी वर्तन, आचरण कोणी करू नये. खरोखर तुमच्या सहनशीलतेला आणि मानवतेला तुलनाच नाही. इतर देश रोहिंग्यांना दूर, दूर बाहेर व्हा, करून हाकलतायत, अशा वेळी तुम्ही त्यांना उरी धरलंय, जवळ घेतलंय. मुस्लीम देश सामान्यत: शरणार्थींना आश्रय देत नाहीत. लाखो असहाय, निराधार अरबी शरणार्थींना अरबी देशाचे दरवाजे बंद केल्यामुळे त्यांनी आश्रय घेतलाय युरोपमध्ये. मुस्लीम शरणार्थींना आश्रय घ्यावा लागतो बिगरमुस्लीम देशात. आणि इकडे एका मुस्लीम देशातल्या एका राजकीय पक्षाच्या तुम्ही, फक्त तुम्ही दाखवून दिलंत की, मुस्लीम देशसुद्धा मानवतावादी असू शकतो, होऊ शकतो. मुस्लीम देशसुद्धा लक्ष-लक्ष

पीडित मुस्लिमांना आश्रय देऊ शकतो. तुम्ही जरी म्हटलंत की म्यानमारनं रोहिंग्यांना परत घ्यावं, रोहिंग्यांना नागरिकत्व द्यावं आणि सुरक्षितता द्यावी तरी तुम्ही कदाचित जाणता, कितीही प्रयत्न केले गेले तरी म्यानमार रोहिंग्यांना परत घेणार नाही, बांगलादेशातच ते आयुष्यभर राहतील, त्यांचा वंश वाढेल. एक विशाल अकुशल, गरजू गरीब जनसमूह, चोरी, डाकूगिरी, बळजबरीने छिनावणे/काढून घेणे किंवा मादक द्रव्य विक्री करणे किंवा दहशतवादी दलात सामील होईल. अशा घटना पूर्वीही झाल्या आहेत. या घटना पुन्हासुद्धा घडतील.

तुम्ही सांगितलंत, १९७५ साली तुम्हाला शरणार्थी म्हणून परदेशात राहावं लागलंय. म्हणून शरणार्थींचं दु:ख तुम्हाला समजतं. पण मला कळत नाही. माझं दु:ख तुम्हाला का कळत नाही? किंवा कधी जाणून घेण्याचीही इच्छा का नाही तुम्हाला? मला तुम्ही शरणार्थी करून ठेवलं आहे. प्रदीर्घ २४ वर्षं, मी एका देशातून आणखी एका देशात अशी फिरतेय. स्वत:चा देश असूनही नसल्यासारखा, असूनही नाही कारण माझ्या देशात मला येऊ देत नाहीत. माझ्या पुस्तकांवर बंदी घातलीय. पुस्तकं असूनही त्यावरील बंदीहुकूम काढून घेत नाहीत, उठवत नाहीत. मला माझ्या बहिणीला मुखत्यारपत्र (Power of attorny) द्यायची इच्छा होती, तर त्या कागदावर तुमच्या आदेशानुसार, हुकमानुसार परदेशातील बांगलादेश दूतावास अधिकारी सही करत नाहीत. एका आयुष्यात माणसानं किती अपमान, चिंता, बंदी, बहिष्कार आणि किती मूलभूत अधिकारांपासून वंचित राहावं, माणूस किती वंचित राहू शकतो? एका माणसाचं जीवन जगणं अत्यंत असह्य करून आणखी दुसऱ्याच माणसासाठी तुम्ही रडता! जो उदार तो सर्वांसाठीच उदार. तुम्ही सर्वांसाठीच का उदार नाहीत? सर्वांसाठी उदार व्हायला का जमत नाही? मी तर काही गुन्हा केलेला नाही, कोणाचा खून केला नाही की कोणाचं वाईट केलेलं नाही. दीर्घकाळ मी मानवता आणि मानवाधिकार याबद्दलच्याच गोष्टी बोलतेय. मला का तुम्ही अस्पृश्य बनवलंत? मानलंत? मानवतेला कोणत्या मंचावर ठेवून, तुम्ही गाझ्या तोंडावर, गलाच गाझ्या देशाचा दरवाजा/ प्रवेश बंद केलात? गाचा अर्थ भाषणस्वातंत्र्य या घटनेवरच तुमचा विश्वास नाहीये. माणसाच्या वाणी/उच्चार स्वातंत्र्यावर विश्वास नसेल तर प्रजासत्ताक तंत्रावर तरी कसा विश्वास ठेवायचा? किती काही म्हणा, विश्वास ठेवता येत नाही.

राजीव हायदारच्या हत्येविरोधात आपण खंडन केलं होतं. हत्येचा निषेध केला होता. पण जेव्हा तुम्हाला समजलं की राजीव नास्तिक होता, तुम्ही गप्प बसलात. देशात एका पाठोपाठ एक निर्घृणपणे, मुक्त विचारधारेवर विश्वास ठेवणाऱ्या पुरोगामी युवकांचे खून झाले. खून झाले धर्मनिरपेक्षताविश्वासी प्रगतिशील पुरोगामी

ब्लॉगर्सचे. कोणाच्याही मृत्यूविषयी तुम्ही शोक व्यक्त केला नाहीत. कोणाच्याही खुनाला आजपर्यंत न्याय मिळालेला नाही, कोणाचाही न्यायनिवाडा झाला नाही. परदेशातून आलेल्या मुसलमानांसाठी तुमच्या डोळ्यात पाणी येतं आणि देशातल्या पुरोगामी, प्रगतिशील प्रतिभावान युवकांचे खून होऊन गेले तरी तुमचे डोळे तर कोरडे असतात. तुम्ही पंतप्रधान म्हणून असलेली जबाबदारीसुद्धा तुमचं दायित्व/ कर्तव्य पालन करीत नाही, भयावह अशा सगळ्या खुनाविरुद्ध तुम्ही चकार शब्दही उच्चारत नाही. ते (खून झालेले) नास्तिक म्हणून त्यांच्या नृशंस, निर्घृण हत्याकांडाची तुम्ही निंदा करत नाही. माननीय पंतप्रधान, तुम्ही वारंवार पुन:पुन्हा विसरून जाता की तुम्ही आस्तिकाच्या जितक्या जेवढ्या पंतप्रधान आहात तितक्याच नास्तिकांच्याही आहात. धनवान, गरीब, स्त्री-पुरुष, हिंदू-मुसलमान नास्तिक-आस्तिक- सर्वांच्या बाबतीत तुमचं दायित्व/ तुमची जबाबदारी सारखीच समानच आहे. तुम्ही सर्वांकडे समान दृष्टीनं पाहायला हवं, सर्वांसाठी सारख्या/ समान उदार व्हायला हवं आणि तसं होत नसेल तर तुमची मानवता/माणुसकी खरीखुरी मानवता/ माणुसकी नाहीये. तुमच्या डोळ्यातलं पाणीसुद्धा, नकली, नक्राश्रू आहेत असं एक दिवस लोकांना म्हणावंच लागेल.

कोणी कोणी म्हणतात की तुम्ही मतांसाठी हे सगळं करताय. मतासाठीच रोहिंग्यांना आश्रय दिलाय. देशातल्या मुस्लिमांची मत मिळतील, रोहिंगे जर हिंदू असते किंवा बौद्ध असते तर तुम्ही आश्रय दिला असता का? खूप शक्यता अशी की दिला नसता. देशातच असलेले, देशाचे हिंदू नागरिक जेव्हा पीडले जातात, त्यांचा छळ होतो, स्वत:च्या जमिनीवरून त्यांची हकालपट्टी होते, जेव्हा त्यांची घरंदारं जाळून टाकून, त्यांना देश सोडायला भाग पाडतात; तेव्हा तुम्ही गेलात का कधी त्या पीडित हिंदूपाशी किंवा एकतरी अश्रू आला का तुमच्या डोळ्यात, त्यांच्यासाठी? बहुसंख्याची मतं मिळण्यासाठी मला माझ्याच देशात येऊ देत नाहीयेत. अल्पसंख्याकांबद्दल तुम्ही सहानुभूती दाखवत नाही. 'ब्लॉगरच्या मृत्यूविषयी तुम्ही साधी सहानुभूतीही व्यक्त करत नाहीत. पण दुसऱ्या देशातून आलेल्या शरणार्थींसाठी तुमचा भावावेग उतू जातोय. ते मुसलमान म्हणून अनेक जण निश्चित आहेत. ते मुसलमान आहेत म्हणूनच त्यांना जिंकू पाहताय. तुम्हाला फक्त सत्ता हवीय. जे कपटाने, बळाने, युक्तीने केवळ स्वत: स्वार्थ साधू पाहतात, त्यांना आम्ही मुक्त कंठाने मानवतावादी कसे म्हणून शकतो?

इति,

तुम्ही जिला दोन दशकांहून अधिक काळ शरणार्थी बनवून ठेवलं आहे.

१८

देशात बलात्कार, अत्याचार वाढतायत. स्त्रियांविषयी घृणा, तिरस्कार जितका वाढतो, बलात्कार तितकेच वाढतात.

१९

गौरी लंकेशला कोणी मारलं, याविषयी अजूनही तर्क चालू आहेत. कोणी म्हणतं हिंदुत्ववाद्यांनी, कोणी म्हणतं नक्षलवाद्यांनी. गौरी हिंदुत्ववादाच्या विरोधी होत्या, आणि त्यांनी मानहानीचा खटला भरून गौरीला अडकवलेसुद्धा होते. सहा महिन्यांचा कारावासही त्यांना (गौरीला) झाला होता. त्या जामिनावर होत्या. तिकडे नक्षल्यांबरोबरही काही कटकट चालू होती. दोन नक्षलींना गौरीने मुख्य प्रवाहात (मेनस्ट्रीम) आणले होते. या कारणामुळे बऱ्याच नक्षल्यांचा गौरीवर भयंकर राग होता. 'डावे' म्हणतात– 'उजवे' मूलतत्त्ववादी हिंदू यांनी, मूलतत्त्ववादविरोधक मुक्तचिंतक पुरोगामी दाभोळकर, पानसरे आणि कलबुर्गी यांना ज्याप्रकारे मोटरसायकलवरून येऊन छाती किंवा मस्तक लक्ष्य करून गोळ्या मारल्या होत्या, त्याप्रकारे गौरीलासुद्धा (मारले आहे) त्यामुळे खुनी हे हिंदुत्ववादी नाहीत असं होत नाही. मी जेव्हा गौरीच्या हत्येची बातमी ऐकली तेव्हा माझे हात-पाय सारं शरीर नुसतं थंड पडलं होतं. किती सहज, अलगद मारून टाकलं जातं कोणालाही, या देशात. कोणाचं बोलणं किंवा आचरण आवडलं नाही, पसंत पडलं नाही की मारून टाकायचं. एवढी टोकाची असहिष्णुता भारतात कधीपासून आली? हिंदू आणि बौद्ध हे धर्म, इस्लाम-ख्रिश्चन आणि यहुदी/ज्यू धर्मापेक्षा सहनशील आणि उदार (आहेत) असं एकेकाळी मी समजत होते. परंतु भारतात गोमांस खाल्लं तर हत्या करा, हिंदुत्वविरोधी बोललं हत्या करा. या अशा कट्टर हिंदूंच्या वागण्यानं मला पुरतं भयभीत करून टाकलंय. तिकडे बर्मामधील बौद्ध इतकंच काय बौद्ध भिक्षूसुद्धा निरपराध माणसांवर, उच्चारता येणार नाहीत असे अत्याचार करतायत. रोहिंग्यांमध्ये जिहादी (धर्मयुद्ध करणारे) आतंकवादी आहेत पण ते सर्वच जण तर आतंकवादी किंवा दहशतवादी नाहीत. त्यांचा मानवाधिकार का हिरावला जावा? अशा सगळ्या प्रश्नांची उत्तरं देणारं कोणीच नाही.

मी गौरीविषयी बोलत होते. तिच्या हत्येचा देशात सर्वत्र निषेध होतोय. इतकंच नव्हे तर भाजपाचे काही जण म्हणालेत, अपराध्यांना कठोर, कडक शिक्षा द्यायला पाहिजे. हे पाहून बरं वाटतं की माणूस एवढा तरी अजून जिवंत आहे. अन्यायाविरुद्ध एवढा बोलतोय तोंड उघडून. आणि असाही विचार मनात येतो की, आज जर कोणी मुस्लीम मूलतत्त्ववाद्याच्या हातून मारला गेला, कोणी लेखक, कवी,

पत्रकार? असं झालं तर मग ज्याप्रकारे उदारमतवादी, डावे, कलाकार, साहित्यिक... गौरीच्या हत्येचा निषेध करताहेत, त्याचप्रकारे ते निषेध करतील? उत्तर आहे. करणार नाहीत. दुःख इथेच तर आहे.

२०

माझी आई एका पिराची (वयस्क मुस्लीम धर्मगुरू) भक्त होती. पीर जे बोलायचे त्यावर आईचा विश्वास असे. आईची तब्येत बिघडली की आई पिरानं दिलेलं मंत्रजल प्यायची. मंत्रजल प्यायलावरही दुखणं वाढलं की आई माझ्या डॉक्टरबाबाकडे शरण जायची. बाबांच्या चिकित्सेनं, उपायांनी आई दुखण्यातून बरी व्हायची. पण त्यानंतरसुद्धा, आईची पिरावरची भक्ती संपली नाही, गेली नाही. एकदा पीर म्हणाले, की ते त्यांच्या सर्व भक्तांना पंख असलेल्या घोड्यावर बसवून, अरब देशांत उडवून घेऊन जाणारेत. आईसकट सगळ्या भक्तांनी या गोष्टीवर विश्वास ठेवला. आई तर सुटकेस वगैरे भरून तयार होऊन बसली होती. नंतर कोणत्याशा कारणानं पिरानं त्याचं उडत अरब देशात जाण्याचं प्रोजेक्ट कॅन्सल केलं. त्यानंतरसुद्धा भक्तांना कसल्याच प्रकारचा संदेह शंका काहीही मनात आलं नाही. 'विश्वास' असाच भयंकर असतो.

बांगलादेशातल्या मुसलमानांचा जसा 'पीर', भारतातल्या हिंदूचा तसा 'बाबा' हे 'बाबा कल्चर' खूप जुनंपुराणं आहे. मनुष्याच्या धर्मावरील विश्वासाचं भांडवल करून हे बाबा लोक धंदा करतात. काही 'माता'सुद्धा अवतरल्या आहेत. हिंदूंचा धर्मविश्वास प्रचंड आहे असा एक पुरातन धर्म! अगणित परीकथा, लाखो, कोटी देवदेवता. कोणाला मानलं तरी चालतं, नाही मानलं तरी चालतं. या भागातले लोक 'दुर्गा'ला मानतात तर त्या भागातले 'विष्णू'ला मानतात. धर्मावर विश्वास ठेवण्याला किंवा धर्माचं पालन करण्यासाठी कोणत्याही प्रकारची जबरदस्ती नाही. नवीन पिढीतल्या हिंदूंना बव्हंशी 'नास्तिक' म्हणणंच शोभेल. परंतु नास्तिकांची संख्या हिंदूंमध्ये खूपच कमी आहे. देव, देवी, देवतांना तर मानतातच पण जास्त करून अधिकांश हिंदू अंधश्रद्धा मानतात. बोटांत अंधसंस्काराचे 'दगड' घालतात, निरनिराळ्या रत्नाचे खडे, गाडीपुढे, गाडीत लिंबू-मिरची टांगून ठेवतात, मांजर दिसलं की गाडी थांबवतात. ज्योतिष्यांचा धंदा तर अगदी धडाक्यात चालतो.

हे बाबा लोक हातोहात फसवतात, साध्यासुध्या माणसांना. कितीक बाबा असे आहेत जे भक्तांनी दिलेल्या पैशाच्या डोंगरावर बसून आहेत, आणि निश्चितपणे, खुशाल कुकर्म करताहेत. सत्यसाईबाबा, कोवळ्या कोवळ्या मुलांवर बलात्कार करायचे असं ऐकलंय. चार किशोरवयीन मुलांनी विरोध निषेध केला होता म्हणून

त्यांचे खून केले. अकुशल हातांनी लहानसहान जादू दाखवयाचे, मनात आणलं तर कोणीही हातचलाखी पकडू शकते. परंतु धर्माने अंध होऊन गेल्यामुळे, बोटांच्या फटीत ठेवलेली राखेची गोळी, कौशल्यानं बाहेर काढून, अंगठ्यानं चोळून घासून लोकांच्या डोक्यावर फुंकर टाकली जाते, राख काही रिकाम्या हातात आकाशातून पडत नाही किंवा अदृश्य भगवान येऊन देऊन जात नाही– हे कळत नाही, दिसत नाही. साईबाबा खोकले, खाकरले आणि गळ्यातून सोन्याचं अंडं बाहेर पडलं? सोन्याचं अंडं बाबाच्या टॉवेलच्या आड होतं, तोच टॉवेल ते पुन्हा पुन्हा तोंडाजवळ घेऊन त्यात खोकत, खाकरत होते– हे सारं, आंधळं नाही बनलं, तर पकडता आलं असतं. पुरस्कार, देणगीच्या बॉक्सखाली लपवून ठेवलेल्या सोन्याच्या साखळ्या, जरासं बोट वाकडं करून काढून घेताहेत. स्वत: भगवंतानं त्या त्यांच्या हातात टाकलेल्या नाहीत ही गोष्ट अंधविश्वास नसता तर सगळ्यांनाच दिसली असती. खून बलात्कारावरून अडकवतील असं अनुमान करून हॉस्पिटल बांधून टाकलं. स्वत:ची पाठ बचावायला समाजसेवा केली. समाजसेवा कोणाच्या पैशातून केली? ती तर माणसांनी दिलेल्या पैशातून. आसारामबापू मुलींवर बलात्कार करत. 'राम रहिम' तर जनानखाना'च उघडून बसले होते. हे स्वत:ला भगवान समजतात. इतके बाबा सापडलेत, पकडले गेलेत, त्या बाबांनी इतकी लुबाडणूक, लुटालूट, खून-बलात्कार केल्याच्या घटना, बातम्या उघड झाल्या आहेत सर्वज्ञात झाल्या आहेत – त्यानंतरसुद्धा या बाबा लोकांवरचा माणसाचा विश्वास जात नाही, उडत नाही. विश्वास असाच भयंकर असतो.

विज्ञानावरचा विश्वास वाढला तर 'बाबा'वरचा विश्वास कमी होईल. विज्ञानावर माणसाचा विश्वास वाढावा यासाठी कोणी कसले प्रयत्न करताना दिसत नाही. दूरदर्शनवर किती वाहिन्या विज्ञानावरच्या, किती धर्मावरच्या? धर्माच्याच वाहिन्या दिसतात सर्व! धर्मावरचा विश्वास कमी झाला तर बाबा धंदा बंद होईल. काय बोलू! भारतातले (space) अवकाश वैज्ञानिक भगवंतांची कृपा प्राप्त व्हावी म्हणून मंदिरात धाव घेतात. मनुष्याला विज्ञाननिष्ठ, विज्ञानमनस्क करायला आजून किती हजार वर्षं लागणारेत माहीत नाही!

बंगाली मुसलमानांचे आदी नारी-पुरुष हिंदू. बहुधा हिंदूच्या या 'बाबा कल्चर' मधूनच मुसलमानाचं 'पीर कल्चर' आलं आहे. हिंदू लोक 'बाबा'विषयी जे काही जास्तीचं ढोंग दांभिकता करतात, मुसलमान पिराच्या बाबतीत बरंचसं तसंच करतात. 'पीर' हा फारसी शब्द. 'पीर'चा अर्थ वयस्क माणूस– आध्यात्मिक विषयातलं ज्ञान देणारे किंवा ते शिकवणारे काही काही सूफी– यांना 'पीर' म्हणत असत. सूफी पीर मेल्यानंतर 'कबर' बांधत असत. आता तर काही दांभिक सुन्नी लोक, माणसाच्या धर्मविश्वासाचं भांडवल करून 'पीर' व्यवसायात उतरलेत/

उतरतात. 'बाबा'चे भक्त जसे मिनिस्टर मंत्री, क्रिकेटर, कलाकार, 'पीर'चे भक्तसुद्धा तसेच देशाचे राष्ट्रपतीसुद्धा, पिराची कृपा आणि आशीर्वाद मिळवण्यासाठी पिराकडे धाव घेतात. मोठमोठे राजकीय नेते/राजकारणी धनकुबेर आणि प्रसिद्ध असे सगळे लोक 'बाबा' किंवा 'पीर' यांची पायधूळ घेण्यासाठी तत्पर असतात आणि म्हणून 'बाबा' किंवा 'पीर' यांची किंमत वाढून वाढून आकाशाला भिडलीय. 'बाबा' फसवणूक करतात. पीरसुद्धा तेच करतात. या प्रत्येक वंचकांच्या हातात मुठीत अवघ्या भारतीय उपखंडातले हिंदू आणि मुसलमान आहेत. पीर आणि मालक (हुजूर) धनवान लोक यांनी बांगलादेश भरून गेलाय. बंगाली मुसलमान उद्ध्वस्त/नष्ट होण्यामागे, वाईट होण्यामागे, हेच फार मोठं कारण आहे. पीरमालक, प्रभू हे आतंकवाद किंवा दहशतवादाला आश्रय देतात, देशभर नुसता दंगा करतात आणि स्त्रियांबद्दल द्वेष, मत्सर पसरवतात. इस्लाम आणि अल्लाखेरीज आणखी कोणापुढे माथा झुकवणार नाही ही भाषा आहे. तर इकडे पीर व प्रभू/मालिक यांच्या पायावर दररोज डोकं टेकतात. त्यांच्या चरणाचं पाणी पितात. न चुकता हिंदू हेच करतात. राम-रहिमला भक्तांनी बांधून घातलंय, गिरफदार केलंय. अशी वार्ता मिळतातच हरियाणातील शहरात आग लावून दिली, देलोयार हुसेन सैदी नामक एका धनी माणसाला, हुजुराला फाशीची शिक्षा जाहीर झाल्यावरही अवघ्या बांगलादेशाला आग लावून पेटवून टाकलं होतं.

ज्याला जसा आवडत असेल तसा धर्म. आपापल्या आवडीप्रमाणे धर्म पाळावा. 'पीर' किंवा 'बाबा' सांगतात– धर्म काय आहे? तर सृष्टिकर्त्याला ईश्वराला कसं प्राप्त करून घ्यावं, पीर किंवा बाबा चांगलंच जाणून आहेत– ते मार्ग दाखवून देतील– असं बोलणारे अशी बकवास करणारेच सगळे. पैसे दुसऱ्याकडून हस्तगत करणं किंवा मुली हस्तगत करणं. याखेरीज त्यांचा काही उद्देश नाही. या साऱ्यांना (पीर, बाबाना) बाद करून टाकून स्वतःचा मार्ग स्वतःच शोधून काढणं चांगलं. हे पीर नि बाबा माणसाची हानी, नुकसान या व्यतिरिक्त काहीही करत नाहीत, उपकार करतच नाहीत.

धर्माचा धंदा बंद नाही झाला तर भविष्य अंधकारमय आहे.

२१

धर्माच्या नावावर एके काळी मनुष्य, मनुष्याचा बळी देत असे. धर्माच्या नावावर पशुबळी माणूस आजही देतोय. नेपाळमध्ये 'गाधिमा'च्या उत्सवात देवी 'गाधिमा'ला खूश करण्यासाठी दोन ते तीन लाख रेडे मारले जातात. भक्तांकडून रेडे मारतात. अत्यंत बीभत्स असं ते दृश्य. यच्चयावत अशुभ शक्तींना हटवून पराभूत करून

मनुष्याला यश, मानमरातब देवी मिळवून देते असा हिंदू भक्तांचा विश्वास आहे.

यहुदी/ज्यू, ख्रिश्चन, हिंदू, मुसलमान सगळेच धर्माच्या नावावर पशुहत्या करतात. अरबीमध्ये याला म्हणतात 'कोरेबान', 'कुर्बान'. कुर्बानीची हकिगत ३००० वर्षांपूर्वी हिब्रूबायबलमध्ये लिहिलेली आहे. जेरूसलेममध्ये ज्यू/यहुदींचं प्रार्थनालय/उपासनालय बनवत असताना पशुबळी दिले गेले होते.

गाधिमाई उत्सव भारताने निषिद्ध केला. त्यावर बंदी आहे. उत्सवापूर्वी भारतातून हजारो रेडे नेपाळमध्ये नेले जात असत. रेडे आता पाठवले जाणार नाहीत असा सरकारचा सक्त हुकूम आहे. हजच्या वेळी– मक्कातीर्थस्थानी जाते वेळी कुर्बानी देण्याचा नियम आहे. हजला जाऊन आलेले– हाजी पैसे देतात आणि त्यांच्या वतीने तिथले लोक पशुबळी– पशू कुर्बानी देतात, असं ऐकलंय. अशाप्रकारे ईदची कुर्बानीपण देणं शक्य आहे किंवा मनातल्या मनातही कुर्बानी देता येते. धर्म हाच ज्यांचा प्राण असे धर्मप्राण मुसलमान काबामध्ये– मक्केच्या मंदिरात बसवलेल्या 'हयेर आसोयाद' नावाच्या काळ्या पत्थराचं मनोमन चुंबन घेतात. हे चुंबन बरोबर स्वीकारलं जातं. मनानं तलाक दिल्यावरसुद्धा तलाक होतो, कुराणातच लिहिलंय. तर मग मनानं कुर्बानी दिली तर ती कुर्बानी का नाही होणार? धर्माच्या नावावर, अल्ला, ईश्वराच्या नावावर, देवदेवतांच्या नावावर बळी आणि कुर्बानी करणं बंद करायला पाहिजे. बंद करणं उचित. माणसानं मांस खाणं बंद करावं असं मात्र मी म्हणत नाही. ज्या प्राण्यांना खाद्य म्हणून जोपासलंय, मोठे केलंय. त्याची खाद्यहत्या करू शकतात. पण त्या हत्येतही 'कोश' आणि 'हलाल' प्रकारांनी हत्या करण्याचा पोरकटपणा नको तो बादच. कोश आणि हलाल– हे पशुहत्येचे प्रकार असून, कोश प्रकारात– डुकराच्या किंवा प्राण्याच्या शरीरात तापवलेली सळई घालून तो प्राणी वेदनेने मेल्यावर त्याचं मांस खाणे आणि हलाल प्रकारात– प्राण्याला हत्याराच्या एका घावात न मारता अडीच घावात मारून ते मांस खाणे.

या पशू मारण्याच्या क्रियांना तसलिमा पोरकटपणा म्हणते आहे.

२२

१. छोट्या मुलांना - शिशूंना पशू कापण्याचं दृश्य दाखवणं योग्य नाही.
२. मदरशातील शिशूंकडून जिवंत पशूची हत्या करवणं योग्य नाही.
३. मदशातील शिशूंच्या हातात मोठमोठे सुरे आणि कट्यारी देणं योग्य नाही.

२३

माणूस शिकतो. जन्मापासून शिकायला सुरुवात करून मृत्यूपर्यंत शिकतो. एकाकडून आणखी एकजण शिकतो, अनुकरण करतो. कुठे कोणी आत्महत्या केली की आजूबाजूला, जवळपास बरेचजण आत्महत्या करतात. परीक्षेचा निकाल चांगला नाही या कारणासाठी एखाद्या विद्यार्थ्यानं आत्महत्या केल्यावर दिसून येतं की त्याच एका कारणानं आणखी काहीजणांनी आत्महत्या केलीय. जपानच्या 'फुजी' पर्वताच्या पायथ्याशी 'ओकिगाहारा' अरण्यात कधीतरी कोणीतरी आत्महत्या केली होती, त्यानंतर या अरण्यात आजही माणसं आत्महत्या करायला जातात. दरवर्षी बारा हजार शेतकरी/भारतातले बारा हजार शेतकरी आत्महत्या करताहेत. १९९५पासून हे सुरू झालं. अजूनही चालू आहे. आतंकवादीची सगळी कृत्यंसुद्धा संक्रमक, संसर्गजन्य आहेत. माणसांच्या गर्दीत एका आतंकवाद्यानं ट्रक घुसवून चालविला होता. फ्रान्समधील 'निस' शहरात, त्यानंतर याच पद्धतीनं सुरू झालं अन्य शहरांतसुद्धा, असं आंतकवादी किंवा दहशतवादी आक्रमण – बर्लिनमध्ये, लंडनमध्ये, स्टॉकहोममध्ये, बार्सिलोनात, व्हर्जिनियात.

बलात्कारसुद्धा शिकतात की काय? बहुशा दररोज पुरुष बलात्कार करत असतात. शिशूपासून वृद्धापर्यंत कोणालाही सोडत नाहीत. काही दिवसांपूर्वी जाकिया सुलताना रूपावर चालत्या बसमध्ये सामूहिक बलात्कार करून ठेचून हत्या केली होती. बसचा ड्रायव्हर, सुपरवायझर, कंडक्टर इत्यादींनी मिळून. त्यांना नक्कीच, दिल्लीच्या बसमध्ये ज्योती सिंग किंवा निर्भयावरील सामूहिक बलात्काराची बातमी माहीत होती. ही वार्ता तर अवघ्या दुनियेत– विश्वात प्रसृत झालेली होती. भयानक, भयावह वार्ता, माणसाला सावध करण्यासाठी प्रसृत केल्या जातात. बलात्काराविरोधात दिल्लीमध्ये खूप मोठ्या प्रमाणात निषेध केला होता. परंतु आश्चर्य हे की, दिल्लीच्या बसमधील त्या नृशंस, क्रूर सामूहिक बलात्कार घटनेचा कितीही मोठा निषेध दर्शवला गेला तरी त्या निषेधाकडे लक्ष न देता पुरुष उलट बलात्काराकडेच आकृष्ट झालेले आहेत. पुरुषांनी जणू शिकूनच टाकलंय की चालत्या बसमध्ये बलात्कार आणि क्रूरता एकदम कसं करायचं ते! सामूहिक बलात्कारानंतर मुलीला कसं बाहेर टाकून द्यायचं ते! ज्योती सिंगला फेकून दिलं होतं रस्त्याच्या कडेला, रूपाला फेकून दिलं होतं जंगलात. तेव्हा ही ज्योती सिंग मेली नव्हती. रूपाचे बलात्कारी रूपाचं डोकं ठेचून रक्त वाहून देऊन ती मृत झाल्याची खात्री झाल्यावर निघून गेले. एक घटना दिल्लीतली, दुसरी घडलीय 'टांगाईल'मध्ये. एकातले बलात्कारी हिंदू आणि त्यांची शिकार झालेलीसुद्धा हिंदू. दुसऱ्यात दोन्ही पक्ष मुसलमान. सर्व धर्मांत, सर्व वर्णांत, सर्व भाषा, सर्व देशांत

आणि सर्व संस्कृतीमधील माणसं माणसंच बलात्कार करतात. शिक्षित- अशिक्षित सगळेच करतात. कुठे शिशूवर अत्याचार, बलात्कार झाला की पुन्हा पुन्हा, लगोलग बऱ्याच छोट्या मुलांवर अत्याचार होतो. ज्योती सिंगच्या गुप्तांगात त्या लोकांनी लोखंडी रॉड घुसवला होता. ज्योती सिंग जेव्हा हॉस्पिटलमध्ये मृत्यूशी झुंज देत होती, त्या वेळी एका वयस्क माणसानं त्याच्या घरात एक चार वर्षाच्या बालकाला कित्येक दिवस डांबून ठेवलं होतं. त्याच्यावर बलात्कार तर केलाच होता, पण त्याच्या गुप्तांगात काचेची बाटली घुसवली होती. त्या माणसाच्या हाताजवळ लोखंडी रॉड असता तर कदाचित तिथे त्यानं लोखंडी रॉडच घुसवला असता.

दंग्याची बातमी आली की दंगा सुरू होतो. बलात्काराची खबर बाहेर आली की बलात्कारी नवीन उद्योगात बलात्कारात मत्त होतात. तर अशा बातम्या बाहेर येणं– प्रसृत होणं योग्य नाही का? माणसाला कुठे काय घडलंय हे कळणं योग्य नाही का? सत्य/तथ्य जाणून घ्यायचा अधिकार सर्व माणसांना आहे. एकेकाळी बलात्काराला अपराध म्हणून त्याच्याकडे पाहत नसत, तसा लोक विचार करत नसत. पण बलात्काराविरुद्ध प्रचंड प्रमाणात निषेध, बलात्कारींना शिक्षा– अशा सगळ्या बातम्या ऐकून काही लोक असेच राहतात जे सतर्क तर होत नाहीतच, उलटच घडतं. ते बलात्कार करतातच. ज्या घरात रूपावर बलात्कार केला गेला त्या घराचं नाव 'निरापद' (सुरक्षित) घरावर लिहिलेलं होतं. (God bless you) सर्वांत असुरक्षित घराचं नाव 'निरापद' कुठल्याही गॉडनं/देवानं त्या रात्री रूपाला वाचवलं नाही. रूपा जात होती बगुडाहून मयमनसिंहला कामाच्या ठिकाणी. इच्छित स्थळी, त्या घरातल्या पाच पुरुषांनी तिला पोहोचू दिलं नाही. रूपा बेटी गरीब घरातली, स्वप्रयत्नांनी अभ्यास करून शिकून, विविध परीक्षा उत्तीर्ण झाली होती. लॉच्या शेवटच्या शेवटच्या वर्षाची विद्यार्थिनी होती. तिकडेच ती जवळच नोकरी करत होती. एवढी कार्यदक्ष, निष्ठावान, सुशिक्षित, स्वावलंबी मुलगी– जिचं मनोबल प्रचंड होतं, फक्त शारीरिक बळाच्या जोरावर तिला पराभूत केलं एका खुनी समूहाने. बलात्कार हा जेवढा लैंगिक संगम, त्याहीपेक्षा जास्त पुरुषांचा बलदंडपणा आणि त्याहीपेक्षा पुरुषांमधला स्त्रीबद्दलचा द्वेष (आहे), खुन्यांना पकडले आहे. त्यांना शिक्षा होण्याची शक्यता आहे/त्यांना बहुधा शिक्षा होईल. कारण खुनी पुरुष फारसे पैसेवाले नाहीत. त्यामुळे जेलमधून लवकर सुटूही शकणार नाहीत. कितीही कठोर शिक्षा बलात्कारींना झाली तरी रूपा तर काही आता परत येणार नाही. आणि तिच्या इतक्या दिवसांच्या लढाईचं सुफळ चाखू शकणार नाही.

बलात्कार, खून, छळ, अत्याचार यामध्ये मुली अशाच एकामागून एक हरत चालल्यात. मुली ज्यांच्याबरोबर राहतात, ज्यांच्यावर प्रेम करतात, ज्यांच्याबरोबर

(जीवनाचा) मार्ग चालतात, तेच मुलींची हत्या करतात. स्वत:च्या खुन्याबरोबर या दुनियेत, आणखी दुसरा कोणी प्राणी इतका घनिष्ठ होऊन राहतो का? मला माहीत नाही. रूपावरच्या बलात्काराची वार्ता पसरल्यानंतर अजून काही बलात्काराच्या घटना बांगलादेशात झाल्या. मुलींच्या घरात घुसून बलात्कार करून येतात पुरुष! या पुरुषांना कसलीही शिक्षा देऊन इतकंच नाही तर फाशी दिली तरी त्यांना दूर करता येत नाही, थांबवता येत नाही, हटवता येत नाही. 'हेतल पारेख' नावाच्या एका मुलीवर बलात्कार करून तिचा खून करण्याच्या गुन्ह्यावरून, धनंजय चट्टोपाध्याय नामक पाहरेकऱ्याला कोलकात्यामध्ये फाशी झाली होती, या फाशीनंतर पुन्हा पुन्हा कित्येक बलात्काराच्या घटना घडल्या होत्या.

अवघ्या जगात बलात्काराच्या घटना घडताहेत. भारत, पाकिस्तान, बांगलादेश इत्यादी ठिकाणीतर अखंड घडतच आहेत. स्त्रीविद्वेष इतका टोकाला पोहोचलाय की घरी, दारी, बाहेर, रस्त्यावर, घाटावर, रेल्वेत, बसमध्ये स्त्रियांवर बलात्कार करून त्यांचे खून करणं हे पुरुषांचं चालूच चालू आहे. लोकांनी वाईट बोललं, कोर्टानं शिक्षा दिली तर त्यामुळे कोणाचं काहीच बिघडतं नाही का? सगळे असाच विचार करतात, जसे गुन्हा करूनही पकडलं जात नाही तर तेही तसेच पकडले जाणार नाहीत. काहीजण विचार करतात की, कदाचित पकडलं गेलं तरी सुटका व्हायला आणखी किती वेळ! पैसा ओतला की सात खून माफ!

अशा या पुरुषांबरोबर कसं काय राहावं, निभवावं मुलींनी? कोणता पुरुष चांगला, कोणता पुरुष वाईट... हे तोंड बघून समजण्याचा तर उपाय नाही, मार्ग नाही. कोणावर प्रेम केलं असता, कोणाच्या विश्वासावर घर सोडून बाहेर पडल्यावर (माहेर सोडल्यावर) तो तिला वेश्यागारात विकणार तर नाही– हे कसं काय समजावं? कसं काय कळून येईल? बसमध्ये कोण तिच्यावर बलात्कार करेल, आणि कोण करणार नाही याचा अंदाज, याचं अनुमान तरी कसं करायचं? ट्रेनमध्ये कोणता माणूस, जराशी संधी, जरासा अवकाश मिळाला की तिच्यावर बलात्कार करून ट्रेनमधून फेकून देईल की काय हे समजणार कसं? असा कोण ज्याच्याशी लग्न केल्यावर रोज रात्री दारू पिऊन मारणार नाही, तिच्यावर अत्याचार करणार नाही, हुंड्यासाठी छळ करणार नाही, आगीत जाळून मारणार नाही, तिला जिवे मारून, तिचे बारीक बारीक तुकडे करून फ्रिजरमध्ये ठेवणार नाही– असा कोणता पुरुष असेल हे कसं काय जाणायचं? सगळे पुरुष तर बघायला सारखेच! (असतात)

पुरुष शुद्ध (चरित्र) न झाल्यास, निरोगी (शरीर-मनाने) न झाल्यास सभ्य नसल्यास, न झाल्यास, खऱ्या अर्थाने शिक्षित न झाल्यास,चैतन्यपूर्ण नसल्यास– स्त्रिया कितीही शिक्षित होवोत, चैतन्ययुक्त होवोत, कितीही स्वावलंबी होवोत

त्याचा काहीही फायदा नाही, पुरुष समाजाला कलुषित करतील. स्त्रीच्या शरीर-मनाला यातना देऊन, स्त्रियांचे खून करता करता, शेवटी स्त्रियांना नामशेष करतील. कुठेही स्त्रियांची खूण ठेवणार नाहीत. पुरुषांच्या या पृथ्वीवर, या दुनियेत इथूनपुढे राहतील, असतील असंख्य बीभत्स पुरुष. तशाच एका भुताड घाणेरड्या भविष्याकडेच चाललेत असं वाटतंय.

२४

आम्हा मांसाहारी. बंगाली लोकात शाकाहारी कमीच आहेत. मासे, मांस, अंडी, दूध हे सर्व खाण्याची आम्हाला सवय आहे. ईदचा दिवस सोडून आमच्यासाठी रोजच गायी, बकऱ्या, मेंढ्या मारल्या जातात. फक्त आमच्यासाठीच नव्हे तर जगातल्या सर्व मांसाहारी माणसासाठीच ते मारले जातात. खाद्य म्हणून ज्या गाई, बकऱ्या, मेंढ्यांना वाढवलं जातं, फक्त त्यांनाच मारतात. सभ्य सुसंस्कृत देशांमध्ये पशूंना आधी बेशुद्ध करून घेऊन नंतर मारतात. यामुळे मृत्यू वेदनामय होत नाही. कुरबानीच्या ईदलासुद्धा गाई, बकऱ्या-मेंढ्या मारल्या जातात, पण ज्यांना मारलं जातं त्यांचे हाल करून. लहानपणी मी पाहायची– बांबूंनी ढोसून बेजार करून प्राण्यांना, गाईंना मातीत, जमिनीवर पाडलं जातं. त्यानंतर जिवंत प्राण्याच्या गळ्यावर धारदार सुरीनं थोडं-थोडं करून कापलं जातं. माणसं गर्दी करून ते हत्याकांड पाहतात. गाई, बकऱ्या चीत्कार करत रडतात. माणसं हसतात. त्याच्या रडण्याकडे कोणी ढुंकून पाहत नाही.

हत्या करण्यापूर्वी प्राण्यांना अचेतन/बेशुद्ध करायला पाहिजे. पशू-प्राण्यांना यातना भोगायला लागू नयेत. मोठ्या जनसमूहाला/खूप लोकांना दाखवून दाखवून हत्या करणं योग्य नाही. गोहत्या पाहता-पाहता माणूस क्रमशः नृशंस, निर्घृण होऊन जातोय. मनुष्य हत्या करण्यासाठी आता सुरा हातात घेतात. गोहत्या आड/आडून करतात. हत्याकांड हा काही उत्सव नाही. हत्याकांड कोणालाही आनंद देत नाही. बरेच जण म्हणतात बेशुद्ध, चेतनाहीन करून घेतल्यावर पशुहत्या म्हणे 'हलाल' होत नाही. रानटीपणा, असभ्यपणा, नृशंसता जर पवित्र/वैध हलाल आहे/असते, तर मी 'हलाल'ची बाजू घेणार नाही. प्राण्यांबद्दल दुःख वाटणं जर 'हराम'-अपवित्र, अवैध असेल तर मला 'हराम' कामच करायचंय. मला 'हराम' मांस खायचंय.

२५

पीडित माणसांना आश्रय हवा असतो. कोणी आश्रय मागितला तर त्यांना आश्रय दिला पाहिजे. माहीत आहे की ते लोक चांगले नाहीत, ते बांगलादेशचा सर्वनाश करतील, सत्यानाश करतील. ते 'यारा/इयारा' नामक मादक गोळ्या खायला घालून माणसाला थोडं थोडं करून मारतील. ते हातात शस्त्रास्त्र घेतील, जिहादी (धर्मयुद्ध करणारे) चळवळ, बंड करतील. बौद्धांची घरंदारं जाळून टाकतील. माणसांचे खून करतील. एखाद्या अशिक्षित, अडाणी, मूर्ख जनसमूहाकडून आपल्यावर कसलाही उपकार होणार नाही. परंतु ज्यांनी आसऱ्याची भीक मागितली आहे, त्यांना आश्रय द्यायला पाहिजे. पृथ्वीवरच्या प्रत्येक माणसाला स्वत:च्या इच्छेनुसार कुठेही जाण्याचा आणि इच्छेनुसार कुठेही राहण्याचा अधिकार आहे.

बांगलादेश दरिद्री देश आहे. इतक्या लाखो माणसांना जागा द्यायला अन्न-वस्त्र द्यायला, डोक्यावर छप्पर द्यायला, तेवढं सामर्थ्य, तेवढी ताकद या देशाची नाही. शिवाय निकटतम, सर्वांत जवळचा शेजारी असल्यामुळे पीडित माणसांचा लोंढा पुन:पुन्हा या देशाच्या अंकावर येऊन थडकणार. मनात आणलं तर हा देश म्यानमारच्या सरकारप्रमाणे कठोर, निष्ठुर होऊ शकतो, शरणार्थींच्या तोंडावर दरवाजा बंद करून देऊ शकतो, किंवा त्यांना ठेंगा दाखवून, दंडुक्याने मारून त्यांना घालवून देऊ शकतो. परंतु म्यानमारसारख्या असभ्य देशाचं अनुकरण बांगलादेशाने का करावं? अनुकरण करायचंच तर सभ्य देशाचं करावं. अनुसरण करावं जर्मनीचं, स्वीडनचं. या सभ्य सुसंस्कृत देशात लाखोंनी शरणार्थी येताहेत, घुसतायत. हे शरणार्थी खून, अत्याचार काय नाही करत? सर्वच करतायत. त्यानंतरसुद्धा त्यांना हाकून हाकलून देण्याची कसलीही व्यवस्था या देशांनी केलेली नाही. उलट मानवतेच्याच गोष्टी पुन:पुन्हा बोलतात. शिवाय सर्वांना अन्न, वस्त्र, निवारा याची ही सोय करून दिलेली. मोफत, विनामूल्य शिक्षण आणि आरोग्यसेवा दिलेली आहे. संपूर्ण बांगलादेश ज्या दिवशी पाण्यात बुडून जाईल त्या दिवशी रोहिंग्यांप्रमाणे असंच निरनिराळ्या देशाच्या किनाऱ्याला बांगलादेशीच्या नौका भिडतील आणि आश्रयासाठी भीक मागतील. त्या वेळी आश्रय न मिळाल्यास, कोणत्या तरी 'नो मॅन्स लॅन्ड'वर रोहिंग्यांप्रमाणे ते असहाय होऊन उभे राहतील. आपण कोणीही, कोणत्याही दुर्घटनेमध्ये रोहिंग्याप्रमाणे बेघर होऊन जाऊ शकतो. दु:ख हे की, मुस्लीम देश उदार तर नाहीतच, उलट आधिकांश देश रानटी, असभ्य, मानवाधिकारासंबंधी त्यांची कोणतीच धारणा नाही. मानवता, सहृदयता असे सगळे शब्द त्यांच्या शब्दकोशात नाहीत.

अधिकांश मुस्लीम देश, पीडित मुसलमानांना आश्रय देत नाहीत. देतात

अमुस्लीम देश. मुस्लीम देश या न्यायाने रोहिंग्यांना आश्रय देऊन सभ्य देशांच्या ओळीत उभं राहण्याच्या संधीपासून बांगलादेशने स्वत:ला का वंचित करावं? मुसलमानांसाठी पृथ्वीवरचा सर्वांत महान देश सौदी अरब हा आहे. त्याच भूमीत इस्लामच्या 'नबी मुहम्मद'चा जन्म झाला होता. त्याच भूमीत, त्याच मातीत इस्लाम धर्माची मुहूर्तमेढ रोवली होती, मुस्लीम धर्माचा पाया घातला होता. बांगलादेशमधून ज्या मुस्लीम मुली घरकाम किंवा घरगड्याचं काम करायला तिथे गेल्या होत्या, त्या मुस्लीम घरमालकाकडून पीडित आणि बलात्कारित होऊन परत आल्या व आता भीतीने मुली सौदी अरबमध्ये जायला इच्छुक नाहीत. अन्याय केला तर कोणालाही माफी, क्षमा नाही. दिवसाढवळ्या, लोकांसमोर तलवारीने अपराध्यांचा शिरच्छेद केला जातो. किती मुसलमानांची मुंडकी मुसलमानांनी कापलीत (त्याला सीमा नाही). मुसलमानच मुसलमानाचा सर्वाधिक तिरस्कार, द्वेष करतात. मुसलमानच मुसलमानांचे सर्वाधिक गळे कापतात. मुसलमानांत उदारतेपेक्षा असभ्यता, रानटीपणाच जास्त आहे. बहुतेक प्रत्येक धर्मसमूह किंवा धर्मगट भूतकाळात असभ्य/रानटी होता. हळूहळू असभ्यता कमी करून असभ्यतेचं विसर्जन करत ते सभ्य झालेत किंवा सभ्य होतायत. मुसलमानांनीदेखील तेच करायला पाहिजे. याखेरीज उपाय नाही. अवघ्या विश्वात, दुनियेत मुसलमान दहशतवादी ज्याप्रकारची दहशत निर्माण करतायत, त्यामुळे आज मुसलमानांचं नाव ऐकताच भीतीनं माणूस आक्रसून, गोठून जातो किंवा रागानं आगीसारखा भडकून उठतो किंवा घृणा वाटून नाक मुरडतो. आणि म्हणूनच मी म्हणतेय, मनानं उदार होण्यावाचून कोणताच उपाय आमच्यासाठी नाही.

आश्रित, शरणार्थी रोहिंग्यांचं पालन करण्याची जबाबदारी बांगलादेश सरकारला घ्यायला पाहिजे. इस्लामी गट त्यांना आतंकवादी बनवू पाहतील. गुप्त अवैध धंदे करणारे त्यांना गुप्त अवैध धंद्यात घुसवू पाहतील. मादक द्रव्य व्यवसायी त्यांना मादक द्रव्य व्यवसायात ओढू पाहतील. छोट्या मुलांचे अपहरण करणारे लोक त्यांना मुलं पळवण्याकामी लावतील. परंतु सरकारने असंच पाहिलं पाहिजे की ते लोक माणूस कसे होतील. माणूस म्हणून जगतील. सरकारनं मनापासून ठरवलं तर तसं न होता ते जातील कुठे? असभ्य आणि अशिक्षितांना सभ्य आणि शिक्षित करण्यासाठी काय पाऊल टाकायला पाहिजे, काय कृती करायला पाहिजे हे सरकारला निश्चितच माहीत आहे. बांगलादेशात मुस्लीम दहशतवाद्यांकडून होणारा छळ सहन करू न शकल्याने बांगलादेशातल्या हिंदूंनी देशांतर केलं. म्यानमारकडून छळ सहन न करू शकल्याने रोहिंगा मुस्लिमांनी देशांतर केले. कोणत्या ना कोणत्या देशाने त्यांना जागा द्यायलाच पाहिजे. तेही एक मानव प्रजाती, मानव समूह आहेत. छळ हीच या मानवसमूहाची लक्षणीय गोष्ट आहे. त्यासाठीच ते ज्ञात

आहेत. आणि त्याची जबाबदारीसुद्धा त्यांनाच घ्यायला पाहिजे. निरपराध हिंदूंना हाकलून दिल्यावर जी जागा रिकामी झाली आहे ती जागा धर्मयुद्धखोर जिहादी मुसलमानांना द्यायला पाहिजे. कोण जाणे, अवघी पृथ्वीच एक दिवस कदाचित मुसलमानांच्या ताब्यात जाईल!

थोडं थोडं करून गोरे लुप्त होऊन जातील. अमुस्लिमांची संख्यासुद्धा कमी होत होत शून्यावर पोहोचेल. ती नवीन पृथ्वी, नवीन दुनिया कशी दिसेल? कुठेच कोणीच नाही, चहूकडे फक्त मुसलमान. जिकडे नजर जाईल, तिकडे फक्त दाढी, टोपी, सैल झब्बा आणि काळा बुरखा. पुरुष मुलींवर दगड फेकून त्यांना मारतायत, पुरोगामित्वाच्या गोष्टी, शब्द जरी उच्चारला तर त्याला खुले आम, कंठछेद, शिरच्छेद केला जातोय. सारा दिवस वाकून वाकून बालक, बालिका कुराण वाचतात. मदरशांत बलात्कार चाललेत, शाळा-कॉलेजमध्ये कसल्या प्रकारचं विज्ञानाचं शिक्षण नाही, कुठेही मुक्त विचार, चिंतनाला काहीही जागा, स्थान नाही. भविष्य जर असं भयावह असं अंधकारमय असेल तर कोणाला दोष देऊन काही लाभ नाही, हे आपलं नशीब? कपाळ! असलंच नशीब कपाळ, करंटं कपाळ आम्ही वर्षानुवर्षं फार मोठे परिश्रम करून तयार केलंय! देशाला आतंकवादी/दहशतवादी राष्ट्र बनविण्याची एकट्या रोहिंग्यांची ताकद नाही. रोहिंग्यापेक्षाही मोठे मोठे आतंकवादी देशातच अगदी मस्तमजेत राहताहेत.

आज हजारो रोहिंगा बांगलादेश आणि म्यानमारच्या सीमा प्रदेशात - 'नो मॅन्स लॅन्ड' मध्ये बसून बांगलादेशात शिरण्याची वाट पाहताहेत. कोणत्याही सीमेवरचे रखवालदार, त्यांना कोणत्याच देशाच्या पाऊल ठेवू देत नाहीत. ते आज पूर्णत: 'व्रात्य' ठरलेत म्हणजे 'ना घरका ना घाटका' अशी त्यांची स्थिती आहे. वस्तुत: त्यांना परत घेणं, नागरिकत्व देणं, त्यांच्या शिक्षण-आरोग्याची काळजी घेणं, त्यांचे योग्य ते मानवाधिकार जपणं, न उल्लंघणं, असं म्यानमारनीच करायला पाहिजे. परंतु म्यानमार तसे करत नाही. राष्ट्रपुंज (United nations)नी दबाव आणावा, दात्या देशांनी दबाव आणावा, मित्र राष्ट्रांनी, देशांनी बोलावं. त्यानेही काम नाही झाले तर म्यानमारबरोबरचे व्यावसायिक संबंध सर्वांनी तोडावे. आणखी कोणीही नाही घेतली तरी रोहिंगांची जबाबदारी अखेरीस शेजारी देशांनी सध्या, सद्य:स्थितीत तरी घ्यायला हवीच. रोहिंगे हे आराकानचे आदिवासी पूर्व बांगलातून इंग्रज अमलातच बर्मा-ब्रह्मदेशला गेलेले आहेत. आता इतिहास उकरून, खणून पाहायची जरुरी नाही., माणूस पीडित होतोय, माणसाच्या पायाखाली जमीन नाही, हेच आता सत्य आहे. हे अप्रिय, कटू सत्य आपल्यासमोर नग्न होऊन उभं आहे. त्याच्या अंगावर एक कपडा तर आपण घातलाच पाहिजे. अतिथीला देव नाही समजू शकत, मनुष्य म्हणून तरी मानू शकतो.

२६

पृथ्वीवरचा कोणता प्राणी त्याचा छळ करणाऱ्या बरोबर, छळकुट्या आणि फसवणाऱ्या बरोबर, प्रतारकाबरोबर, त्याच्या अत्याचाऱ्याबरोबर आणि त्याच्या खुन्याबरोबर सर्वांत घनिष्ठ होऊन राहतो?

(उत्तर आहे) - स्त्री!

२७

वर्णविद्वेषाला ट्रम्पने डोक्यावर घेऊन फाजील महत्त्व दिलंय त्यामुळे त्यांच्यावर इथून पुढे अमेरिकेतली सभ्य, सुशिक्षित माणसं विश्वास, भरवसा ठेवू शकत नाहीत. अमेरिकन समाजाला वर्णभेद आणि वर्णविद्वेष यांच्यायोगे छिन्नभिन्न, नष्ट करायचा ट्रम्पमहाशयांनी 'पण'च केलाय असं वाटतंय. तीसच्या दशकापासूनच अमेरिकेचे नेते पुढारी नाझी मताच्या विरोधात त्यांची मतं मांडतायत. केवळ ट्रम्पच वेगळे आहेत. युद्धखोर बुशसुद्धा ट्रम्पची निंदा करतात. ट्रम्पची विवेकबुद्धीहीनता, श्वेतवर्णाचा जात्यभिमान इतका टोकाला पोहोचलाय की त्याचे उपदेशकर्ते सल्लागार इतकंच नाही तर परिवारातल्या हितैषींच्या सल्ला परामर्शाची उपेक्षा करून 'वर्णद्वेषी, नाझी स्थलांतरितांचे विरोधी, पांढऱ्या कातडीबद्दल गर्व बाळगणाऱ्यांमध्ये सुद्धा चांगले लोक आहेत,' असं खुशाल त्यांनी बोलून टाकलं. व्हर्जिनियाच्या शार्लटव्हिलेमध्ये काय भयंकर घटना घडल्या त्या आपण पाहिल्यात– एकगठ्ठा वर्णद्वेषी लोक अंधकारयुगातल्या घोषणा करत रस्त्यावर उतरले होते. हातात नाझी सेनेचं स्वस्तिक चिन्ह, 'कू क्लॉक्स क्यानेर' आणि श्वेतवर्णाभिमानाची सर्व प्रकारची प्रतीकं होती. सांप्रत अमेरिकेत इतका उघडपणे श्वेतवर्णाभिमान प्रगट झालेला नाही. यहुदींना या समाजात काहीही जागा नाही, 'हा देश गोऱ्यांचा', 'काळे घरी जा', अशा प्रकारच्या घोषणा देत देत ते रस्त्यावर उतरले होते. १८६१ पासून १८६५ सालापर्यंत संयुक्त राष्ट्रातील जी ११ राष्ट्रं गुलामप्रथा मानत होते, त्या संयुक्त राष्ट्रसंघातील वर्णद्वेषी नेत्यांचे पुतळे हटवून टाकण्याची गोष्ट होती. परंतु हे सगळे पुतळे गोरे जातीयवादी हटवू देणार नाहीत. तिथून सुरू झालं सगळं.

एका श्वेतांगवर्णाभिमान्याने, नव्या नाझींच्या विरोधातील निषेध मोर्चावर किंवा त्या निषेध मिरवणुकीवर अचानक गाडी चालवून, घुसवून दिली. जसे इस्लामी दहशतवादी माणसांच्या गर्दीमध्येच व्हॅन घुसवून चालवतात, अगदी तसंच केलं. त्या दिवशी खूपजण जखमी झाले आणि 'हिथर हेयर' नावाची एक निषेधकर्ती मुलगी मारली गेली. गौरवर्णी दहशतवादींच्या मिरवणुकीचा आयोजक जेसन केसलरनं ट्विट केलंय– 'हिथर होती खूप जाड आणि फार वाईट/कट्टर कम्युनिस्ट.

यांनी पृथ्वीवर ९४ कोटी लोकांची हत्या केली आहे. आता त्याचा बदला घेण्याची वेळ आहे.' वर्णद्वेषींनी बदला घेतला खरेच, परंतु ट्रम्पने काय केलं? शार्लट्स व्हिलातील दंग्याच्या घटनेची खबर मिळूनसुद्धा ते गुपचूप बसून राहिले. दोन दिवसांनी पुटपुटत काहीतरी निषेध केला. पृथ्वीवर असे काही नाही ज्यावर ते दररोज ट्विट करत नाहीत; परंतु स्वत:च्या देशात अशा अशुभ, अमंगल शक्ती उफाळून येण्याबद्दल तोंडावर अवाक्षर काढलं नाही; पाहूनही न पाहिल्याचं नाटक केलं. अखेरपर्यंत पढवलेलं, वक्तव्य टेलिप्रिंटरवरून वाचून प्रेसिडेंटचं कर्तव्य निभावलं! वर्णद्वेषी संघटनेचं नाम उल्लेखून पुन:पुन्हा निंदा केली. पण दुसऱ्याच दिवशी झट्कन स्वरूप दाखवून दिलं. म्हणाले – वर्णद्वेषी आणि वर्णद्वेषाचा निषेध करणारे दोन्ही पक्ष दोषी आहेत. पुन्हा वर म्हणाले दोन्ही पक्षात चांगली माणसं आहेत. आश्चर्य! दोन्ही पक्षात चांगली माणसं आहेत? काही नाझी चांगले, कू क्लूक्स क्यानमध्ये पण चांगले लोक, वर्णद्वेषींमध्ये पण चांगले लोक?

अमेरिकेत वर्णविद्वेषी लोक नक्कीच आहेत पण अमेरिकेच्या प्रेसिडेंटनं स्वत:च्या तोंडानं वर्णविद्वेषींना 'चांगले' म्हणणं म्हणजे एवढ्या दीर्घकाळापासून जातपात वर्णविद्वेष यांपासून मुक्त असा एक पाया तयार करण्यात आला होता, तो कुदळ घालून मोडून उखडून टाकण्यासारखंच आहे. वर्णद्वेषी लोक समाजात आहेत म्हणून प्रेसिडेंटला वर्णविद्वेषी, गौरवर्ण अभिमानी होऊन चालणार नाही किंवा त्यांचा पक्ष घेऊनही चालणार नाही. ज्या देशात नाना वर्ण, नाना जाती, नाना धर्म, नाना देशातली माणसं राहतात त्या ठिकाणी देशात फक्त श्वेतवर्णीच राहतील, बाकीच्यांनी दूर व्हावं– हटावं असं म्हटलं तर गृहकलह माजेल आणि या असहिष्णुतेला आणि विद्वेषाला खतपाणी घालून वाढवल्यास, वाढू दिल्यास, अमेरिकेचा एक ना एक दिवस विनाश, विध्वंस होईल. दुसऱ्या महायुद्धाने यांना काहीच शिकवलं नाही. आणि खरंतर नाझीविरोधी मित्रशक्तींपैकी एक अमेरिका होती.

वर्णविद्वेषाला पाठिंबा दिल्यामुळे, अमेरिकेच्या मित्रराष्ट्रांनीसुद्धा ट्रम्प सरकारच्या व्यर्थतेवर, कुचकामीपणावर टीका केली आहे/करत आहेत. ट्रम्पची सर्वांत मोठी जी मित्रशक्ती, व्यवसायी शक्ती त्यांनीसुद्धा ट्रम्पवर कडक टीका केली आहे. व्हाइट हाउसच्या सल्लागार मंडळातून एक एक करून सल्लागारांनी राजीनामा दिला आहे. पण वर्णविद्वेषी 'स्टीव्हन बॅनन'ला या जबाबदारीतून मुक्ती, मोकळीक दिलीय. एक बऱ्यापैकी काम झालंय. ट्रम्पच्या वर्णद्वेषाला अजून उचकवण्यामध्ये बॅननची मोठीच भूमिका होती. आता व्हाइट हाउसमध्ये जे नवीन कार्यकर्ते आलेले आहेत, त्यात सर्व स्टाफचा मुख्य जॉन केलि, एच आर मॅक्मास्टर – हा राष्ट्रीय सुरक्षा सल्लागार, जिम मातिश हा संरक्षण सेक्रेटरी या साऱ्यांकडूनच आशा वाटते

की ट्रम्पला उलटसुलट ट्विट करणं, फालतू, तुच्छ असं बोलणं, ज्याला काही आगापीछा नाही असं वागणं असल्या गोष्टींपासून दूर ठेवू शकतील, आवरू शकतील. एखाद्या खट्याळ व्रात्य बालकाला वाढवणं, माणूस करणं यासाठी बऱ्याच आया ठेवतात– त्याच्यासारखंच हे आहे.

ट्रम्प ज्या कोणत्या विषयावर बोललेत, ज्या कामाला हात घातलाय, सर्वत्र गोंधळ घातलाय देशात, परदेशात निंदा झालीय त्यांची. बहुतेक सर्वत्र, सर्वच बाबतीत व्यर्थ ठरलेत. स्थलांतरितांना घालवणे, हाकलणे, शरणार्थींवर बंदी घालणे, मुस्लीम देशांना बंदी घालणे, मेक्सिकोच्या सीमेवर भिंत घालणे इत्यादी सर्व अजब अजब कामात त्यांनी हात घातलाय. सर्वांना आरोग्य सेवा देण्याच्या कामी ते व्यर्थ, अयशस्वी झालेत आणि पर्यावरणासारख्या महत्त्वाच्या विषयात तर लक्षही घालायला तयार नाहीत, आजूबाजूला लक्ष घालायची इच्छा नाही. माध्यमांना, मीडियाला वाट्टेल त्या भाषेत शिवीगाळ करतात, असलेल्या विरोधी पक्षांना कसं तिरक्या नजरेनं पाहावं, इतकंच काय पण स्वत:च्या पक्षातल्या ट्रम्पवर टीका करणाऱ्या लोकांना घायाळ करण्यातच गुंतलेत. सभ्य, मनाने निरोगी असलेली माणसं आता रिपब्लिन पार्टीलाच दोष देतायत की, ट्रम्पचा वेडगळपणा बंद करून टाकण्यासाठी ही पार्टी का प्रयत्न करीत नाही?

प्रेसिडेंट ट्रम्प हे अब्राहम लिंकनचे आदर्श ग्रहण करत नाहीत/आदर्श डोळ्यांसमोर ठेवत नाहीत, त्यांना घ्यायचा आहे, अमेरिकेचा वर्णविद्वेषी नेता रॉबर्ट एडवर्डलीचा आदर्श आणि जेफारसन डेव्हिसचा आदर्श. त्यांचा असभ्यपणा या नवीन अमेरिकेच्या नवीन पिढीला, नव्या विश्वाला पूर्णत: अव्यवहार्य वाटतो. माणसांनी या ठिकाणी मानवाधिकाराची चर्चा केलीय, समानाधिकारासाठी चळवळी उभारून आंदोलन केलीत, मानवता आणि उदारमनस्कता यांच्या महत्त्वाला प्रणाम केलाय. त्यांना माहीत आहे वर्णविद्वेषींचा इतिहास त्यांना माहीत आहे. वर्णद्वेषींनी कसा भीषण रक्तपात घडवलाय. पृथ्वीवरील अधिकांश माणसांना द्वेष नाही, युद्ध नाही, शांती हवी आहे. ट्रम्पला शांतीच्या चार गोष्टी सांगायला पाहिजेत, तसं नाही झालं तर त्याचा पूर्ण विनाश, सत्यानाश व्हायला अधिक वेळ लागणार नाही. संकटाच्या धोक्याची घंटा वाजलेली आहे.

२८

इतकं 'अल्ला अल्ला' करूनसुद्धा पूर थांबवता येत नाही. त्यावरही म्हणणार की अल्ला तुमच्या इमानाची परीक्षा घेतो? वर्षानुवर्षं अल्ला, गरिबांच्याच इमानाची परीक्षा का घेतो? त्यांचं इमान आहे की नाही आजही 'त्यांना' समजलं नाही?

'त्यांना' म्हणे सगळं काही समजतं, कळतं? बांगलादेश सरकारनं काही दिवसांपूर्वीच दोन दोन पाणबुड्या, २०३ मिलियन डॉलर देऊन विकत घेतल्या. युद्धासाठीची अस्त्रशस्त्रं, आणखी हजार कोटी खर्च करून विकत घेतलीत. मात्र पूरग्रस्तांना वाचवण्यासाठी पैसा नाही? ३३ लाख २७ हजार माणसं नुकसानग्रस्त, १०७ जणांचा मृत्यू झालाय. सरकारी समिती सांगतेय म्हणे पूरबीर काही आलेलाच नाही देशात. ते मृतदेहासमोर उभं राहूनही म्हणतात 'कोणी मेलेलं नाही'. अल्ला 'इमान'ची परीक्षा घेतो तर सरकारची व्होटची परीक्षा चाललेली. ही परीक्षा फक्त गरिबांवरच का (घेतली जाते)? मी ऐकून आहे की, भारत इतका उदार होऊन उठलाय की, नदीवरचे सारे बांध खुले केलेत. पाणी वरपासून खाली नुसतं धडाधड भसाभस खाली येतंय. बांगलादेश एरव्हीच पुरात तरंगतोय, त्या उपर अवांछित पाणी जे भारत देतोय, त्यामुळे सुद्धा अजूनच ज्यादा पूर येतोय देश जेव्हा वर्षभर खडखडीत शुष्क होऊन जाऊन, जराशा पाण्यासाठी क्रंदन करतो तेव्हा नक्कीच त्या बांधाच्या दरवाजांना अगदी मजबूत घट्ट टाळे ठोकलेले असतात. भारताच्या पश्चिम बंगालमधून कमीत कमी आठशे पूरग्रस्त माणसांनी बांगलादेशात आश्रय घेतलाय. कुठे आहे काटेरी तारेचं कुंपण? काटेरी तार बुडून गेली पुराच्या पाण्यात. आता फक्त माणूसच माणसाला वाचवू शकतो. ज्याच्यापाशी जे काही आहे ते सारं घेऊन झोकून द्या पाण्यात, पाण्यात गेलेल्या माणसांना काठावर उचलून आणा.

२९

१५ ऑगस्ट भारताचा स्वातंत्र्यदिन. हा दिवस माझ्या मनासमोर आणतो देशाच्या फाळणीचं चित्र, दृश्य. हे दृश्य फार भयंकर आहे, माणूस माणसाची अविचाराने हत्या करतोय. माणसं दिसायला सारखीच त्यांच्या अंगाचा रंग सारखा, भाषा एक, संस्कृती एक, हजारो वर्ष एकाच भूमीवर वास– एका शहरात किंवा एखाद्या गावात राहणारा माणूस केवळ धर्म वेगळा किंवा भिन्न धर्मावर विश्वास म्हणून परस्परांचे खून करतायत. धर्म माणसाच्या मनात किती घृणा आणि अविश्वास निर्माण करतो, माणसाला किती अमानुष, अमानविक आणि नृशंस, निर्घृण बनवतो हे भारताची फाळणी झाल्यावर जो हिंदू-मुस्लीम दंगा उसळला, तो लक्षात न घेता विश्वास बसणार नाही.

१९४७ पासून २०१७ बरीच वर्ष गेली. राजनीतीच्या कात्रीत सापडून कापल्या गेलेल्या, विभागलेल्या भूखंडांमध्ये कितीसं परिर्वतन झालं? कितीसा बदल झाला? २१व्या शतकातले हिंदू आणि मुसलमान आधीपेक्षा सभ्य आधुनिक, विज्ञानमनस्क झालेत का? आणि ते घृणा आणि अविश्वास यापासून तरी मुक्त आहेत का? ते

आता परस्परांचे मित्र, परस्पराचं मन, मर्म जाणणारे सहानुभूती बाळगणारे आहेत का? सुखदुःखात सहभागी होणारे आहेत का? चहूकडे जे दिसतंय त्यावरून असं वाटत नाही की काही मोठा बदल घडून आलाय. काही दिवसांपूर्वीच पश्चिम बंगालमधील 'बसिरहाट'मध्ये भयानक दंगा होऊन गेला.

शेकडो वर्षांपूर्वी या भारतवर्षात आपल्या हिंदू पूर्वपुरुषांपैकी बऱ्याच जणांनी, मध्य अशियातून आलेल्या, मुसलमान सूफी लोकांच्या बोलण्यावर आणि कामावर मुग्ध होऊन, भाळून इस्लाम धर्म स्वीकारला होता. भारतातले हिंदू, मुसलमान, बौद्ध, ख्रिश्चन, जैन, शीख... सर्वच भारतवर्षाच्या इतिहासाचे अंश आहेत. भारतवर्ष त्याचा इतिहास पुसून टाकू शकत नाही. एकजण हिंदू जसा भारताचा अविच्छेद्य अंग, एकजण मुसलमानासुद्धा तसाच. भारतातले मुसलमान आणि अरबामधील मुसलमान यांच्यात खूप तफावत, फरक आहे. भारतातल्या हिंदू आणि मुसलमानात, तुलनेने तफावत खूपच कमी आहे.

अल्पसंख्याकांचा मान ठेवला पाहिजे, अल्पसंख्याकांना धर्माच्या नावावर आंधळं करून ठेवणं बरोबर नाही. पण भारतात मला तर पुनःपुन्हा तेच होताना दिसतंय. हे सर्व हितकर होत नाही. उलटंच होतंय. धर्म घृणेला जन्म देत नाही असं वाटतं पण कधीकधी या गोष्टींना जन्म देतोसुद्धा. त्यामुळे, माणसाला सभ्य सुसंस्कृत, सुशिक्षित असंच घडवलं पाहिजे, आंधळं नाही. तरच माणसं, प्रजासत्ताक, मानवाधिकार, धर्मनिरपेक्षता, स्त्रीस्वातंत्र्य, उच्चार किंवा वाक्स्वातंत्र्य, सहिष्णुता, सच्चेपणा, दुसऱ्याच्या सुखदुःखात सहभाग घेण्याची वृत्ती, सहृदयता, अशा साऱ्यांवर विश्वास ठेवतील. या साऱ्यावर विश्वास नाही ठेवला तर सांगता येत नाही दंग्यावर दंगे सुरू राहून पुन्हा केव्हा भारताचे तुकडे करण्याची मागणी डोकं वर काढेल? तुकडे तुकडे होऊन जाणं नाही, मी तर भूखंडावर नाही तर भूखंडाच्या मिलनावर, अखंडत्वावर विश्वास ठेवते. अवघी पृथ्वी तर आपलीच भूमी आहे. अवघ्या पृथ्वीलाच मी 'देश' असं मानते.

आणखी कोणत्याही कारणानं देशाचे भाग तुकडे होऊ देत, पण धर्माच्या नाते देश तुटता कामा नये. भारताची फाळणी करून, दूरदृष्टी नसलेल्या राजकारण्यांनी (तथाकथित राजनीतिज्ञांनी) दोन दोन मूलतत्त्ववादी आणि आतंकवादी/दहशतवादी शेजाऱ्यांना जन्माला घातलंय. पाकिस्तान आणि बांगलादेश यांचे राजनैतिक धोरण हे भारतविरोधी आहे आणि दहशतवादीं/आतंकवादींच्या भीतीनं भारतालासुद्धा इतकं तटस्थ राहावं लागतंय की परमाणूबॉम्बसुद्धा तयार करावे लागत आहेत. सर्वांसाठी शिक्षण, आरोग्यव्यवस्था, सर्वांसाठी अन्न, वस्त्र, निवारा इत्यादीची व्यवस्था करण्यामध्ये गढून जायचं तर हे सोडून शस्त्रास्त्रांची जुळणी करण्यातच गुंतून राहावं लागतंय.

या यंत्र-तंत्र (techniques) प्रयोग करण्याच्या युगात विज्ञानमनस्क माणूस धर्माबद्दल प्रश्न उपसतो. प्रश्नाची योग्य चांगली काही उत्तर मिळत नाहीत किंवा मिळाली नाही म्हणून खूप माणसांचा धर्मावरचा विश्वास उडून गेलाय. बरेचजणांनी तर धर्मानुसार आचरण, अनुष्ठान वगैरेचं पालन करणं सोडून दिलंय. धर्मावर ज्यांना विश्वास ठेवायचाय त्यांना ठेवू द्या. हा त्यांचा प्रजासत्ताकीय अधिकार आहे. परंतु वेगळ्या मतांवर विश्वास ठेवला तर तशा व्यक्तीला पीडा देणे, छळ करणे ही अराजकता आहे आणि अशा अराजकतेला कुठेही थारा मिळता कामा नये. धर्म न मानणं हासुद्धा माणसाचा प्रजासत्ताकीय अधिकार आहे. कोणत्या तरी एका (धर्म) विश्वासाला मताला उदार आश्रय देणं हे काही राष्ट्राचं काम नाही. राष्ट्राचं काम म्हणजे विश्वासी आणि अविश्वासी हिंदू आणि मुसलमान स्त्री आणि पुरुष सर्वांनाच समान दृष्टीने समदृष्टीने पाहणे.

आपल्याला माहीतच आहे की हिंदू-मुसलमानांमधील खुनाखुनी/ रक्तपात बंद करण्यासाठी देशाची फाळणी करण्यात आली आणि फाळणी होण्याच्या वेळेस कधी नव्हे तो अशा, अत्यंत निष्ठुर दंगा ज्यामध्ये दहा लाख माणसांची हत्या झाली हे जगानं पाहिलंय. धर्माला कालानुसार, कालोपयोगी करू शकला नाही तर धर्म जिथे होता तिथेच पडून राहणं त्याला भाग पडेल.

मनुष्य पुढे जातो, त्याचे विचार तर्क हे सारं पुढे जातं, समाज बदलतो, परिवर्तित होतो, माणूस, जुन्यापुराण्या नियमांना जुन्या कचऱ्याप्रमाणे मागे सारतो, फेकून देतो– जुनं फेकून देतो या नियमाप्रमाणे या कारणाने धर्मातही बदल होण्याची जरुरी आहे गरज आहे. धर्मालासुद्धा दयावान, परोपकारी होणं गरजेचं आहे. धर्मात परिवर्तन झालं किंवा रिफॉर्म झाला धर्म, माणूस खरोखर शिक्षित झाला तर मला वाटतं हिंदू-मुसलमानांतली तेढ, शत्रुत्व दीर्घकाळापर्यंत टिकणार नाही. एक दिवस मला आशा वाटते, काटेरी कुंपण नाहीसं होईल, काढून टाकलं जाईल. युरोपमधील एका देशातून दुसऱ्या देशात जसं निर्विघ्नपणे जाता येतं, दोन देशांमध्ये कोणताही चेकपोस्ट असत नाही, त्याप्रमाणेच मी असं स्वप्न पाहते की एकदिवस ढाक्याहून कोलकाता, दिल्लीहून इस्लामाबाद जाईन, कोणीही माझा पासपोर्ट पाहायला मागणार नाही.

बांगलादेशात अल्पसंख्य हिंदूंच्या बाजूने उभी राहिले होते म्हणून संपूर्ण देशातल्या मुस्लीम मूलतत्त्ववादींनी मला लक्ष्य करून, माझ्यावर आगपाखड केली, भयंकर घृणा केली, आजही करतात. पुष्कळ वेळा शिरच्छेदाची धमकी दिलेली आहे. बांगलादेश सरकारने मला देशत्याग करायला भाग पाडलं आहे. आज भारतदेशात मला, माझ्या स्वत:च्या देशापेक्षाही जास्त सुरक्षित वाटतं. भारतवर्षातलं प्रजासत्ताक मस्तक उंचावून माणसाप्रमाणे प्रकाशाच्या पक्षाच्या बाजूने

आज उभं राहू शकतं. शेजारी दोन देश त्यांना आजही ते जमत नाही. भारतदेशाची, आजघडीला सुद्धा दंगल माजली तर तिचा प्रतिबंध, बंदोबस्त करण्याची ताकद क्षमता आहे. भारतात अल्पसंख्याक मुसलमान हे बांगलादेश आणि पाकिस्तानातल्या अल्पसंख्य हिंदूपेक्षा तुलनेनं चांगले राहू शकतात. याचं मुख्य कारण म्हणजे भारत हा देश अजूनही संपूर्ण आधुनिक देश झालेला नसला तरी, अनाचार, अन्याय, दुर्नीती, विषमता इत्यादी असूनही देशाचा आदर्श अजूनही धर्मनिरपेक्षता हा आहे. बांगलादेश आणि पाकिस्तान या देशांप्रमाणे, भारतात बहुसंख्याकांच्या धर्माला राष्ट्र धर्म बनवलेला नाही. अणि तसं केलं तर अल्पसंख्याकांची सुरक्षितता नक्कीच निष्फळ होईल.

आजकाल हिंदू गोरक्षक वाहिनी/सेना उन्मत्तासारखं वागतेय. गोमांस खाल्लंय असा आरोप करून मुसलमानांची हत्या करतेय. पण जेव्हा असं दिसतं की धार्मिक हिंदू या गोरक्षकांच्या विरोधात तीव्र निषेध करताहेत, सरकारसुद्धा गोरक्षकांना शिक्षा देण्याची व्यवस्था करत आहे. तेव्हा मनाची उत्कंठा/तगमग आणि उद्वेग बाजूला सारून आशा येऊन जवळच बसते!

३०

आहा रे, आजतर ईद. समजलंच नाही. गेल्या चोवीस वर्षांतल्या जास्तीत जास्त ईद दृष्टीआडच निघून गेल्या. शेवटीची ईद साजरी केली होती बालपणी. ईदच्या ज्या गोष्टी मला खूप आवडत असत त्या म्हणजे आप्तस्वकीयाच्या गाठीभेटी आणि कौटुंबिक संमेलन, गेटटुगेदर, कुरबानीच्या ईददिवशी शेकडो गोरगरिबांना मांस वाटणं हे खूप आवडायचं. मोठेपणी ईदच्या दिवस हा इतर कोणत्याही दिवसासारखाच. कोणत्याही दिवसासारखा माझा जेवणाचा बेत आजही अगदी साधा– भाजी, परवर (पटोल), झिंगा, दोडका, भेंडी, इलिश मासा आणि भात. पेहेराव म्हणजे कालपासून घरात जो घातलेला आहे तोच. आप्त? नातेवाईक? हजारो मैल दूर, स्वकीय कोणीही जवळ नाही.

३१

'फेसबुक'वर पाहतेय– बांगलादेशचे बंगाली रडारड करतायत. काय तर साठ/ सत्तरच्या दशकातल्या सिनेमाचा हिरो 'रज्जाक' मेला म्हणून. तो वारला वयाच्या ७६व्या वर्षी. सामान्यतः दीर्घकाळ जगले. स्त्री-पुत्र कन्या, यांच्यासह सुखशांतीत राहत होते. जीवनात यश कीर्ती सर्व काही मिळालं. हजची यात्रादेखील केली होती.

इह, पर दोन्ही लोकी ते राजा! त्यांना म्हणत असत 'नायकराज रज्जाक' किशोरवयात मी त्यांचे खूप सिनेमे पाहिलेत. त्या काळचे ते श्वेत-कृष्ण' (black & white) सिनेमे, सरळ साधी गोष्ट. ते रोमँटिक नायकाचा अभिनय करायचे. कोलकाताच्या बांगलाभाषेत आणि ॲक्सेंटमध्ये बोलायचे. छान वाटायचं ऐकायला. आणि ते 'दोबो, नोबो' असं सारं काही. (देबो, नेबो न म्हणता दोबो नोबो) म्हातारवयातले रज्जाक दिसायला एकदम कुरूप. (बिश्री) तरुणपणी ते अतिशय देखणे रूपवान पुरुष होते. आज मला तरुण रज्जाकला पाहायची इच्छा झाली होती, माझ्या किशोरवयात ज्या रज्जाकला पडद्यावर मी पाहिलंय त्या रज्जाकला 'यू-ट्यूब'वर 'रज्जाक' असं लिहून शोधू लागले तर खूपच खूप 'आब्दूर रज्जाक' बिन यूसूफ आले/दिसले या रज्जाकांच्या गर्दीत तो रज्जाक शोधून सापडत नाही. या रज्जाक बिन युसूफचा आवाज यू-ट्यूबवर भरून वाहतोय. मुल्लामौलवी विज्ञानाच्या साहाय्याने किंवा विज्ञान (science) हाताशी धरून अवैज्ञानिक गोष्टींचा प्रचार करतायत. त्याला (त्या रज्जाकला हटवून) याला (या नव्या रज्जाकला) पाहायला मिळालं. एकगठ्ठा किशोरवय अंगावर धपाधप येऊन पडलं. कितीतरी आवडती माणसं मरून जातायत. किती दिवस आणि कोणाकोणाला आठवणीत ठेवावं? कामात, कुचकामात गुंतून पडतात. सगळे जीवन कुठेही ठप्प/निष्क्रिय होऊन राहावं असं कोणालाही वाटत नाही. आई वारली. वाटलं होतं एक इमारत/सौंध बनवावा. पण कुठे? महिना-दोन महिन्यांनी अचानक एकदा आठवतं. आम्हापैकी बरेच जणांना आता स्वत:च्या मरणाविषयी, स्वत:च्या जाण्याविषयी बोलावसं वाटतं. साधारण माझीच एक समवयस्क होती, म्हणत होती, 'मी नसेन तर त्याला कोण पाहील. त्याची कोण देखभाल करेल?'... असं एक वाक्य. जराशी स्तब्ध झाले, थबकले आणि मग मनात आलं – 'मधूनमधून, मीसुद्धा असा विचार करते? की मी नसले तर?'

एक मृत्यूच दुसऱ्या मृत्यूला जवळ ओढतो. काही काळापुरता किंवा अख्ख्या दिवसासाठी! उद्या पुन्हा सकाळ होईल. पक्षी किलबिलतील. उद्या पुन्हा जीवन, हस्तपल्लवी करत जोरानं हाकारेल. निदान यावेळेपुरती तरी दूर जाईल मृत्यूची चिंता.

३२

आजची बातमी – कुमिल्लाच्या बुडिचंग उपजिल्याच्या काफियारचर पश्चिमपाडातील जामे मस्जिदीच्या अरबीचं शिक्षण घेणाऱ्या एका बालिकेवर त्याच मशिदीच्या मोयाज्जेम जाकीर हुसेनने बलात्कार केला. ही बातमी 'कालेर कन्ठ'मध्ये छापून आलीय. आजकाल पेपर उघडताच वाचायला मिळतं मशिदीत बलात्कार, मदरशात

बलात्कार, मदरशाच्या शिक्षकांनी बलात्कार केलेला, मशिदीच्या इमामानं केलेला बळी जास्त करून शिशूच. मला समजतच नाही की का माणसं लहान मुलामुलींना मुसलमान मदरशात, मुसलमानी पाठशाळात पाठवतात, मशिदीच्या जवळपास त्यांना का फिरकू देतात, नमाज, रोजा करून नियमित नीतिनियम पालन (तथाकथित) संयमित व्यक्तींमध्येच अनेक जण स्वत:च्या मुलीच्या किंवा नातीच्या वयाच्या मुलींवर महाआनंदाने खुश्शाल बलात्कार करतात. बलात्काराला ते अन्याय, गुन्हा मानतच नाहीत, उलट ते त्याला अधिकार मानतात. मनाला वाटेल तितके बलात्कार करायचे, चोऱ्या, डाकूगिरी करायची, खूनखराबी करायची आणि मग एकदा हजला जाऊन सर्व कुकर्माच्या, अपकर्माच्या गुन्ह्यातून माफी मिळवून यायचं!

मला समजतच नाही की, माणूस जितका धर्मांध होतो तितका तो बलात्कारी का होतो? त्याची नैतिकता जाते कुठे?

३३

भारताचे यापूर्वीचे उपराष्ट्रपती हमीद अन्सारी म्हणालेत – भारतातले मुसलमान असुरक्षिततेत आहेत. असुरक्षितता सोसतायत. ज्यांचा गाईचा व्यवसाय ते तर निश्चितच सोसतात. या असुरक्षिततेत गरिबांना कष्ट तसेच दलित आणि आदिवासी हे खूप दु:ख भोगतात. परंतु संपूर्ण मुसलमान संप्रदाय किंवा समूह असुरक्षिततेत दु:ख कष्ट भोगत आहे असं मला वाटत नाही. मुसलमानांना खूश करण्यासाठी प्रत्येक राजकीय पक्ष तत्पर आहे. स्वातंत्र्य मिळाल्यापासूनच, मुसलमानांचा 'व्होट बँक' म्हणून उपयोग केला जातोय. त्यांच्यासाठी खूपच खूप संधी आणि सुखसोयी आहेत. पश्चिम बंगालमध्ये पुरोहित/पंडितांना नाही, पाद्रींना नाही, पण इमामांना अकारणच दर महिन्याला पैसे दिले जातात. मुसलमानांच्या पाठीवर दणके देणाऱ्या हिंदूच्या पाठीवर दोन दणके घालण्यासाठी त्यांच्याकडे माणसं आहेत. सेक्युलर हिंदू, मुसलमानांच्या अधिकारासाठी, मुसलमानांपेक्षाही जास्त ओरड करतात.

खरं सांगायचं तर मुसलमानांना सुरक्षितता, पाकिस्तान, अफगाणिस्तान, इराण, इराक, सीरिया, सौदी अरब, इतकंच काय बांगलादेश या ठिकाणी नाही. तिथे प्रजासत्ताक नाही. वाक्स्वातंत्र्य नाही, असले तरी ते तोंडदेखलं किंवा लोकांत दाखवण्यापुरतंच. जिथे शरियत कायदा आहे किंवा जिथे देशाचा धर्मच इस्लाम आहे. त्या ठिकाणी कोणालाच सुरक्षितता प्राप्त होऊ शकत नाही. बांगलादेशमधून मुसलमान भारतात निघून जातात. संधी मिळाली तर अमुस्लीम देश म्हणजे युरोप

अमेरिकेत निघून जातात. भारतातल्या मुसलमानांनासुद्धा युरोप अमेरिकेत जायचं असतं. ते काय कधी, बांगलादेश, पाकिस्तान, सौदी अरब, इराक, अफगाणिस्तान या ठिकाणी स्थायिक होऊन राहण्याचं स्वप्न पाहतात का? नाही, बहुसंख्य मुसलमान असलेल्या देशात मुसलमानांना राहायचं नसतं. सुरक्षिततेसाठी जास्त करून (मुसलमान), अमुस्लिमांच्या देशात राहू इच्छितात.

३४

'टॉयलेट एक प्रेमकहाणी' हा सिनेमा पाहिला आज. एकूण लोकसंख्येपैकी अर्ध्याहून जास्त लोक ज्या देशात, माळमैदान, जंगल या ठिकाणी मलमूत्र विसर्जन करतात– त्या देशात टॉयलेट– पायखाना वापरण्याच्या बाजूने एक सिनेमा तयार केला आहे. चांगलं काम आहे चित्रपटात, टॉयलेट वापर करण्याच्या कामी माणसाला जागृत करण्यासाठी, प्रयत्न केला आहे. निरर्थक नाच, पळापळी आणि खूनबिनाच्या चित्रपटांपेक्षा हे असे सगळे सामाजिक संदेश देणारे बोधपर चित्रपट खूपच चांगले.

पण चित्रपटात मुळात जे सांगितलंय ते असं– मुली खुलेआम उघड्या होऊन मलमूत्रविसर्जनाला बसतात ही अत्यंत लज्जास्पद गोष्ट आहे. मुलींची लाज राखण्यासाठी टॉयलेटची गरज आहे असं काही जणांना वाटतं. बाकीच्यांनी तर तुलसीवृंदावनाच्या जवळपास, आजूबाजूला शौचालय होणार नाही असं स्पष्टपणे सांगूनच टाकलंय. शेवटी गावात टॉयलेट बनवलं जातं. परंतु एकाच प्रकारच्या टॉयलेटची जरुरी आहे. पुरुषांना ही गोष्ट कुठेच सांगितली गेलेली नाही. (टॉयलेट) सर्वांच्या आरोग्यासाठी याची जरुरी, गरज आहे तेही सांगितलेलं नाही. मुलींचं इथे-तिथे सगळीकडे कुठेही उघडं होणं बंद करण्यासाठी/रोखण्यासाठीच टॉयलेट करायला हवं असं मत माणसांनी दिलंय.

पुरुष उघडे, नागडे झाले तर नुकसान नाही, मुलींच्या उघडं होण्यात नुकसान आहे. हा समज, ही अक्कल डोक्यात धरून कोणी टॉयलेट बनवतंय असं पाहिल्यावर मन अस्वस्थ, बेचैन होतं. माणूस रस्त्यावर मैदानावर वगैरे ठिकाणी मलविसर्जन करून, वातावरण जे दूषित करतोय, त्याबाबत तो काहीच अजून शिकलेला नाही. हे शिक्षण, हे ज्ञानच जर नाही दिलं गेलं तर या सिनेमाला समाजशिक्षणमूलक असं मी कसं काय म्हणू?

३५

सोनारपूरचा मुलगा 'अतनू मिस्त्री'ने आत्महत्या केली, कारण एम.ए. पास केल्यावर

एका बिगरसरकारी कंपनीत हाउसकीपिंगच्या चाकरीखेरीज त्याला अजून काहीच मिळालं नाही. 'हाउसकीपिंग'ला अतनू घर पुसण्याची चाकरी म्हणायचा. पश्चिम बंगालमध्ये नोकऱ्यांचा दुष्काळ आहे. 'डोमा'च्या नोकरीसाठी सुद्धा एम.ए. पास, पीएच.डी. डिग्रीधारक मुलंसुद्धा अर्ज करतायत. मग अतनू का मेला? हाउसकीपिंगच्या (घरकाम) नोकरीबद्दल त्याला एवढी घृणा का? काहीच जेव्हा हाती लागत नव्हतं. मिळत नव्हतं. त्या वेळी जे हाती लागलं, मिळालं तेच हातात झेलून घेणंच योग्य होतं. एका नोकरीत राहून, त्या कामापेक्षा चांगल्या दुसऱ्या कोणत्याही नोकरीचा तो शोध घेऊ शकला असता. युरोप अमेरिकेत अतनूपेक्षा जास्त खूप शिकलेली मुलं घर स्वच्छ करतात, फरशी पुसतात, टॉयलेट स्वच्छ करतात, रेस्टॉरंटमध्ये भांडी धुतात, रस्त्यावर फुलं विकतात. माझी उच्चशिक्षित बहीण, अमेरिकेतल्या एका शहरात, तिचं सर्टिफिकेट आणि पासपोर्ट या दोन्हीवरील जन्मतारीख काही कारणानं एक न झाल्यामुळे, हलकं काम करून स्वत:चं जीवन व्यतीत करणं तिला भाग पडलं. 'हाउसकीपिंग'-घरकामाला 'मुलींचं काम' समजून अतनू त्या कामाची जास्तच घृणा करत होता का? की, काम परदेशात नसून स्वदेशात होतं या कारणासाठी? नोकऱ्यांचा दुष्काळ असल्यावर छोटी नोकरीच करणं उचित होय. बेकार बसण्यापेक्षा दुसऱ्याच्या खांद्यावर भार होण्यापेक्षा, छोटीशी नोकरी करणं चांगलं. मृत्यूपेक्षा तर नक्कीच. कमीत कमी ती नोकरी हजार गुणांनी चांगली होती. बेकारीमुळे दरवर्षी ४५ हजार लोक भारतवर्षात आत्महत्या करतात. गरीब देश! दुर्नीतीचा, नीती ढासळलेल्याचा देश! साहित्याचा अभ्यास करून बँकेत नोकरी करायला लागते, अर्थशास्त्राचा अभ्यास करून फोटोग्राफर व्हावं लागतंय... आयुष्य, जीवनच उलटंपालटं होऊन जातं. स्वप्नपूर्ती कशी होणार? आपलं जगणं-वाचणंच तर अनिश्चिततेच्या दिशेला लंबकाप्रमाणे झुलतंय. मी सगळ्याच्या बदल्यात जीवनाच्या बाजूने आहे. कोणतंही काम छोटं, कमी प्रतीचं असा विचार न करता, कोणत्याही कामात आपण हात घालू शकतो/कोणतंही काम आपण करू शकतो. आज माझी घरकामवाली आली नाही. मी स्वत:च घर स्वच्छ केलं, पुसलं, टॉयलेट स्वच्छ केलं, स्वयंपाक केला, भांडी घासली. पण मला अजिबात वाटलं नाही की ही कामं करून माझा सन्मान काहीसा कमी झालाय असं.

३६

जुन्या ढाकामधला गरीब शिंपी 'विश्वजित दास' याच्या हत्येचा एक व्हिडीओ पाहिला. बिचारा गरीब निरपराध मुलगा. त्यानं बचावण्यासाठी प्राणांतिक प्रयत्न केले होते आणि एखाद्यानं वेडाच्या भरात, झटक्यात मारावं तसं त्याला मारलं जात

होतं. शस्त्राने वार केले जात होते– आणि ते पाहून हातपाय थंडच पडून गेले. ज्यांनी त्याचा छळ केला, त्याची हत्या केली ते सगळे पुरुषच होते. मी पाहिलंय– रस्त्यात पडून आहे. प्रगत विचारांचा युवक अभिजित राय, वाशिकूर रहमान, अनंत विजय दास, राजीव हायदार, धारदार शस्त्रांचे वार करून त्यांची हत्या केलीय. मी पाहलंय निलय, जुन्नेहास यांची रक्तबंबाळ शरीरं. मारेकरी सगळे पुरुषच. गुलशन कॅफेत घडलेली घटना नक्कीच कोणी विसरलेलं नाही. फक्त गोळ्या घालून त्यांची तहान भागली नाही, तर सर्वांचे गळे कापलेत. हत्या करणारे सगळेच पुरुष, मुली नाहीत. दरदिवशी जे माणसांचा छळ करतात, बलात्कार करतात, हत्या करतात ते बहुतेक सर्व पुरुषच. अवघ्या दुनियेत युद्ध लागूनच राहिलंय, माणसांवर ग्रेनेड फेकतात, गोळ्या मारतात, बॉम्ब टाकतात, बाण सोडतात– पुरुष. घराघरांत अत्याचार चालतो. स्त्रिला कापून, तुकडे तुकडे करून फ्रिजमध्ये भरून ठेवतात. स्त्रीच्या अंगावर केरोसिन ओतून आग लावून देतात, रस्त्यात वाटेत कुठेही कोणाच्या पोटात सुरी भोसकतात. तर कोणाच्या छातीवर गोळ्या मारतात. पाकीटमाराला मारूनपिटून मारूनच टाकतात कोण? पुरुष! आपण जाणतो की जितके गुन्हे होतात, तितके नोंद होत नाहीत. पोलिसाच्या वहीत २००२ पासून २०१५ क्राइमची गुन्ह्यांची संख्या एकदा जरा पाहू या– ढाक्यात- दरोडे १०७३८, चोरी, दस्यूगिरी १५८९५, खून ५५८२५, दंगे ५३१५, अपहरण, पळवणे ११८८७, स्त्री पिळवणूक/छळ २४३३७३, पोलिसांचा छळ ६६४१, दरवाजा, खिडकी फोडून घरात घुसून चोरी ४७१३३, चोरी १२३२५४ इतर गुन्हे ११५६७८६, शस्त्रास्त्र गुन्हे २२५६८७, बॉम्ब फेकाफेकी ६१४८, नशीले पदार्थ व्यापार इत्यादी गुन्हे ३४११७७, अवैधकृत्य (जसे खून, पळवापळव, चोरी दरोडा इ.) ८१५३५, एकूण गुन्हे संख्या २१५७२५६.

इतके हे लाखो गुन्हे, हे सर्व कोणी केलेत? पुरुषांनी की स्त्रियांनी? उत्तर आपण सगळेच जाणतो. हाताच्या बोटावर मोजण्याइतके काही अपवाद सोडून सर्वच गुन्हे केलेत पुरुषांनी. परंतु गृहिणी जेव्हा घरकामवाल्यांना छळतात तेव्हा आपण भयचकित होतो. पुरुषांचा असभ्यपणा, रानटीपणा आपल्या नजरेला सवयीचा आहे पण स्त्रियांकडून अशी असभ्यता, रानटीपणा होईल असं आपल्याला कधी वाटत नाही. आणि म्हणून ती दृष्टीस पडली की आपण चकित होतो. गेल्या पाच वर्षांत १७० घरकामावाल्यांना मारून टाकलं गेलंय. घायाळ, जखमी केलं गेलंय १६५ जणांना. एकूण छळाच्या, अत्याचाराच्या घटना या नक्कीच याहून जास्त आहेत. परंतु त्याचे पोलीस रिपोर्ट नाहीत. मी ऐकलंय, काही व्यवस्था (दंडात्मक) केली गेलीय.

आदुरी नामक एका घरकामवालीचा छळ केल्याबद्दल गृहिणी 'नओरिन'ला

आजन्म कारावासाची शिक्षा झालेली आहे. आणखी एक चांगली वार्ता ऐकली. घरकामवाली छळाच्या घटनेत तात्कालिक व्यवस्था (दंड) केलेली आहे. एका सरकारी संघटनेनं ती म्हणजे 'गृहकर्मी विषयक केंद्रीय मॉनिटरिंग सेल,' या सेलच्या माध्यमातून छळ झालेल्याला मदत तर केलीच जाते आणि छळ करणाऱ्या विरुद्ध कायदेशीर कारवाईसुद्धा केली जाते. बालकामगार किंवा बालमजुरी बंद करण्याचा उपक्रमही सरकारने हाती घेतलाय असं मी ऐकलंय. घरकामगारांचा फक्त गृहिणीच छळ करतात असं नाही. गृहस्थसुद्धा करतात. घरकामगार हे नेहमीच बलात्काराचे शिकार होतात. जे वाईट गृहस्थ आहेत किंवा असतात ते हे असले अन्याय (घरकामवाल्यावरचे) आदिकालापासून करत आलेले आहेत. पण गृहिणीकडून घरकामवाल्यांना पीडा, छळ हे नवीन होतंय. आता प्रश्न असा येतो की, गृहिणी अशा अचानक एवढ्या असभ्य का झाल्या?

एकेकाळी मध्यमवर्गीय गृहस्थाची पत्नीसुद्धा घरकाम करणारी या हिशेबानं घरात राहत असे. त्या तर होत्या घरच्याच दासी. त्यांना कधीच गृहिणी होऊ दिलं नाही. संसारात कोणत्याही बाबतीत निर्णय घेण्याचा त्यांना कोणताही अधिकार नव्हता. गावात, पाड्यात, पेठात किंवा शहरातल्या घरात ज्या गरीब मुली काम करत असत, त्यांच्याशी घरातल्या स्त्रीचं एक प्रकारचं सख्य, मैत्र जुळत असे. दोघी सुखदु:खाच्या गोष्टी बोलत. दोघींच्या असाहाय्य अवस्थेत फार काही फरक नव्हता. दोघीही दासीच. घरातला कर्ता हा दोघींचा कर्ता. हे चित्र काही अदृश्य झालेलं नाही, अजूनही सर्वत्र त्याचा खेळ चालू आहे. परंतु शहरातील मध्यमवर्गीयांच्या घरात बदल झालेला दिसतो. मध्यमवर्गीयांची हौसमौज, ऐट वगैरे जरासं वाढलंय खरं! मुली शाळा-कॉलेजातून उत्तीर्ण होतायत. लग्न झालं की त्यांना गृहिणी म्हणून पद मिळतं. घरकामाची सर्व व्यवस्था मुलींच्या हातात. संसारातल्या अनेक बाबतीत त्या निर्णय घेऊ शकतात. शिक्षण घेतल्याचा, हातात कॉलेजची डिग्री असल्याचा, गृहिणी झाल्याचा, संसाराची सर्व ताकद क्षमता हातात आल्यामुळे एक प्रकारच्या अहंकाराचा त्यांच्यावर पगडा बसलाय. अशावेळी ती असं आचरण करते, जसं आचरण ताकदवान, सक्षम धनी लोक करतात. ते गरिबांचा छळ करतात. याखेरीज मन:शांती नसलेला संसार हे आणखी एक कारण. दिवसेंदिवस अशांती, त्यात मन बुडून राहिलं की मनाचा कोंडमारा होऊन भडका उडतो मग किंचित नगण्य चूक झाली तरी घरकामवालीला शिक्षा भोगावी लागते. मनाच्या अशांतीची भरपाई. जी स्त्री नवऱ्याचा मार खाते तीच स्त्री दुसऱ्याला मार देते. स्वत:पेक्षा दुर्बल, स्वत:पेक्षा अक्षम, ताकद नसलेली जगात जर कोणी असेल तर ती दासी, कह्यात आहे म्हणून तिच्यावर गृहिणी छळाचा जणू हक्क चालवते, तिचा छळ करते. त्यातून स्वत:ची क्षमता दर्शवली जाते आणि पोसलेला क्रोध, अहंकार काहीसा शांत होतो.

मुलींना असभ्यता माहीत नसते असं समजणं ही मोठी चूक आहे. संधी मिळताच मुली निष्ठुर, कठोर, असभ्य, रानटी, खुनी, सर्व काही होऊ शकतात. असभ्यपणा माहीत नसला तरी पुरुषाजवळ (नवऱ्यापाशी) राहून असभ्यपणा/असभ्यता मुलींनी शिकून घेतला आहे. एकाच पृथ्वीवर, एकाच समाजात, एकाच मोहल्ल्यात, एका घरात पुरुषाबरोबर आयुष्यभर राहताहेत आणि पुरुष जे करतो त्यातलं काहीच करायला ती शिकणार नाही हे कसं शक्य आहे? हे काय बोलणं झालं? मुली आता, पुरुष जे करू शकतात त्यापैकी बहुतेक सर्वच करू शकतात. पुरुषांप्रमाणे डॉक्टर, इंजिनिअर होऊ शकतात. वैमानिक, वैज्ञानिक, शेतकरी, श्रमिक, पंतप्रधान, राष्ट्रपती, प्रेसिडेंट सर्व होऊ शकतात. एवढं सगळं त्या करू शकतात त्यामुळे पुरुषांप्रमाणे निर्दयही होऊ शकतात. आगीचा चटका घरकामावालीला देऊ शकतात. पुरुषांनी ९९ अन्याय केले आणि स्त्रीनं १ अन्याय केला तरी माणूस स्त्रीकडे बोट दाखवून शिवीगाळ करतो. परंतु सर्व स्त्रिया घरकामगारांवर अत्याचार, अन्याय करत नाहीत. काहीजणी करतात. त्यांना शिक्षा होते, शिक्षा होणार. अनेक जण गृहिणींवर इतके चवताळून उठतात की जमेल तर त्यांना फाडून खाऊन टाकतील. अरे, त्या किती रानटी, असभ्य याचं ज्याला जसं जमेल तसं वर्णन करतात. मी मान्य करते त्या असभ्य आहेत, तथापि असभ्य, रानटीपणात पुरुषाबरोबर स्त्रीची तुलना करणं हास्यापद आहे. पुरुष या बाबतीत 'मास्टर.' स्त्री अगदीच बाल-शिशू. समाजाला सुस्थित, निरोगी करायचं असेल तर पुरुषाने असभ्यपणा आणि निष्ठुरपणा सोडून दिला पाहिजे, त्याचा त्याग केला पाहिजे. संसारात शांती आणायला हवी. संसारात शांती असली की गृहिणी खूप आनंदी राहते, गृहिणी खूश असल्यावर घरकामवालीसुद्धा खूश असते. हे जग अजूनही पुरुषाचं जग आहे. या दुनियेत आम्ही मुली जीवनाचा धोका पत्करून राहतो, घरकामगार, गृहिणी कोणीच सुरक्षित नाही. आम्ही मुली कितीही मोठ्या लेखक वार्ताहर असू, कितीही मोठ्या व्यावसायिक असू, डॉक्टर, इंजिनिअर होत असू, पण कोणीही सुरक्षित नाही.

३७

आज रक्षाबंधनाचा दिवस. बहिणी भावाच्या हातावर/मनगटावर रंगीत सूत-राखी बांधून देतात. राखी बांधायची गोष्ट असो किंवा अलिखित शर्त असो बहीण भावाच्या कल्याणाची कामना करणार आणि भाऊ बहिणीचं दुःख– संकटातून रक्षण करणार. अर्थात भाऊ हा शक्तिमान, बहीण दुर्बल. फुष्कळदा वास्तव हे वेगळच असतं. काही उदाहरणं देते–

१) नवऱ्याच्या घरी बहिणीचा छळ होतोय, त्यानंतर ती भावाच्या घरी येऊन राहत

नाही. कारण बहीण त्याच्या घरी राहिलेली भावाला नकोय. अखेर शेवटी बहीण आत्महत्या करते किंवा बहिणीला तिचा नवरा किंवा सासरचे लोक जाळून मारून टाकतात.

२) भावाच्या घरी आल्यावरसुद्धा बरेचदा पीडित किंवा विधवा बहिणीला भाऊ हाकलून देतो किंवा काशीमध्ये सोडून येतो. जर घरीच ठेवलं तर बरचसं नोकराणी- कामवालीप्रमाणे ठेवतो.

३) बहिणीच्या वाट्याची जी स्थावर, जंगम संपत्ती ती कोणत्याही भल्याबुऱ्या मार्गाने कपट कारस्थान करून भाऊ ती काढून घेतात. भावांच्या भीतीने किंवा भावांच्या प्रेमापोटी बहिणी मूक होऊन राहतात.

४) भावाला बरं नाहीसं झालं किंवा भाऊ काही संकटात सापडला तर बहिणी त्याचं रक्षण करण्यासाठी सर्वस्वानिशी प्राणपणाने प्रयत्न करतात.

आमच्या कुटुंबात भाऊ बहिणींना एक्सप्लॉइट करतात. गैरफायदा घेतात, लुबाडतात. बहिणी भावाचं रक्षण करतात. भाऊ घेतात, बहिणी देतात. राखीबंधनाची कल्पना जुनी/पुराणी आहे– जेव्हा ज्या काळात मुलींना समाज पंगू बनवून ठेवत असे, शाळेत जाऊ देत नसे, नोकरी करू देत नव्हता, स्वावलंबी होऊ देत नव्हता. त्या काळात भावाचं कर्तव्य/जबाबदारी होती की अबला असहाय बहिणींवर दया करायची. काळ बदललाय. बहिणीचं रक्षण करायला आता भावाची जरुरी/गरज पडत नाही. बहिणी स्वत: स्वत:चं रक्षण करू शकतात. ज्या भावा-बहिणीत स्नेह-प्रेम आहे, ते राखी बांधली तरी राहतं, नाही बांधली तरीही ते असतंच. जुनं युग आता नाही. जुनं राखीबंधन मात्र नुसतं राहून गेलंय.

३८

काल रात्री एका घराच्या दारासमोर (Beware of wife) असं लिहिलेलं एक पायपुसणं मी पाहिलं. काय चमत्कारिक, अद्भुत ना! कुत्र्याच्या जागी वाइफ/बायकोला बसवणं! लोकांनी प्रेमानं ते पायपुसणं विकत आणलंय असा विचार आपण करू शकतो? घरी रागीट, तिखट कुत्रा ज्याप्रमाणे चोराला हाकलण्यासाठी ठेवतात, त्याप्रमाणे रागीट स्त्रीसुद्धा माणसांना हाकलून लावण्यासाठी ठेवली जाते! मुलींना खालच्या पातळीवर उतरवत उतरवत अगदी जोड्याची धूळ पुसण्याच्या जागीच उतरवून आणून टाकलंय पुरुषांनी!

३९

भारतीय चित्रपटगृहात आत्ता 'जब हॅरी मेट सेजल' हा चालू आहे. त्यात शाहरूख

खान आणि अनुष्का शर्मा यांनी अभिनय केलाय. शाहरूख खाननं अनुष्का शर्माच्या बाबाची किंवा काकाची भूमिका केलेली नाही. त्यानं केलीय तिचा प्रेमिकाची भूमिका. मनात आलं की पन्नाशी उलटलेले पुरुष अजूनही सिनेमात नायकाची भूमिका, अभिनय करू शकतात. नायकाचं वय जास्त असलं तरी काही बिघडत नाही, पण नायिकेचं वय मात्र कमीच पाहिजे. शाहरूखचं वय ५३ आणि अनुष्का शर्माचं वय २९. बरं असं होऊ शकतं का की नायिकेचं वय ५३ आणि नायकाचं वय २९?

अजूनच वयस्क माणसाबरोबर लहान वयाची मुलगी नायिका झालेली आपण पाहिलीय. 'चिनी कम' चित्रपटात अमिताभ बच्चनची प्रेमिका तब्बू आणि 'नि:शब्द'मध्ये जिया खान. २००७ साली बनलेल्या 'नि:शब्द'च्या नायकाचं वय होतं ६५ आणि नायिकेचं वय होतं १९. दक्षिण भारतातील चित्रपटात नायक- नायिकांच्या वयात खूप खूप तफावत असते. 'लिंगा' चित्रपटात रजनीकांतचं वय ६३ आणि सोनाक्षी सिन्हाचं वय २७. श्रीदेवीचं वय १६/१७/१८ होतं तेव्हा ती ६० वर्षे वयाच्या नायकांची नायिका होत असे. अशा असमान वयांची जोडी जुळवणं हे काय आज आहे का? बॉलिवूडमध्ये आमीरखान, सलमानखान, शाहरूख खान सगळ्यांची वयं पन्नासहून जास्त आहेत, पण त्यांची लोकप्रियता अजूनही कमी झालेली नाही. माधुरीला गेलं पाहिजे, जावं लागतं. रेखाला आता बसून राहायला हवं. प्रीती झिंटा, जुही चावला, काजल, राणी सगळ्यांनाच हरून जायला लागतं– त्यांची वयं शाहरूख वगैरेच्या वयापेक्षा खूप कमी आहेत तरीही.

बंगाली चित्रपटात प्रसेनजित अजूनही नायक असतो. नायिकेच्या भूमिकेत ज्या त्याच्याबरोबर अभिनय करत, त्या आता आई, मावशी अशा चरित्र भूमिकेत अभिनय करतात. प्रसेनजित अजूनही, हो, कोवळ्या कोवळ्या मुलींचा प्रेमिक होतो. भारतीय उपखंडा (sub-continent) मधील समाजातही अशा गोष्टी घडताना दिसतात. जास्त वयाच्या पुरुषांना लहान वयाच्या मुलींबरोबर प्रेम करायचं असतं, त्यांच्याशी लग्न करायचं असतं, किशोरीबरोबर शय्यासोबत करावीशी वाटते. समाजाकडून सिनेमा शिकतो का सिनेमाकडून समाज शिकतो! बहुतकरून दोन्हीही एकमेकांकडून, परस्परांकडून शिकतात.

पुरुष वयस्क असला तरी तुलनेत कमी वयाच्या मुलींची कामना करतात. 'शिशुपॉर्न'नं इंटरनेट व्यापून टाकलंय. पुरुषांमध्ये पुष्कळ पुरुष बालकांबरोबर संभोग/संगम करू इच्छितात. जर ते नाहीच जमलं तर इंटरनेटवरील पॉर्न हाच त्याचा भरवसा असतो. शिशुपॉर्न पाहून ते स्वत:ची इच्छा भागवतात. बालभोगी किंवा बालकामना करणाऱ्या पुरुषांमुळेच 'बालपॉर्न' वाढतंय, का बालपॉर्न वाढल्यामुळे बालसंभोगकामी वाढताहेत?

समाजात जास्त वयाच्या कोणा मुलीबरोबर कमी वयाच्या मुलाचा संपर्क निर्माण झाला तर आजूबाजूला सर्वत्र निंदा होऊन नावं ठेवली जातात. मुलीच्या चौदा पिढ्यांचा उद्धार करतात सगळे! एखाद्या सिनेमात, जास्त वयाची नायिका आणि कमी वयाचा नायक असला तर त्या सिनेमाचा व्यवसाय बिलकूल चालत नाही. पडतोच.

एका (लॅन्ड सर्व्हेमध्ये) जमीनमोजणी किंवा सर्वेक्षणात दिसून आलं की पुरुष त्यांचं वय काही का असेना २० ते २४ वयाची मुलगीच तो पसंत करतो. आणि मुलींच्या पसंतीचं काय? ३० पर्यंत वयाच्या मुलींना समवयस्क किंवा थोडासा मोठा असा पुरुष साथी म्हणून हवा असतो. पण मुलींच्या पसंतीची कोणी, कधी काळजी केलीय का? छे!

समाजाचं चित्र पाहून आपण अशी मनोधारणा करूनच घेतली आहे की वयस्क पुरुषांना अल्पवयीन मुली आवडू शकतात, त्यांची कामना मनी बाळगू शकतात, त्यांच्याशी लग्नही करू शकतात. पण मुलींनी मात्र सदासर्वदा जास्त वयाच्या पुरुषावर प्रेम करणं किंवा त्याच्या प्रेमात पडणंच योग्य. लग्न करायचं तर अशा वयस्काबरोबरच लग्न करणं योग्य आहे. दोन वर्षांनी मोठा असो की वीस वर्षांनी मोठा असो, पुरुषाचं वय जास्तच असायला हवं. लहान मुलगा चालणार नाही. परंतु लहान वयाच्या पुरुषांशी मुलींचा संबंध अजिबात होत नाही असं नाहाये. पण त्यांची संख्या खूप कमी. नाटक जगतातील 'सुवर्णा सौद'नं वयात खूप फरक असलेल्याशी लग्न केलं. परंतु अशी घटना अगदी कोटीमध्ये एखादीच.

जास्त वयाचे पुरुष आणि कमी वयाच्या मुली यांच्या संबंधाविषयी अंतिम निर्णय करण्यासाठी, माणसांनी नाना तऱ्हेच्या युक्त्या शोधून काढल्या आहेत. उत्क्रांतीवादाचा संबंध खेचून आणून/बळेच जोडून त्या सगळ्या दुबळ्या अर्थहीन युक्त्याप्रयुक्त्या खरेतर नाहीशा होतील, हवेत विरून जातील त्यासाठी सत्य गोष्टी करून, उघड करून तुम्ही सांगा. वय वाढलं की मुलींची रजोनिवृत्ती होते, रजोनिवृत्ती म्हणजे लैंगिक अक्षमता नाही, रजोनिवृत्तीत गर्भ राहू शकत नाही, मुलगी गर्भवती होत नाही, एवढंच. हल्ली एक मूल, फारतर दोन मुलं किंवा नि:संतान दाम्पत्ययुगात जास्त वयामध्ये मग तो पुरुष असो किंवा स्त्री– अपत्याला जन्माला घालण्यास कोणीच तयार नसतं. आणि रजोनिवृत्ती ही काही समस्या नाही. रजोनिवृत्ती लैंगिक उपभोगामध्ये कसलीही बाधा निर्माण करत नाही. उपभोगासाठी नाना तऱ्हेची कौशल्ये, युक्त्या आजकाल निघाल्यात. माणूस जसजसा आधुनिक होतोय तसा तितका तो सभ्य होतोय, आणि तसं तितकंच मुलींचं अस्तित्वही स्वीकारलं जातंय, मुलींच्या व्यक्तिमत्त्वाचा मान राखला जातोय, मान दिला जातोय, तसंच त्यांच्या शरीराच्या स्वातंत्र्याचं मूल्य जपलं जातय. तिकडे पुरुषांच्या

शुक्राणूंची संख्या दिवसेंदिवस कमी होते. वय वाढलं की पुरुष लैंगिकदृष्ट्या अक्षम होतात. हल्ली पुरुषांची लैंगिक अक्षमता वेळेनुसार कमी करण्यासाठी बाजारात औषधं वगैरे आलेली आहेत, त्यामुळे स्त्रीला जितका लैंगिक उपभोग घेणं शक्य आहे तितका पुरुषांनाही शक्य आहे.

पुरुष सर्व वयात 'फिट' मुली मात्र फक्त विशीत असल्या की 'फिट' हे जे मानतात किंवा हे तथाकथित सत्य पूर्णत: खोटं तथ्य आहे. पुरुष सर्व वयात फिट नसतात. खरी गोष्ट अशी आहे की मुलींपेक्षा फार कमी वयात, पुरुष 'अनफिट' होऊन जातात. त्यानंतरही पुरुष स्वत:च्या मुलीच्या वयाच्या मुलीकडे लोलुप दृष्टीनं पाहतात. ६० वर्षांचा पुरुष जर २० वर्षांच्या मुलीसाठी लैंगिक दृष्टीनं आकर्षित होतो– त्याच्या मनात लैंगिक ओढ वाटू शकते तर ६० वर्षांच्या स्त्रीलासुद्धा २० वर्षीय पुरुषाचं लैंगिक आकर्षण वाटू शकतं. पुरुषाच्या आकर्षणाचा प्रचार, बोलबाला होतो, स्त्रीला वाटणाऱ्या आकर्षणाची गोष्ट पसरत नाही, बोलबाला होत नाही. परंतु स्त्री स्वत:च्या मुलाच्या वयाच्या मुलाकडे लोलुप दृष्टीने पाहत नाही, जरी पाहिलं तरी मुलीच्या वयाच्या मुलीकडे पुरुष ज्या नजरेनं पाहतो त्या तुलनेत (अशा स्त्रिया) खूपच कमी. हे शरीरशास्त्राशी संबंधित आहे, समाजाशी संबंधित आहे. हुमायून अहमदने स्वकन्येच्या वयाच्या मुलीशी लग्न करून तो समाजात मानसन्मान आणि लोकप्रियता यासह राहू शकतो, तितक्या सहज, सुलभपणे, लोकप्रिय अशी कोणतीही स्त्री, तिच्या मुलाच्या वयाच्या एखाद्या मुलाशी लग्न करून, तशाच प्रकारचा मानसन्मान आणि लोकप्रियता यासह राहू शकत नाही.

पुरुषांना समाजात उच्च प्रतिष्ठित स्थान असल्यामुळे, अजूनही पुरुषप्रधान पद्धतीनं पुरुष समाज चालवतात, समाजात वावरतात आणि या विरुद्ध कुठेही कसलंही आंदोलन नाही की काही नाही, पुरुष जे मनाला येईल ते करतात– स्त्रीला जे करावंस वाटतं– जी इच्छा त्याप्रमाणे करायला, वागायला तसा नियम पुरुषांच्या दुनियेत नाहीये. स्त्री तेवढंच करू शकते, तेवढंच चालू शकते, तेवढंच बोलू शकते आणि तेवढाच विचार करू शकते, जेवढ्यासाठी पुरुष तिला परवानगी देतो, allow करतो.

शिशूंचं शैशव आणि किशोर-किशोरीचं किशोरवय त्यांचं त्यांना उपभोग करू देणंच योग्य होय. त्यांच्याकडे लैंगिकतेचा हात नेणं, स्त्री-पुरुष कोणासाठीही ते उचित नाही. वयात आलेले स्त्री-पुरुष आपापल्या पसंतीप्रमाणे आपला साथीदार निवडतात, त्यात वयाची तफावत असूही शकते, तरीही पण पुरुषांना कमी वयाची स्त्री पाहिजे, आणि स्त्रीसाठी जास्त वयाचा पुरुष पाहिजे– ही विषमता फार तीव्र, फार कठोर आहे. निष्ठुर आहे. ही विषमता संपवली पाहिजे. आणि संपवायची, नष्ट करायची असेल तर ती कला, साहित्य, सिनेमा-नाटक या सर्वांतून काढून टाकली

पाहिजे, संपवली पाहिजे. माणूस जे पाहतो, ते शिकतो. वैषम्यहीन किंवा विषमताहीन समाज काही आकाशातून पडणार नाही. क्रमाक्रमाने हळूहळू तो घडवला, निर्माण केला पाहिजे. स्त्री आणि पुरुष दोघांचंही, हा समाज घडवण्याचं कर्तव्य, जबाबदारी आहे. वय म्हटलं तर काही फार मोठी बाब नाही आणि तशी मोठी बाब आहेसुद्धा. स्त्री-पुरुषांमध्ये हजारो वैषम्यं असतात, वय हे त्यातलं एक.

४०

बांगलादेश – खूप दूरचा देश. पश्चिम बंगालसुद्धा दूरचाच. कोणा बंगाली माणसाची भेट झाली तर दोन्ही देशातल्या परीकथा मी ऐकते. बातमीपत्र हाती लागत नाही. फेसबुकवरून कळतं थोडं थोडं काही. राजनीतीवाले, राजकारणी सुख भोगतायत. सुखात आहेत. पैसेवाले आनंदात आहेत. कलाकार, साहित्यिक एखाद्या गटाकडून सुखसुविधा उपभोगतायत. गरीब कष्ट, श्रम करतायत. बलात्कार, छळ चालू आहे. द्वेष, मत्सर, असूया आणि ते करणारे तेही चालू आहे. खुनाखुनी चालतेय. वाहनं-गर्दी वाढतेय, योग व्यायाम वाढतोय, 'बुवा-बाबा' वाढतायत. हर्बल वाढतंय, पतंजलि वाढतंय, अविज्ञान वाढतंय, आवाज वाढतोय, हुजूर वाढतायत, हिजाब-बुरखा, पडदा वाढतोय. दुर्नीती वाढतेय. भ्याडपणा, भीरूता कापुरुषता वाढतेय. लोभ वाढतोय. स्पर्धा वाढतेय. अज्ञात पृथ्वी ज्ञात पृथ्वीला गिळतेय सर्वांसर्वापासून मी वेगळी – तुटलेली बाजूला पडलेली आहे. विच्छिन्न वेगळं राहणंच कदाचित चांगलं!

४१

बऱ्याच वर्षांपासूनच एक इच्छा मनात बाळगून ठेवलीय. वेरूळ-अजिंठा पाहायचा. भारतातलं प्रेक्षणीय असं बरंच काही पाहिलंय पण बरंचसं पाहिलेलं नाही. भारतात हिंडणं-फिरणं माझ्यासाठी सोपं सुलभ नाही. अंगरक्षक असावा लागतो. कुठे जायचंय ते आधीपासून कोणालाही कळवून चालणार नसतं. अचानक जावं लागतं. एखाद्या कार्यक्रमात भाषण करायला जायचं असेल तर वक्त्यांच्या यादीत माझं नाव असून चालत नाही. अकस्मात व्यासपीठावर हजर व्हावं लागतं, भाषणानंतर चट्कन तो भाग, ते ठिकाण सोडावं लागतं. हे असं सगळं जे मला सांगितलं जातं ते करायला पाहिजे असं नाही, मी स्वत:च हे असं करते. दीर्घकाळ युरोपच्या सुरक्षिततेच्या आत राहून, सुरक्षितता स्वत:ला कशी द्यायची ते आता थोडं थोडं मी समजलीय भारतातल्या सुरक्षेची युरोपमधल्या सुरक्षिततेबरोबर तुलना करता येणार

नाही. इथे मला सशस्त्र सुरक्षारक्षक देण्यात येतो, बाकीचं कुठे जायचं, केव्हा जायचं, किती वेळ थांबणार किंवा थांबणं उचित होईल– हे सगळे निर्णय मी स्वत:च घेते. २००७ नंतर व पुढे अशी स्थिती याआधी तर कुठेही कोणत्याही कार्यक्रमात मी गेले तर त्याची वार्ता बातमी असे, जाहिरात होत असे, त्यानंतर मी जात असे. कधीही कसलीही दुर्घटना झाली नाही. दुर्घटना एकदा घडायला सुरुवात झाली की घडतच राहतात. एका राज्यात घडल्यावर आणखी दुसऱ्या राज्यात घडतं. हे बरंचसं कॉलरा किंवा मलेरियासारखं आहे किंवा डेंगू, चिकुनगुनियासारखं संसर्गजन्य. संसंर्गानं पसरणारं. कुठल्या विशिष्ट भागात थांबून राहत नाही. इतर देशाप्रमाणेच भारतात कुठेही मला आमंत्रण दिलं गेलं की माझ्यासाठी सुरक्षिततेची व्यवस्था, आयोजन केलं जातं. पण मला जर कुठे फिरायला जायचं असेल तर? तर असा कोणी आयोजक नाही जो माझ्या सुरक्षेसाठी राज्य सरकारकडे सुरक्षारक्षकाची मागणी करेल. त्या बाबतीत ती व्यवस्था मलाच करावी लागते. जाण्यायेण्याचं तिकीट काढायला हवं. हॉटेल आरक्षण (बुकिंग) करायला हवं. सुरक्षारक्षकांना माझ्याबाबत सर्व काही, म्हणजे, कधी केव्हा पोहोचणार, किती दिवस राहणार, कुठे राहणार, कुठे जाणार, कधी परत येणार हे सर्व कळवावे लागते.

अशाप्रकारे वेरूळ-अजिंठा बघायला जे काही करावं लागतं ते केलं होतं, पण एखाद्या कावळ्यालासुद्धा कळता कामा नये! हॉटेल बुक केलं होतं सहप्रवाशाच्या नावावर, तिकीटही त्याच्याच नावावर, पण स्वत:च्या नावावर फिरता येणार नाही. म्हणून निरुपायाने स्वत:चं नाव साथीदार म्हणून द्यावं लागलं होतं. चार-पाच दिवस आधीच विमानाचं तिकीट, हॉटेल बुकिंगची कागदपत्रं, दिल्लीच्या सुरक्षारक्षकाच्या हाती दिली होती. त्यांनी त्यांच्या ऑफिसच्या फंक्शन ब्रँचमध्ये माझा अर्ज दिलेला. फंक्शन ब्रँचकडून मला कन्फर्मेशन कार्यक्रम नक्की ठरल्याचं कळवलं होतं. दिल्लीमधून ही बातमी महाराष्ट्रात जाऊन पोहोचली, महाराष्ट्रातले सुरक्षा पोलीस माझ्यापाशी थांबणार होते. सुरक्षारक्षक घेऊन फिरण्याहिंडण्याची मला इच्छा नाही, पण त्याव्यतिरिक्त माझ्याकडे काही उपायच नाही. मी खूप असाहाय आहे. आणि मी असाहाय आहे हे विसरून जायचा मी प्रयत्न करते. हे कठोर कठीण वास्तव मानून घेऊन राहणं मला भाग आहे.

२९ तारखेला मी औरंगाबादला रवाना झाले. विमानातून उतरताच पाहते– तर ही पोलिसांची गर्दी. माझी प्रवासी साथी होती एक मुलगेलीशी मुलगी. तिला मी म्हटलं– एवढे पोलीस मला बिलकूल आवडत नाहीये. दोन रक्षक असले तरी पुरेसे आहेत. तेव्हाही मला काही माहीत नव्हतं. ते मला सुरक्षा देण्यासाठी, मला घेऊन बॅगेज लगेज क्लेमच्या रांगेत जात नव्हते. ते मला त्यांच्या ऑफिसरकडे घेऊन जात होते. सुटकेस घेतली आणि आता मी बाहेर पडणार अशावेळी ऑफिसरने रस्ता

रोखला. म्हणाला, "शहराची परिस्थिती वाईट आहे. शहरात तुमच्याविरुद्ध भडका उडालेला आहे. हॉटेलसमोर ५०० जण जमा झालेत." माझ्या आश्चर्याला सीमा राहिली नाही. जी वस्तुस्थिती किंवा जी (fact) दिल्ली पोलिसांकडून, गोपनवार्तांमध्ये/ गोपनीयपणे महाराष्ट्राच्या पोलिसांकडे गेली तेच वास्तव, तेच सत्य, तीच (fact) कट्टरपथीयांकडे गेली कशी? ऑफिसरला विचारलं– "त्यांना कसं कळलं? ही गोष्ट पोलिसांखेरीज आणखी कोणालाही कळायला नाही पाहिजे." ऑफिसर म्हणाला, की त्याला माहीत नाही की त्या लोकांना कसं काय कळलं? मला पुन्हा पुन्हा आश्चर्य वाटत होतं आणि असाहाय नजरेनं चहूकडे पाहत होते. माझा गळा भरून, आवाज बंद होऊ लागला मी विचारलं, "आता मी काय करायचंय?" ऑफिसर म्हणाला, "तुम्हाला परत जावं लागेल."

"केव्हा जाणार, कशी काय जाणार?"

ऑफिसर म्हणाला, "एअर इंडियाच्या फ्लाइटनं दिल्लीला जाणार. फ्लाइट सकाळी आहे."

"सकाळपर्यंत काय करू? कुठे राहू, थांबू?"

"एअरपोर्टवर."

"अजिबात बाहेर पडता येणार नाही का?"

"नाही."

त्यानंतर ऑफिसरनं जरावेळ विचार केला. मग एअर इंडियाच्या एका माणसाला बोलावून ज्या फ्लाइटनं मी दिल्लीहून आले आणि जी फ्लाइट काही क्षणातच नंतर मुंबईला जाणारेय, त्यातच माझ्या जाण्याची व्यवस्था करायला सांगितलं. मला ते झट्कन घेऊन गेले. एअर इंडियाच्या तिकीट काउन्टरवर. तिथून मुंबईला जाण्याची दोन तिकिटं विकत घेतली. तिकीट काउन्टरच्या खिडकीतून बघून माझी प्रवासी साथी मुलगी म्हणाली, आतंकवादी लोक मला वाटतंय, एअरपोर्टमध्ये घुसलेत. जवळच्या पोलिसाला विचारलं, "हा काय प्रकार आहे, त्या लोकांना इथे आत का सोडलंय?" तो हसून म्हणाला, "काळजी करू नका, आम्ही आहोत, काही होणार नाही."

पोलीस तर अगदी बिनधास्त दिसत होते. घाबरले होते मी. नंतर मला घेऊन ते गेले सिक्युरिटी चेकमध्ये. पाठीमागून जवळपास शंभर-दोनशे लोकांचा ओरडा चीत्कार, 'तसलिमा गो बॅक, तसलिमा मुर्दाबाद, नाराये ताकबिर अल्लाहु अकबर'. मला विमानात बसवून पोलीस निघून गेले. मुंबईत उतरताच पुन्हा पोलीस. तिथे मला लाउंजवर बसवून मी कुठे जाणारेय ते विचारलं त्या वेळी, मुंबई शहरात बाहेर पडायला फिरायला गेलेलं चालणार नाही ते मला सांगितलं. मी नेटवर पाहू लागले की कुठे कसला असंतोष पसरला आहे किंवा काय नाही. कुठेच काही पसरलं

नव्हतं. मनाला जरा शांती, स्वस्थता मिळाली. एकदा वाटलं होतं– युरोपमधल्या कोणत्यातरी शहरात, काही दिवसांकरता निघून जावं. पुन्हा मनात आलं– देश जर शांत असेल तर निघून जायची काय गरज. दुसऱ्या दिवशी टाइम्स ऑफ इंडियात बातमी छापून आलेली. तीच बातमी झेलून वरचेवर उचलून 'पीटीआय'नं बातमी केली, आणि बातमी सर्वत्र आगीसारखी पसरली. असं मला व्हायला नको होतं. वाईट अनुभव माझ्या जीवनात कमी नाहीत. हैदराबादेत माझ्यावर हल्ला, आक्रमण झालं होतं २००७ साली. कोलकाताला परत आल्यावर कुठे पश्चिम बंगाल सरकार माझ्या बाजूने उभं राहील असं वाटलं होतं, तर ते नाहीच. मला गृहबंदी-नजरकैद केलं. आणि तिकडे कुठे माणसं सहवेदना, सहानुभूती दाखवतील (असं वाटलं) तर ते नाही; उलट कोलकातात मूलतत्त्ववाद्यांचा मोर्चा निघाला. कुठे मला सुरक्षा देईल सरकार, तर ते नाही, मला राज्यातून हाकलून दिलं. तडीपार केलं. मला धक्के देऊन राजस्थानमध्ये पाठवलं, तिथे मला काही आश्रय देतील तर ते नाही, सकाळी उजाडण्यापूर्वीच राजस्थान सरकारनं मला बाहेर काढलं. त्यांनी मला दिल्लीत फेकून दिलं, दिल्लीतून मला कोलकातात माझ्या घरी सुरक्षित परत पाठवावं तर ते नाही, कॅन्टोन्मेंटच्या आत नेऊन मला नजरकैदी केलं. काही महिने असं नजरकैदी अवस्थेत ठेवून, मग मला भारत सोडून जाण्यासाठी भाग पाडलं. मी हल्ल्याची, आक्रमणाची शिकार झाले, शिक्षा मलाच मिळाली. ते शहाणपण अनुभवातून आलेलं ज्ञान किंवा आलेली अक्कल ज्याला आहे त्याला, त्याच्यावर पुन्हा हल्ला व्हावा असं कधीच वाटणार नाही. त्याला असं कधीच वाटणार नाही की हल्ल्याची कसलीही घटना बाहेर पसरावी. पत्रकारांनी मुलाखतीसाठी संपर्क केला होता, औरंगाबाद विमानतळावर काय झालं त्यासंबंधी त्यांना बोलायचं होतं, पण नाही, कोणाहीबरोबर बोलणंच झालं नाही.

इकडे पेपर, मॅगझिनमध्ये पाहतेय महाराष्ट्राच्या पोलिसांकडे काही जाणून घेण्यासाठी विचारलं तर ते एकदा म्हणाले– मी औरंगाबादला जाणार याविषयी त्यांना काहीच माहीत नाही. पुन्हा म्हणाले माहीत आहे. दिल्लीतून त्यांना कळवण्यात आलंय साडेचार वाजता, पुन्हा म्हणाले, कळवलं गेलंय सायंकाळी सहा वाजता. मला तर काहीच कळत नाही की दिल्लीच्या 'फंक्शन ब्रँच'मधून ठीक करून, ठरवून महाराष्ट्रात ही बातमी कधी पाठवली गेली. पुष्कळदा बातमी बाहेर फुटू नये म्हणून अगदी शेवटच्या क्षणी पाठवली जाते. आधीपासून पाठवली किंवा अगदी शेवटच्या क्षणी पाठवली तरी मूलतत्त्ववाद्यांना कसं काय सगळं कळतं? मी कोणत्या हॉटेलात राहणार आहे, किती दिवस राहणार आहे, कोणत्या नावानं हॉटेल बुक केलंय, कुठे कुठे जाणार आहे– सर्व काही! इंटनेटवर मी बघितलं– उन्मत्त दंगेखोरांचा एक गट त्यांच्यासमोर मुस्लीम कट्टरपंथी पुढारी जेव्हा भाषण देत

होते. माझ्याविषयी समस्त गोपनीय म्हणून ठेवलेलं सत्यच उल्लेख करून बोलत होते. मला म्हणे ते समजून देणार अजंठा आणि वेरूळच्या गुहा कशाला म्हणतात. शिवाय हेही त्यात सांगितलेलं की पोलिसाना विमानतळावर पाठवून मला औरंगाबादेत येऊ न देण्याची व्यवस्था त्यांनी केलेली आहे.

मी तर अवाक होते. मुसलमानांना काही कळत नाही का? की त्यांचा खरा शत्रू कोण? ते गोरक्षक कित्येक दिवस पाठोपाठ मुसलमानांना जिवे मारतायत, त्यांच्याविरुद्ध कसलाही राग प्रदर्शित केलेलं तर मला कधीच पाहायला मिळालं नाही. माझ्याच विरुद्ध हा भडका का? गोरक्षकांच्या नृशंसतेविरुद्ध, निर्घृणतेविरुद्ध निषेध दर्शवून मी तर पुष्कळ हिंदुत्ववाद्यांच्या मनात नाराजी, नाखुशी, राग या साऱ्याला पात्र झालीय. की माझ्यावर हल्ला, आक्रमण करणं सोपं आहे म्हणून ते माझ्यावर हल्ला करतात? माझं कुणी नाही, मला कोणी नाही म्हणून? कोणताच देश किंवा कोणतही राज्य नाही म्हणून?

काँग्रेस, सी.पी.एम., तृणमूल यांनी मला काही चूक– गुन्हा नसताना शिक्षा दिलेली आहे. या वेळी आता कदाचित बीजेपीची पाठी (मला शिक्षा करायची) बीजेपी का नाही देणार? मुस्लीम मूलतत्त्ववादींना संतुष्ट न केल्यास त्यांना त्यांची मतं कशी मिळतील? मतांची चिंता सोडून आणखी कसलीच चिंता राजकारण्यांना नाही. ते असोत राजकारणी पण या मुसलमानांनी मला केव्हा त्यांचा शत्रू बनवून टाकलं? मुस्लीम समाजाच्या आधुनिकीकरणाची इच्छा बाळगली किंवा स्त्री-पुरुष समानाधिकाराची मागणी केल्यास मी मुसलमानांची शत्रू नाही, उलट मुसलमानांची मित्रच. मुसलमानांचे शत्रूच मुसलमानांना धर्मांध करून ठेवायची इच्छा, आकांक्षा बाळगतात किंवा मुसलमान धर्मांधच व्हावे ही इच्छा त्यांच्या शत्रूचीच. त्यांना वाटतंय मुसलमानांनी अशिक्षितपणा, कुशिक्षण, विषमता, असहिष्णुता आणि अज्ञान, अंधकार या गोष्टींनाच कवटाळून बसावं आयुष्यभर. जे मुसलमानांचे खरे हितचिंतक आहेत त्यांनाच वाटतं की मुसलमान सुशिक्षित व्हावेत, सभ्य व्हावेत, प्रकाशमान, उज्ज्वल व्हावेत, विज्ञानमनस्क व्हावेत, मानवाधिकार आणि स्त्रियांना समानाधिकार यावर विश्वास ठेवणारे व्हावेत.

माझा कसलाही, कोणताही गट नाही. राजकारण नाही, माझी कोणतीही संघटना नाही. माझ्यामागे कोणी बुद्धिजीवी नाही, बुद्धिजीवींमध्ये एकेकजण एकेका राजकीय पक्षाचा सोयिस्कररीत्या समर्थक असतो. भारतात जिवंत राहणे हे पूर्णत: माझ्या एकटीच्याच जिवावर, स्वत:चे आदर्श आणि विश्वास यांचा आधार घेऊनच. पायाखाली जमीन आहे? नाही, नाहीये. त्याउपरही मी आहे. मी प्रेम करते. (स्वत:वर... देशावर) किंवा प्रेम आहे म्हणून आहे, हा देश जर नसेल तर स्वत:च्या देशासारखा देश आणखी कुठे मिळेल?

४२

कुमिल्ला बोर्डाच्या एच.एस.सी. परीक्षेत चांगला रिझल्ट न लागल्यामुळे किंवा न मिळवू शकल्याने अकरा जण विद्यार्थी-विद्यार्थिनींनी आत्महत्या केलीय. काही जणांनी तर जगाला सांगूनच जे करायचं ते केलंय. फेसबुकवर निर्णय लिहून दिलाय की, 'आत्महत्या करणार.' अठरा-एकोणीस वर्षांचं वय आणि खुश्शाल सिलिंग फॅनला टांगून घेऊन आत्महत्या करतात. एकानं केलं की आणखी एकाला त्यातून बळ मिळतं आत्महत्या करायला. मला समजत नाही की, का ते स्वतःच्या आयुष्याला एवढं मूल्यहीन समजतात. आणखी ऑप्शनचा विचार, अजून अन्य पर्यायाचा विचार ते का करत नाहीत? आयुष्यात कितीतरी वाईट काळ, वाईट योग मी पाहिलेत, पण कधीही आत्महत्या करायची इच्छा झाली नाही. एकच तर आयुष्य आपल्याला मिळतं आणि ते व्यतीत करायची ही एकच संधी मिळलेली असताना जाणूनबुजून ती गमवायची? अशा प्रकारच्या जीवन-मरणाच्या परीक्षेची गरज नाही. काही चांगली शिक्षणव्यवस्था सुरू करणंच उचित होय. सभ्य देशांमध्ये परीक्षेत पास झालं नाही म्हणून कोणी आत्महत्या केली असं तर कधी ऐकलं नाही. खरंतर त्या सर्व देशांत अशा परीक्षाही नाहीत. तिकडे अभ्यास तोंडपाठ करायचा नसून समजून घ्यायचा असतो. नाही समजलं तर मास्तरलोक आहेतच. कितीही वेळ खर्च झाला तर होऊ दे. समजावून देणारच!

४३

काही दिवसांपूर्वी 'अहमद फरिहा' नावाच्या २२ वर्षे वयाच्या युनिव्हर्सिटीतल्या एका विद्यार्थिनीनं फेसबुकवर एक व्हिडीओ पोस्ट केलेला. त्या व्हिडीओत ती म्हणाली की तिचा बाबा वर्षानुवर्षं तिच्यावर शारीरिक-मानसिक अत्याचार करतोय. तिला तिच्या बापाचं घर सोडून पळून जाणं भाग पडलं. त्या घरात पुन्हा परत यायची तिची बिलकूल इच्छा नाही. तिचा बाबा नमाज, रोजा करणारा नियमानुरूप चालणारा माणूस आणि मुलीला अंघोळ घालण्याच्या नावावर सर्वांगावर तिच्या, हात फिरवणं. टीनेज ओलांडलेल्या मुलीला म्हणतो तुझ्यासाठी पॅन्टीज विकत आणल्यात. गाढ रात्री, आवाज न करता खोलीत येऊन तिच्याजवळ झोपणं, झोप मोडून मुलीनं पाहिल्यास अगदी मंद सौम्य हसणं असं सगळं त्याचं वागणं फरिहाला बिलकूल आवडलं नाही. अशा त्या जघन्य, घृण्य, असुरक्षित मानसिकदृष्ट्या रोगिष्ट परिस्थितीतून तिला स्वतःला वाचवायचं होतं. व्हिडीओत फरिहाचा आर्त चीत्कार, शारीरिक-मानसिक छळ आणि लैंगिक छळ याविरुद्ध तिचा एकटीचा एकल निषेध, विरोध आहे.

मी अगदी अवाक झाले (कारण) व्हिडीओ पाहिल्यावर पुष्कळ लोकांनी मुलीला मदतीचा हात पुढे करण्याऐवजी तिच्यावर अविश्वास आणि घृणेचा वर्षाव केला. तिच्यासाठी सहानुभूती तर व्यक्त नाहीच केली, उलट तिला शिव्या घातल्या. बापाचं 'सुनाम' मुलीनं नष्ट केलं बदनाम केलं, अशा मुलीला कोणी क्षमा करू इच्छित नव्हतं. बरेचजण म्हणाले, 'फरिहा मुलगी इतकी वाईट आहे की चहूकडे बोलत फिरतेय की तिच्या बाबानं म्हणे तिच्या गुप्तांगाला हात लावला, कोणताही बाप असलं काम करू शकेल का? आता या निंदकांना माहीत नाही का, की लैंगिक अत्याचार बाहेरच्या माणसांपेक्षा घरचीच माणसं अधिक करतात, माहीत नाही का या निंदकांना की, बहुधा बापाद्वारेच मुलीवर बलात्कारच्या घटना घडतात, पृथ्वीवरच्या बहुतेक सर्व देशात घडतात. कोणी कोणी म्हणालेत की, 'फरिहा ही ड्रग ॲडिक्ट नशाबाज, बाबानं ड्रग आणायला पैसे द्यायला नकार दिला म्हणून फरिहानं बाबाविरुद्ध काय नाही नाही ते बोलून बदला घेतलाय. ड्रग ॲडिक्ट मुलगी त्रैशी– ज्या मुलीनं ड्रगसाठी स्वत:च्या आईबापाचा खून केला ती त्रैशी आणि फरिहामध्ये काही फरक नाही, कोणी असंही म्हणालेत रडण्याचा अभिनय केलाय फरिहानं, खरं खरं रडू आलं तर डोळ्यांतून पाणी आलं असतं ते तर आलं नाही.' फरिहाचा भाऊ, बाबा, आत्या फरिहाला वाया गेलेली वाईट मुलगी, धर्म न मानणारी मुलगी, नशासक्त मुलगी, खोटारडी मुलगी... काय नाही म्हणाले? घरातून बाहेर पडून कोणत्याशा स्त्री-पीडन विरोध केंद्रात आधाराला गेली. त्यांनीच तिच्या समस्येवर उपाय करण्यासाठी पोलिसाना बोलावलं. पोलिसांनी फरिहाच्या बाबाच्या हाती फरिहाला सोपवून दिलं. फरिहा अदृश्य, आणि फेसबुकवरून फरिहाचा I Dसुद्धा अदृश्य. आता फरिहा तिच्या बापाच्या घरी कोणत्या अवस्थेत आहे, बाबा तिचा आणखी कसा शारीरिक, मानसिक छळ आणि लैंगिक छळ करतोय ते आपल्याला कळायची काही संधी नाही. प्रतापी पुरुषाचं सुनाम, खरी गोष्ट बोलून जर बदनाम नष्ट करता येतं, तरमग जे हे नष्ट करण्याचं काम करतात त्यांची सुटकाच नाही, स्पष्ट गोष्ट हे तर फरिहाच्या बाबतीत आपल्या दिसूनच आलेय. फरिहा खरं बोललीय का खोटं बोललीय याविषयी बरेच तर्क-वितर्क फेसबुकवर चाललेत. ती खोटं बोललीय याचं प्रमाण म्हणजे– बाबाबरोबर तिनं सेल्फी काढलीय, आणि थायलंडमध्ये फुकटात फिरण्याच्या वेळी फेसबुकवर लिहिलंय– की ती बाबा आणि भाऊ यांना मिस करतेय. जे म्हणतात फरिहा खरं बोलतेय, त्यांचा युक्तिवाद असा कोणतीही मुलगी लैंगिक छळाची शिकार झाली नसताना ती लैंगिक छळाची शिकार झालीय असा सामान्यत: दावा करत नाही, कारण या समाजात लैंगिक छळाची शिकार झालं तरीसुद्धा तोंड बंद करून मुलींनी सर्व सहन करत राहणं हाच नियम आहे. मुलगी आजही अजूनही युनिव्हर्सिटीत

शिकतेय. कुटुंबातून बहिष्कृत झाल्यावर तिचं आयुष्य अत्यंत दु:सह होणारेय हे समजण्याची अक्कल तिला नक्कीच आहे. पण परिस्थितीतून बाहेर पडण्यासाठी कोणताही मार्ग राहिला नाही. तिला वाटलं होतं की दुनियेत नक्कीच कुठे ना कुठे तिच्यासारख्या असाहाय मुलीला आश्रय मिळेल. दुनियेत वाईट लोक आहेत खरे, पण चांगल्या लोकांचाही काही अभाव नाही. आणि या गोष्टीवर विश्वास ठेवून ती आपल्या मनातली गोष्ट उघड बोलली. त्या वेळी नेमकी डोळ्यांतून किती टिपं गाळली म्हणजे तिचं बोलणं विश्वासार्ह होईल, याचा तिनं हिशेब करून पाहिला नाही. डोळ्यातून पाणी काही काहींच्या एरवीच येतं, तर काहीजण जराशा दु:खानं ही टिपं गाळतात, तर काहींच्या डोळ्यात सहजपणे पाणी येत नाही, खूप दु:खानेसुद्धा येत नाही. डोळ्यातले अश्रू मोजून, सत्य आणि मिथ्या खरं आणि खोटं याची परीक्षा करता येत नाही.

फरिहानं बापाच्या घरी परत जाण्यापूर्वी फेसबुकवर लिहिलं – तिच्या व्हिडीओमुळे बापाची नाचक्की, बदनामी झाली आहे खरी, पण व्हिडीओ 'फेक' खोटा किंवा बनावट नव्हता. फरिहाचा व्हिडीओ तिचे आप्तस्वकीय, नातलग, हितैषी आणि हितशत्रू, निंदक या सर्वांचं म्हणणं पाहून, वाचून, ऐकून माझ्या मनात मात्र, फरिहा खोटं बोलतेय असं वाटलं नाही. वडिलांबद्दल कदाचित तिच्या मनात श्रद्धा होती त्याचबरोबर घृणासुद्धा होती. या दोन्ही भावना एकसाथ असू शकत नाहीत असं नाही. बाबा जेव्हा काही चांगलं काम करतो, तेव्हा बाबाबद्दल अभिमान वाटतो, आणि मग तो जेव्हा घृणास्पद असं काही करतो तेव्हा 'हा माझा बाबा!' असा मनात विचार करायलासुद्धा लाज वाटते. संबंध हा सर्वदा पांढरा-काळा, चांगला-वाईट असत नाही. जो चांगला भला त्याचं सगळे भलं चांगलं, जो वाईट त्याचं सर्व वाईट – अशी स्थिती खूपच कमी असते. डाकूसुद्धा सोन्याचा हार डाका घालून आणतो आणि बायकोच्या गळ्यात मोठ्या प्रेमानं घालतो. कधी तो निष्ठुर होतो तर कधी सहृदय!

फरिहाला मी ओळखत नाही. परंतु तिचा प्रतिवाद विरोध दर्शवणे आणि आत्मसमर्थन याचं चित्र पाहून मी थक्क आणि अवाक झालेय. एक मुलगी, जी निष्कपट आहे आणि स्वत:च्या आयुष्याचा धोका पत्करून सर्वांना तिनं सांगितलं की तिच्या घरात तिचा छळ होतोय आणि लैंगिक छळाविषयीसुद्धा तिनं संकेत दिला. त्यानंतरसुद्धा, तिला त्या घरापासून सुरक्षित दूर ठिकाणी ठेवण्याची काहीही व्यवस्था कोणीही केली नाही. कुठेच जायला तिला जागा नाही. पण तिला पुन्हा परत यावं लागलं त्याच नरकात, ज्या नरकातून ती बाहेर आली होती पुन्हा परत न यायचा विचार करून. कोणत्याही सभ्य समाजात हे असं होत नाही.

मुलींचं जीवन किती असाहाय होऊ शकतं. नवऱ्याच्या घरापासून बचावण्यासाठी

बाहेर पडलेल्या पीडित मुलींनासुद्धा मी ऐकलंय की समजावून, समजावून पुन्हा अत्याचारी नवऱ्याच्याच घरी पाठवून देतात, ही नारी छळ निषेध केंद्रं! आत्ताच पाहिलं, की बापानं लैंगिक छळ केला तरी बापाच्याच घरी मुलींना पाठवलं जातं. एकतर नवऱ्याचं घर नाहीतर बापाचं घर! याखेरीज, मुलींना जायला अन्य जागाच नाही. यावाचून मुलींना अन्य आसरा नाही. या दोन्ही घरातली परिस्थिती, वातावरण नरकसमान असेल तरीसुद्धा त्याच स्थितीत मुलींना राहावं लागतं. मुलींना स्वत:चं घर असता कामा नाही– ज्या घरात ती आपल्या मनाप्रमाणे राहू शकेल.

काही मुली स्वत:च्या पायावर उभ्या आहेत, एकट्या राहतात. पुरुषतांत्रिक/पुरुषप्रधान समाजात मुलींचं एकटं राहणं, एकटं जाणं-येणं म्हणजे महाकठीण, संकटासारखंच. वयात आलेल्या सज्ञान असूनसुद्धा त्या मुली जर अविवाहित किंवा तलाक मिळालेल्या किंवा तलाक दिलेल्या मुली असतील तर त्यांचा बाल/शिशू न्यायाने विचार केला जातो. त्यांच्यासाठी 'पालका'ची गरज असते असं सर्वांना वाटतं. पालक नसलेल्या मुलींना तर 'वेश्या' संबोधलं जातं. जर ती बापाच्या घरी परत गेली नसती तर फरिहाला कदाचित तसंच संबोधलं असतं.

या समाजात मुलींना एक कणभरही सुरक्षितता नाही. सुरक्षितता नाही म्हणून तर फरिहाला कुठेही कोणाचाही आसरा नाही. फरिहासमोर तीन मार्ग –बापाच्या घरी छळ सोसत राहणे, लग्न करून नवऱ्याच्या घरी अनिश्चित भविष्याची सोबत घेऊन चालणे, नाहीतर आत्महत्या. ते मी कधीतरी रागानं म्हणाले होते, "मुलींना काय मेल्याखेरीज मुक्ती नाही? तर मग काय या एकविसाव्या शतकातसुद्धा हेच पाहायचं की खरोखरचं मुलींना मेल्याशिवाय मुक्ती नाही? आम्ही मुली आजही किती भयानक प्रकारे हरून जातोय (जीवनात)!"

असंच त्या दिवशीसुद्धा एका पत्रकाराला पकडलं होतं, कारण तो दीर्घकाळापासून त्याच्या मुलीवर बलात्कार करत होता. अनेक जणांनी प्रश्न केलाय, "पोलिसांकडे रिपोर्ट करायला या मुलीनं एवढा वेळ का लावला?" का यापूर्वी कळवलं नाही? किती आधी कळवल्यावर ते माणसं स्वीकारतील किंवा ग्राह्य धरतील? फरिहाची घटना जर सत्य असेल तर फरिहाने तर बलात्कार होण्यापूर्वी कळवलं होतं, पण तिला लोकांनी खोटारडी असं म्हणून जिथून ती पळून जाऊन स्वत:ला वाचवू पाहत होती तिथेच, बापाकडे परत पाठवलं. फरिहा जर खोटं बोलत असेल, तर मग तिला घरी परत पाठवून, सत्य कसं बोलायचं असतं ते बाबा नि आईच शिकवून देतील. पण फरिहानं जे म्हटलंय ते सगळं खरं असेल तर तिला बापाच्या घरी परत पाठवणं योग्य आहे का? त्या घरात मग तिच्याशी कशी असभ्यता दाखवली जाईल त्यांचा अंदाज आपण करूच शकतो. मुलीची बदनामी व्हायला नाही पाहिजे. विशेषत: तो पुरुष धनवान पुरुष असेल किंवा समाजातला नामी आणि महत्त्वाचा

पुरुष असेल तर. फरिहा आता बलात्काराची बळी झाली तरी खोटारडी, ड्रग ॲडिक्ट, फेक इत्यादी नावं तिला ठेवली जातील या भीतीनं ती तोंडच उघडणार नाही. नि:शब्दपणे ती पीडिता, बलात्कारिता होऊन जाईल. एक दिवस जर फरिहानं जाहीर केलं की ती अनेक वर्षांपासून बलात्कारिता होऊन जगतीय तर मग आपल्यालाच बोलायला तोंड नाही की तिनं आधी का नाही सांगितलं.

तिने तर सांगून दिलं होतं आपणच ऐकलं नाही. आणि एक दिवस छळ सहन न होऊन फरिहानं आत्महत्या केली तर मग काय आपण च्ऽच् करत दु:ख करत म्हणणार... ''मुलगी तिच्या दु:ख-कष्टाची गोष्ट आम्हाला बोलू शकती. तिने तर आपल्याला कळवलं होतंच, आपणच त्याला महत्त्व दिलं नाही. अशा घटना न घडोत, फरिहानं अभ्यास-शिक्षण करावं? करू दे आणि अजून दीर्घकाळापर्यंत सुखात आणि कल्याणमय स्थितीत जिवंत, छान राहो. परंतु कोणाच्या आत्महत्येनंतर नाही, आत्महत्येच्या आधीच आपल्याला शुद्ध येईल, आपण भानावर येऊ. आपण जीवनाचं मूल्य देण्याकरता किंवा देताना मृत्यूपर्यंत वाट नाही पाहायची.

४४

मुंबईच्या एका कंपनीनं घोषणा केलीय की त्यांच्या कंपनीतल्या स्त्री कर्मचाऱ्यांना मासिक पाळीचे पहिले तीन दिवस सुट्टी मिळेल. वा! खूपच आनंदाची बातमी! सगळ्या कंपन्या अशा 'वुमन फ्रेन्डली' किंवा स्त्रियांविषयी सहानुभूतीपरायण झाल्या असत्या तर खूपच छान झालं असतं! परंतु ही अशी एकच सुट्टी मुलींच्या विरोधातच जाईल अशी मला भीती वाटतेय. मुलींना नोकरीवर घेण्यात एरव्हीच अनेक कंपन्यांची हरकत असते. मुली म्हणे नोकरी करण्यास योग्य नाहीत, का तर मुली गर्भवती होतात आणि अपत्य जन्मासाठी लांबच-लांब किंवा दीर्घ सुट्टी घेऊन अनुपस्थित राहावं लागतं. गर्भवती होण्याचा प्रसंग पुरुषांचा नसल्यामुळे कर्मचारी या हिशेबाने कंपनीचे लोक पुरुषांना पंसत करतात. कर्मचाऱ्यांच्या गैरहजेरीमुळे उत्पादन कमी होणं, फायदा कमी होणं हे कोणालाच नको असते. आता मासिक पाळीची सुट्टी जर चालू झाली तर वुमन फ्रेन्डली होण्याऐवजी असंच मुलींविरोधी होतील कंपन्या आणि मुलींना नोकरीच देणार नाहीत. मुलींच्या शाळेत जाणं, अभ्यास करणं, नोकरी करणं, व्यवसाय करणं, धन कमावणं, स्वत:च्या पायावर उभं राहणं या सर्व गोष्टींमध्ये शतकानुशतके पुरुष अडथळेच आणत आलेले आहेत, या सर्व बाबतीत त्यांना अटकाव विरोध करत आलेत पुरुष. आणि आता जरा कुठे लढाई करून स्वत:चे साधे अधिकार जरा कुठे घेऊ पाहतायत मुली तर बिनगरजेच्या किंवा विनाकारणच अप्रयोजनीय अशा 'त्या' सुट्टीसाठी पुन्हा सारं

काही उलटंपालटं होईल की काय? स्त्रीविरोधी षड्‌यंत्र करण्यात पुरुष कितीसे पारदर्शी आहेत हे तर आपल्याला माहीत नाही असं मुळीच नाही. मासिक पाळीच्या सुट्टीची गरज नाही, कारण मासिक पाळीच्या दिवसात सर्व मुलींच्या ओटीपोटात दुखत नाही. वेदना नसतात. ज्यांना वेदना असते त्या वेदनाशामक गोळ्या खातात. आणि जर कोणाच्या वेदना, दुःखशामक गोळ्यानी थांबत नसल्या, तर त्या आजारपणाच्या (sickness) कारणाने सुट्टी घेतात. मुंबईच्या 'कल्चरल मशीन'नेच पहिल्यांदा ही मासिक पाळीच्या सुट्टीची व्यवस्था केलेली नाही तर १९९२ सालापासून बिहारमधील सरकारी नोकरी करणाऱ्या मुलींना रजोनिवृत्ती होईपर्यंत दरमहा दोन दिवस मासिक पाळीची सुट्टी मिळते. त्यांनीच या सुट्टीची मागणी केली होती. त्या वेळी बिहारचे मुख्यमंत्री होते 'लालू यादव' त्यांनीच महिन्यात एक दिवस मासिक पाळीची सुट्टी मंजूर केली होती. अजूनही ही सुट्टी अगदी छान चालू आहे. या सुट्टीमुळे कोणत्या मुलीची पाळी कधी चालू आहे वगैरेविषयी पुरुष निश्चिंत झाले. त्याचं खासगीपण संपलं आणि याचा परिणाम म्हणून स्त्रियांच्या मासिक पाळीविषयी पुरुष थट्टामस्करी करतात, स्त्रियांना त्याज्य समजून कोणी पुरुषसुलभ कॉमेन्ट करतात का? एका मुलीनं यावर खूप छान उत्तर दिलंय ती म्हणालीय, "आम्ही सुंदर साडी नेसली तरी पुरुष त्यावर सेक्सी कॉमेन्ट करतात म्हणून काय आम्ही सुंदर साडी नेसायची नाही का? नक्कीच नेसणार आम्ही."

जगात ८० टक्के श्रमिक मुली असतात. मासिक पाळीच्या दिवसांत अगदी फार मोठी गैरसोय वगळता त्या कष्टाची, श्रमाची कामं करत असतात. पुरुषांना अजून कितीदा समजावून सांगायचं की मासिक पाळी हा आजार नाही किंवा पंगुत्व नाही. प्रख्यात टेनिस खेळाडू सेरेना विल्यम्सने गरोदर अवस्थेत टेनिस खेळून ग्रॅन्डस्लॅम जिकलंय. गरोदर अवस्थेत सेरेना जर खेळू शकते तर ऋतुमती असतानाच्या वेळी शाळा, कॉलेज किंवा ऑफिस, अदालत, कोर्टाचं काम का करू शकणार नाहीत मुली? खूपजण म्हणतात मासिक पाळीच्या लगतच्या काही दिवस आधी मुलींचं मन, स्वभाव यात बदल होतो, त्यांना चट्‌कन खूप राग येतो, कामात नीट लक्ष लागत नाही. 'कामात लक्ष लागत नाही' हे म्हणणं चूक आहे हे आता सिद्ध झालंय. शिक्षणतज्ज्ञांना स्त्रियांच्या बाबत परीक्षा करून दिसून आलंय पाळी सुरू असताना त्या जे काम करतात ते काम इतरवेळी केलेल्या कामापेक्षा चांगलं आहे. त्या कामाचा दर्जा अव्वल असतो आणि रागाविषयी आता बोलते, मुलींचा राग पुरुषांना अजिबात आवडत नाही. पसंत नसतो. जे काम करणारे विभागप्रमुख इ. पुरुष ऑफिसातल्या कर्मचऱ्यांना धमकी देतात, धाक दाखवतात तर त्यांच्या बाबतीत ते सर्व योग्य आणि विख्यात कर्ता म्हणून त्यांचा विचार केला जातो. पण मुलींच्या बाबतीत मात्र उलटच असतं. मुलींना येणारा राग म्हणजे त्याकडे बरचसं

रोग म्हणून बघितलं जातं. राग आला की आजकाल अशी फॅशनच झालीय की त्याला म्हणायचं पी. एम. सिंग.

मुलींच्या बाबतीत किंवा मुलींसाठी लहानसहान सुट्यांचं आयोजन करून, कामाच्या वातावरणाला खऱ्या अर्थानं 'वुमेन फ्रेन्डली' करता येत नाही. 'विमेन फ्रेन्डली' करायला हवं समाजाला. स्त्री-पुरुषांमध्ये जी विषमता आहे, त्याचं समूळ उच्चाटन करायला पाहिजे. पुरुष तांत्रिक किंवा पुरुषप्रधान समाजात, मुलींना हीनत्व देणे किंवा त्यांचा मानसिक/शारीरिक छळ करण्यासाठी कोणत्याच कारणाची गरज पडत नाही. कोणत्याही कारणानं छळ चालतो. २००२ सालच्या एका रिपोर्टमध्ये दिसतंय की, इंडोनेशियातील 'नाइके' आणि 'एडिडास' (आदिदास) फॅक्टरीत ज्या स्त्री श्रमिकांना मासिक पाळीची सुट्टी हवी होती, त्यांच्या पॅन्टीज काढून, फॅक्टरीतल्या महिला डॉक्टरने पाहून घेतलं की खरेच कोणाची पाळी चालू आहे किंवा नाही. तीनएक वर्षांपूर्वी केरळच्या एका फॅक्टरीत सर्व श्रमिक स्त्रियांच्या पॅन्टीज काढून, 'पाळी' चालू आहे किंवा नाही याची परीक्षा केली गेली. कारण टॉयलेटमध्ये कोणी तरी पॅड टाकून आली होती. पण विचारलं तर कोणी टाकलंय ती कबूलच करेना. बांगलादेशाच्या तयार कपड्याच्या फॅक्टरीत मुलींना टॉयलेट वापरण्याचं स्वातंत्र्य, मुभा किंवा अधिकार फारच मर्यादित आहे. पुरुषांपेक्षा मुलींची मूत्रनलिकेची लांबी कमी असल्यामुळे, पुरुषांपेक्षा जास्त वेळा त्यांना टॉयलेटला जाण्याची गरज पडते. आणि जरुरी असतानासुद्धा टॉयलेटमध्ये जर जाऊ शकल्या नाहीत तर, त्यांची मूत्रनलिका आणि किडनी यांना आजार होतो– त्यांच्या कार्यात बाधा निर्माण होते. ही वस्तुस्थिती कोण समजून घेते? खरंतर वस्तुत: कारखाने आणि तत्सम कामाची क्षेत्रं ही पुरुषांच्या सोयीनुसार नाहीत. मुली आत्मसन्मानासह, शारीरिक, मानसिक स्वास्थ्य आणि प्रसन्नतेसह काम करू शकतील यासाठी आयोजन किंवा असा उपक्रम कोणीही करत नाही.

जर पुरुषांना मासिक पाळी होत असती, तर मग त्यांचा मासिक स्राव या विषयी अगदी धमाकेदार उत्सव दरमहा झाला असता. मिलिटरी पुरुषांबद्दल म्हटलं असतं– ''ऋतुस्राव होतो म्हणून तर पुरुष युद्धावर जाऊ शकतात जसं रक्त देऊ शकतात, तसं रक्त घेऊही शकतात. शासक पदावर पुरुषांना बसवलं गेलं असतं– आणि म्हटलं असतं 'मासिक पाळीच्या वेळी जो राग येतो त्या रागाचीच देश चालवण्याकरता गरज आहे.' भटजी म्हणाले असते– 'पुरुष दरमहा, अशुद्ध रक्ताचा त्याग करतात आणि पवित्र होऊन उठतात,' पण मुलींना अशी संधी नाही. त्या म्हणे अपवित्र आणि अशुद्धच राहून जातात चिरकाल! आणि जर पुरुष अपत्य जन्माला घालू शकते तर मग त्यांची पूजाच झाली असती आणि त्यांच्यासाठी

विविध तऱ्हेच्या सुट्ट्यांची व्यवस्था झाली असती. मानवजातीचा बचाव करायचं केवढं महान काम ते करतायत. असा वर्षभर प्रचार झाला असता. कृतज्ञतेने सर्वांची मस्तकं नत होऊन झुकली असती.

या पुरुषप्रधान समाजात ऋतुस्रावामुळे मुलींना कसलाच, कोणताच सन्मान मिळणार नाही, कारण या समाजात मुलींना कोणताही सन्मान नाही. मला असं वाटतं. ऋतुस्राव निमित्ताने सर्व मुलींना सुट्टीची गरज नाही. ऋतुस्राव होत असतानाच्या काळातही मुली घरी आणि बाहेर सर्व कामं करतात, आणि चिरकाल करत आल्या आहेत. गरोदरपणात त्या जसे जितके कष्ट, श्रम करू शकतात, तितकेच श्रम त्या मासिक पाळीतही करू शकतात. मुलींची ताकद, क्षमता मी तर अवाक होते, इतकी प्रचंड असते की पुरुष तिच्या जवळपाससुद्धा उभे काय फिरकूही शकणार नाहीत आणि या पुरुषांचीच ताबेदारी पत्करणे मुलींना भाग पडत आहे.

४५

भारतातल्या भाषणस्वातंत्र्य विरोधी कायद्याचा 66A सेक्शन रद्द करण्यामागे माझी थोडी भूमिका आहे. उत्तर प्रदेशातील एक मुस्लीम मूलतत्त्ववादी– त्यानं– माझ्या एका ट्विटमुळे माझ्याविरुद्ध माहिती तंत्रज्ञान कायद्याच्या 66A सेक्शन खाली माझ्यावर दावा ठोकला होता. सुप्रीम कोर्टाचे नामवंत विख्यात वकील के. के. वेणुगोपाळ माझे वकील होते. माझ्या बाजूने लढण्याचा आणि या मूर्खासारख्या कायद्याविरुद्ध लढण्याचा त्यांनी निर्णय घेतला. मी तर खूप उत्सुक, उत्तेजित झाले होते. ते काय काय करत आहेत ते सर्व मला कळवत असत. 66A सेक्शनची झळ लागलेले आणखी एक-दोघे जणही त्यांनी बरोबर घेतले. मी आणि ते दोघे, आम्ही वादी होऊन हा कायदा नष्ट रद्द करण्यासाठी सुप्रीम कोर्टात अर्ज केला. के. के. वेणुगोपालन यांनी जोरदार लढा देऊन आम्हाला जिंकून दिलं. 66A आता रद्द झालाय.

बांगलादेशचा भाषणस्वातंत्र्य विरोधी सेक्शन 57 हा रद्द होऊ घातलाय असं मी ऐकलंय. एवढी छान बातमी देशाकडून सामान्यत: येत नाही.

केवळ भारत आणि बांगलादेश मधूनच नाही तर अवघ्या विश्वातून भाषणस्वातंत्र्य विरोधी सगळे काळे कायदे दूर करायला, नष्ट रद्द करायसाठी, मुक्त विचारांवर, गुक्तचिंतनावर विश्वारा ठेवणारे एक व्हावेत.

४६

आता पृथ्वी हाताच्या मुठीत. हाताच्या मुठीत 'पॉर्न', एकेकाळी 'पॉर्न' पाहायचं

झालं तर कावळ्यालासुद्धा दिसणार नाही अशाप्रकारे लपवून, रस्त्यात विक्रीसाठी ठेवलेलं 'पिनअप' केलेलं कुठलंस मॅगझिन चट्कन उघडून झट्कन बंद करून टाकावं लागत असे. आणि तसली सगळी मॅगझिन्स विकत घेतली तर कागदात अगदी नीट गुंडाळून, घरात शिरावं लागायचं, रात्रीच्या अंधारात, घरातले सगळे झोपल्यानंतर वाचावं लागत असे आणि वाचून दिवस उजाडण्याच्या आतच एखादी मोठी उशी किंवा तक्क्याखाली दडपून झाकून ठेवावं लागत असे. त्यानंतर व्हिडीओचं युग आलं. पांघरुणात, चादरीत तोंड, डोकं झाकून रात्रीच्या अंधारात, दबकत दबकत कोणत्यातरी गल्लीबोळात शिरून, दमट ओलसर अशा कुठल्यातरी घरात/खोलीत जाऊन, खूप-खूप पैसे रुपये ओतून 'ब्लू फिल्म' पाहावी लागत असे ते दिवस आता नाहीत. मनात येईल, मनाला वाटेल तेव्हा 'पॉर्न' बघायचं आताचं युग. 'पॉर्न' आता अगदी हाताशीच फक्त एका क्लिकच्या अंतरावर!

ज्या ब्लू फिल्म्समध्ये स्त्रीला संभोगदासी व्हावं लागतं. मनाला येईल त्याप्रकारे पुरुष नारीला उपभोगतो, स्त्रीला छळत छळत तिचा भोग घेतो, आणि स्त्रीला म्हणावं लागतं की तिला अजून छळ हवा, कारण हा सगळा छळ तिला खूप छान वाटतोय, आवडतोय. ज्या सगळ्या 'ब्लू फिल्म्स'मध्ये लैंगिक सुखाची परमावधी फक्त पुरुषांची किंवा पुरुषांसाठी. स्त्रीसाठी किंवा स्त्रीच्या सुखाचा ज्यात विचार नसतो– अशांना मी 'पॉर्न' म्हणते. आणि ज्यामध्ये स्त्री-पुरुषांची प्रेममय रतिक्रीडा दाखवली जाते त्याला किंवा तशा फिल्म्सना मी इरोटिका- शृंगारिका म्हणते. शृंगारिका/इरोटिकाला आजकाल 'फिमेल फ्रेन्डली पॉर्न' म्हटलं जातं. पुरुषांच्या 'पॉर्न'मध्ये 'व्हायोलन्स' भरपूर असतो आणि 'फिमेल फ्रेन्डली'मध्ये आक्रमकतेचं चिन्हही नसतं. मला 'मेल फ्रेन्डली'मध्ये आक्रमकता नाही असं केव्हा दिसेल? का व्हायोलन्स असला म्हणजेच त्याला 'मेल फ्रेन्डली' म्हणतात? पुरुष या नामाबरोबर कसल्या भयानक प्रकारे निष्ठुरता आणि असभ्यता, रासवटपणा जोडलेला आहे!

आजकाल 'पॉर्न' साइटवर पुष्कळ बंगाली मुलामुलींचे व्हिडीओ दिसतात मला. काही व्हिडीओ पाहताच कोणाच्या लक्षात येईल की त्यातल्या मुलीला, त्यांची रतिक्रीडा रेकॉर्ड केली जातेय, हे माहीतच नसतं. तर काही काही व्हिडीओ पाहिल्यावर स्पष्टपणे समजतं की रेकॉर्ड केलेला व्हिडीओ इंटरनेटवर देण्यात येणार, ही गोष्ट त्यातल्या मुलीला समजू शकत नाहीये, कळत नाहीये. मुलीच्या संमतीखेरीज व्हिडीओ ओळखी-अनोळखींकडे पोहोचत आहेत. हल्ली असंही ऐकतेय की, गुप्तपणे रतिक्रियेचे व्हिडीओ करून इंटरनेटवर दाखवण्याचं भय दाखवून ब्लॅकमेल करताहेत काही लोक. प्रचंड पैशाची मागणी मुलीकडे करताहेत. मुलीच्या आप्तस्वकीयांकडे करतात. दीडेक वर्षांपूर्वी या ब्लॅकमेलवर 'दृश्यम' नावाचा एक सिनेमा बनवला होता. एक मुलगी न्हाणीघरात उघडी होऊन स्नान

करत होती, ते स्नानाचं दृश्य एका वाईट मुलानं मोबाइल फोनमध्ये रेकॉर्ड करून त्यानं धमकी दिली होती की ती मुलगी त्याच्याबरोबर लैंगिक संबंध ठेवण्यासाठी तयार नाही झाली तर इंटरनेटवर त्या मुलीचा स्नानाचा व्हिडीओ प्रसारित करून देईल. यावरून किती खुनाखुनी झाली. बांगलादेशातही बलात्कार आणि फसवणूक प्रचंड प्रमाणात चालू आहे. त्या दिवशी बीसीएसच्या लेखी परीक्षेत उत्तीर्ण, ब्रॅक विद्यापीठातून इंग्रजी साहित्यात मास्टर्स पास करणारा मुजाहिद नावाचा एक तरुण, एका स्त्रीवर बलात्कार करून, बलात्काराचा व्हिडीओ इंटरनेटवर प्रसारित करीन म्हणून त्यानं धमकी दिली होती. त्या स्त्रीच्या पतीकडून एक कोटी रुपये त्याला हवे होते. मुजाहिदला पोलिसांनी पकडलं. आणि कळलं की तो एका पोर्नोग्राफी टोळीबरोबर जोडलेला आहे. असल्या या लोकांचं कामच ब्लॅकमेल करणं, हे आहे.

आता प्रश्न असा आहे एका पुरुषाचं उघडं शरीर इंटरनेटवर सर्वांनी पाहिलं तर पुरुषाचं जीवन तर कधी बरबाद होत नाही. मग एका मुलीचं का होतं? स्त्री-पुरुषांच्या रतिक्रीडेचा व्हिडीओ इंटरनेटवर प्रसारित झाल्यावर पुरुषाचं तितकं काहीच बिघडत नाही, काहीच पंचाईत होत नाही मग स्त्रीचीच एवढी कुचंबणा का होते? कोणाचाही, मग तो स्त्रीचा असो वा पुरुषाचा असो कोणाचाही व्हिडीओ अनुमतीविना कुठेच प्रसारित करणं उचित नाही. पण आपण कधी विचार करून पाहिलयं– ब्लॅकमेल फक्त मुलींनाच केलं जातं, का? कोणा पुरुषाला तर धमकी दिली जात नाही म्हणून त्यांच्या उघड्या शरीरांचा व्हिडीओ किंवा त्याचा सेक्स व्हिडीओ इंटरनेटवर अपलोड केला जाईल का? कारण पुरुषाला त्याचं शरीर झाकून ठेवावं लागत नाही, स्त्रीला झाकावं लागतं. कारण स्त्रीच्या शरीरालाच स्त्रीची एकमेव संपदा असा विचार केला जातो. संपत्तीला घाटलं– संपत्तीचं आलोडन केलं, तिला हात लावला इतकंच काम नुसतं पाहिलं तरी त्या संपदेचं मूल्य कमी झालंय, असा विचार करतात. मूल्य कमी होण्याच्या भीतीनं स्त्रिया घाबरून, भयानं पत्थर बनतात, दगड होतात, कोणी कोणी आत्महत्या करतात. आत्महत्या करतात कारण, त्यांचा सेक्स व्हिडीओ इंटरनेटवर पाहायला मिळतोय, त्यांचं शरीर कोणीही पाहतंय, ते शरीर आता पवित्र राहिलेलं नाही. अपवित्र शरीराविषयीचं संपलेपण, दुःख आणि लाज त्यांना आत्महत्येच्या दोल्याकडे घेऊन जाते.

सेक्स व्हिडीओ प्रसारित झाल्यावर लाज आणि बेचैनी जर वाटतेच तर स्त्री आणि पुरुष यांना समानच सारखीच व्हायला हवी. अनुमती न घेता जे सेक्स व्हिडीओ व्हायरल- प्रसारित करतात त्यांना शिक्षा व्हायला पाहिजे. परंतु मुलींचा सेक्स व्हिडीओ प्रसृत झाल्यावर मुलींचा सर्वनाश होईल ही भावना, हा विचार स्त्री-पुरुष सगळ्यांनीच दूर करायला हवा. दूर लोटायला हवा. जोपर्यंत दूर होत नाही

तोपर्यंत ब्लॅकमेल करण्याच्या संधी मिळतच राहतील. स्त्रीचं उघडं शरीर कोणी पाहिलं तर ते शरीर काही नासत, सडत नाही किंवा नष्टही होत नाही. शरीराविषयीची लाज फेकून दिली पाहिजे. शरीराला स्त्रीची एकमात्र संपत्ती समजण्याची मानसिकता बाजूला, दूर केली पाहिजे. स्त्रीच्या इतर सर्व प्रकारच्या स्वातंत्र्याप्रमाणेच लैंगिक स्वातंत्र्यसुद्धा स्त्रीसाठी खूप गरजेचं आहे. लैंगिक स्वातंत्र्य असणं याचा अर्थ शरीरसुखासाठी, लैंगिक सुखासाठी तयार असण्याचं स्वातंत्र्य आणि तयार नसण्याचंही स्वातंत्र्य. लैंगिक स्वातंत्र्य असणं म्हणजे सेक्स व्हिडीओ इंटरनेटवर देण्याचं स्वातंत्र्य आणि न देण्याचंही स्वातंत्र्य. स्त्रीच्या लैंगिक स्वातंत्र्याचं पूर्वीपासून आतापर्यंत उल्लंघनच करतात पुरुष. त्यांचा हा रासवटपणा, असभ्यपणा कधी ते बंद करणार आहेत?

४७

बांगलादेशची लोकप्रिय सिनेतारका 'शबाना' आता अभिनय करत नाही. ती आता बुरखा घालते. तिने इस्लामच्या (धर्माच्या) खोल पाण्यात शरीर, मन बुडवून दिलंय आणि मुसलमानाचा देश सोडून ज्यू; ख्रिश्चन यांचा देश– संयुक्त राष्ट्र– अमेरिकेत, साधारण १२ वर्षांपूर्वीच स्थायिक होण्यासाठी ती निघून गेली आहे. पण तरीही देशात परत येऊन, काही दिवसांपूर्वी, देशातल्या माणसांसाठी एक मसजिद आणि कुराणाचे शिक्षण देण्यासाठी स्कूल तयार केलंय. तिला नक्कीच स्वर्गात जायची इच्छा आहे. इतके दिवस अभिनय करून, परपुरषाला आलिंगन करून, त्यांच्याबरोबर कंबर लचकावत नाचून जे पाप कमावलंय, जमवलंय– त्यातून मुक्त होण्यासाठी, नमाज, रोजा वगैरे तर करतेच आहे, 'हज'ला जातेय आणि मशीद, मदरसा बनवतेय.

हातात पैसा असल्यावर आमच्या देशातले स्वर्गेच्छू मूर्ख बरोबर असंच काम करतात. गल्ली-गल्लीत आता शेकडोंनी बिनगरजेच्या मशिदी होतायत. या मशिदीतून इस्लाम धर्माच्या विजय घोषणा ऐकून ऐकून मुलं भलत्या मार्गावर जाताहेत. धर्मयुद्ध करणारे होतायत, 'सुज्ञ युक्तिवादी-रॅशनॅलिस्ट' मानवतावादी, अमुस्लीम, स्त्रिया या सर्वांची घृणा करायला शिकतायत. मदरशांमध्ये वारंवार, नेहमी बलात्कारही होतायत. बांगलादेशातल्या मशिदी आणि मदरसे यात काय शिकवलं जातं, कशाचं पठण होतं त्यावर लक्ष ठेवण्याकरता कोणतीही सरकारी व्यवस्था नाही. एक रोगी, पंगू, आरोग्यहीन, दुर्बल, विकृत, लोभी स्वार्थपरायण पिढी तयार करण्यामध्ये मशीद, मदरशाची भूमिका अपरिसीम आहे. अंतहीन आहे.

अमेरिकेत फक्त राहते शबाना, पण चांगलं काही तिथे शिकली नाही.

अमेरिकेतली मोठीमोठी विद्यापीठं धनवंतांनी दान केलेल्या पैशावर चालतात. तुमच्यापाशी पैसाअडका भरपूर आहे. तुम्ही कॉलेज नाहीतर विद्यापीठ घडवा. निर्माण करा. बांगलादेशात कुराण शिक्षण देणाऱ्या शाळांची कमी नाही, कमी आहे ती विज्ञानाचं शिक्षण देणाऱ्या शाळांची. धर्मनिरपेक्षता, प्रजासत्ताकत्व, स्त्रीस्वातंत्र्य, समानाधिकार, मानवाधिकार इत्यादी भल्या-चांगल्या गोष्टी शिकवणाऱ्या शाळांचा अभाव आहे. देशांचं हित, भलं व्हावं असं वाटत असेल तर मुलांना स्त्रीद्वेष्टे मुल्ला आणि धर्मांधतेने लढणारे जिहादी न बनवता माणूस बनवायचा प्रयत्न करा.

४८

जिथे स्वत:चा बापच बलात्कार करतो तिथे सावत्र बाबानं केलेला बलात्कार आपल्याला फार काही अवाक करत नाही. चकित करत नाही, घरीदारी, घराबाहेर, बलात्काराची शिकार होणं या गोष्टी आम्हा मुलींच्या सवयीच्या झाल्यात. आम्हा मुलींवर बलात्कार करतात, अनोळखी लोक, ओळखीचे लोक, आप्त आणि स्वकीय, नातलग– कोण नाही करत? बऱ्याच लोकांना अजूनही असं वाटतं की, अशिक्षित, असभ्य लोकच बलात्कार करतात. असाही विचार करतात की बलात्कार करणारे मानसिकदृष्ट्या आजारी असतात. आणखी कितीदा, किती पुरावे दाखवायचे, सिद्ध करायचं की बलात्कारी लोक हे दुसरे कोणी नसून, दुसऱ्या कुठल्या जगातले नसून ते आपलेच बाबा, भाऊ, आपलेच मामा, काका, आपलेच शेजारी आणि आपलेच मित्र असतात! बलात्कारी हे मनोरुग्णालयं फोडून/तोडून, बाहेर येऊन आपल्यावर बलात्कार करत नाहीत. ते आपल्या घराप्रमाणेच घरात राहतात. ते आपल्याप्रमाणेच नोकरीबिकरी, व्यवसाय-धंदा करतात. ते आपल्याप्रमाणे लग्नबिग्नही करतात, संसार करतात, मुलं जन्माला घालतात. ते आपल्याप्रमाणे सकाळी दैनिक वृत्तपत्र वाचतात, बलात्काराची बातमी वाचतात.

या आठवड्यात मला आणखी एकदा पुरावा मिळाला की बलात्कारी शिक्षित असू शकतात, सभ्य जगात त्यांची ऊठ-बस, राहणं वगैरे असू शकतं. मानसिकदृष्ट्या ते नीट व्यवस्थित असू शकतात. 'अरमान हुसेन' एक ध्वनितंत्रज्ञ- sound technician एका खासगी टीव्ही चॅनेलमध्ये नोकरी करतो. नाही, तो बेकार नाही, गरीब, दरिद्रीपण नाही. स्पर्धेच्या बाजारात स्वत:ची निपुणता दाखवून देऊन अगदी छान पाय रोऊन उभा आहे. हा अरमान घरी परत येतो आणि बलात्कार करतो. त्याच्या किशोरवयीन मुलीवर बलात्कार करतो. मुलगी बारा वर्षं वयाची असल्यापासून बलात्कार सुरू आहे. आज त्या मुलीचं वय वीस. विशीत आल्यावर तिनं या कृत्याला विरोध केला. विरोध करून अरमानच्या विरुद्ध दावा ठोकला, आणि

त्यामुळेच ही घटना आपल्याला समजली. अशा कितीतरी घटना घडताहेत दररोज. रोजरोज मुली बलात्काराच्या शिकार/बळी होताहेत. कुटुंबात राहणाऱ्या मुलींनासुद्धा क्षणात अनाथ करून सोडतो हा बलात्कार. एकदा बलात्कारिता झाल्यावर या पुरुषांच्या जगात एरव्ही वाचाळ बोलक्या मुलींनासुद्धा मुकं होऊन जावं लागतं. बलात्कार मुलींना अबला आणि असहाय करून टाकतो.

अरमान हुसेन त्याच्या बायकोच्या मुलींवर गेली आठ वर्षं बलात्कार करत होता. त्याची बायको तिच्या मुलीला घेऊन अरमानबरोबर राहत होती. अगदी स्वाभाविकपणे असं मानता येतं आणि अरमानने शब्द दिला होता की बायकोच्या मुलीला तो स्वत:च्या मुलीप्रमाणे वाढवेल. अरमानने मुलीला दत्तक घेतली होती किंवा नाही हे माहीत नाही. घेतली असो वा नसो ती मुलगी अरमानला बाबा म्हणून संबोधत असणार– हीच शक्यता जास्त. २००६ सालापासून, ९-१० वर्षं वयापासून मुलगी अरमानच्या घरात राहतेय. २००८ साली अरमाननं तिच्यावर प्रथम बलात्कार केला, त्या वेळी ती ७वीतली विद्यार्थिनी, वय नुकतंच १२. बारा वर्षं वयाच्या मुलींवर बलात्कार झाला तर त्यात चकित व्हावं, चमकून उठावं असं काही नाही. बांगलादेशाच्या गावात, वस्तीत या वयाच्या मुलींची लग्न होऊन जातात. त्यांचा नवरा त्यांच्यावर रोज बलात्कार करतो. अरमान आणि ही मुलगी– यांच्या वयाचे नवरा-बायको खूपच असतात, मिळतील शोधून पाहिलं तर! कमी वयाच्या मुलीबरोबर लैंगिक संबंध ठेवले तर कोणीही थक्क किंवा अवाक होताना दिसत नाही. मग अरमानची ही 'कीर्ती' ऐकून माणसं का भुवया उंचावतात किंवा आश्चर्याने दिङ्मूढ होतात? अविवाहित मुलगी बलात्काराची शिकार होतेय म्हणून? का, एकच पुरुष आई आणि मुलगी दोघींकडे 'गमन' करतो, दोघींचा उपभोग घेतो म्हणून?

मला खूप जाणून घ्यायची इच्छा आहे की, किती टक्के पुरुष शिशूंवर बलात्कार करण्याची इच्छा बाळगतात? मनातल्या मनात शिशूंवर बलात्कार किती टक्के पुरुष करतात? आणि किती टक्के पुरुष शिशूंवर खरोखर बलात्कार करतात. ही संख्या, मला अशी भीती आहे मनात की, माणसाला जितकी किंवा जितक्या प्रमाणात भीती वाटते त्यापेक्षा ही संख्या खूप जास्त (असणार!) ही गोष्ट मान्य करण्यात दोष किंवा चूक काय की आम्ही मुली, बलात्काऱ्यांबरोबर राहतो, असे बलात्कारी जे शिशूपासून ते प्रौढ कोणावरही बलात्कार करायला कचरत नाहीत, द्विधा होत नाहीत. तरमग पुरुष म्हणजे बलात्कारींचीच जात की काय? होय पुरुष म्हणजे बहुतकरून बलात्कारींचीच जात. पुरुषांच्या बलात्कारापासून वाचण्यासाठी आम्ही (मुली) पुरुषांना असं शिक्षण देऊ इच्छितो की, कोणाच्याही इच्छेविरुद्ध किंवा कोणावरही जोरजबरदस्तीने लैंगिक उपभोग घेणं उचित नाही. हेही सांगते की शिशूना सुरक्षितता देण्याची जबाबदारी वयस्क मंडळींची हे नितिनियम पुरुष वारंवार

मोडतात, त्यांनी आपल्या शिशुवयीन मुलांच्या आणि शिशुवयीन मुलींच्या शरीर आणि मनावर अतिप्रचंड असा आघात करून त्यांना कायमचं आजारी, रोगिष्ट करून टाकलंय. या पुरुषांच्या भोगसुखासाठी मुलींना आज पतिता व्हावं लागतंय. पतितांसाठीच्या आश्रमात – बालकं पुरोपुरी उद्‌ध्वस्त होतायत, शिशूंवर बलात्कार करून या पुरुषांना जणू अंगाला सुख मिळतं? इंटरनेट 'शिशुपॉर्न'नी भरलंय, धगुरडे वयस्क पुरुष शिशूंचं रक्षण करण्याऐवजी, त्यांना सुरक्षितता देण्याऐवजी, शिशूंच्या कोवळ्या (जे शरीर शरीरसुखासाठी योग्य झालेलं नाही) शरीराला स्वत:च्या भोगलालसेची शिकार करतात. असल्या पुरुषांबरोबर एकाच समाजात राहणं आम्हाला भाग पडलंय. आम्ही त्यांना, त्या पुरुषांना इतकं शिक्षित, शहाणं करू पाहतोय, त्यांना शहाणं शिक्षित करायची इच्छा आहे. परंतु हे पुरुष काही केल्या, कशानेही शिक्षित, शहाणे होऊ इच्छित नाहीत. मॅगझिनमध्ये, पेपरमध्ये वार्ता आलेली आहे. मुलीला भ्रष्ट केलीय म्हणून अरमानला कसलाही पश्चात्ताप नाही. लब्धप्रतिष्ठित ध्वनितंत्रज्ञालाही जर पश्चात्ताप होत नसेल मग कोणाला होणार? मी तर म्हणेन की हा तंत्रज्ञ खरोखर शिक्षित नाहीये. शिक्षित असता तर स्वत:च्या भोगलालसा सुखासाठी, आनंदासाठी कोणा वयात न आलेल्या बालवयसीला त्यानं निवडलं नसतं, किंवा कोणा वयात आलेल्या मुलीच्या इच्छेविरुद्ध तो वागला नसता.

उघड उघड किंवा गोपनपणे अरमानची बाजू घेणाऱ्या लोकांचा समाजात अभाव नाही. ते बोलत-फिरत असतात की मुलीनं आठ वर्षांनतर का विरोध केला? आधी का बोलली नाही? पुढे म्हणतात मुलीच्या आईला सर्व माहीत होतं. तिची संमती होती. मुलगी आणि तिची आई– तिला दोषी म्हणून दाखवू शकले तर अरमानला दोषी म्हणून सांगता येणारच नाही. तो अपराधी ठरणारच नाही. उलट त्याला निर्दोष, निरपराध पुरुष असंच माणसं समजतील. अरमानला ज्यांनी आपल्यात परत घेतलं त्यांच्या एकदासुद्धा मनात आलं नाही का की, अरमाननं असं काय वाईट काम केलंय, मुलगी तर त्याची स्वत:ची मुलगी नाही! रक्तसंपर्क तर नाहीये? मनातल्या मनात, मला माहीत नाही, किती जणांनी अरमानच्या जागी स्वत:ला कल्पून मुलीवर बलात्कार केलाय! न्यायाधीशांमध्येच कदाचित कोणी कोणी (असा विचार) करेल.

चांगला, भला पुरुष, शिक्षित पुरुष, समदु:खी पुरुष, लिंगसंयमी, भोगसंयमी पुरुष जगात नाहीत का? नक्कीच आहेत. आहेत म्हणूनच मनाला आशा वाटते, बलात्कारी छळकुटे, निष्ठुर, अविवेकी, लोभी, स्वार्थांध पुरुषसुद्धा एखादेवेळेस, कदाचित एक दिवस माणूस होतील. फक्त काय आशेवरच राहायचं का? पुरुषालाच/पुरुषांनाच ठाऊक, ते मुळात या पृथ्वीला वसतियोग्य/राहण्याजोगी होऊ देणार की नाही?

४९

बिचारा फरहाद मजहार, स्वत:च्या खजिन्यातून तीस लाख रुपये घेण्याचा अधिकार त्याला नाहीये. म्हणून एका फालतू प्रकारच्या 'अपहरण नाटका'च्या माध्यमातून स्वत:च्या मैत्रिणीला, धोका देऊन पैसे घेण्याचा विचार होता. हिंदूद्वेष्टा 'आँतेल' त्याच्या मुलीला किंवा नातीच्या वयाच्या एका हिंदू मुलीला प्रेग्नंट केलं होतं. एकदा नव्हे वारंवार, किती भयंकर बेजबाबदारीचं काम केलं होतं कल्पनाच करता येत नाही! व्हायाग्रा गोळ्या खाऊ शकतात, पण 'कंडोम' वापरायला मात्र नकार! त्या मुलीचा गर्भपात करवून ती मुलगी एकदा मरू घातली होती. या वेळी ही गर्भपात करायचा हुकूम केला 'फरहाद मजहार'नी पण या वेळी चांगल्या डॉक्टरकडून करून देणारेय. 'फरहाद मजहार', जो स्त्रीनं स्त्रीचा अधिकार घेतला पाहिजे असं कवितेत म्हणत असे, लिहीत असे तो वास्तवामध्ये मात्र स्त्रीचा अधिकारी होऊन बसतो. आणि स्त्रीला अगदी पूर्णत: भोग्य वस्तू बनवतो. हा दुटप्पीपणा हा दुराग्रह, हटवादीपणा, हा स्त्रीविरोध हे सगळं आपल्या समाजात पुष्कळदा जवळजवळ प्रत्येक विख्यात पुरुषाच्या चारित्र्यात दिसून येतं.

कोणाला माहीत तरी होतं का आमचा इस्लामप्रेमी कवी लपूनछपून 'बाई ठेवतो' म्हणून! नाटककार म्हणून तो इतका कच्चा की या वेळी तो पकडला गेला. परंतु मला खात्री आहे की तो त्यातूनही पार होईल लवकरच. काही का होईना पुरुष आहे ना! पुरुष तर एकादं अर्धं, थोडसं 'हे असं सगळं' करूच शकतात. हा माणूस पुरुष न होता स्त्री असता तर सर्वनाश झाला असता!

५०

बरेच जण म्हणतात फरहाद मजहारचं ते 'अपहरण' वगैरे जे काही आहे ते पूर्णपणे नाटक आहे. जे काही घडलं, त्याचं स्क्रिप्ट म्हणे आधीच लिहून ठेवलेलं. खरं-खोटं माहीत नाही. फेसबुकवर हेही पाहिलंय त्याच्याविषयी लिहिलं जातंय की– तो म्हणे जिहादींना, जे खूनखराबा करतात, बांगलादेशात त्यांना तो साथ देतो किंवा त्या तसल्या कृत्यांना पाठिंबा देतो. मी बरेच दिवस काही पाहिलेलं नाही. लेखक-साहित्यिकांमध्ये कोणाचं कोणत्या विषयात काय म्हणणं किंवा वक्तव्य आहे याबद्दल मला काही औत्सुक्य, उत्साह नाहीये, असं म्हटलं तरी चालेल. आणि फरहाद मजहारविषयी तर अजिबातच नाही. ऐंशीच्या दशकात त्याच्याशी माझा परिचय झाला. बहुधा एकोणनव्वद किंवा नव्वद साली, फरहाद मजहारचा चेहेरा, खरा चेहेरा मी ओळखू लागले. 'स्मृतिगोष्टी'त लिहिलं होतं, मी माझ्या अनुभवाविषयी. एक आठवण पुन्हा सांगते– 'एकदा फरहाद मजहारने मला आमंत्रण दिलं त्याच्या

एनजीओच्या उद्घाटनाचं. यासाठी अमेरिकेकडून आर्थिक साहाय्य मजहारला मिळालेलं आणि तो स्वत: असं सांगतो की समाजतंत्रावर त्याचा विश्वास आहे. 'टीएससी'मध्ये खूप पूर्वी त्याची बरीच गाणी ऐकली होती. स्वत: गाणी लिहून, त्याला सूर देऊन गायचासुद्धा. स्वत: हार्मोनिअम वाजवून खोली भरून बसलेल्या प्रेक्षक-श्रोत्यांना जेवढी काही गाणी त्यानं ऐकवली त्यात 'सात ताडाताडी...' हे गाणं छान वाटलं होतं. 'वामपंथी- डावा' गायक, गाणंबिणं सोडून देऊन स्वत:च्या कवितांचं पुस्तक काढलं. विलक्षण छान कविता लिहिल्या आहेत. वाचून मी तर मंत्रमुग्ध झाले, तर ते असो. त्यांचं आमंत्रण मिळाल्यावर लगेच त्याच्या ऑफिसात जाऊन त्याची भेट घेतली. फरिदा अस्तारने मला बसवून, आतल्या खोलीत त्याला बोलवायला गेली. आतून बाहेर यायला त्यानं खूपच वेळ लावला. चहा-बिस्किटं आली. बोलणं चालू झालं, खरंतर तो एकटाच बोलला. स्वत:च्या कवितांसंबंधी बोलला, त्या कवितेतले काही अरबी शब्द मला समजले नाहीत म्हणून त्या अरबी शब्दांचे अर्थ त्यांनं सांगितले. दुर्बोध अरबी शब्द कवितेत वापरण्याचं काय कारण हा प्रश्न विचारण्यापूर्वीच तो म्हणाला– 'या देशाची बंगाली भाषा आहे. इस्लामी बंगाली भाषा आणि पश्चिम बंगालची बंगाली भाषा ही हिंदू बंगाली भाषा. आमची संस्कृती, इस्लामी संस्कृती, आपल्या भाषेत भरपूर अरबी उर्दू शब्द मिसळणं योग्य आहे वगैरे वगैरे.' हे ऐकून मी तर कोड्यातच पडले. त्याला काय मला त्याच्या गटात, दलात ओढायचं आहे की काय या असल्या विचित्र 'मिशन'मध्ये? आणि असं नसेल तर असं आव्हान किंवा आवाहन करायचं कारण तरी काय? खरोखरीच त्याला, मला त्याच्या दलात ओढायची इच्छा होती. या सगळ्या अजब विचारपद्धतीविषयी चिंता नावाची एक पत्रिका- मॅगझिन त्यानं काढलं होतं, त्यात मी लिहावं अशी इच्छा. फरहाद मजहार पूर्णत: बदलून गेलेत. या देशात (बांगलादेशात) मूलतत्त्ववाद जसा डोक्यावर बसला आहे, मूलतत्त्ववादानं जेव्हापासून फारच डोकं वर काढलंय, काही लोक त्याविरुद्ध लढाई करत आहेत, काही लोकांना बंगाली संस्कृतीचं रक्षण करायची इच्छा आहे– अशी संस्कृती, जी हिंदू, मुसलमान, बौद्ध, ख्रिश्चन सगळ्यांची संस्कृती आहे– अशा संस्कृतीचा मजहार सर्व शक्तीनिशी विरोध करतो, त्याला ती अजिबात स्वीकार्य नाहीये. देशाच्या फाळणीचा चुकीचा निर्णय– त्यामुळे बांगलाचे दोन भाग झाले. परंतु पूर्व बंगाल आणि पश्चिम बंगाल यांच्या भाषा आणि संस्कृतीत मौलिक असा काहीच फरक नाहीये. आणि ही गोष्ट कोणाही शहाण्या समंजस माणसाला चांगलीच माहीत आहे. पण फरहाद मजहारसारख्या जाणकाराची काय ही अवस्था, समाजवादावर विश्वास या विचारापासून दूर होऊन एका खटक्यात किंवा पट्कन भांडवलशहांकडून पैसे घेऊन एन.जी.ओ. काढलीय. आणि पुन्हा इकडे धर्माचं गाणं गातायत. कोणा एका फकिराचं गाणंही ऐकवलं

बोलता बोलता, अहा किती मधुर गीत! 'दीनेर नबी मोस्तफा'चं... 'हरिन एकटा बान्धा छिलो गाछेर इ तलाय' हरीण एक बांधलं होतं झाडाखाली. अरबी देशातल्या मरुभूमीत झाडही नाही की हरीणही नाही. तरीही कसलं कल्पनातीत कल्पनांचं मिश्रण त्या गाण्यात! या गाण्यालाच ते बांगलादेशचं गाणं म्हणतात.

रवींद्र संगीत हिंदूंचं गाणं, मुसलमानाचं गाणं नाही– सांगून दिलं. फरहाद मजहारच्या या मताविरुद्ध नंतर मी एका वृत्तपत्रात एक कॉलम लिहिला. त्याचबरोबर शमसूर रहमानच्या कवितेत येणारा उर्दू शब्दाचा वापर आणि हुमायून आझादचं रवींद्रनाथविरोधी वक्तव्य यांचाही प्रतिवाद माझ्या त्या कॉलममध्ये होता. पुष्कळ दिवसांपर्यंत, भाषा याविषयी- भाषा हेच सूत्र धरून वृत्तपत्रात लेखनकार्य चाललं होतं. फरहाद मजहारनं स्वत: लिहिलं. त्याचा युक्तिवाद, तर्कपद्धती आणि 'इन्किलाब' वार्तापत्रात छापून आलेला कोणा मूलतत्त्ववादीचा युक्तिवाद यामध्ये काहीच फरक नाही. त्याच्या त्या युक्तिवादाचं खंडन करत आणखी अनेक जणांनी कॉलम लिहिले. अमेरिकेतलं काम संपवून 'पूरवी बसू' बांगलादेशात आलेली आहे. तिनं आल्या आल्या फरहाद मजहारच्या मताविरुद्ध लेखणी हातात धरली. या माणसाचं चरित्र क्रमश: संदेहजनक होऊ लागलंय, ही गोष्ट अनेकांनी मानलीय... शामसूर रहमान त्याच्या लेखनात उर्दू शब्द वापरत असले तरी बंगाल्यांच्या भाषेत हिंदू आणि मुसलमान अशी विभागणी ते करत नाहीत. ते असांप्रदायिक आहेत. ते संप्रदाय न मानणारे आहेत. फरहाद मजहारप्रमाणे 'इस्लामी बांगलाभाषा' कायमस्वरूपी करायच्या मताचे ते नाहीत. त्यांना इस्लामी बांगलाभाषा वेगळी वाटत नाही. माझा विश्वास आहे की, इस्लामी भाषा अशी कोणतीही भाषा नाही. भाषेला कोणताही धर्म नाही, अरबी भाषेलाच इस्लामी भाषा का म्हणायचं? अरबी भाषेचे लोक नाना प्रकारच्या धर्मावर विश्वास ठेवतात, याउपर त्यांच्यातसुद्धा असे भरपूर लोक आहेत की जे कोणत्याही धर्मावर विश्वास ठेवत नाहीत किंवा ज्यांचा कोणत्याच धर्मावर विश्वास नाही. 'भाषा आपल्या स्वत:च्या गतीने चालणार, चाललेली आहे, भाषेला कोणा विशिष्ट धर्मात अंतर्भूत करणं योग्य नाही.'

फरहाद मजहार ज्यांना एक बुद्धिजीवी समजलं जातं, तेच जेव्हा 'हिंदूवर मुसलमानांनी केलेले अत्याचार हे अत्याचार नव्हेत,' असं म्हणतात आणि दावा करतात की हीच बांगलाची संस्कृती इस्लाम, हिचेच आपण रक्षण केले पाहिजे. हे ऐकून तर मी अत्यंत भयचकित होते. मूर्खाला पाहिल्यावर आपल्याला तितकीशी भीती वाटत नाही किंवा तितकेसे भयग्रस्त आपण होत नाही, जितके धूर्ताला पाहिल्यावर होतो. आधीच मी सांगितलंय, फरहाद मजहारचं एकूण रूप, चरित्र मी पाहिलेय ते साधारण तीस वर्षांपूर्वी. गेल्या तीस वर्षांत त्यानी काय केलंय याची मी काहीच माहिती, खबर ठेवलेली नाही. एकदा ऐकलं होतं की ते आता लुंगी,

पंचा घालतात. तसा वेश करूनच, ते म्हणे बाहेर जातात दूरदर्शनवर जातात. बांगलादेशला 'इस्लामी बांगला' बनवून टाकण्यासाठी ते किती उतावीळ झाले, जिवावर उदार झालेत ते मी समजते आहे. आज ऐकलं की जिहादी धर्मयुद्धखोरांना आतंकवादी म्हटलं तर ते म्हणतात मग मुक्तियोद्धेसुद्धा आतंकवादीच. जिहादी आणि मुक्तियोद्धा यामधला फरक समजत नाही त्यांना! ध्वंस आणि निर्माण यातला फरक समजत नाही त्यांना! दु:स्वप्न आणि स्वप्न यातला फरक कळत नाही! कम्युनिस्ट जर सडले/नासले तर दुर्गंध पसरतो, फरहाद मजहारच्या 'चिंता' (त्याचं वार्तापत्र) मधूनही बरेच दिवस दुर्गंध पसरतोय. तथापि फरहाद मजहार काही करो, काही विचार करो किंवा कशावरही विश्वास ठेवो, कितीका विचित्र असेना त्यांचा विश्वास– कोणी जर त्याचं खरोखरचं अपहरण केलं, त्याचा छळ केला, तर या गोष्टीचा मी तीव्र निषेध करते. बांगलाभाषा आणि बांगलासंस्कृती यांचा शत्रू असला तरी त्याचं अपहरण करायचा अधिकार बांगलादेशच्या कोणालाही नाही. आमचा सेक्युलर बांगलादेश त्याच्या कट्टर शत्रूलासुद्धा सुरक्षित आश्रय देतो/देईल. बांगलादेशात वाक्स्वातंत्र्य राहावं आणि भिन्न मत प्रदर्शित करायचा अधिकार राहावा. तो जर नाही राहिला तर या बांगलादेशाचा अभिमान, गर्व करणार तरी कसा?

५१

बशीरहाटच्या बादुडियामध्ये मी ऐकलं की, मुसलमान हिंदूंची घरंदारं, दुकानंबिकानं जाळून टाकतायत असं नसून हिंदूसुद्धा मुसलमानांची घरंदारं, दुकानंबिकानं जाळताहेत. हिंदू-मुसलमान दोघेही म्हणे हातात सुरे घेऊन रस्त्यात फिरतायत. यालाच म्हणतात दंगा, ज्या दंग्यामुळेच भारताची फाळणी झाली होती. पुन्हा भारताचे तुकडे होणार की काय? सत्तर वर्षांनंतर अजूनही परस्परांविषयी घृणा मनामध्ये खदखदतेय. अखेर मग द्विजातितत्त्व = द्विराष्ट्र सिद्धान्त शेवटी खरा होतोय? ही लाज, शरम कुठे कशी बाळगावी? भली चांगली माणसं कुठे आहेत? दंगे बंद करा, घृणेला तडीपार हाकलून टाका, असहिष्णुतेला सुट्टी द्या, हिंसेला निरस्त्र, नि:शस्त्र करा, सहृदयतेला हृदयाशी धरा. माणसाचा इतिहास म्हणजे जर परस्परांविरुद्ध युद्ध करून मरून जाणं असा असेल तर मग पशूंसमोर आपण काय तोंड दाखवणार?

५२

माझ्या स्वत:वरूनच मला पुरावे मिळालेत, सिद्ध झालंय की बांगलादेश जसा आहे, पश्चिम बंगालही तसाच आहे. इस्लामी मूलतत्त्ववादाविरुद्ध लिहिते म्हणून

बहुसंख्य मुसलमानांच्या देशाने, बांगलादेशाने मला हाकलून दिलंय. अल्पसंख्य मुसलमान असलेला देश भारत– त्यानंही मला हाकलून दिलंय. भारताच्या काही भागात आता जाऊ शकत असले तरी, पश्चिम बंगालमध्ये जाणं हे बांगलादेशात प्रवेश करण्यासारखंच अशक्य आहे. फेसबुकवर, काबाचे फोटोशॉप चित्र पाहता दिसतं की त्याप्रकारे बांगलादेशच्या नासिरनगरमध्ये मुसलमानांनी हिंदूवर आक्रमण हल्ला केलाय तसाच हल्ला पश्चिम बंगालच्या बशिरहाट, बादुडियामध्ये आता मुसलमान हिंदूंवर करताहेत. अल्पसंख्य हिंदूंपेक्षा, बहुसंख्य मुसलमानांचा जोर जास्त आहे. मुस्लिमांना खूश करण्याचं राजकारणच हा जोर त्यांना देते.

५३

भारतात 'गो-रक्षकां'चं तांडव, त्यांचा धुमाकूळ आणि हिंसा यांच्याविरोधात डावे आणि डावे नसलेले/उजवे बुद्धिजीवी आज रस्त्यावर उतरलेत. In Not my name असा हॅश टॅग/शीर्षक देऊन फेसबुक भरून टाकतायत. (मीसुद्धा टाकलंय फेसबुकवर) खेळापासून सिनेमापर्यंत, साहित्यापासून विज्ञानापर्यंत, नाटकापासून संगीतापर्यंतचे मोठेमोठे दिग्गज तोंडावरच आमनेसामने तीव्र निषेधाने मुखरीत झाले आहेत. आवाज उठवत आहेत. हिंदू सांप्रदायिकतेविरोधात त्यांनी एकत्र येऊन केलेल्या निषेध प्रतिवादाने हिंदुत्ववादी पंतप्रधान नरेंद्र मोदींना या गोरक्षकांची कानउघडणी किंवा त्यांची सम्यक आलोचना करणं भाग पाडलेलं आहे. आणि त्यांनी कायदा मोडला तर त्याची दखल घेऊन बंदोबस्त केला जाईल असं सांगितलं आहे. बुद्धिजीवी, डावे, उजवे राजकारणीसुद्धा सर्वसामान्य माणसानं केलेला प्रतिवाद, निषेध हा नि:संशय प्रशंसापात्र आहे असं मानतात. सेक्युलर भारताचा नागरिक म्हणून अभिमान वाटतो.

तर इकडे परिस्थिती पूर्णत: बदलते जेव्हा अल्पसंख्य मुसलमानांच्या हातात हिंदू, बौद्ध, शीख किंवा ख्रिश्चन सापडतात, त्या वेळी बुद्धिजीवी राजकारणी नेता किंवा निषेधकर्ते विद्यार्थी मग शोधूनही सापडत नाहीत. अशावेळी डावे-डावे नसलेले बुद्धिजीवी इस्लामी आतंकवादाचं कारण या हिशेबानं अमेरिका साम्राज्यवाद, जागतिक अर्थनैतिक मंदी, सामाजिक मूल्यं, जाणिवेचा अभाव, इत्यादी विविध कारणं शोधून काढतात.

५४

'मुलीच मुलींच्या शत्रू' हे लोकप्रिय वाक्य मी उच्चारत नाही. कारण मला वाटतं,

हे वाक्य यथार्थ, योग्य नाही तर मग मला काय म्हणायचं आहे, मुली खूप चांगल्या, मुली एखाद्याच्या मागे लागत नाहीत? किंवा एखाद्याच्या कामात विघ्न आणत नाहीत? एखाद्याच्या होत आलेल्या कामात अडचण, अडथळा आणत नाहीत? नक्कीच त्या असलं करतात. करतात कारण त्या माणूस नावाचा प्राणी आहेत. हा प्राणी काही कोणी शांत, नि:स्पृह प्राणी नाही. हजारो वर्षं पृथ्वीवर वाटचाल करतोय पण आपसात मारामारी, हाणामारी, द्वेष, मत्सर, असूया याशिवाय या प्राण्यानं एक दिवसही पार केलेला नाही, व्यतीत केलेला नाही. मनुष्यमात्रातले दोष, गुण स्त्री-पुरुष दोघांमध्ये असतात. शत्रुत्व करणं कोणा विशेष लिंगाचं विशेष चरित्र नाही. हबिबूर रहमान आणि मृदुल दासगुप्त हे जशी माझ्याशी शत्रुता करतात, तशीच शत्रुता किंवा शत्रुत्व खालेदा बेगम आणि मल्लिका मित्र करतात. शत्रुत्व असायला किंवा करायला लिंगाचा काही संबंध नाही. स्त्री-पुरुष कोणीही कोणाचेही मित्र वा शत्रू होऊ/असू शकतात. आपण कधीच म्हणत नाही की, पुरुष पुरुषाचा शत्रू. अजमावून पाहा जगात मोठं शत्रुत्व हे पुरुषांमध्येच होत असतं. पुरुष दुसऱ्या पुरुषांना दररोज फसवत असतात. अचानक पायात पाय घालून पाडतात, अचानक ठकवतात, घाव घालतात, आघात करतात, जाळ्यात अडकवतात, जिवे मारतात. मुली मुलींच्या शत्रू असं म्हणून, पुरुषलोक, स्त्रीविरोधी पुरुषतंत्र पुरुषप्राधान्य, टिकवून ठेवून, मुलींविरुद्ध भयंकर शत्रुत्व करतात, त्यावरून त्यांची दृष्टी दुसरीकडे वळवू पाहतात. दुसऱ्याच्या अंगावर दोष ढकलू पाहतात. मुलींसुद्धा मूर्ख पुरुषांनी शिकवलेलं खोटं दिवस-रात्र घोकतात.

मुलींना पुरुषशासित समाजात संधी, सोई कमी मिळतात म्हणून पुरुषांप्रमाणेच विध्वंसक कामाधामात त्या तितकासा हात घालत नाहीत. पण एकदा का राज्यसिंहासनावर बसलं की मग, पुरुषांपेक्षा/तुलनेत किंचितही कमी नसते त्यांची अराजकता. इंदिरा, जयललिता, मायावती, ममता, खालेदा, हसीना, थॅचर सर्वजणी क्षणात हुकूमशहा होऊ शकतात. मी अगदी जवळून जितक्या नीच, हीन, कुजकट, क्षुद्र, स्वार्थांध, अविचारी/अविवेकी, निष्ठुर, निदर्य, लोभी, हावरट मुली पाहिल्यात तितक्या अन्य कोणी कदाचित पाहिलेल्या नाहीत. माझ्या दोन मोठ्या भावांच्या बायका, असं कुकर्म जगात नाही जे त्या करू शकत नाहीत. माझ्या बाबानं आईला शब्दात सांगता येणार नाही असा त्रास दिलाय. पण तिचीच प्रचंड संपत्ती तिचा उपभोग घेतायत आता एकटे एकटे. कपट कारस्थान आणि धूर्तता करून, तिच्या दोन्ही मुलींना वारसाहक्कापासून पूर्ण वंचित करून. यानंतर मी नाही म्हणणार मुली मुलींचा शत्रू; कारण त्या क्षुद्र मुली म्हणजे मी आणि माझी धाकटी बहीण. आम्ही मुली म्हणून वैर करत नाही, आम्ही पुरुष असतो तरी वैर केलं असतं. आम्ही पुरुष असूनही जर आमच्याप्रमाणे उदार, नि:स्वार्थी, शांतताप्रिय आणि क्षमताहीन झालो

असतो, तरीही शत्रुत्व केलं असतं.

५५

माझ्या एका मित्राचे बाबा निधन पावले. मित्र हिंदू कुटुंबातला. मला माहीत होतं की मित्र धर्मबिर्म काही मानत नाही, पण बाबा वारल्यावर धर्माचे ते भयावह अंधविश्वास– सगळे अत्यंत व्यवस्थितपणे तो पालन करतोय. खाणं, नेसणं, हिंडणं, फिरणं जवळपास सगळंच त्याचं बंद आहे. पाहून फार वाईट वाटतं, करुणा वाटते.

मुसलमानी धर्मात मृत्यूबद्दल, विवाहाबद्दल, विधवेबद्दल, कन्याजन्माबद्दल वारस किंवा उत्तराधिकाराबद्दल, हिंदुधर्माप्रमाणे व्यक्तीबदल रक्षणपरता किंवा रक्षणशीलता नाही. मुसलमानाच्या धर्मातून फक्त असभ्यता, अमानवीपणा, स्त्रीविरोध, निष्ठुरपणा बाद करू शकल्यास मग तितकंस काही गैरसोयीचं नाहीये. हिंदू धर्माप्रमाणे स्त्रीविरोधी धर्मामध्येसुद्धा संस्कार- बदल- दुरुस्ती होत असते/होतेय. परंतु मुसलमान धर्मावर काही संस्कार- बदल- दुरुस्ती करायला गेलं की चहूबाजूंनी अडथळे येतात. माझा विश्वास आहे की एक दिवस मुसलमान धर्मावरही संस्कार- बदल- सुधार होईल. मुसलमानांच्या कायद्यात स्त्री-पुरुषांना समान अधिकार मिळतील. जसे ख्रिश्चन आणि ज्यू/यहुदी कायद्यात आहेत. त्या वेळीसुद्धा कदाचित अशी भीती मनात आहे की बाबा आईच्या मृत्यूनंतर हिंदू दिवसचे दिवस मासे, मांस याला स्पर्शही करणार नाहीत, तसेच हिंदू मुली विधवा झाल्यावर अंगावरचे अलंकार काढून टाकणार आणि हविष्यान्न = उकडलेला भात + तूप एवढंच खाणार. लहानपणी मी पाहायची, बाबा आई मृत झाल्यावर हिंदू घरातले मुलगे काऽ काऽ का करून कावळ्याला बोलवतायत, कावळ्याला खाऊ घातल्यानंतर ते खाणार. त्यांचा बाप म्हणे मृत होऊन कावळा होऊन गेलाय! काय विचित्र, अद्भुत विश्वास हा!

५६

'आमार मायर गल्प' = 'माझ्या आईची गोष्ट' नावाची माझी एक कविता देश मासिकात छापून आली होती. एक दिवस कानावर आलं की, देशचा तो अंक, माझी कविता त्यात असल्याकारणाने बांगलादेशात निषिद्ध झालाय– त्यावर बंदी आलेली आहे. कवितेत असं काय होतं की ज्यामुळे पूर्ण देश पत्रिकाच निषिद्ध झाली– काही समजू शकले नाही. नंतर असं ऐकलं की त्या कवितेत मी आकाश, जमिनीचा मालक स्वयं अल्लाहताला आहे आणि त्याला व्यक्ती म्हणून प्रतिष्ठित

केलं, उपस्थापित केलं– त्याचा सरकारला राग आलाय. कवितेमध्ये माझी आई कॅन्सरने मरतेय त्या दृश्याचं वर्णन, आणि नंतर ती स्वर्गात जातेय त्याची कल्पना. त्या कल्पनेत आई स्वर्गाच्या बागेमध्ये फिरतेय, अशावेळी अल्लाहताला आईचं स्वागत करायला गेला आहे आणि आईच्या खोप्यात (अंबाड्यात) एक लाल गुलाबाचं फूल खोवून दिलं. देशचा तो अंक निषिद्ध झाल्यामुळे मासिकाचे प्रकाशक व संपादक मंडळ खूपच अडचणीत आले. यानंतर काही काळाने देशचा एक अंक माझ्यावरच त्यांनी केला होता आणि त्याच्या मलपृष्ठावर/मुखपृष्ठावर माझा फोटो, आतमध्ये माझा लेख आणि माझ्याविषयी काही विचारवंतांचे लेख. हा अंक केवळ पश्चिम बंगालसाठी छापला होता. इतर लेखबिख भरून, ज्यात माझं कणमात्र लेखन नाही, एकाच त्याच तारखेला/वेगळा एक 'देश'चा अंक छापला होता. बांगलादेशात विक्री करण्यासाठी.

'मिरॅक्कल'चे मीर अफसर अली त्यांच्या बाबांना अल्लाह म्हणून हाक मारत. त्यावरून तुंबळ युद्धप्रसंग ओढवतोय हे पाहून मला आठवली माझ्या कवितेची गोष्ट. कवितेला बंदी आणण्याच्या वेळी मी जर बांगलादेशात असते तर घाव घालून माझे दोन तुकडे केले असते बांगलादेशच्या वीर मुसलमानांनी! डोक्यावर टोपी घालून मीर काल ईदचा नमाज पढत होते, त्यानंतरही त्याला सुटका मिळाली नाही. मीरनी लिहिलं होतं– 'माझा बाबा– माझा अल्ला ईद मुबारक' बापाची त्यांनी अल्लाबरोबर तुलना केलीय. ज्या अल्लाला त्यांनी कधीही पाहिलं नाही, ज्याचा आवाज कधी ऐकला नाही, ज्याला कधी स्पर्श केला नाही ज्याचा कधीही गंधही मिळाला नाही. शेकडो हजारो लोकांचा विश्वास आहे की अल्ला उदार, महान, सर्वशक्तिमान, सर्वज्ञानी आहे. मीर निश्चितच त्यांच्या बाबांनासुद्धा तसंच मानत होते– उदार महान इत्यादी. वस्तुतः अल्ला एक प्रतीक आहे. सर्वशक्तिमानाचं प्रतीक. अल्लाहच्या अस्तित्वाविषयी अजूनही संशय आहे म्हणजे अजूनही त्याच्या अस्तित्वाचं काही प्रमाण मिळालेलं नाही, त्यामुळे प्रतीक म्हणून त्याचं नाव वापरता येतंच.

बाऊल फकीर, सूफी गायक बऱ्याच वेळा अल्लावर प्रेम करून मनाला येईल त्या नावाने त्याला हाक मारतात. मनाला येईल ते नाव त्याला देतात. अल्लाचं नाव धर्मयुद्ध करणारे जिहादी आणि दहशतवादी किंवा आतंकवादीसुद्धा घेतात 'अल्लाह अकबर' तोंडानं म्हणत, कट्यार चालवून निरपराध माणसांचे खून करतात. कुठे 'अल्लाहु अकबर' असा चीत्कार कानी पडला तर माणूस आजकाल भीतीनं उलट्या दिशेला पळत सुटतो. मीरनी कोणताही गुन्हा केलेला नाही किंवा काही दोष केलेला नाही. त्यांनी 'अल्लाह' हे नाम कोणाची घृणा करण्यासाठी, कोणाचा अपमान, अवज्ञा करण्यासाठी वापरलेला नाही. 'मीर' स्वतःच्या बापाला अत्यंत प्रेमानं

‘अल्लाह’ म्हणत असत. प्रेम करणं अपराध असेल तर मीर अपराधी.

५७

तीस वर्षांपूर्वी एकदा मी म्हटलं होतं रवींद्रनाथ मला ईश्वर वाटतात. ईश्वर तेच, ज्यांच्या ज्ञानाला आणि गुणांना कोणतीही सीमा नाही. रवींद्रनाथांच्या गाण्यात दीर्घ दीर्घकाळ बुडून, मग्न होऊन राहिलं की असंच मनात येतं. रवींद्रनाथांना मी ईश्वर म्हणाले होते म्हणून कुठेही कसलंही तांडव झालं नाही. माझं मुंडकं उडवण्यासाठी कोणी धावून, उड्या मारत आलं नाही. माझ्या रूपवती मावशीला दुर्गादेवी म्हणून संबोधल्यावरही कोण आरडाओरडा करत नाही. माझा भाचा (भावाचा मुलगा) केस, दाढी न कापता असा काही त्याचा चेहरा दिसतो की मी त्याला नेहमी म्हणते, तू आता अगदी ‘येशू’सारखा दिसतोस. उघडपणे म्हणते की माझे बाबा साक्षात भगवान होते, स्वत:बद्दल कधीही विचार केला नाही, केवळ माणसाविषयीचा विचार केला. पण जर मी म्हटलं ‘माझा बाबा, माझा अल्ला’ तर ती समस्या होते. मी मग तेव्हा अधर्मच केलाय असं होतं. अधर्म करणं या अपराधाला क्षमा नाही, मेल्यानंतर मी नरकातच जाणार, इहलोकी तर माझं शिरकाण होणार. मीर जर आमार आब्बा आमार अल्ला (माझा बाबा माझा अल्ला) असं न म्हणता ‘माझा बाबा माझा ईश्वर’ म्हणाले असते तर काहीच प्रश्न पडला नसता, समस्या उभी राहिली नसती, कोणीही मग मीरला मारायला आलं नसतं. ईश्वर आणि अल्ला हे मीरसाठी बहुधा एकच, समान, परंतु मूर्खांकरता ते एक नाही!

‘अल्ला’ हे नाव जगातले सगळेचजण श्रद्धायुक्त मनानं/श्रद्धाभावानं उच्चारत नाहीत. २००१ साली अमेरिकेत मुस्लीम दहशतवादींच्या हल्ल्यानंतर विशेष करून. ख्रिश्चन, यहुदी/ ज्यू, हिंदू मूलतत्त्ववादी आणि मुस्लीम द्वेष्टे टोकाचे उजवे, अल्लाला शिव्याशाप देऊन पार उधळून लावतात. धर्मयुद्धखोर आतंकवादी (जिहादी संन्यासी) ‘अल्लाह अकबर’ असं तोंडानं म्हणत म्हणत कट्यार चालवून निरपराध माणसांचे खून करतात. कुठेही ‘अल्लाह अकबर’ अशी घोषणा ऐकली की माणूस आजकाल भीतीनं उलट्या दिशेनं पळायला लागतो. परंतु मीरनं कोणाची हत्या करता करता, घृणा करता करता, किंवा कोणाचा अपमान करता करता अल्लाचं नाव घेतलं नव्हतं. मीरने त्याच्या बाबाला प्रेमानं ‘अल्लाह’ नावानं संबोधलं होते. मीरला अपराधी म्हणणं म्हणजे प्रेमालाच अपराध म्हणणं किंवा प्रेमावरच अपराधाची मोहोर उठवणं आहे.

‘अल्लाह’शी स्वत:च्या बाबाची तुलना करून मीरनं अपराध केलेला! पण (असा) अपराध तर आपण रोजच करतो. जेव्हा पालनकर्ते, अभिभावकांचा चरणस्पर्श

आपण करतो, तेव्हा त्यांच्यासमोर आपण मस्तक झुकवतो, नत करतो. त्या वेळी तर आपण शिर्क-अपराध करतो. इस्लामनं सांगितलंय की अल्ला सोडून अन्य कोणाही समोर मस्तक नत करायचं नाही. मस्तक नत करणं आमच्या संस्कृतीचा भाग आहे. आपल्यासाठी श्रद्धास्पद असणाऱ्या विषयी या प्रकारचे (मस्तक नत करून) आपण आपली श्रद्धा व्यक्त करतो. चिरकालापासून बांगलादेशात या संस्कृतीची चर्चा बंगालीजन करत आलेत. धर्म बदलला धर्मांतरित झालं की संस्कृती बदलत नाही. आपला पोशाख-पेहेराव, गाणं-बजावणं, खाणंपिणं आपले शिष्टाचार, सर्वकाही मुळात बंगालचं (आहे) इस्लामच्या जन्मभूमीचं नाही. ज्या कामाला अरबी माणसं अपराध म्हणतात, त्या कामाला बांगलाच्या मातीत आम्ही अपराध म्हणत नाहीत. बंगाली मुसलमानांची जीवनसरणी, जीवनपद्धती पाहिल्यावर अरबचे मुसलमान हे मुसलमानच नाहीत असं म्हणण्याची शक्यता आहे. त्यात कुणाचं कायं बिघडलं? धर्माला स्वत:जोगा/स्वत:प्रमाणे करूनच सर्वांनी त्याचं पालन करणं उचित आहे. अल्लाहवर कोण किती प्रेम करतो, थोडंसं कमीच प्रेम करतो की काय? कशाप्रकारे प्रेम करतो? प्रेमाची पद्धत कसली आहे? या सगळ्यात नाक नाही खुपसलं, त्याच्याविषयी आरडाओरडी दंगा, खुनाखुनी नाही केली तरच वस्तुत: शांती टिकून राहील. यामध्ये मुश्कील असं आहे की, मुसलमान अन्य धर्मीयांना धर्मांतरित करू शकले (मुसलमानधर्मीय बनवू शकले) तर परिणामी शेवटी (कयामतच्या दिवशी) त्यांना पुरस्कार मिळेल, असा ते विश्वास बाळगतात. विश्वासाने, जर कोणाला भलत्या मार्गापासून/कुमार्गावरून अल्लाहच्या पथावर आणू शकाल तर नेकी, इमानदारी प्राप्त होईल. कमावली जाईल. या पुरस्काराच्या लोभाने, नेकी कमवण्याच्या लोभाने, घराघरांत इस्लामी 'दावत' घेऊन शिरतात. वेगळं मत बाळगण्याचा कोणालाच अधिकार नाही. अशानं काय धर्म वाचतो का? मानवाधिकारांना पायदळी तुडवून, सभ्यतेला ठेंगा दाखवून, वाक्‌भाषण स्वातंत्र्याची मुस्कटदाबी करून जो धर्म शिल्लक राहतो, तो धर्म शिल्लक राहतो, तो धर्म जातो 'जिहादी' धर्मगुद्गखोरांच्या हातात, असभ्य, अशिक्षित, मुल्ला आणि मूर्खांच्या हातात. प्रगतिशील, पुरोगामी हळूहळू त्यांचे खून होऊन ते नाहीसे होऊ लागतात. कमी होऊ लागतात, बहिष्कृत होतात. आधीही बोललेय, पुन्हा बोलतेय, सभ्य जगात जगायचं असेल तर मानवतापूर्ण होणं– सहृदय होणं– या व्यतिरिक्त इस्लामला दुसरा कोणताच मार्ग नाही.

५८

पश्चिम बंगालच्या 'कन्याश्री प्रकल्पा'ला युनाटेड नेशन्सचा पुरस्कार मिळालाय.

मोठी आनंदाची वार्ता. बऱ्याच जणांना कदाचित 'कन्याश्री प्रकल्प' काय आहे माहीत नाही. कन्याश्री प्रकल्पांतर्गत दोन स्तरांमध्ये, राज्यातल्या विद्यार्थिनींना पैसे दिले जातात. पहिल्या टप्प्यावर ७५० रुपये दिले जातात. आठव्या इयत्तेत गेलं की विद्यार्थिनींना हे पैसे मिळतात. दुसऱ्या टप्प्यात एकदमच २५ हजार रुपये दिले जातात. या ठिकाणी विद्यार्थिनीचं वय कमीत कमी १८ वर्षे असलं पाहिजे. 'कन्याश्री प्रकल्पा'च्या दुसऱ्या टप्प्यात दिल्या जाणाऱ्या पैशाचा खर्च कसा किंवा कोणत्या पद्धतीनं करावा याविषयी कोणतीही अट ठेवलेली नाही सरकारने. या संधीमुळे प्रकल्पात एकदम मिळणारे २५ हजार रुपये मुलीच्या लग्नासाठी खर्च होतायत. 'कन्याश्री प्रकल्पा'तील पैशाने मुलीचं लग्न करून देणं या गोष्टीचं मतांच्या मैदानातलं हत्यार बनवलंय. तृणमूलचे कर्मचारी निवडणूक प्रचारसभेत ते दाखवतात– कन्येच्या जबाबदारीने ग्रासलेला पिता बोलतोय 'कन्याश्री' पंचवीस हजार रुपये मिळाले नसते तर मुलींचं लग्न लावून देऊ शकलो नसतो. सरकारी गटातल्या कर्मचाऱ्यांना एवढंपण कळत नाही का लग्नातला हुंडा किंवा वरदक्षिणा देण्यासाठी 'कन्याश्री प्रकल्पा'चा पैसा नाही तर 'कन्याश्री प्रकल्पा'चा पैसा हा मुलींच्या शिक्षणासाठी आणि स्वावलंबी बनण्यासाठी आहे. परंतु हा पैसा जातोय खोट्या आणि लोभी पुरुषांच्या हातात वरदक्षिणा म्हणून. हुंडा देणं आणि हुंडा घेणं दोन्हीही कायद्यानं गुन्हा आहे. मुलींसाठी चांगलं काम करायच्याऐवजी मुलींसाठी सर्वांत वाईट असं काम म्हणजे हुंडा देणं. मुळात, तेच केलं जातंय या प्रकल्पाच्या पैशातून! हे विसरून कसं चालेल की मुलींच्या स्वावलंबनापेक्षा मुलींच्या परावलंबनाला महत्त्व देणं हेच या पुरुषप्रधान समाजात जास्त दिसून येतं. कुठे मुली अध्ययन करून, शिकून स्वावलंबी होतील, ते नाही, पैशाच्या बदल्यात परावलंबत्व आणि दासी-बटकीचं जीवन स्वीकारणं त्यांना भाग पडतंय. २५ हजार रुपये हातात आल्यावर मुलींच्या परिवाराने तो पैसे घेऊन काय करावं याविषयी सरकारी आदेशात स्पष्ट लिहिलेलं नाही. 'कन्याश्री'चं अनुदान मिळावायचं झालं तर फक्त १८ वर्षं वय असून चालणार नाही, तर त्या मुलीला कोणत्या तरी शाळेत किंवा शिष्यवृत्ती मिळणाऱ्या शिक्षण संस्थेची विद्यार्थिनी व्हायला पाहिजे. शिवाय इकडे १८ वर्षं वय झालं की लग्न होणं, करणंसुद्धा कायदेशीर आहे. त्यामुळे अध्ययन बंद करून मुलींची लग्न लावून देण्याचीच जास्त चाल असून ती लोकप्रिय आहे. चांगला एक प्रकल्प तयार करून, विविध ठिकाणांहून पुरस्कार मिळताहेत, पण त्या प्रकल्पाचा पैसा योग्य कामासाठी वापरला जातो आहे की नाही हे पाहायलाच कोणी नाही. खरं सांगायचं तर 'कन्याश्री प्रकल्प' पश्चिम बंगालच्या मुलींसाठी नाही तर पुरुषांच्याच कामी येतोय. ज्या पुरुषांचा अशिक्षित दासीबटकींबरोबर विवाह होत असे, हुंड्याचे पैसे पण नीट नव्हते, आता त्यांना थोड्या शिक्षित दासी, बटकी

मिळतात आणि हुंड्याचा पैसापण छानपैकी हातात येतोय. 'कन्याश्री प्रकल्पा'च्या भरभराटीमुळे त्यांची ही अशी सोय होतेय. मुलींसाठी या पुरुषप्रधान समाजात चांगलं काही करू देणार नाहीत. स्वावलंबी मुलींनादेखील हा समाज परावलंबी करतोय. स्वावलंबी मुलींनासुद्धा नवऱ्याचं दास्यत्व मानून घ्यायला भाग पाडतोय. स्वावलंबी मुलीलासुद्धा एकटं राहण्याचा, फिरण्याचा स्वतःच्या आयुष्यातले निर्णय स्वतः एकट्यानं घेण्याचा अधिकार नाहीये. ती एकटी हे सगळं करायला गेली तर तिला फाडून खाईल हा स्त्रीद्वेष्टा समाज!

'कन्याश्री प्रकल्पा'साठी अमेरिकेकडून पुरस्कार हाती घेऊन पश्चिम बंगालच्या मुख्यमंत्री एवढ्या बड्या-बड्या बाता बोलल्यात, वाटलं जणू मुलींचं एवढ्या काळापर्यंतचं दुःसह जीवन त्यांनी एका चुटकीसरशी बदलून टाकलंय, समाजातल्या स्त्रीविद्वेष्ट्या लोकांना एका फुंकरीत उडवून दिलंय. फेसबुकवर म्हणून मी त्या दिवशी सर्वांना आव्हान केलेलं– कन्यांची शोभा पाहायची असेल तर दक्षिण आशियाचं बृहत्तम वेश्यालय 'सोनागछि' फिरून या. कालीघाटावर, बौबाजारात, खिदिरपुरात, लेबूतलातलं वेश्यागृह, मुलींना कशा, दुर्गंधीयुक्त, निकृष्ट परिसरात भोगदासीचं जीवन जगण्यास भाग पाडतंय– ते पाहून या. बालिकांना, शिशुबालिकांना कसं पळवून, त्यांचा सत्यानाश करतात, दरदिवशी वेश्यागृहामध्ये त्यांची विक्री होतेय, पाहून या. मुलींवर नुसता बलात्कार नाही तर त्या सामूहिक बलात्काराच्या शिकार होतायत. रस्ते, घाट, गल्लीबोळातून मुलींचा लैंगिक छळ दिवसेंदिवस वाढतोय. घरांमध्येही शेकडो मुली दरदिनी नवरा, सासर यांच्याकडून होणारा छळ सोसतायत. पाहून या. शिकल्यासवरलेल्या मुलीसुद्धा छळ असह्य झाल्यावर आत्महत्या करतायत. चला पाहून येऊ या, कितीक, शेकडो मुलींना हुंडा प्रथेची शिकार व्हावं लागतंय, वधूहत्येचं प्रमाणसुद्धा कसं वाढत चाललंय, पाहून येऊ या. बालविवाहाच्या शिकार झालेल्यासुद्धा लाखो मुली आहेत, चला पाहून येऊ. काय काय बोलतेय मी हे? कसं काय मी पाहणार? मला तर पश्चिम बंगालमध्ये प्रवेश बंद. कारण मुलींना समानाधिकाराची मागणी करून मी एक खूप मोठा अपराध केलाय, दोन डझन पुस्तकं लिहिलीत समानाधिकारावर. माझं तेवढंच म्हणणं धरून तुंबळ युद्ध जणू सुरू झालं. तृणमूलचे लोक, खुशमस्करे, कणाहीन लोक यांनी बोलू नये अशा भाषेत मला शिवीगाळ तर केलीच, शिवाय आपल्या मनानं तिखटमीठ लावून माझं चारित्र्यहननही केलं. स्त्रीद्वेष्ट्या समाजात स्त्रियांनी समानाधिकारासाठी एकदा तोंड उघडलं तर त्या मेल्याच. मला तर शेकडो वेळा त्यांनी मारलंय. बरेच जण म्हणाले की प्रकल्प एक चांगला उद्योग आहे ते तर मलाही मान्य आहे, 'कन्याश्री प्रकल्प' निश्चितपणे चांगला उपक्रम आहे. परंतु पुरुषसत्ताक चौकट कायम ठेवून हे असे सगळे चांगले उपक्रम शेवटपर्यंत कितीसं

चांगलं, भलं मुलींचं करतात याविषयी मला संदेह, संशय आहे. 'कन्याश्री प्रकल्प' चांगला आहे असं सगळेच म्हणणार, विशेषत: अमेरिकेकडून पुरस्कार मिळाल्यानंतर तर छान/चांगलं म्हणता म्हणता तोंडाला फेस येईल! मी जरा वेगळ्या दिशेची, वेगळ्या बाजूची आठवण करून दिली, जी बाजू पाहून बघून सगळ्यांच्या सवयीची झालीय, ज्या बाजूविषयी अधिकांश माणसं विचार करतात ती चालू काळाला धरून होती, आहे आणि राहील. 'कन्याश्री प्रकल्पा'प्रमाणे खूप प्रकल्पांची गरज आहे. जे प्रकल्प लैंगिक शोषण बंद करतील, स्त्रीशोषण, छळ बंद करतील, मुलींना परावलंबी होऊ देणार नाहीत, 'पतिता' होऊ देणार नाहीत. दासी-बटकी होऊ देणार नाहीत, असे प्रकल्प. ज्या प्रकल्पांमुळे स्त्रीद्वेष्ट्यांना कुठेच स्थान, जागा होणार नाही/मिळणार नाही. लैंगिक छळकुटे, स्त्री छळकुटे, बलात्कारी यांची सुटका होणार नाही. स्त्री-पुरुष समानाधिकारासाठी फक्त स्त्रिया नाही तर पुरुषही आंदोलन करतील. शरीराच्या आतमध्ये रोग ठेवून बाहेरच्या बाजूने वरच्यावर धुवूनपुसून चकाचक केल्यावर, दूरदृष्टिहीन लोकांकडून वाहवा होते खरी काही दिवस, पण लगेचच डोलारा कोलमडून पडतो सगळा. आतापर्यंत मुलींना स्वावलंबी करण्यासाठी प्रकल्प काही कमी नाही झाले, तरीसुद्धा मुली अजूनही जास्त करून पुरुषांच्या अधीन आहेत?

५९

दिल्लीमध्ये ईदची खरेदी वगैरे करून दोघे भाऊ हाफिज आणि शाकिर, आणि त्यांचे मित्र मंगेन आणि महसिन मथुरेच्या ट्रेनमध्ये चढले आणि ते जाणार होते हरियाणातल्या वल्लभगडला, त्यांच्या गावाकडच्या घरी. ट्रेनमध्ये ज्या डब्यात ते होते तिथे एक प्रवाशांचा गट होता त्यांनी यांना देशद्रोही गोभक्षक असं म्हणत शिवीगाळ केली. त्यांच्या टोप्या ओढून खाली मातीत टाकून त्या पायानं तुडवल्या. त्यानंतर सुरू झाली सामूहिक पिटाई-मार. शेवटी सुऱ्यानं घाव घातले. रक्तबंबाळ स्थितीत हॉस्पिटलमध्ये घेऊन जाण्यापूर्वीच १६ वर्षे वयाच्या हाफिजचा मृत्यू झाला. मंगेन, महसीन व मोठा भाऊ शाकिर खूप खूप जखमी होऊन आता ते हॉस्पिटलमध्ये. मुसलमान असल्यामुळे, निश्चितच गोमांस खातात. असा संदेह धरून बऱ्याच दिवसांपासून मुसलमानांना कट्टर हिंदू लोक असेच मारतात. जणू गोवध न करता 'बीजेपी' आर.एस.एस.च्या लोकांनी गाईचं दूध खिलवून दरिद्री मुसलमानांची, दोन दिवस आधी इफ्तार पार्टी केली होती. गाईचं दूध खिलवणं, खायला घालणं ही चांगली गोष्ट आहे. याप्रकारे दूध खिलवून-पाजून त्यांना गोवध न करण्यासाठी विनंती करता येते. पण जर कोणी गोमांस खाल्लं तर त्याच्यावर

हल्ला करण्याचा अधिकार कोणालाही नाही.

गोरक्षण करतात चांगली भली गोष्ट आहे. परंतु माणसाचंही रक्षण तर करायलाच हवं. माणसाला मारून गोरक्षण कितीसं होतं मला माहीत नाही, पण धर्मरक्षण मात्र अजिबातच होत नाही. गाय तुमची माता तर पृथ्वीतलावरच्या सर्व गाई तुमच्या माता. तिकडे युरोप, अमेरिकेत दररोज माणसं गोमांस खातात, त्यातल्या कितीजणांना मारणार? किती ज्यू, ख्रिश्चनांची हत्या करणार? का भारतातले मुसलमान गरीब म्हणून त्यांना मारणंही सहजसोपं म्हणून त्यांना मारता!

६०

उघड्या डोळ्यांनी ईदचा चंद्र पाहायला हवा इस्लाम हेच म्हणतो. परंतु उघड्या डोळ्यांनी चंद्र पाहण्याची जी चंद्रदर्शन कमिटी आहे, त्यांच्यापेक्षा चंद्र चांगल्याप्रकारे पाहू शकतात ज्योतिर्वैज्ञानिक. ते आधुनिक टेलिस्कोपने चंद्र पाहून सांगू शकतात, ईद कधी आहे ते. धार्मिक लोक जीवनाच्या सर्व क्षेत्रात विज्ञानाचा आश्रय घेतात. विज्ञानाविना त्यांचं जीवन या युगामध्ये जवळपास स्थिर, स्तब्ध, गतिहीन. त्यानंतरही ते लोक ज्योतिर्वैज्ञानिकांवर चंद्रदर्शनाची जबाबदारी टाकायला तयार होत नाहीत. हे ज्योतिर्विद केवळ चालू वर्षाचा ईदचा चंद्र नाही तर पुढील अनेक वर्षांतील ईदचा चंद्र कोणत्या तारखेला दिसेल तेही सांगू शकतात. जे कोण्या चंद्रदर्शन कमिटीला करणं शक्य नाहीये. ज्योतिर्विदामध्ये ज्यू, ख्रिश्चन, हिंदू, बौद्ध इतकंच काय पण नास्तिक असले तरीसुद्धा त्यांच्यावर मुसलमानांना भरवसा ठेवायला पाहिजे, याखेरीज तर उपाय नाही.

६१

माझ्या बऱ्याच नातलग स्त्रिया हिजाब घालतात. साध्या भाषेत बोललं तर म्हणे डोक्याला मुंडासं बांधलंय (खरंतर बिडा म्हणजे चुंबळ) त्यांच्यासाठी खूप कळवळतो जीव. त्यांचा चेहेरा मला मग ओळखायलाच येत नाही. उष्ण देशात फुल स्लीव्ह अंगरखा घालून, डोक्याला मुंडासं (कपड्याचा वेढा) बांधून चालणं-फिरणं करायचं म्हणजे काय भयंकर त्रास होतो याचा अंदाज करूच शकते. पण माझा प्रश्न आहे एवढा त्रास त्या का सहन करतात? जीवनात सुख, शांती, कल्याण हे माणसाला हवं असतं. दुःख, कष्ट, वेदना या दूर करायच्या असतात, संपवायच्या असतात. त्यांना हे का नको असतं? त्या असा विचार का करतात की त्यांच्या शरीराकडे पाहिल्यावर पुरुष भोगेच्छा आवरू शकत नाहीत, ते त्यांच्यावर झडप घालतील?

संपूर्ण पुरुषजातीविषयी असं अमानुष आणि अविवेकी विचार करणं योग्य नाही. तसंच स्वत:ला अगदी भोगवस्तू मानून असं कमी लेखणं उचित नाही. किंवा त्या असा तर विचार नाही ना करत की हिजाब/बुरखा घातला की स्वर्ग, नाही घातलं की नरक? या गोष्टी, खरंच सांगते, अजब अजब परीकथांनासुद्धा मागे टाकतात.

कोणी कोणी म्हणतं 'अल्लाहनी सांगितलंय पडदा/बुरखा घ्यायला. म्हणून पडदा घ्यायला हवा. अल्लानं काय खरंच सांगितलंय की डोक्याला 'बिडा-मुंडासं बांधायला? अल्ला म्हणाला असेल तर ते कुठे बोललेत आणि का बोललेत? हाही विचार करायला हवा. 'अल्ला' म्हणून खरेच कोणी आहे किंवा नाही? आणि जर असेल तर तो का असे माणसांमध्ये विषमतेचे हे नियम तयार करेल? आपण जाणतो चांगली भली माणसं विषमता नष्ट करू पाहतात, त्यांना स्त्री-पुरुषांना समानाधिकार हवा असतो. वाईट माणसांनाच विषमता आवडते, वाईट माणसंच स्त्रीला भोगवस्तू आणि पुरुषांच्या तुलनेत नीच श्रेणीय, नीचस्तरीय मनुष्य असं समजतात. आता गोष्ट अशी आहे की, जो धर्म तुमचा मान राखत नाही तो धर्म तुम्ही का मानावा? त्याप्रमाणे जो कायदा तुमचा सन्मान ठेवत नाही, मान राखत नाही तो कायदा तुम्ही मानायचा नाही.

६२

माझ्या असं लक्षात आलंय की, खेळामध्ये साधारणपणे अपेक्षानुसार कमजोर किंवा दुर्बल दलाचं गरीब देशाच्या खेळाडूंचं आपण समर्थन करतो. ऑस्ट्रेलिया आणि भारत खेळले तर भारताला, इंग्लंड आणि श्रीलंका खेळले तर श्रीलंकेला, जर्मनी आणि केनिया खेळले तर केनियाला. (समर्थन दिलं जातं) कोणताही गट खूप चांगला खेळला तर ऑटोमॅटिकली त्या दलाला समर्थन मिळतं. मग ते कोणत्याही खेळाचं क्षेत्र असू दे, फुटबॉल, क्रिकेट, हॉकी, रग्बी, बेसबॉल काहीही. त्या वेळी आपल्या देशाचा शत्रू कोण आणि मित्र कोण हा हिशेब करत नाही. तो तर राजनैतिक संबंध. एखाद्या देशाची शासनपद्धती किंवा राजनैतिक व्यवस्था मला जर पसंत नसेल तर देशाचा खेळ, त्या देशाचे खेळाडू मला आवडले नाही पाहिजे, पसंत पडले नाही पाहिजेत, त्यांची हार व्हावी अशी इच्छा केली पाहिजे– या सगळ्याला काही अर्थ नाही. (ICC) चॅम्पियन सेमिफायनलमध्ये भारत आणि बांगलादेशात मॅच असताना मी बांगलादेशाला समर्थन दिलं होतं. मी बांगलादेशात जन्मले म्हणून नाही, तर बांगलादेश भारतापेक्षा गरीब देश आहे म्हणून आणि बांगलादेशाचं दल (टीम) भारतीय टीमपेक्षा दुर्बल आहे म्हणून. फायनलमध्ये पाकिस्तान जेव्हा चांगलं खेळत होता तेव्हा पाकिस्तान जिंकावा असं वाटलं होतं.

पाकिस्तानच्या असभ्य, रासवट सैन्यानं आमच्या ३० लक्ष बंगाल्यांची हत्या केलेली, २ लक्ष मुलींवर बलात्कार केलेले, पाकिस्तानी शासनकर्त्यांच्या या अपराधाला मी कधीही क्षमा करणार नाही. पण त्यानंतरही पाकिस्तानची क्रिकेट टीम चांगलं खेळली तर त्यांचं समर्थन न करण्यामागे काही तर्कशुद्ध विचार आहे असं मला वाटत नाही. किंवा काही सयुक्तता मला दिसत नाही. पाकिस्तानी क्रिकेट दलाचा खेळ आवडणं, पसंतीत उतरणं म्हणजे १९७१मधील पाकिस्तानची असभ्यता, रानटीपणा पसंत पडणं, आवडणं नव्हे, किंवा पाकिस्तानचा मूलतत्त्ववाद पसंत करणं नव्हे. पाकिस्तानात मुक्त विचार करणारे त्यावर विश्वास ठेवणारे लेखक, कलाकार आहेत, धर्ममुक्त, प्रगतिशील, स्त्रीवादी माणसंसुद्धा भरपूर आहेत. त्यांच्याविषयी श्रद्धा, आदर बाळगणं/वाटणं म्हणजे एकाहत्तरच्या स्वातंत्र्याविरोधी युद्धखोर/मिलिटरी शासकाविषयी श्रद्धा बाळगणे नव्हे. पाकिस्तान हा एक आतंक किंवा दहशत यांनी उद्ध्वस्त आणि धर्मानं पछाडलेला, ग्रासलेला देश, क्रिकेटची मुलं/ खेळाडू चॅम्पियनशिपचा कप घेऊन देशात आल्यावर दरिद्री, पीडित देशातली माणसं खुशीनं स्वतःला विसरून जातील. कमीत कमी हा खेळाचा विजयाचा आनंद त्यांना काही दिवस सुखात ठेवो. सुखात राहावं असं खूप काही या देशात नाहीये.

बांगलादेशातले काही देशप्रेमी/देशभक्त मी पाहिलेत. ते मी पाकिस्तानची घृणा करतो, पाकिस्तानी क्रिकेट टीमची घृणा वाटते– असं सगळं अगदी मोठमोठ्यानं बोलतात. पण पाकिस्तान म्हणजे त्यांची मिलिटरी शासक/ राज्यकर्ता आणि युद्धखोर सेनावाहिनी नव्हे. पाकिस्तान म्हणजे लक्ष-कोटी सर्वसाधारण माणसं, ज्यांना आपल्यासारखंच सुख-दुःख आहे. पाकिस्तानी सरकारला विरोध असूनसुद्धा पाकिस्तानी खेळाच्या टीमला समर्थन करू शकते. मानसिकदृष्ट्या स्वस्थ, सचेतन मनुष्याचा कोणता एक देश असत नाही. पूर्ण दुनियाच त्याचा देश!

६३

बांगलादेशात दोन गट, एक गट पाकिस्तानप्रेमी आणि दुसरा गट पाकिस्तानद्वेष्टा. दोन्ही गट पाकिस्तानच्या बाजूने आणि विरुद्ध दोन्ही अंगी भयंकर मारामारीसाठी उत्तेजित तलवार उपसून आहेत.

पाकिस्तानीप्रेमींबद्दल विचार करायला गेलं की भीती वाटते मनात– देशाला एक दिवस ते संपूर्ण पाकिस्तान करून टाकतील. चांगल्या खेळासाठी टाळ्या वाजवणं ठीक आहे. मी तर चांगलं खेळलं मग तो कोणीताही गट/ टीम खेळू दे, मी त्या टीमचं समर्थन करते. गेल्या वर्षी 'एशिया कप'साठी भारत-पाकिस्तानच्या

खेळामध्ये पाकिस्तानच्या समर्थनार्थ, बांगलादेशाचे जे पाकिस्तानप्रेमी, त्यांनी आनंदाने चीत्कार केला होता, त्यांनी पाकिस्तान चांगलं खेळला म्हणून समर्थन केलं नव्हतं. त्यांनी पाकिस्तान हा मुसलमानांचा देश आहे म्हणून समर्थन केलं होतं. पाकिस्तानचे समर्थन करताना, 'पाकिस्तान झिंदाबाद' असं म्हणायला किंवा पाकिस्तानचा ध्वज उंच करायला, त्यांचा हात थरथरला नाही की आवाजात जराही कंप आला नाही. अजून पन्नास वर्षंसुद्धा झाली नाहीत, तीस लक्ष माणसांची हत्या केलीय पाक सैनिकांनी आणि दोन लाख मुलींवर बलात्कार केलेत. मला माहीत आहे की, पाकिस्तानमधील सामान्य माणसानं किंवा क्रिकेटरांनी खून किंवा बलात्कार केलेला नाही. त्यानंतरही पाकिस्तानसाठी, पाकिस्तानप्रेमींचा विकट असा आनंदकल्लोळ ऐकून मनात येतं की एक बलात्कारित स्त्री तिच्या बलात्काराच्या समर्थनार्थ आनंदध्वनी करते आहे. आणि तिकडे पाकिस्तानद्वेष्ट्यांमध्ये खूपजण मुक्तचिंतक म्हणून ओळखले जातात. अवघड झालंय की ते त्यांच्या एकाच गुरूपाशी शिकलेले आहेत. पाकिस्तान्यांवर अविश्वास दाखवला पाहिजे किंवा विश्वास ठेवता कामा नये. काहीही करून अविश्वासच दाखवला पाहिजे, पाकिस्तानी फूल घेऊन आले तरीसुद्धा विश्वास ठेवता कामा नये. पाकिस्तान्यांचा विषय/संबंध आला की ते गुरूचा मंत्र जपतात. त्या दिवशी (ICC) चॅम्पियनशिपच्या फायनलमध्ये भारत-पाकिस्तानच्या मॅचमध्ये, पाकिस्ताननं जिंकल्यावर, पाकिस्तान आणि पाकिस्तानी यांच्याविरुद्ध त्यांनी इतकी तीव्रपणे घृणा सर्वत्र पसरवून दिली होती की माझी तर बोलतीच बंद झाली. हे दिसून येतं की पाकिस्तानप्रेमींना जशी भारताविषयी घृणा, नेमकी तशीच पाकिस्तानद्वेष्ट्यांना पाकिस्तानबद्दल तीव्र घृणा वाटते. घृणा करण्यामागे पाकिस्तान्यांची जी तर्कबुद्धी, युक्ती ती सगळी मला पटूच शकत नाही.

पाकिस्तानी शासनकर्त्यांच्या असभ्यपणावर मी टीका करते, पाकिस्तानातला मूलतत्त्ववाद आणि दहशतवाद किंवा आतंकवाद यांची मी निंदा करते. पाकिस्तानची निर्मिती/जन्म– या जन्माला, मी चुकीचा जन्म मानते असा माझा विश्वास आहे, पण अपमान, तिरस्कार करण्यासारखी घृणा एका देशाबद्दल माझ्या मनात नाही, कारण पाकिस्तानात जसे मूलतत्त्ववादी आणि दहशतवादी आहेत, त्याविरुद्ध लढाई करणारी माणसही तशीच आहेत. अगदी बांगलादेशासारखंच, जिवंत माणसांना कट्यारीनं, निर्घृणपणे वार करून मारणारे धर्मीय दहशतवादी जसे आहेत तसेच दहशतविरोधी आणि मूलतत्त्ववादविरोधी, प्रगतिशील माणसंही आहेत. बांगलादेशाची फक्त आतंकवादींच्या कारणानं कोणी घृणा करत असेल आमची त्याला नक्कीच हरकत असेल.

पाकिस्तान्यांकडून आमच्या कुटुंबाचं कमी नुकसान झालेलं नाही. मयमनसिंह शहरात हिंदूवस्तीत आमचं घर होतं. एकाहत्तरमध्ये वस्तीतले हिंदू घरदार, जिन्नस-

पान्नस जसं होतं, तसंच टाकून भारतात निघून गेले होते. आम्हालासुद्धा शहर सोडून, लपून एका खूप अंतर्गत भागातील गावात राहावं लागलं होतं. एकदा देश स्वतंत्र झालाय अशी एक वार्ता ऐकू आली आणि आम्ही ते गाव सोडून शहरात निघून आलो. येऊन पाहतो तर वस्ती बदलून गेलेली. हिंदूंच्या घरात सहकुटुंब सहपरिवार अनोळखी उर्दूभाषी लोक राहतायत. ऐकलं की ते बिहारी आहेत. त्या बिहारीमधल्या कोणीतरी नक्कीच पाक आर्मीला खबर दिली होती. आमचं घर म्हणजे मोठ्या लोकांचं घर या हिशेबानं त्याच्याकडे पाहिलं जायचं. त्यानंतर एका रात्री आमच्या घरात घुसून, जे काही होतं ते सगळं पाक आर्मीनं लुटून नेलेलं, पैसाअडका, सोनं, रुपं. माझ्या आजीचे, आईचे, मावश्यांचे, मामींचे, सगळ्यांचे दागिने होते एका करंडीत. ती करंडी अगदी जवळ, स्वत:पाशी कवटाळून ठेवायची, कुठेही गेली तरी. पाक आर्मी ती करंडी घेऊन गेली. आर्मीचे लोक घरात शिरताच आजी आणि आई बलात्कार किंवा खून यांपासून स्वत:ला वाचवण्यासाठी झट्कन कुठेतरी लपल्या होत्या. करंडी जाजमाजवळच होती. आईच्या खूप खूप बांगड्या, एका पुस्तकाच्या फडताळात उघड्या कुराणावर होत्या. सगळं पाक आर्मी घेऊन गेली. कपाट उघडून जे काही पैसे होते सर्व त्यांनी घेतले. माझ्या बाबांना नारळाच्या झाडाला बांधून मारलं होतं, संगिनीनं घाव घालून शरीर रक्तबंबाळ केलं होतं. बाबा त्या रात्री कदाचित मरूनही गेले असते, मलासुद्धा उचलून त्यांच्या कॅम्पवर घेऊन गेले असते, महिनोन्महिने बलात्कार केला असता, आत्महत्या करायला भाग पाडलं असतं. परंतु माझं वय फारच कमी, लहान असल्यामुळे मला उचलून घेऊन गेले नाहीत. त्या रात्री मी झोपेचं सोंग करून पडून राहिले होते. अजूनही एकाहत्तरची ती मध्यरात्र एखाद्या दु:स्वप्नासारखी (वाटते).

यापूर्वीही मी बोलले आहे की पाकिस्तान्यांनी आमच्या तीस लाख लोकांचे खून केलेत, दोन लाख मुलींवर बलात्कार केलेत. बांगलादेशाच्या युद्धामुळे सिद्ध झालंय मुस्लीम बंधुभाव ही एक चुकीची कल्पना आहे, आणि हेही सिद्ध झालंय की द्विराष्ट्र तत्त्व ही एक चुकीची थिअरी, चुकीचा सिद्धान्त आहे. पाकिस्तान्यांनी बावन्नमध्ये आमची हत्या केली. एकूणसत्तरमध्ये पुन्हा हत्या केली आणि एकाहत्तरमध्येही केली. पाकिस्तान्यांविषयी माझ्या मनात एक प्रकारची भीती, पार लहानपणापासूनच होती. मला वाटायचं पाकिस्तानचे सगळे लोक बहुतकरून वाईट लोक आहेत, सगळे मूलतत्त्ववादी, सगळे जुनाट मताचे, परिवर्तनविरोधी स्त्रीविरोधी आहेत. परंतु हे खरं नाही. चांगले लोक तिथे (पाकिस्तानात) सुद्धा आहेत. विज्ञानमनस्क, मुक्त विचारांचे-मुक्तचिंतक, रॅशनॅलिस्ट– सारासार विचार करणारे, मानवतावादी, तिथेसुद्धा आहेत. तेच कदाचित एक दिवस देशाला राहण्यायोग्य बनवतील. धर्माच्या आधारावर बांधलेल्या, उभ्या केलेल्या, उभ्या राहिलेल्या कोणत्याही देशाला,

आधुनिक देश म्हणून घडवणं जवळपास अशक्यच आहे. त्याच्याही उपर प्रयत्न करणं याखेरीज आणखी कोणताच उपाय नाही.

प्रत्येक देशातच मुक्त विचार, पुरोगामी विचारवंतांची संख्या पुराणमतवादी, जुनाट मतवादी (conservative) लोकांच्या संख्येपेक्षा कमी असते. पाकिस्तानात बरोबर तसंच आहे. पाकिस्तानातल्या मुक्तचिंतकांचं, विचारवंतांचं, तर्कशुद्ध विचारवंतांचं, मूलतत्त्ववादींपासून रक्षण केलं पाहिजे, तेच बांगलादेशाच्या तर्कशुद्ध विचार करणाऱ्यांच्या बाबतीत करायला हवं.

६४

बालपणी आई मला तिची स्वप्नं सांगायची. आईच्या स्वप्नांमध्ये सर्वांत मोठं स्वप्न होतं– एकदा स्वत:च्या डोळ्यांनी सौदी अरब देश पाहायचा. पृथ्वीवरचा सर्वांत पवित्र देश, आईला वाटत असे, सौदी अरब देश. त्या देशात जन्मलाय अल्लाचा प्रिय नबी हयरत मुहम्मद (साहेब) त्या देशात इस्लाम धर्माचा जन्म झाला. त्या देशाची भाषा कुराणाची भाषा. त्या देशात पवित्र काबा, पवित्र रोजा. मक्का मदिनाच्या गोष्टी बोलता बोलता भावावेगानं आई रडत असे. लहानपणी मला वाटायचं त्या पवित्र देशातलं सर्व निर्दोष, काहीही चूक नाही, काहीच कमी नाही. कशाचीही कमतरता, त्रुटी नाही.

जशी मोठी होत गेले, चहूकडे पाहू लागले, दुनियेविषयी जाणून समजून घेऊ लागले तसे, आईच्या स्वप्नातल्या त्या देशाविषयी माझ्या ज्या गोडगोड कल्पना होत्या हळूहळू मोडून तुटून पडू लागल्या. सौदी अरबमध्ये प्रजासत्ताक (शासन) लोकशाही नाही. आहे ते राजतंत्र-राजेशाही. राजपरिवार त्या देशामध्ये त्यांच्या इच्छेला येईल ते करणार, त्यामध्ये अडथळे आणायचा, त्याला विरोध करायचा कोणालाही अधिकार नाही. त्या देशामध्ये मानवाधिकाराचं उल्लंघन होतं, स्त्रीला अधिकार म्हणायचे तर जवळपास काहीही नसतात. सार्वजनिक ठिकाणी ओढून घेऊन जाऊन जनतेला दाखवून/दाखवत जनतेसमोर, तलवारीच्या एका घावात 'आसामी'/जनांची मुंडकी कापून टाकतात, सरकारी मारेकरी. ती मुंडकी रस्त्याच्या एका बाजूकडून दुसऱ्या बाजूकडे फुटबॉलप्रमाणे गडगडत जातात. जनतेचा श्वास फुटून जात असतो. हा बीभत्स प्रकार पाहवत नाही. सौदी अरबमध्ये भाषणस्वातंत्र्य नाही, मत मांडायचं स्वातंत्र्य तर नाहीच नाही. सौदी मुक्त विचारवंत/मुक्त चिंतक 'रौफ बादाबि' याला आजही जेलमध्ये भरती करून ठेवलं आहे. पुरुषांच्या हव्या तेवढ्या 'उपपत्नी'. मुलींच्या कपाळावर जरा एकदोन बटा आल्या तर 'धर्मपोलीस'-धर्मवेडे/ धर्मरक्षक (त्यात दिसणाऱ्या सौंदर्यावर) झटका मारणार, झडप घालणार,

ते दूर करणार. मुलींनी गाडी चालवायची नाही. त्यांनी प्रतिवाद, विरोध करायचा नाही. मुली जर बलात्काराची शिकार झाल्या तर शिक्षा मुलींनाच होणार. कोणाही मुस्लिमेतर माणसाला मक्का आणि मदिना या ठिकाणी जाण्याचा अधिकार नाही. सौदी नागरिकत्व मिळण्याचाही अधिकार नाही. चर्च, मंदिर बांधायचा अधिकार नाही. या सौदी अरबच्या तेलाच्या खाणींमध्ये पन्नास-साठच्या दशकात एकावेळी सौदी मजूर/श्रमिक काम करत असत. त्यानंतर शेजारी अरब देशातले श्रमिक आले. तेही बंद झाले. ऐंशीच्या दशकापासून आशियामधून श्रमिक घेणं सुरू झालं. सौदी अरबमध्ये या श्रमिकांना श्रमिक म्हणून तर नाहीच पण माणूस म्हणूनही सामान्य मान मिळत नाही. स्त्री मजूर लैंगिक छळ, शारीरिक आणि मानसिक अत्याचार आणि छळ यांच्या शिकार होतात. श्रमिकांच्या आधिकाराचा आणि सुरक्षिततेचा तर प्रश्नच येत नाही. सौदी पुरुष, घरकामवाल्यांना कसं पिटतात, त्यांचं कसं लैंगिक शोषण करतात या साऱ्याचं चित्र 'गुगल' आणि यू-ट्यूब उघडून पाहिल्यावर लगेच पाहायला मिळतं.

बांगलादेशच्या मुली लैंगिक छळ शोषणाच्या बळी एवढ्या जास्त झालेल्या आहेत, की आता कोणी तिकडे जाऊ इच्छित नाहीत. इंडोनेशिया, फिलिपाइन्स, श्रीलंका इथल्या मुलींना श्रमिक म्हणून सौदी अरबमध्ये पाठवत नाहीत. पण बांगलादेशच्या मुलींना नेण्यासाठी सौदी अरबने समन्स पाठवलंय. त्यांना कन्या श्रमिक हव्या आहेत. कन्या श्रमिक न म्हणता खरंतर त्यांना क्रीतदासी म्हणणंच योग्य. सौदी पुरुष, अत्याचारी मालकाप्रमाणेच, घरकामवाल्याबरोबर वागतात. त्या दिवशी एका व्हिडीओत पाहिलं– एका बंगाली मुलीला लोकांसमक्ष पिटून, एखाद्या प्रेताला वाहून न्यावं तसं एका जाड, बलदंड सौदी पुरुषानं त्याच्या गाडीत तिला उचलून ठेवली. ती मुलगी दोघा बंगाली पुरुषमाणसांकडे तिला वाचवावं म्हणून रडत सांगत होती. नाही, पण कोणीही तिला वाचवायचा प्रयत्नही केला नाही. उलट सौदी पुरुषाला अंगातल्या ताकदीनिशी त्या मुलीला गाडीत टाकायलाच मदत केली. पुरुष श्रमिकसुद्धा स्त्री/कन्या श्रमिकेची बाजू न घेता पुरुष मालकाची बाजू घेतात. श्रेणीपेक्षासुद्धा लिंगाला (स्त्री की पुरुष) महत्त्व.

एक अद्‌भुत देश आहे खरंच. श्रमिकांकडून काम करून घेऊन त्याचे पैसे नाही दिले तरी सौदी नागरिकाला काहीच शिक्षा होत नाही, बलात्कार केला तरी होत नाही, छळ केला तरी होत नाही. मालकमंडळींना कोणताही आंतरराष्ट्रीय श्रमिक कायदा पालन करावा लागत नाही. पाहिजे तितकं असभ्य, रानटी होण्याचा अधिकार त्यांना आहे. श्रमिक बंदिवान जीवनातून बाहेर पडून स्वत:च्या देशात परत जाण्यासाठी तडफडत असतात. परंतु बरेच वेळा त्या पिंजऱ्यातून बाहेर पडणं किंवा बेडी तोडण्याची कसलीही क्षमता त्यांच्यात असत नाही, उरत नाही. सौदी कायदा

श्रमिकांच्या बाजूने नाहीये, अत्याचार पीडिता, बलात्कारिता– यांच्या बाजूचा नाही. सौदी कायदा असतो पुरुषांच्या बाजूचा, धनवान, शासक आणि मालक पक्षाचा असतो.

सौदी अरबला बांगलादेशातून दोन लाख श्रमिक हवे आहेत. बांगलादेशातून महिन्याला दहा हजार कन्या श्रमिक सौदी अरबला पाठवण्याचं आयोजन चालू आहे. सौदी अरबमध्ये मुलींना कसलीच सुरक्षा नाही. सौदी मुलींनाच सुरक्षा मिळत नाही तर श्रमिक मुलींना कुठून कशी मिळणार? कन्या श्रमिकांना काही महिन्यांनंतर लगोलग देशी परत यावं लागतं, काही काही गर्भवती होऊन परत येतात. अगदी सामान्य, फालतू पैशासाठी मुलींना जिवंत नरकात आणखी पाठवलं जाऊ नये यासाठी प्रयत्न करणंच चांगलं. सौदी पुरुष घरकामवाल्यांना मारतात, पायानं मारतात. जोड्यानं मारतात, चाबकानं मारतात– विचार करून मी अवाक होते, मुसलमान मुसलमानांच्या देशात पराधीन आणि ख्रिश्चन नास्तिकांच्या देशात, तुलनेत जास्त स्वाधीन, स्वतंत्र असतात. त्यांचा मानवाधिकार मानला जातो, त्यांना सुरक्षितताही जास्त मिळते.

मुसलमान मुसलमानाचा भाऊ ही गोष्ट पुन:पुन्हा चूक असंच सिद्ध होतंय. आधिकांश धनवान मुसलमान यांचा दरिद्री मुसलमानांचं द्रारिद्र्य दूर करण्याकडे, संपवण्याकडे अजिबात कल नाही, प्रवृत्ती नाही.

सौदी अरब हा, गरीब मुस्लीम देशांचा शुभचिंतक, शुभाकांक्षी कधीच नव्हता. आजही नाही. ते श्रमिकांना देशात आणतात खरे, श्रमिकांच्या स्वार्थासाठी कल्याणासाठी नाही, आणतात स्वत:च्या स्वार्थापोटी, स्वत:ला त्यांना, घाण काम, कमी प्रतीची, लहानसान कामं करायला नकोत म्हणून आणतात. श्रमिकांना सौदी अरबमधले स्त्रीद्वेष्टे पुरुष स्वत:च्या स्त्रियांचाही अपमान करतात. मान राखत नाहीत. आणि बाहेरून आणलेल्या/आलेल्या स्त्रियांचाही मान राखत नाहीत, अपमान करतात.

जोपर्यंत सौदी पुरुषांमध्ये स्त्रीद्वेष भरलेला आहे तोपर्यंत सौदी अरबमध्ये स्त्रिया सुरक्षित नाहीत. जोपर्यंत ते स्त्रीला भोगवस्तू समजतात. नजीकच्या भविष्यकाळात सौदी पुरुषांची ही मानसिकता समूळ बदलण्याची काही शक्यताही नाही.

ज्या स्त्रिया सौदी अरबमध्ये मजूर/श्रमिक म्हणून जातात त्या श्रमिक असतात, त्या 'पतिता' नाहीत. आणि पुरुष मात्र त्याच्याबरोबर पतिताप्रमाणे वागतात, वागू पाहतात. पत्नी झोपून गेली तर सेविकेच्या खोलीत घरातला कर्ता झोपायला येतो. सेविका तयार नाही झाली तर तिच्यावर शारीरिक अत्याचार/बळजबरी केली जाते. खरंतर/कुठे बांगलादेशच्या सरकारने सौदी सरकारला सांगायचं की आम्ही मुली पाठवणार नाही, तर ते नाही, उलट सरकार म्हणे बांगलादेशात मुली अजून जास्त पीडित होतात, त्यांचा अजून जास्त छळ होतो. याचा अर्थ मुली बांगलादेशातसुद्धा

पीडित, छळग्रस्त असतात तर मग सौदी अरबमध्ये छळग्रस्त झाल्या तर काही असुविधा नाही, गैरसोयीचं नाही. पुरुष हे साधारणपणे त्यांचा नारीद्वेष लोकांसमक्ष दाखवत नाहीत/लोकांच्या अपरोक्ष करतात. परंतु बांगलादेशच्या पुरुषांना हे सारं उघड-उघड करायला यत्किंचितही लाज वाटत नाही. सौदी अरबचे स्त्रीद्वेष्टे पुरुष– बाहेरचे पुरुष आहेत, बांगलादेशचे स्त्रीद्वेष्टे पुरुष हे घरचेच लोक हो! घरामध्ये जे मुलींचा छळ करतात, बाहेरही मुलींचा छळ झाला तर अशा पुरुषांचं काहीच बिघडत नाही, त्यांना काहीच फरक पडत नाही.

मी घरी होणारा अत्याचार मानून, समजून घेत, बाहेर होणाऱ्या अत्याचाराविरुद्ध निषेध/प्रतिवाद करत नाहीये. मला घरी आणि दारी, बाहेर दोन्ही प्रकारच्या अत्याचाराविरुद्ध लढायचं आहे, लढायची इच्छा आहे.

६५

पद्मा नदीतला 'इलिश' (मासा) नाही, खातेय 'इरावती'तला इलिश. तो येतो म्यानमारहून. न्यू यॉर्कमध्ये म्यानमारचा 'इलिश'च मिळतो. हा 'इलिश' खावा लागतो. इथल्या बंगाली लोकांना. मी तर किती तऱ्हेचे इलिश खाल्लेत असल्या तसल्या, कोणत्याही एखाद्या नदीतलासुद्धा मी खाल्लाय. दिल्लीत तर पुष्कळदा बांगलादेशचा इलिश म्हणून, गुजरातमधला इलिश मासेवाले विकतात. गुजरातमधला इलिश खायला गवतासारखा (लागतो) पण म्यानमारच्या इलिशमध्ये मला इलिशचा स्वाद मिळतो. जगात जितके इलिश मिळतात त्याच्या ५० ते ६० टक्के, बांगलादेशात मिळतात, म्यानमारमध्ये २० ते २५ टक्के मिळतात. आणि भारतात ५ ते १५ टक्के मिळतात. पद्मातला इलिश हल्ली कुठेच मिळत नाही. नाही भारतात ना युरोप, अमेरिकेत. अमेरिकेत खायला लागतो म्यानमारच्या इरावती नदीतला इलिश. डोळे मिटून तो पद्मातला इलिश असं कल्पून खाल्ला, खाऊन घेतला की जिवाला समाधान होतं, प्राण भरून पावतो.

६६

बांगलादेशात दहशतवादी गटानं 'आखेरात' म्हणजे जीवनाची अखेरची रात्र/ निकालाची रात्र- शेवट आणि स्वर्ग या दोन्हीचा पासपोर्ट बनवलाय. दोन्ही पासपोर्टचा रंग हिरवा. जन्नत = स्वर्गाच्या पासपोर्टवर एक गोल, गोलाच्या आत सोनेरी अक्षरात लिहिलेलं– 'या विश्वाचा, सृष्टीचा, जगाचा एकमेव मालक अल्ला' खालच्या बाजूला पांढऱ्या शाईत इंग्रजीत लिहिलेलं– 'पासपोर्ट ऑफ हेवन

विथ व्हिसा' (Passport of Heaven with visa)

काही काही लोक स्वत:ला अल्लापेक्षासुद्धा सुज्ञ/शहाणे, सर्वशक्तिमान आणि महान असं समजतात. स्वत:ला अखरचे न्यायाधीश किंवा सर्वोच्च न्यायदाता असं मानण्यात त्यांना यत्किंचितही द्विधा वाटत नाही. ते कचरत नाहीत. पण ते सर्वांत भयंकर दुष्टपणा करतात. जे स्वर्गाचा पासपोर्ट बनवतात. माणसानं किती पाप किंवा पुण्य या जगात येऊन केलेलं आहे– त्याचा हिशेब करून आखेरातच्या–मैदानात, माणसाचा अल्ला विचार- न्याय करणार. तेच पापी लोकांना नरकात ढकलणार, आणि ज्यांनी पुण्य केलंय त्यांना स्वर्गात पाठवणार, पण बांगलादेशाच्या काही लोकांना असं वाटतं, त्यांनी असाच विचार केलाय की, मनुष्याचा न्यायनिवाडा करण्याचे मालक तेच! तेच निर्णय घेतात– कोण पापी आणि कोण पुण्यवान (याचा)!

पापी लोकांचा निर्घृणपणे खून करताना ते डळमळत नाही, द्विधाचित्त होत नाहीत. आणि पुण्यवंतांना अगदी छान स्वर्गाचा पासपोर्ट देतायत. जे प्रश्न विचारतात त्यांना ते पापी म्हणतात, तर जे प्रश्न विचारत नाहीत, विश्वास ठेवतात आणि धर्मयुद्धात भाग घेतात असे लोक त्यांच्या दृष्टीनं पुण्यवान होत. 'आखेरात'च्या मैदानात जर काही पासपोर्ट देण्याची व्यवस्था असली तर तो अल्लाच देणार ना, दुसरं कोणी नाही. या दुनियेत जे स्वर्गाचा पासपोर्ट देतात त्यांना आम्ही ओळखतो. ते सगळे माणसाची मेंदूसफाई- (brain washing) करण्यात मग्न, धर्माच्या नावावर ढीगभर मत्सर/असूया आणि घृणा मेंदूत घुसवून देतात. ती असूया आणि घृणाच विचारशक्ती नष्ट करते, मनाचं निरोगी स्वच्छंदपण दूर पळवतं. मेंदूसफाई केलेल्या माणसाकडून वाट्टेल ते करून घेणं शक्य होतं– म्हणजे दुसऱ्याची हत्या इथपासून ते स्वत:ची हत्या करण्यापर्यंत. पोटाला आत्मघाती बॉम्ब बांधून सांगितलं जातं की स्वत:ची हत्या झाल्यावरही जर त्यात वेगळ्या भिन्न मतावलंबी माणसांची हत्या होत असेल तर निश्चितच स्वर्गलाभ. राजीव हायदारपासून ते अभिजित अनंत वाशिकूर, सामाद, दीपन, जुलहासला ज्यांनी मारलेलं, ते शॉर्टकटने स्वर्गात जाण्यासाठी मेलेत. ज्यांनी 'हेली आर्टिजन कॅफे'मध्ये माणसांचे गळे कापून त्यांना नृशंसपणे मारलेलं आहे, जे सुद्धा शॉर्टकटनं स्वर्गात जाण्यासाठी मेलेत. त्यांचा विश्वास होता की (इस्लामहून भिन्न धर्म) अन्य धर्मींना आणि अविश्वासींना (इस्लामवर विश्वास नसलेले) ठार मारलं की स्वर्गलाभ निश्चित. पृथ्वीवरील कोणत्याही देशात, इतकंच काय पण मुस्लीम देशातसुद्धा कोणी स्वर्गाचा पासपोर्ट बनवलाय असं काही ऐकलेलं नाही. बांगलादेशच या अभिनव कामात पहिला (आहे) नारायण गंजमधून जेएमबीचे काही दहशतवादी पकडले गेले त्या दिवशी त्यांच्या हातातच मिळाला 'आखेरात'चा आणि जन्नतचा पासपोर्ट. दहशतवादी,

धर्मयुद्ध करणारे हे नक्कीच स्वर्गवासी होतील. या दहशतवादींनी धर्मातली उदारता, मानविकता, सहृदयता, सहनशीलता या सगळ्या गुणांना काढून हरवून टाकलंय, त्यांना धर्मामध्ये अनुदारता, निष्ठुरपणा/क्रूरता, स्वार्थपरायणता आणि असभ्यता, रासवटपणा आणायचा आहे. दहशतींची संख्या जास्त नसली तरी त्यांना उघडपणे आणि गुप्तपणे, लपून समर्थन देणारे लोक देशात खूप आहेत. त्यामुळेच भीती आहे. स्वत:च्या देशातल्या हिंदू, बौद्धांवर हल्ला झाल्यानंतर, त्याचा प्रतिवाद किंवा निषेध करताना फार काही माणसं दिसत नाहीत. रस्त्यावर उतरत नाहीत. त्यापेक्षा इतर देशातल्या मुस्लिमांवर अमेरिकींनी किंवा इस्रायलींनी आक्रमण केल्यावर माणसं प्रतिवाद/निषेध करण्यासाठी आवाज उठवतात. सुन्नी मुसलमान जेव्हा शिया किंवा अहमदिया मुसलमानांची हत्या करतात, 'आयसिस,' 'अल् कायदा,' 'बोको हाराम,' 'लष्करे तैयबा,' 'जैश मुहम्मद,' 'हरकातूल मुजाहिदिन', वगैरे गटाचे मुसलमान जेव्हा निरपराध मुसलमान लोकांची हत्या करतात, त्या वेळी बांगलादेशातले खूपच कमी मुसलमान या हत्येचा प्रतिवाद किंवा निषेध करताना दिसतात. तर मग लपून, गुप्तपणे दहशती किंवा आतंकी मुसलमानांचा पक्ष किंवा बाजू अनेक जण घेतात की काय? मला तर भीती वाटते. मेंदूधुलाई फक्त युद्धखोर, दहशतवादीच करत नाहीत, मगजधुलाई सरकारसुद्धा करतं. काही वृत्तपत्र, मासिकं, पाक्षिकं करतात, काही रेडिओ आणि टेलिव्हिजनही करतात. रोगट परिसर शेजार करतो.

तरुण समाजातल्या तरुण वर्गातला एक हिस्सा मादक पदार्थ सेवनानं आणि शॉर्टकटनं स्वर्गलाभ करण्याच्या लोभानं नष्ट होतोय, त्यांची वाट लागतेय. युवापिढी, युवकच देशाचं भवितव्य होतं. हा, भविष्यकाळच जर सडून, कुजून, नासून जाईल तर देशाचं भविष्यही सडून, नासून जाईल. देशाला या अशा सडून, कुजून, नासून जाण्यापासून वाचवणं आपलं कर्तव्य आहे. आपली जबाबदारी आहे, माणसाला घृणा आणि हिंसा, द्वेष यापासून मुक्त करणं, माणसाला खऱ्या अर्थानं मनुष्य, मानवतायुक्त माणूस करणं, माणसाला विज्ञानमनस्क करणं– हे सर्व करण्याची आपली जबाबदारी आहे. विज्ञानवादींना एवढ्या सहजपणे, कोणीही धर्माच्या नावावर दहशतवादाची दीक्षा देऊ शकणार नाही, दहशतवादी करू शकणार नाही. माणसाला धार्मिक बनवण्याचा उद्योग जसा सरकारनं सुरू केलाय तसा माणसाला विज्ञानमनस्क करण्यासाठीचा उद्योग सरकारनं हाती घेतलाय का? माणसानं धार्मिक होण्यात काही नुकसान नाही. पण असं धार्मिक होणं निश्चितच हानिकारक आहे, ज्यायोगे तो धार्मिक स्वर्गाचा पासपोर्ट हाती येण्यासाठी किंवा मिळण्यासाठी दुसऱ्या माणसाचं अनिष्ट, वाईट करतो, सर्वशक्तिमान अल्लावर विश्वास करण्याऐवजी दहशतवादी पुढाऱ्यांवर, नेत्यांवर विश्वास ठेवतो.

धर्म अनेक प्रकारांनी पालन करता येतो. दहशतवादी निरपराध माणसाची हत्या

करून धर्मपालन करतात. आतंकवादी आतंक, दहशत निर्माण करून धर्मपालन करतात. दरिद्री लोकांना साहाय्य करून, पीडित दुःखाची सेवा करूनही, निःस्वार्थपणे माणसावर प्रेम करूनही धर्माचं पालन करता येतं. आता हा मानवधर्मच– याचीच चर्चा होणं गरजेचं आहे. जरुरीचं आहे. स्वतःच्या संस्कृतीची घृणा करून अरबी संस्कृतीवर प्रेम करतात, बांगलादेशची माणसं!

अरबी पोशाखबिशाक घालण्याचा धूमधडाका लावलाय नुसता– त्याविषयी लोक खूप आग्रही आहेत. मुसलमान-मुसलमान भाई-भाई कोणीही कितीही कंठशोष करो, बांगलादेशच्या मुसलमानांना सौदी अरबचे मुसलमान भाई म्हणत नाहीत– मिशकिन म्हणतात (म्हणजे ज्याचा मान कमी आहे, उच्च दर्जाचा मान नसलेला) मुस्लीम देशांमध्ये सौहार्द मैत्रीपेक्षा शत्रुता-वैरच जास्त आहे.

मानवता धर्माची चर्चा, जागर– त्याखेरीज अन्य उपाय नाही. भेद-विभेद, तऱ्हेतऱ्हेचे भेद आणि विच्छेद– तुटणं-मोडणं (परस्पर संबंधाचं तुटणं मोडणं) घृणा आणि हिंसा या सर्वांवर आधारित राजकारण-राजनीती या पृथ्वीचा फक्त विनाश करणार आणखी काही नाही होणार.

६७

ताहमिमा आनामच्या काही कविता वाचल्यात मी, त्यांच्या गोष्टी-कादंबरी वगैरे आधी वाचलेलं नाही. ही प्रथमच एक गोष्ट वाचली. गोष्टीचं नाव 'गार्मेंट्स' फेसबुकवर या गोष्टीवर अनेकांनी छी थू केलं. कोणी छी थू केलं तर, खरं सांगायचं तर माझी उत्सुकता आणखीनच वाढते. कोणा मुलीच्या लिखाणावर छी थू, कोणा मुलींच्या पोशाखावर छी थू, कोणा मुलीच्या चरित्राविषयी छी थू, चित्राबद्दल छी थू, ही छी थू निंदानालस्ती का? कशासाठी हे जाणून घेण्याविषयी माझा आग्रह आणि उत्साह असतो. आजपर्यंत, मुलींविषयी छी थू, निंदा, नावं ठेवणं या सगळ्याच्या मागे किंवा मुळाशी, खरोखर काही मूळ कारण आहे असं मला कधी दिसलेलं नाही. ती गोष्ट वाचून माझ्या जिवाचा थरकाप झाला. असाधारण अशीच गोष्ट! ऐंशीच्या दशकापासून, मुलीबाळींची अशी दुर्दशा, दुःख यासंबंधीच्या गोष्टी मी स्वतः लिहिते आहे. मलासुद्धा खूप निंदा छी थू ऐकावी लागलीय. माझ्या 'निमंत्रण' कादंबरीत, प्रेमिकाकडूनच सामूहिक बलात्काराची शिकार झालेल्या किशोरी शीलाचं दुःखमय जीवन मी दाखवलंय. निंदकानी छीः छीः वाईट असं म्हटलं आणि नाक मुरडून 'मी' पॉर्न लिहिलंय असंही म्हणाले. माझ्या 'शोध' कादंबरीत 'झुमुर'चा नवरा, झुमुरशी परपुरुषाचा संबंध आहे असा संशय घेतो– या अपमानाचा सूड झुमुर घेते असं मी दाखवलंय. ही गोष्ट वाचूनसुद्धा अनेकांनी दूषणं दिलीत. या कादंबरीत

म्हणे मुलींच्या लैंगिकतेची गोष्ट अतिशय उघडपणे मांडलीय. 'भ्रमर कइओ (कहो) गिया' कादंबरीत– लग्नानंतर वधूला किंवा मुलीला लक्षात येतं की तिचा नवरा लैंगिक उत्थानरहित आहे. शेवटी मुलगी नवऱ्याला तलाक देते आणि त्यानंतर कोणा दुसऱ्याशी लग्न करण्यापूर्वी लैंगिक संपर्क करून 'तो' लैंगिक उत्थानरहित आहे किंवा काय हे ती पाहून, पारखून घेते. हे पुस्तक वाचूनही पुरुषांनी छी थू केली. या कादंबरीलाही 'पॉर्न' म्हटलंय.

बांगलादेशातल्या पुरुष तांत्रिक किंवा पुरुषप्रधान समाजातली माणसं त्यांना मुलींनी मुलींच्या लैंगिकतेविषयी कथा-कादंबऱ्या लिहिलेल्या चालत नाहीत, त्यांची तशी इच्छा नाही. ते म्हणतात, मुलींची लैंगिकता असं काही नाहीये. आणि असेल तर ते असणं योग्य नाही. जर असेल लैंगिकता तर ते गोपनीय ठेवणं योग्य होय. त्यासंबंधी कथा-कादंबऱ्या लिहिणं ठीक नाही जर कोणी लिहिलंच तर ते पुरुषांनी लिहायचं. पुरुषांनी म्हणजे पुरुषांनीच. लाज ही पुरुषाचं भूषण नाही. ते हे सर्व लिहूच शकतात. लैंगिक संबंधेच्छा, त्याचं ज्ञान हे सगळं पुरुषांचं काम. पुरुषांची गोष्ट. पुरुषांनी त्याला उजळा द्यायचा, प्रकाशात आणायचं. मुलींना हे सगळं नसणं अशीच ही बाब आहे. त्यामुळे ते उघड करणं तर दूरची गोष्ट, त्याचा काही प्रश्नच उद्‌भवत नाही. पुरुष त्यांची स्वत:ची लैंगिक वासना, इच्छा मुलींच्या शरीरावर पूर्ण करणार. मुली पॅसिव्ह असणार आणि पुरुष ॲक्टिव्ह असणार (लैंगिकतेच्या बाबतीत) मूलत: लैंगिक संभोग ही गोष्ट पुरुषांची स्वत:ची खास आणि पुरुषांसाठीच असते. मुलींसाठी जे आहे ते म्हणजे गर्भधारण करणं, अपत्यांना जन्म देणं, अपत्यांचं लालनपालन करणं. या सीमांतून बाहेर पाऊल टाकलं तर मुली निर्लज्ज, मुली वेश्या. अशी जर मानसिकता असेल/आहे, तर मग ताहमिमा आनमच्या गोष्टीविषयी लोक वाईट बोलतील हे तर स्वाभाविकच आहे. मुलींची असहायता, आणि पुरुषांची भोगवस्तू होण्यासाठी मुलींना भाग पाडणं आणि पुरुषांकडून त्यांच्यावर अत्याचार होणं या गोष्टी, ताहमिमाच्या 'गार्मेंट्स' या गोष्टीत दिसतात. बांगलादेशाच्या मुलीचं जीवनच हे असं! हेच त्यांचं वास्तव. बहुतेक सर्वत्र मुली, श्रीमंत, मध्यमवर्गीय, गरीब, कोणत्याही वर्गातली असो, शिक्षित, अशिक्षित– कोणीही असहायच. पुरुषाची भोग्य वस्तू होण्यासाठी ती बांधलेली आहे. इतकंच काय पण लैंगिकदृष्ट्या अक्षम पुरुषाचीसुद्धा ती भोग्य वस्तूच. शारीरिक आणि मानसिक छळाच्या जवळपास सर्वच मुली बळी, शिकार असतात. मुलीच प्रेम, अनुराग याविषयी कथा लिहितात ठीक आहे. पुरुषाच्या प्रेमात जीवनाचं विसर्जन मुली करतात. वा! विलक्षण छान! किंवा मुली स्वत:च्या अपत्याच्या दु:खानं अन्न वर्ज करून टाकतील. (असं काही लिहिलं तर) मग तुम्हाला शाबासकी आणि वाहवा मिळेल लोकांकडून. परंतु मुलींचा छळ सोसायला नकार असेल, त्यांची

इच्छा नसेल, मुलीनं नवऱ्याचा त्याग केला. अत्याचारी नवऱ्याचा जरी त्याग केला, लोकहो, तुम्हाला ते आवडणार नाही. मुलींनी छळाला विरोध केला आणि जर आरडाओरडा केला तर, तुमचा त्या मुलींवरच राग असेल, मुलींनी स्वत:च्या लैंगिकतेची गोष्ट लिहिली, त्या लिखाणाला परदेशात मोठा पुरस्कार मिळाला तरीसुद्धा, लोकहो, तुम्ही छी थूच करणार! तुम्ही म्हणणार की ही आमची संस्कृती नाही. तुमच्या कल्चर संस्कृतीत मुली मूग गिळून गप्प बसणार, तोंडातून अवाक्षरही न काढता सर्व सहन करणार, लैंगिक इच्छेसंबंधीची गोष्ट चुकूनसुद्धा कधीच उघड करणार नाही. आणि त्यामुळेच अशा तोंड बंद केलेल्या मुलींचं चरित्र ज्या कथेत उमलून येतं, प्रकट होतं ती कथा तुमच्या संस्कृतीतील कथा. परंतु तुमच्या संस्कृतीत, मोठ्या होऊन, मोठ्या झाल्यावरही काही काही मुली रागावून, चवताळून, सरसावू शकतात. 'ताहमिमा आनाम' जर 'ताहमिम आनाम' असती – मुलगी न होता पुरुष झाली असती तर शक्यता आहे की त्याच्या कथेवर निंदेचे शिंतोडे उडले नसते, मुलींनाच माहीत मुलींची वेदना. ती वेदना– मुली जितक्या प्रामाणिकपणे, लोकांसमोर दृष्टिगोचर करू शकतात, त्याप्रमाणे पुरुष ते करू शकत नाहीत. पुरुषप्रधान समाजात पुरुषांनी लिहिलेल्या कथा- कादंबऱ्यातून स्वत: स्वार्थत्याग करून पतीसेवा करणाऱ्या मुली भल्या चांगल्या, घरसंसार गृहकृत्यदक्ष मुली चांगल्या, मुलांच्या संगोपनात सतत व्यग्र असलेल्या मुली चांगल्या. परंतु जर कोणी एखादी मुलगी म्हणाली की छळ मी सोसणार नाही. पुरुषाची भोगदासी होणार नाही, लिंग उत्थानरहित पुरुषापाशी संग करण्याची कसलीही इच्छा तिला नाही, इतकंच नव्हे तर तो पुरुष तिचा नवरा असला तरीही नाही... असं एखादी मुलगी म्हणाली तर पुरुषाची भीतीनं गाळण उडते. पुरुषांना भीती वाटते की त्यांच्या प्रेमिका, पत्नी अशा आत्मविश्वासी झाल्या तर त्यांचं प्रभू-दासी = मालक दासी या नात्यात सजलेलं घर मोडून पडेल. छळ करण्यात तरबेज असलेल्या पुरुषांना त्यामुळे असुरक्षित वाटत राहते. मला वाटतं की स्त्री विरोध किंवा असुरक्षितपणाची जाणीव झालेले पुरुषच ताहमिमा आनामच्या विरुद्ध काहीबाही बोललेले आहेत. स्त्रीविद्वेष आणि पुरुषांचा असुरक्षितपणाचा बोध/जाणीव या गोष्टी म्हणजे पुरुष तंत्र/ पुरुषसत्ताक किंवा पितृसत्ताक नावाच्या रोगाची आनुषंगिक दुखणी आहेत. या रोगापासून समाज जितके दिवस मुक्त होत नाही तोवर, ही आनुषंगिक दुखणी राहूनच जातील.

अनेक जण म्हणतात की 'गार्मेंट्स'मधील मुली एवढ्या काही असहाय नाहीत. ज्यांना घर मिळण्यासाठी म्हणून लग्न करावं लागतं. त्यांच्यासाठी मेसची व्यवस्था आहे. समजा आहे. पण ताहमिमानं कोणताही सत्याधारित निबंध लिहिलेला नाही. तिने गोष्ट लिहिलीय. गोष्टीत कल्पना (विलास) असतात. त्याउपरही मी

म्हणेन, बांगलादेशाच्या असहाय गरीब मुलींना केवळ अन्न, वस्त्र मिळून जगण्या-वाचण्यासाठी किंवा माणसांकडून होणारी शिवीगाळ, शिव्याशाप ऐकणं बंद करण्यासाठी सर्वदाच विवाहित पुरुष, चरित्रहीन पुरुष, 'अक्षय' पुरुष असल्या कशाही पुरुषाशी लग्न करण्यावाचून पर्याय नसतो, करावंच लागतं. ताहमिमा आनामच्या गोष्टीतल्या मुली केवळ घरभाडं मिळावं म्हणून लग्न करतात, त्यांना ते करावं लागतं, परंतु एका मुलीला लैंगिक उत्थानरहित नवऱ्याकडून होणारे अत्याचार सहन करायचे नाहीयेत, तिची इच्छा नाहीये. तीच मुलगी अगदी नि:शब्दपणे निषेध करते. ती एकटी राहते, स्वत:च्या लैंगिकतेविषयी विचार करते. ही मुलगी आणि या गोष्टीची लेखिका म्हणून नारीद्वेष्ट्या लोकांना चांगली वाटत नाही, आवडत नाही. परंतु कोणत्याही निंदेचं भय न बाळगता, कोणाच्याही तिरस्कारानं कुंठित मती न होता; ताहमिमाच्या मुलींची अगदी पूर्णत: गोपनीय अशी कथा अजूनही प्रकाशात यावी, अजून प्रकाश पडो हे मला हवंय. एवढे दिवस मुलींच्या गोष्टी पुरुष सांगत आलेले आहेत. खोट्या गोष्टी सांगितल्यात. आता या वेळी मुलींना बोलू द्या. सत्याला वाचा फुटो, सत्य बोलो.

६८

माझ्या आत्या/मावशीचा कॅन्सर अगदी शेवटच्या स्टेजचा होता. आता ढाक्यामध्ये माझ्या शांतीनगरच्या फ्लॅटमध्ये ती आहे. तिला पाहायला भेटायला जास्त करून जवळचे नातलगच आले नाहीत. जर आले आणि माझ्या फ्लॅटमध्ये पाऊल टाकलं की त्यांचा असा विश्वास आहे की, त्यांचं पुण्य काहीसं गळून पडेल. नमाज पढतात, रोजा करतात, माळ घेऊन जप करतात, बुरखा घालतात, यावेळेपर्यंत जे पुण्य कमावलंय, ते ढळून द्यायला ते नाराज आहेत/तयार नाहीत. म्हणून आत्या/मावशीला शेवटचं भेटायला/पाहायला जायलासुद्धा ते तयार नाहीत, नाराज आहेत. माझ्या घरी आल्यास पाप का होईल? मी अल्ला मानत नाही म्हणून? अल्लाला मानत नाही म्हणून, मानवतेची सेवा केली तरी मी वाईट... गरिबांचं दु:ख दूर केलं तरी समतेच्या लढ्यात/समतेसाठी लढाईला सामोरी गेलं तरी वाईट, पीडितांच्या पाठीशी उभे राहिले तरी वाईट. त्यांना खात्री आहे की मी नरकाच्या आगीत जळून जाणार आहे आणि ते स्वर्गोद्यानामध्ये विहार करणार आहेत. माझ्यासाठी त्यांच्या मनात करुणा आणि घृणा दोन्हीही प्रचंड प्रमाणात आहे. इतके असे असहिष्णु आणि अमानुष/अमानवी, स्वार्थांध आणि धर्मांध आमचे नातलग, पूर्वी असे नव्हते. गेल्या दहा-बारा वर्षांत हा अस्वाभाविक/निराळाच बदल (दिसतोय) दोष कोणाचा?

६९

तुमचे 'रोजे' तुम्ही सांभाळा/पालन करा. सात आकाशापलीकडे/ आसमानाच्या वर, अल्लाने पाण्याचा सागर, मधाचा सागर, दुधाचा सागर, मद्याचा सागर करून बनवून ठेवलय. तिथे जाऊन दिवस रात्र तरंगा/ पोहा. पण ज्यांना पोहायचं नाहीये किंवा ज्यांना तिथे पोहायची इच्छा नाहीये, त्यांचा तो न पोहण्याचा अधिकार आहे त्यावर सुरी चालवू नका/ हत्यार चालवू नका.

बांगलादेशात काही ठिकाणी पडदे लावलेल्या रेस्टॉरंटमध्येसुद्धा 'रोजावाले' गुंडगिरी करतात. अन्न, भात, भाजीमध्ये पाणी ओतून देतात, चहाच्या किटलीत वाळू घालतात. किती भयानक कृत्य हे! तुम्ही एकटेच जा ना स्वर्गात, सर्वांना घेऊन कशाला जायला पाहिजे? इतरजन जाणूनबजूनच स्वर्गाचा लोभ, हाव धरत नसतील तर तुम्ही किंचितसं काही झालं तरी रडणाऱ्या लहान मुलासारखी आरडाओरड, कांगावा का करता?

७०

'अल्ला' आणि 'हसीना' या दोहोंबरोबर कसल्याही प्रकारची टीकाटिप्पणी केलेली बांगलादेशात चालत नाही. फेसबुकच्या मालकांबरोबर सरकारची बोलणी झालेली आहेत. माध्यमातून सर्व टीका उडवून दिली जाईल.

७१

काही वर्षांपूर्वी मानवधर्मासंबंधी, मुक्त विचार करणाऱ्यांच्या एका सेमिनारमध्ये सुलताना कामालबरोबर लंडनमध्ये भेट झाली होती. बांगलादेशाच्या सद्य:स्थितीविषयी त्या सेमिनारमध्ये बोलायला त्या आल्या होत्या. त्यांचं भाषण ऐकण्यासाठी मी उत्कंठित होते, पण खूप काही उत्तेजित मात्र नव्हते. बांगलादेशातले सुशील, सुचरित्र नेते-नेत्या, बहुतकरून खोटं बोलतात हे मला माहीत होतं. मला वाटलं होतं– त्या नामवंत व्यक्ती असल्यामुळे, त्यासुद्धा इस्लामी मूलतत्त्ववाद आणि दहशतवाद वाढण्यामागे अमेरिकेव्यतिरिक्त आणखी कोणाचाच दोष त्यांना दिसणार नाही किंवा मूलतत्त्ववाद असला तरी दहशतवाद नामक वस्तू मुळातच बांगलादेशात नाही– याविषयी त्या निश्चिंत असतील. परंतु मला अगदी थक्क करत, सुलताना कामाल सर्व अप्रिय सत्य बोलल्या. व्यासपीठावरून उतरून आल्यावर मी त्यांचं अभिनंदन केलं. फारच थोडं बोलणं झालं आमचं. मी विचारलं होतं – कोणतंच सरकार मला देशात परत येऊ देणार नाही का? माझी व्याकूळता त्यांनी थंडपणे

पाहिली. कसलीही आशा दाखवली नाही.

ते मूलतत्त्ववादी लांडग्यांचं दल, जे पंचवीस वर्षांपूर्वी माझ्यावर तुटून पडलं होतं, त्यांना आता सुलताना कामालवर झडप घालायची आहे.

त्यांना त्यांचीही (सुलतानाची) अवस्थासुद्धा माझ्यासारखीच करायची आहे. मस्त मजेत बोलतात की, सुलताना कामाल म्हणाल्या आहेत शिल्प राहू दिलं नाही तर मशीदही राहू देणार नाही. सुलताना कामालनी राजपथावर उतरून यावं, हाडं-मांस शिल्लक राहणार नाही. सुलताना कामालला २४ तासांच्या आत गिरफदार करा. नाहीतर तिला तसलिमा नासरिनप्रमाणे देशाबाहेर घालवून द्या. सुलताना कामालचा देश– बांगलादेश नाही.

एखाद्याच्या शरीराची हाडं-मांस काहीच उरणार नाही अशी उघडपणे धमकी दिल्यानंतरही कोणीही धमकी देणाऱ्या दहशतवाद्याला पकडलं नाही. माझ्याविरुद्ध ज्यांनी फतवा काढला होता, माझ्या मस्तकाची किंमत ज्यांनी घोषित केली होती १९९३-९४ साली, त्या कोणालाही खालेदा झियाने पकडण्याचा आदेश दिला नाही. उलट माझ्या विरुद्धच पकड वॉरंट जारी केलं होतं. अशाप्रकारेच मूलतत्त्ववाद्यांच्या अप्रजासत्ताकीय आणि अतार्किक अशा सगळ्या मागण्या पूर्ण केल्या होत्या. स्वातंत्र्यविरोधी, धर्मांध, मूलतत्त्ववादींचा दलाला डोक्यावर घेतलं होतं. सरकारने एकदा का कोण्या अपशक्तीला (विरोधी/वाईटशक्तीला) डोक्यावर घेतलं तर मग त्या अपशक्ती डोक्यावरून उतरणं फार कठीण होऊन जातं, त्या अपशक्तीच डोकं कुरतडून कुरतडून खाऊन टाकतात. खालेदानी असल्याच अपशक्तीला डोक्यावर घेतलं होतं, इर्शादनं घेतलं होतं, हसीनानंही घेतलं होतं. समस्त देशभर आतंक आणि दहशत पसरवण्यात राजकारण्यांची भूमिका अपरिसीम आहे. अमर्याद आहे.

सुलताना कामालच्या सुरक्षिततेची हसीनानं व्यवस्था केलेली आहे असं मी ऐकलंय. हे काम नक्कीच त्यांनी चांगलं काम केलंय. खालेदानी तर माझ्या सुरक्षिततेची व्यवस्था करण्याऐवजी, माझ्याविरुद्ध मामला खटला केला होता. आतंक किंवा दहशतवादींच्या धर्मासंबंधीच्या अनुभवांतर, आघात केलेला/त्याला धक्का दिलेला होता– हा होता माझा अपराध. भाषणस्वातंत्र्याच्या विरुद्ध जाण्यामुळे धक्का बसलेल्या धर्मविषयक अनुभूतीला दुवा देणं यात नवीन काही नाही.

कोर्टाच्या जवळपास किंवा आवारात, त्या भागात कोणतंही धर्मीय/धर्मसंबद्ध असं काही (मंदिर/मशीद) स्थापन केलेलं नसावं. अशी रक्षणकर्त्यांची मागणी. त्या मागणीच्या अनुषंगानेच सुलताना कामाल म्हणाल्या आहेत– ''मलाही वाटतं कोर्टाच्या आवारात/भागात कोणतीही धर्मीय प्रतिष्ठापना असणं योग्य नाही. जशी मूर्ती धर्मीय प्रतिष्ठापना त्याचप्रमाणे मशीदही. काळजीवाहक, रक्षकांच्या म्हणण्याप्रमाणे तिथे मशीदही असता कामा नये.'' बस्स झाऽलं रक्षणकर्त्यांनी चहूकडे प्रचार करणं

सुरू केलं– सुलताना कामाल म्हणल्या आहेत– 'कोर्टासमोर जर मूर्ती नसेल तर कुठेही कुठलीही मशीदही असणार नाही, देशामध्ये कोणतीही मशीद राहणार नाही'– असं वक्तव्य सुलताना कामालांनी केलेलं नाही. परंतु जर म्हणाल्या तर मग तसं बोलायचं स्वातंत्र्य त्यांना का असू नये?

स्वत:चं मत मग ते दुसऱ्याच्या मतापेक्षा कितीही वेगळं असेना का, ते उघडपणे बोलण्याचा सर्वांना अधिकार आहे. बांगलादेशचे मुस्लीम मूलतत्त्ववादी बिनधास्तपणे हिंदू, बौद्ध मंदिरं तोडतात. जाळतात, परंतु आजपर्यंत एकाही हिंदू किंवा बौद्धाचं मुसलमानांच्या मशिदीवर एखादा दगड मारून त्याचा निषेध करायचं धाडस झालं नाही. सुलताना कामालप्रमाणे उघडपणे कोणत्याही मशिदीला साधी एकादी टिचकीसुद्धा मारणार नाही (कोणी). बांगलादेश म्हणजे मशिदींचा देश. सर्व मशिदी अगदी अक्षतच राहणार. वर्षानुवर्षं मला वाटतं, आणखीही अगणित मशिदी दगड-भिंती स्थापन केल्या जातील.

स्त्रीविरोधी आणि मानवताविरोधी धर्मांधांच्या तथाकथित धर्मानुभूतीला जणू धक्का लागू नये याविषयीच किंवा या बाबतीत सगळे गुंग, मग्न आहेत, सरकारसुद्धा. परंतु प्रगतिशील/पुरोगामी मुक्त विचारवंताच्या भाषणस्वातंत्र्याचा अधिकार नाहीसा झाला तरी कोणाचेच काहीही बिघडत नाही. आम्हाला आमचं वेगळं मत उघडपणे मांडायचंय म्हणजेच याचा अर्थ हाच की आम्हाला आमच्या मत प्रकटीकरणाचा अधिकार हवाय. जास्तीत जास्त लोक ज्या बोलण्याने खूश होतात तसे बोलायला गेलं तर मत उघड मांडायला, वेगळ्या अधिकाराची मागणी करायची गरज पडत नाही. माणसानं आपलं मत उघडपणे मांडण्याच्या अधिकारावर जे विश्वास ठेवतात, ते शत्रू, मित्र सगळ्यांनीच मत उघडपणे मांडण्याच्या अधिकारावर विश्वास ठेवतात. एखाद्याच्या मतावर जरी विश्वास नसला तरीसुद्धा मत स्पष्टपणे/उघड मांडण्याच्या अधिकारावर विश्वास ठेवायला हवा. तुम्ही जर अमुक एकाच्या वाक्स्वातंत्र्यावर विश्वास ठेवता पण तमुक एकाच्या वाक्स्वातंत्र्यावर विश्वास ठेवत नाही– याचा अर्थ भाषण किंवा वाक्स्वातंत्र्य या गोष्टीवरच तुमचा विश्वास नाहीये.

मुश्कील झालंय की मूलतत्त्ववादी स्वत:च्या सोडून आणखी कोणाच्याही भाषणस्वातंत्र्यावर विश्वास ठेवत नाहीत. प्रजासत्ताकीय अधिकार स्वत:खेरीज आणखी कोणाला आहेत, यावर मूलतत्त्ववाद्यांचा विश्वास नाही. मूलतत्त्वावादीचं जे समर्थन करतात, ते प्रजासत्ता/लोकशाही आणि उच्चार स्वातंत्र्याचं समर्थन करत नाहीत. सरकारने योग्य मित्र (पक्ष) ओळखणे, शत्रूला मित्र समजून बसण्याची चूक न करणे. कोणतेही प्रजासत्ताक सरकार लोकशाहीत उच्चार स्वातंत्र्यावर, स्त्रीहक्कावर,

मानवाधिकारावर विश्वास न ठेवणाऱ्या कोणत्याही अशुभ/ कुशक्तीला मित्र मानू शकत नाही. मित्राच्या छद्मवेशातील ती अशुभ/कुशक्तीच एक दिवस प्रजासत्ताक/ लोकशाही सरकारचं पतन घडवून आणेल.

७२

भारतात गाय आणि डुक्कर यांचं मांस खाऊ शकत नाही म्हणून भारताबाहेर गेल्यावर ही दोन्ही प्रकारची मांस अगदी मन:पूत खाते.

७३

खागडाछडीच्या मुलींना 'कल्पना चाकमा'च्या अपहरणाचा निषेध करण्यासाठी एक मोर्चा काढायचा होता. पोलिसांनी येऊन त्या मोर्च्यावर हल्ला केला. पोलीस बलात्कारींसारखे दिसत होते. बलात्काऱ्यांच्या दोन तंगड्यांच्या फटीत एक बळकट दंड असतो, ज्याच्यायोगे ते मुलींवर अत्याचार करतात. बरोबर तसंच या पोलिसांच्या हातातही तसाच मजबूत दंड ज्याच्यायोगे ते निरपराधी मुलींवर धावून गेले, झडप घातली. हा आमचा सोनेरी, सुवर्णमय बांगलादेश!

७४

'इंडियन इन्स्टिट्यूट ऑफ टेक्नॉलॉजी' (I I T) ही भारतातील फार मोठी संस्था आहे. एक विशाल कारभार आहे. आयआयटीमध्ये खूप कमी मुलामुलींना संधी मिळते. या 'आयआयटी' तली पीएच.डी. स्कॉलर २८ वर्षीय प्रखर बुद्धिमती मंजुळा देवाक हिने काही दिवसांपूर्वी गळफास लावला. आयआयटीच्या नालंदा अपार्टमेंटमध्येच ही भयानक घटना घडलेली. खोलीचं दार तोडून पोलीस आत गेले, त्यांनी पाहिलं मंजुळाचा देह सीलिंग फॅनला झुलतोय. मुलीनं आत्महत्या केलेली होती. हसूनखेळून असणाऱ्या या मुलीनं आत्महत्या करावी असं काय झालं? केली आत्महत्या कारण 'रितेश'नं तिला भयंकर त्रास दिलेलाय. रितेश मंजुळाचा नवरा. हुंड्याची मागणी करत होता. व्यवसाय करण्यासाठी त्याला २५ लाख रुपये पाहिजे होते. व्यवसाय करण्यासाठीचा पैसा तो स्वत: जमवणार नाही, त्याचे बाबा, काका, मामा, मोठा काका किंवा आई, मावशी यांच्याकडून ते पैसे तो घेणार नाही. बायकोकडून घेणार, बायकोच्या आई-बापाकडून घेणार. हुंड्याच्या पैशातून ऐशाराम करण्याचं स्वप्न जवळपास प्रत्येकच पुरुषाचं असतं. घरदार

सोडून, रितेश मंजुळाच्या हॉस्टेलवर येऊन राहिला होता. मंजुळाला आयआयटीचा अभ्यास तो बिलकूल करू देत नाही. तिला स्वत:च्या पायावर उभं राहू देत नाही. मंजुळाच्या आयुष्यात तो एक मोठा अडसर होऊन बसला होता. मंजुळाला यश म्हणून काहीही नाही मिळायला पाहिजे ही त्याची इच्छा. हुंडा आणि जीव ओतून मंजुळाने त्याला एक व्यवसाय उभा करून द्यावा. दिवसेंदिवस रितेशचे अत्याचार सहन न करू शकल्यामुळे अखेर शेवटी मंजुळानं आत्महत्या केली. मी मंजुळा असते तर आत्महत्या केली नसती. अविवेकी, स्वार्थी, लोभी माणसाला घरातून बाहेर काढलं असतं, सोडचिठ्ठी दिली असती. असल्या हीन, नीच माणसांपुढे का मुली पराभूत होतात? मंजुळाचं फेसबुक पाहून आपण कल्पना करू शकतो– मुलगी तर चांगली हसरी, खूश होती, फिरायला, प्रवास करायला आवडत असे. बाहेर वावरताना सूट घालायची शर्ट घालायची, पुराणमतवादी (conservative) पुरुषप्रधान समाजाचा ड्रेसकोड मानत नव्हती. पण मग या पुरुषप्रधान हुंडाप्रथेची ती का शिकार झाली? तिला आत्महत्येवाचून दुसरा कोणताही उपाय नव्हता असं नाही. मंजुळाविषयी मला खूप दु:ख वाटतं, अशा अनेक प्रतिभावंत मुलींसाठी मला दु:ख वाटतं. ज्या स्वत:चं अर्थपूर्ण आणि अमूल्य जीवन विसर्जन करतात. पुरुषांकडून होणाऱ्या छळामुळे दु:खीकष्टी होत होत, स्वत:चा आत्मविश्वास ज्या गमावून बसतात, त्यांच्यासाठी मला दु:ख होतं. आत्महत्या केल्यानंतर मंजुळाचे बाबा म्हणाले होते – "आम्ही चूक केली, मुलीला आयआयटीत पाठवून, त्यापेक्षा ते पैसे जर हुंडा म्हणून दिले असते तर बरं झालं असतं, मुलगी वाचली असती." रितेशसारख्या लोभी माणसाशी मंजुळानं का लग्न केलं होतं? मंजुळाचे बाबा म्हणालेत की, "त्यांच्या पत्रिका फार चांगल्या जुळत होत्या." हेच तर अवघड आहे. शिक्षित मनुष्य असूनही राशी-पत्रिका यावर विश्वास ठेवतात. तर्कशुद्ध विचार माहीत असूनही अतार्किक गोष्टींना महत्त्व देतात, त्यावर विश्वास ठेवतात. विज्ञानाच्या संधी-सोयी सर्व स्वीकारूनसुद्धा अशास्त्रीय/अवैज्ञानिक गोष्टींवर विश्वास ठेवतात.

हुंडा प्रथा आजची नाही. कित्येक हजार वर्षं जुनी आहे. जगातल्या पुष्कळ देशांत ही प्रथा होती. बऱ्याच देशात अजूनही आहे. बेकायदेशीर/कायद्याला सोडून असली तरीही आहे. संपूर्ण उपखंडात ही प्रथा चालते. कायदा करूनसुद्धा, शिक्षा करूनही ही प्रथा बंद केली जात नाही, बंद होत नाहीये. या हुंड्याच्या कारणामुळे हजारो वधूंची हत्या होते आहे, हजारो वधू असन्मानित, अपमानित होऊन आत्महत्या करताहेत. माझ्या माहितीप्रमाणे प्राचीन काळापासूनच या भागात हुंडाप्रथेवर चर्चा, आलोचना चाललेली आहे. परंतु जुन्या काळातले काही प्रवासी, पर्यटक– त्यांनी त्यांच्या पुस्तकांतून लिहून ठेवलंय, की भारतवर्षात, लग्नामध्ये त्यांनी कोणालाही

हुंडा देताना पाहिलेलं नाही. माहीत नाही, त्या काळी कदाचित हुंडाप्रथा, आतासारखी एवढी भयंकर नव्हती किंवा हुंड्याचं देणं-घेणं पर्यटकांच्या नजरेस पडलं नव्हतं. प्राचीन भारताचा राजा 'अलेक्झांडर द ग्रेट' यानं भारतात लग्नात हुंडा देताना पाहिलेलं नाही. इराण देशातला बुद्धिवान पंडित/बुद्धिजीवी 'अलबेरुणी' भारतात १०१७ साली आला होता. तो इथे सोळा वर्षे होता. त्याच्या आत्मचरित्रातही भारताचं विशेष वर्णन आहे– की जिथे हुंड्याचं काही चिन्हंही नाही. प्राचीन काळातलं देणं, अहेर हा एकतर्फी नव्हता. वधूपक्षाकडून वराला दिलं जात असे, वरपक्षाकडूनही वधूला दिला जात असे. वरपक्षाकडून वधू परिवाराला/हुंडा देण्याचं कारण होतं. ते म्हणजे त्या परिवारात एकजण श्रमिक आता कमी पडणार त्याची नुकसानभरपाई. आणि वधू परिवाराकडून, वरपक्षाला जो हुंडा किंवा द्रव्य दिलं जायचं ते म्हणजे बापाच्या संपत्तीतून वारस म्हणून, वारस या नात्यानं वधूला जे मिळायचं असतं ते. त्या काळचा कायदा मुलींना वारसाहक्कापासून वंचित करत असे. आता आधुनिक काळातला वारसाहक्काचा/उत्तराधिकाराचा कायदा मुलींना वंचित करत नाही. मुलाप्रमाणेच मुलींनासुद्धा आई-बापाच्या संपत्तीतला वाटा मिळतो. उपखंडातील प्रत्येक देशातच आज हुंडा किंवा अहेर निषिद्ध आहे. परंतु ही निषेधाज्ञा हुंड्याची चाल, सवय रोखू शकत नाहीये. मुली जितक्या खाली उतरतात– (शब्दश:) म्हणजे लग्नाच्या बाजारात रूप, रंग या बाबतीत मुली जितक्या कमी त्या प्रमाणात हुंडा आणखी जास्त होतो. खरं म्हणजे असं म्हणणं योग्य होईल की, समाजात मुलींचं स्थान मुलींना जितकं कमी लेखलं जातं, तितक्याच प्रमाणात हुंड्याची रक्कम वाढवली जाते. आणि हे उंच/उच्चनीच करण्याची दोरी असते पुरुषसत्तेच्या हातात. भारतात हुंड्याच्या कारणावरून वधूचा छळ आणि वधूहत्या या गोष्टींनी भयानक स्वरूप धारण केलेलं आहे. बांगलादेशातही तसेच. जास्त करून वधूहत्या या वधूची आत्महत्या म्हणून प्रचार केला जातो. तसेच जास्त करून वधूंचा छळ हा परक्या संबंधातून किंवा परसंबंधाच्या कारणाने वधू-वरामध्ये कलह, तंटालढाई होतेय असं म्हणून प्रचार केला जातो किंवा असं कारण लोकांना सांगतात.

पती-पत्नीचा संबंध हा प्रेमाचा आणि विश्वासाचा व्हायला हवा. असायला हवा हेच उचित. परंतु हुंडा (आणि इतर वस्तू) या संबंधात बाधा आणून तो नष्ट करून टाकलाय. आता जो संपर्क (उरतो) तो पुरुषासाठी पैशाचा, स्वार्थपरतेचा आणि स्त्रीसाठी सर्व विसर्जन करून बिगाऱ्याप्रमाणे कष्ट उपसण्याचा. भारतात वधूला जाळून मारलं जातं. बांगलादेशात जाळून मारण्याची फारशी चाल नाही, मारलं जातं. शस्त्राघात करून/धारदार शस्त्राच्या घावाने नाहीतर विष खायला घालून. ज्या माणसाला हुंड्याचा लोभ/हाव आहे अशा हीन, स्वार्थी, क्षुद्र माणसाशी

लग्न करणं मुलींनी थांबवावं. त्यांच्याबरोबर संसार करण्यापेक्षा एकटं राहणं खूप चांगलं. कोणाकोणाला वाटतं की हुंडा जास्त दिला तर नवऱ्याकडून होणारा छळ कमी होतो. हे चूक आहे हे सिद्ध झालंय. जितका जास्त हुंडा द्याल, तितकाच लोभ लोभी माणसाचा वाढेल, लोभ, हाव वाढली की अत्याचारही वाढतात, जास्त होतात. सर्व स्तरातील पुरुषांना हुंड्याचा लोभ असतो, हाव असते. कपर्दिकही नसलेल्या कफल्लकापासून ते कोट्यधीशापर्यंत. सर्वांनाच अजूनही मुलींना सहप्रवासी, सहकर्मी, समानाधिकारी असं पुरुष समजत नाहीत. अजूनही असा विचार करतात की मुली म्हणजे नेमक्या/ठीकठीक माणूस नाहीत, माणूस असल्या तरी जरा 'कमीच माणूस' ही दुष्टपणाची धारणा, मनोभाव जोपर्यंत दूर होत नाही/होणार नाही तोपर्यंत या जगात मुलींना भोग/दु:ख भोगायला लागणार. मनुष्य सोडून इतर कोणत्याही प्रजातीमध्ये स्त्री-पुरुषांमध्ये अशा प्रकारची विषमता, वैषम्य नाहीये. माणसाच्या जातीला लाज कधी वाटणार आहे?

७५

जर 'अल्ला' नावाचा कोणी सर्वशक्तिमान अस्तित्वात असता तर कितीक दिवसांपासून पुन:पुन्हा त्याच्या नावानं काही वाईट लोक ज्याप्रकारे निरपराध माणसांची हत्या करत राहिलेत. ते त्यानं (त्या अल्लानं) सहन केलं नसतं, आणि काहीही करून ही सगळी नृशंसता आणि असभ्यता, बर्बरता नाहीशी केली असती, नष्ट केली असती. 'अल्ला हो अकबर' असं म्हणत कट्यार, तलवारीचे वार करत त्या अल्लाहची सुख्याती, कुठे कोणत्या नरकात ढकललीय त्यांनी याचा विचार तरी करवतो का? कोणीही सर्वशक्तिमान, सर्वज्ञानी, कोणाची सैतानी पाशवी वागणूक वर्षानुवर्षे चुपचाप पाहत राहू शकत नाही. मृतांचं पुनरुत्थान आणि अंतिम निर्णय जिथे होतो त्या मैदानात कोटी कोटी माणसांना कबरीतून उठवून काढून त्यांना पाप-पुण्याच्या तराजूतून तोलूनमापून त्यांचा अंतिम निर्णय तो सर्व शक्तिमान करेल वगैरे– या सगळ्या गोष्टी गांजेकसाच्या भाकडकथांनाही मागे टाकतात.

७६

मला इस्लाम (धर्म) पसंत नाही याचा अर्थ मात्र असा नाही की मला मुसलमानही पसंत नाहीत/आवडत नाहीत. इस्लामच्या किंवा इस्लामी मूलतत्त्ववादाच्या किंवा इस्लामी दहशतवादाच्या विरोधात मी बोलते. म्हणून जर कोणाला वाटेल मी ट्रम्पच्या पक्षाची आहे तर ते चूक आहे. मला इस्लाम पसंत/आवडत नसल्याकारणाने,

इस्लामखेरीज बाकी धर्म मला पसंत आहेत, किंवा मी इस्लामविरोधी कट्टर उजवी किंवा उजव्या पक्षाची समर्थक आहे असं जर कोणाला वाटत असेल तरीही ते चूक आहे. अनेकांच्या डोक्यात ही साधी गोष्ट शिरत नाही. किंवा ते समजू इच्छित नाहीत. त्यांना सरळ अंकाची सवय आहे ना. तुम्ही रा.स्व.सं.चे असला तर समान नागरी कायदा तुम्हाला हवा असणार/पाहिजे. आणि रा.स्व.सं.चे नसणं म्हणजे नागरी कायदा नकोय. परंतु मी तर रा.स्व.सं.ची प्रचंड विरोधी असूनही समान नागरी कायद्याच्या बाजूची आहे मग त्या वेळी? माणसाला समजत नाही की काही माणसं, जिकडे सगळेच जातात तिकडे जात नाहीत, काही माणसं मानवतेसाठी उंच होऊन ताठ उभी राहतात.

७७

कोलकाताची माणसं स्वत:ला प्रगतिशील/पुरोगामी/पुढारलेली असं समजतात आणि भारतातलं सर्वांत प्रगतिशील शहर म्हणजे कोलकाता असंही मानतात. तर या शहराच्या मंदिरातून माणसांची प्रचंड गर्दी, रस्त्यात, वळणावळणावर शनिपूजा. या शहरातल्या लोकांना सर्व प्रकारच्या धर्मीय/धार्मिक अंधश्रद्धा मानत/पाळत असलेलं मी पाहिलंय. जास्तीत जास्त कोलकातावासीयांच्या बोटात अशास्त्रीय किंवा ज्याला काही शास्त्राधार नाही असले दगड/खडे असतात. स्वत:ला कम्युनिस्ट म्हणवतात आणि अशी एकही पूजा नाही जी ते करत नाहीत. 'जावईषष्ठी'सुद्धा मोठ्या थाटामाटात साजरी करतात. स्त्रीविरोधी सगळे संस्कार, इतकंच काय पण 'सिंदूरखेला'चा संस्कारही त्यातून बाद नाही. (सिंदूरखेला– दुर्गापूजेशेवटी प्रतिमा विसर्जनाच्या वेळी देवीच्या कपाळीचं कुंकू, सुवासिनी एकमेकींना लावण्याचा खेळ– त्याने सौभाग्य अखंड राहते, ही भावना).

नारीविद्वेष, मला वाटतं, रक्तातच आहे. कोणी कोणी म्हणतं, ते धर्मबिर्म मानत नाहीत, पण पूजेच्या वेळी अगदी छानपैकी पूजा करतात, शिवाय म्हणतात वर की धर्माचा अंशही नाही या पूजेत किंवा थेंबभरही धर्म नाही या पूजेत, ते म्हणणे फक्त कल्चर/संस्कृती हो!

७८

ऋतुस्राव मुलींना न होता मुलांना झाला असता तर? मग जसं मुलींना आजारी, अपवित्र, अस्वच्छ म्हटलं जातं तसं मुलांना म्हटलं असतं का? उत्तर अगदी सोपं आहे. म्हटलं नसतं. पुरुषांना मासिक ऋतुस्राव झाला तर ऋतुस्राव ही काही

लाजेची गोष्ट झाली नसती. उलट गौरवाची आणि उत्सव करण्याजोगी घटना झाली असती.

पुरुषांना ऋतुस्राव झाल्यावर मला वाटत नाही की, नमाज, रोजापासून त्यांना सूट किंवा मुक्ती दिली गेली असती किंवा सामाजिक शुभकामातून त्यांना बाजूला किंवा दूर ठेवलं गेलं असतं. मुलींच्या ऋतुस्रावाची घृणा केली जाते. कारण मुलींचीच घृणा केली जाते. पुरुषांच्या ऋतुस्रावाला हा पुरुषप्रधान समाज मूल्य देईल. कारण हा समाज पुरुषांना जास्त मूल्य, भाव देतो. मुलींना नीच स्तरावरील व्यक्ती असं समजलं जात असल्यामुळे मुलींचा पोशाखबिशाख, आचरण, आचार हे सर्व पुरुषाला स्वत:साठी नको असतं. पुरुषांना अपमानित किंवा लांछित करायचं असेल तेव्हा मुलींचे कपडेलत्ते आणि दागदागिने याची ओळख दिली जाते. तिकडे शहरात वगैरे, मुलींनी पुरुषांचे कपडे घातले तर त्यांना 'स्मार्ट' मुली म्हटलं जातं. आपल्या समाजातली काय भयंकर आहे ही लिंग विषमता! पण विषमता हटवणं, दूर करणं सोपं नाही. या विषमतेचे किडे तर माणसाच्या डोक्यातच आहेत/ असतात. ही कीड जितके दिवस मरत नाही, जोपर्यंत डोकं कीडमुक्त होत नाही, तोपर्यंत ही लिंगविषमता किंवा लिंगवैषम्य अगदी तब्येतीत राहील/ ठणठणीत राहील.

अमेरिकेतील एका स्त्रीवादी लेखिकेला माहीत करून घ्यायचं होतं की, पुरुषांनी लिहिलेले काही 'मास्टरपीस' जर पुरुषांची लिहिलेले नसून स्त्रीनं लिहिलेले असते तर? तर मग त्या लेखांना कोणी 'मास्टरपीस' म्हटलं असतं का? का, स्त्रीनं लिहिलेलं म्हणून त्याची उपेक्षा आणि अवहेलना होऊन ते लिखाण हरवून गेलं असतं? जसं हरवून जातं किंवा अंधारात पडून राहतं मुलींचं लिखाण? याचं उत्तरही आपण जाणतो 'आना कारेनिना' हे जर 'टॉलस्टॉय'चं न होता 'कोण्या स्त्रीचं, कोण्या रशियन स्त्रीचं लिखाण असतं तर?' 'डॉल्स हाउस' जर हेन्रिक इब्सनचं न होता नॉर्वेच्या कोण्या स्त्रीनं लिहिलं असतं तर? शेक्सपीअरचं लेखन जर पुरुषाचं न होता एखाद्या स्त्रीचं असतं तर या लेखनाला आत्ता जे मूल्य आहे जो भाव आहे तो भाव, ते मूल्य त्याला मिळालं नसतं. 'क्लासिक्स' म्हणूनसुद्धा त्याला मान मिळाला नसता. पुरुषाला, पुरुषाच्या विचारांना आणि श्रमांना, स्त्री आणि पुरुष दोघेही मूल्य द्यायला, किंमत द्यायला शिकलेत. हे असं मूल्य स्त्रीच्या कोणत्याच प्रकारच्या प्रतिभेला किंवा स्त्रीच्या प्रतिभेसाठी स्त्रीला प्राप्त झालेलं नाही. तसलिमा नासरिन स्वत:च्या अनुभवाच्या गोष्टी उचलून धरून स्त्रीच्या छळणुकीविरुद्ध तिनं आवाज उठवला, ती मुखरित झाली तर तिच्या लिखाणाचा निषेध होतो, तिचं लिखाण निषिद्ध होऊन जातं आणि हुमायून आजादसारख्या स्त्रीवादी लेखकाचं लिखाण लिहून घेऊन त्याला ग्रंथरूप देऊन, ते टोकाचं आत्यंतिक पुरुषप्रधान

असूनसुद्धा त्याला 'स्त्रीवादी' अशी ख्याती मिळते. पुरुषांनी तयार केलेल्या खूप मोठ्या अशा या वैषम्याच्या दुनियेत निवास करणं आम्हा स्त्रियांना खूपच अपमानाचं आहे.

प्रेम, अनुराग, प्रणय यांनी परिपूर्ण अशा सिनेमाला 'चिक फ्लिक' असं नाव दिलेलं आहे. 'चिक फ्लिक' म्हणजे मुलींचा सिनेमा. मुलींना ज्या प्रकारचे सिनेमे आवडतात ते सारे यात येतात. पाश्चिमात्य बरेचसे बुद्धिजीवी लोक मोठ्या गर्वानं बोलताना मी ऐकलंय. 'मी चिक फ्लिक पाहत नाही.' असे लोक काय पाहतात? ते बहुधा युद्धपट पाहतात. युद्ध म्हणजे एकूण खूपच बलदंडपणाचं दर्शन! 'पल्प फिक्शन' (गुन्हेगारी जगताशी संबंधित) पाहतात. 'सायन्स फिक्शन' पाहतात. प्रेम, प्रणयाच्या चित्रपटांना मुलींचे चित्रपट का म्हणतात हे मला कळत नाही. प्रेम, प्रणय, ओढ, आवेग, राग, रुसवा हे सर्व पुरुषांत नसतं का? नक्कीच असतं पण या सर्व गोष्टी पुरुष आत दाबून ठेवतात, लपवतात. भावनांचा आवेग लोकांना दिसला, दुःखानं रडलं तर लोक म्हणतात, शी शी मुलीसारखा रडतोस कशाला? पुरुषांनी रडायचं नाही. पुरुषांनी दगड (मनाचं) व्हायला पाहिजे. पुरुषांनी दगड व्हायचं, निष्ठुर होण्याचं शिक्षण लहानपणापासूनच त्यांना मिळतं. मुलींना मायाळू, लाजाळू/ लज्जाशील, ममताळू, करुणामयी असंच गृहीत धरलं जातं असल्यामुळे पुरुष असं मानतात की त्यांना बरोबर उलट व्हायला हवं. निर्लज्ज, निष्ठुर, निर्मम आणि असभ्य व्हायला पाहिजे. आणखी कशाही प्रकारचे होवोत ते, पण कसही करून मुलींप्रमाणे होणं चालणार नाही. मुलींसारखं होणं ही गोष्ट ते अपमानास्पद समजतात. पुरुषासारखं पुरुष व्हायचं झालं तर मानवी गुणांचं विसर्जन करायला हवं. यापेक्षा दुःखदायी शिक्षण अजून काय असू शकतं. त्यात कठीण असं आहे की मानवी गुणांना अक्षम किंवा क्षमताहीन दुबळ्यांचं धन असं मानलं जातं, असा विश्वास ठेवला जातो. म्हणून मग क्षमतावान, बलवान लोक माणूसपणापासून/ मानविकतेपासून/ माणुसकीपासून दूर राहतात. अवघ्या आयुष्यात, मला असं काही आठवत नाही की एखाद्या पुरुषाला मी रडताना पाहिलंय. बांगलादेशात कितीतरी दिवसांपासून स्त्रीची सत्ता चालू आहे. (स्त्री पंतप्रधानपदावर आहे) त्यानंतरही स्त्री ज्या श्रेणीत होती त्याच श्रेणीत अजून पडून आहे. क्षमताहीनांची, अक्षमांची श्रेणी, त्यात. स्त्रिया डॉक्टर होतायत, इंजिनिअर होतायत, आणखीही किती मोठ्या-मोठ्या काही बनतायत. पण त्यांना अजूनही संबोधलं जातं– महिला डॉक्टर, महिला इंजिनिअर, महिला ॲडव्होकेट, महिला न्यायाधीश, महिला कलाकार/ स्त्री कलाकार. असं क्षमताहीन लोकांच्या बाबतीत विशेषणाची गरज पडते. क्षमतासंपन्नांच्या बाबतीत विशेषणांची गरज पडत नाही म्हणूनच आपण पुरुष डॉक्टर, पुरुष वकील, पुरुष न्यायाधीश, पुरुष पोलीस म्हणत नाही. मला अशी खूप इच्छा होतेय की

त्यांना पुरुष काही तरी असं म्हणून संबोधावं, पण अखेरीस शेवटी ती इच्छा मी दूर फेकून देते क्षमतासंपन्नांना– सक्षमांना अक्षम किंवा क्षमताच्युत करणं सोपं नाही.

मी सांगत होते, ऋतुस्त्रावाची गोष्ट. ऋतुस्त्राव झाला म्हणून/ झाल्यावर मुलींना दुबळं समजणं योग्य नाही. ऋतुस्त्राव हे कोणतंही दुखणं/ रोग नाही. श्वास आणि उच्छ्वासाप्रमाणे तेही अगदी स्वाभाविक आहे. धर्माचरणापासून ज्यांना सुट्टी/ मुक्ती दिली जाते, ते रोगी, वृद्ध, स्तनपान देणारी माता असे. याच श्रेणीत ऋतुस्त्राव होत असणाऱ्या मुलींना का ढकललं जातं? रोगी नसूनही वयस्क वृद्ध नसूनही त्यांच्यावर दुबळ्या/ दुर्बल अक्षम असा छाप का मारला जातो? एकेकाळी शरीर विज्ञानासंबंधी माणसाला कमी ज्ञान होतं, तेव्हा ऋतुस्त्रावाला खूप घाण, नीच बाब समजली जात असे. ऋतुस्त्राव झालेल्या मुलींना दुबळ्या आणि अक्षम मानलं जात होतं.

आता तर ती समस्या नाही. अजूनही ऋतुस्त्राव झाल्यावर मुलींना अपवित्र आणि अक्षम का समजलं जातं? हिंदू धर्माच्या मनुसंहितेत (४४१) आहे. ज्या दिवशी प्रथम रजोदर्शन होईल त्या दिवसापासून तीन रात्रींपर्यंत स्त्रीनं सर्व काही सोडून, त्याग करून घरामध्येच बसायचं, ज्यायोगे दुसरं कोणी तिला पाहू शकणार नाही. स्नान करायचं नाही, अलंकार घालायचे नाहीत. एकच वस्त्र नेसायचं. दीनपणे तोंड खाली घालून बसून राहायचं. कोणाही बरोबर काहीही बोलायचं नाही. स्वत:चे हात, पाय आणि डोळे स्थिर ठेवायचे, नि:स्तब्ध ठेवायचे. दिवसाच्या अखेरीस, मातीच्या मडक्यात शिजवलेला भात तिनं खायचा आणि जमिनीवर अगदी साधसं अंथरूण घालून झोपायचं. याखेरीज मनुसंहितेमध्ये आहे– 'ऋतुमती स्त्रीबरोबर जो पुरुष संग करतो त्याची बुद्धी, तेज, बल, आयुष्य आणि डोळे क्षय पावतात, क्षीण होतात. कमी कमी होतात.' बायबल (लेबीय पुस्तक १५) असं म्हणतं – 'जी स्त्री रज:स्वला झाली आहे ती सात दिवस अशुद्ध असते, जो तिला स्पर्श करतो तो ही संध्याकाळपर्यंत अशुद्ध असतो. आणि या अशौच काळामध्ये जो पुरुष तिच्याबरोबर झोपतो आणि तिचं रक्त जर पुरुषाच्या अंगाला लागलं तर तो पुरुषसुद्धा सात दिवस अशुद्ध असतो.'

माणसासाठी धर्म आला आहे, धर्म बनला आहे, धर्मासाठी माणूस आलेला नाही. ऋतुस्त्रावाला घाणरेडं म्हणणं, वाईट म्हणणं, दुखणं म्हणणं ही गोष्ट या विज्ञानयुगात योग्य नाही. ऋतुस्त्राव झाला म्हणून तिला धार्मिक किंवा सामाजिक कार्यक्रमातून बाजूला करायचं, दूर करायचं याला कोणतंही तर्कसंगत कारण, तर्कशुद्ध कारण नाही. बुद्धिनिष्ठ आणि तर्कनिष्ठ माणसांनीच आता काही तरी बोलावं, बोलायला पाहिजे. तोंड बंद ठेवून बसलं तर समाज बदलणार नाही.

७९

शिक्षा आहे गप्प बसण्याची The sentense is silence. मुलगी असून तोंड उघडलंय. या अपराधासाठी मला काय शिक्षा दिली गेलीय तर तोंड बंद ठेवायचं. माझा आवाज, माझा चीत्कार, माझा विरोध कोणीही ऐकणार नाही, ऐकायचा नाही. पण किती काहीही होवो मी गप्प बसले नाही. हद्दपारीचा दंड/शिक्षा मिळून २४ वर्षं होऊन गेली. आजही मी बोलतेय, आजही मी नि:शब्दता मोडतेय. अन्याय होतायत, होणार आणि मी तोंड बंद करून राहायचं, असं माझं वर्तन/ चरित्र/ आचरण कधीच नव्हतं, आताही नाही.

८०

काही अल्लाच्या बंद्यांनी मागणी केली आहे– 'बस टू' नावाच्या एका चित्रपटातून 'अल्लाह मेहेरबान' हे गाणं काढून टाकायला पाहिजे, कारण ते गाणं गाण्याच्या वेळी अभिनेत्रीनं जो पोशाख घातलाय तो त्यांना म्हणजे त्या अल्लाच्या बंद्यांना पसंत नाही. बुरखा, हिजाब सोडून त्यांना इतर काहीही आवडत नाही, त्यांच्या पसंतीला येत नाही. ही गोष्ट काही बरोबर नाही. पाहणी करताना मला असं दिसून येतं की अख्ख्या पृथ्वीवर सर्वांत जास्त पॉर्न चित्रपट मुसलमान पाहतात. मुसलमान पुरुष इहकाळी एकापेक्षा जास्त स्त्रीसंगम करण्याची आणि परकाळी (परलोकी, मृत्यूनंतरही) असंख्य अप्सरासंह संगम करण्याची वासना बाळगतात. आजही या एकविसाव्या शतकातही या वासनेचा ते त्याग करू शकत नाहीत.

भारतीय उपमहादेशात मुसलमान पुरुषांनी गरीब मुसलमान मुलींना धरून धरून नाचणाऱ्या बाया– कलावंतिणी बनवलंय. मोगल सम्राटांना खूश करण्यासाठी/ आनंद देण्यासाठी कमी वस्त्रं घातलेल्या 'तवायफ' ज्या नाच करून गाणं म्हणत किंवा ते त्यांना करणं भाग पडत असे, तो नाच जसा (सेक्सी) कामोत्तेजक असे तसं त्यातलं गाणंसुद्धा 'अल्लाच्या' स्तुती प्रशंसेनं भरलेलं, भरपूर असे. 'अल्लाह मेहेबान' हे गाणं अजब किंवा अवास्तव असं काही नाही. उलट भारतवर्षाच्या इतिहासातून घेतलेलं एक तुकडा सत्य आहे. 'अल्लाह' या नावाबरोबर नग्न होणं शोभून दिसत नाही किंवा शोभत नाही असं कोणी म्हटलं? अल्लानेच तर बनवलंय मुलींचं शरीर, अल्लाचं नाव तोंडानं घेत असताना त्यानेच बनवलेल्या वस्तूला (शरीराला) पूर्णपणे झाकून ठेवायचं ते का? शरीराचं सौंदर्य सर्वांपुढे खुलं दाखवूनच अल्लाची प्रशंसा करणं योग्य आहे. त्याशिवाय अल्ला हा सर्वत्रच विराजमान आहे. तरमग अल्ला त्या सर्वाठायी सुद्धा विराजत असतो, त्या ठिकाणी आपण कपडे उतरवतो, उघडे होतो आणि अल्लानं त्यांच्या कुराणात ज्या शब्दात, ज्या भाषेत

स्वर्गातल्या अप्सरांच्या शरीराचं वर्णन केलंय त्यावरून तर असं वाटत नाही की ट्रान्स्परंट सोडून इतर कोणत्याही प्रकारचा पोशाख घालून शरीरं झाकावी अशी 'परवरदिगार'ची कसलीही इच्छा आहे.

'अल्ला मेहेरबान' या गाण्याचं दृश्य मी यू-ट्यूबवर पाहिलंय. विश्वासी मुसलमान किंवा चित्रपट दिग्दर्शक यांच्याविषयी कृतज्ञ असणं योग्य नाही की गाण्यामध्ये 'अल्ला मेहेरबान आहे' याविषयीचा काहीही पुरावा, प्रमाण न दाखवताच म्हटलंय अल्ला मेहेरबान? गाण्यात अल्लाच्या निष्ठुरतेच्या गोष्टीही असू शकल्या असत्या, अल्ला ज्याप्रकारे बालमृत्यू घडवतो, प्रचंड चक्रीवादळं, तूफान आणून दरिद्री माणसांना उडवून लावतो. असाहाय्य माणसांना अन्याय अत्याचार, छळ यांचा बळी बनवतो! अल्लाच्या अस्तित्वाविषयी संदेह वाटणारी कोटी-कोटी माणसं आज पृथ्वीवर आहेत, याविषयीसुद्धा गाणं लिहिता रचता आलं असतं. हे सगळं न करता, अल्लाला महान, मेहेरबान अशा रूपात गानकर्ता पाहतोय आणि दिग्दर्शकही. कृतज्ञता कशी प्रकट करायची, कशी व्यक्त करायची, हे मुसलमानांनी शिकायला पाहिजे.

८१

तालिबान्यांनी ज्याप्रकारे उचकटून, उद्ध्वस्त केली आहे अफगाणिस्तानातील बामियान बुद्ध मूर्ती, आयसिसच्या खुन्यांनी ज्याप्रकारे हातोडी, पहार यांच्या घावांनी आघात करून, इराक, सीरिया आणि लिबियामधली शिल्पं उद्ध्वस्त करून टाकलीत, त्याप्रकारे बांगलादेशातलंही एक शिल्प उद्ध्वस्त करून टाकलंय. आयसिसनं अवैध रीतीनं काम केलंय, तर बांगलादेशातल्या लोकांनी वैध रीतीने किंवा सरकारी रीतीने केलंय. आयसिसनं पार धुळीला मिळवलंय किंवा चूर्ण-चूर्ण केलंय, हजारो वर्षांच्या संस्कृतीचा, सभ्यतेचा इतिहास, तर बांगलादेशातल्या सरकारने प्रगतिशील/विकसनशील बांगलादेशाचा इतिहास परंपराच उडवून टाकल्यात. दोन्ही प्रकारच्या विध्वंसक पक्षाचा 'अपकीर्तिकलाप' जो आहे त्यात काही फरक मला दिसत नाही. आयसिस 'ओहाबा' मतावर विश्वास ठेवतात. ज्या मतात असं मानतात की, कुठेही, कसलीही मूर्ती किंवा कसलंही शिल्प असलेलं चालणार नाही. इतकंच नव्हे तर फकिरांची मशीदसुद्धा चालणार नाही. बांगलादेश सरकारला हाताशी धरून किंवा त्याच्याद्वारा जे लोक शिल्प तोडण्याचं फोडण्याचं काम करून घेतायत ते बहुतेक सर्वच 'आयसिस'चे समर्थक आहेत. बांगलादेशातल्या धर्मांध गटांनी आतापर्यंत प्रचंड प्रमाणात मूर्ती आणि शिल्पं तोडलीत. शेकडो बुद्धमूर्ती, हिंदू देवदेवतांच्या मूर्ती आणि अतिशय जुन्या पुराणकालीन मूर्तीखेरीज लालन शिल्प

(एक प्रसिद्ध बाऊल गायक) मतिझीलमधलं बलाका शिल्प, अवखळ शिशुशिल्प, 'अतलान्तिकेबसति शिल्प, सिल्हेरमधील शहीद मिनार, झिनाईदहमधल्या शाळेत बसवलेलं बांगलामुक्ती युद्धातल्या योध्याचं शिल्प हे सारं तोडूनफोडून टाकलंय. कट्टर मुसलमानांना वाटतं शिल्पं फोडण्याचा अधिकार त्यांना आहे. आदिकाळापासूनच स्वधर्माचा प्रचार करत असताना, त्यांनी वेगळ्या धर्माच्या मूर्ती फोडल्यात आणि हजारो वर्षांचा ठेवा, इतिहास, परंपराच तोडूनफोडून टाकलीय. शेकडो वर्षं उलटली तरीपण फोडाफोडी अजूनही बंद झालेली नाही. घृणा अजूनही हाडीमाशी आहेच. बांगलादेशात जेवढी शिल्पं आहेत ती सर्व फोडून टाकण्याची, धर्मांध मूलतत्त्ववादी दुष्ट शक्तींची इच्छा आहे.

बातमी जी मिळालीय ती अशी– 'हेफाजते इस्लाम' बरोबरच काही धर्माधिष्ठित गट आणि संघटना यांच्या मागणीच्या परिप्रेक्षितानुसार गेल्या गुरुवारी रात्री, सुप्रीम कोर्टाच्या मुख्य प्रवेशदाराच्या समोर न्याय विचाराचं प्रतीक असलेलं शिल्प बाजूला करून टाकलंय. जे बुद्धिजीवी लोक, देश रसातळाला गेला तरीही तोंडाला कुलूप घालून बसतात, या वेळीसुद्धा, शिल्प जागेवरून हटवण्यासारखं प्रगतीच्या विरोधातलं हीन/ नीच कर्म केल्याबद्दल राग क्षोभ आणि घृणा प्रदर्शित केलीय. त्यांनी म्हटलंय 'शिल्प हटवून टाकण्याच्या माध्यमातून मुक्तियुद्धाला नेतृत्व देणाऱ्या राजकीय गटांनी घडवून आणलेल्या सरकारने त्याचं कार्य पाहता धर्मांध मूलतत्त्ववादी दुष्टशक्तींपुढे नमते घेतले आहे. ही सांप्रदायिक कुशक्ती मुक्तियुद्धाच्या गौरवाचं प्रतीक 'अपराजेय बांगला' या शिल्पाचा ध्वंस करू इच्छित होती. यांनीच 'अवखळ बालक' या शिल्पाचं रात्रीच्या अंधारात चिन्हही ठेवलं नाही. पूर्णतः नष्ट करून टाकलं. हेच लोक वर्तमानकाळात मुक्तियुद्धानंतरच्या असांप्रदायिक बांगलादेशाला एक धर्मांध मूलतत्त्ववादी राष्ट्र बनवण्याच्या अपप्रयत्नात दंग, गढलेले आहेत. शिल्पे दूर करणे, हटवणे ही संस्कृतिविरोधी अशीच प्रवृत्ती आहे.

शिल्प सुप्रीम कोर्टाच्या समोरून हटवून आता मागच्या बाजूला किंवा आतल्या बाजूला, बांगलादेश सरकारनं उभं करून ठेवलंय. मूलतत्त्ववादी गटाची मागणी मान्य करून शिल्प हटवून त्या दलाला खूश केलं, पुन्हा शिल्प पूर्णतः नष्ट न करता प्रगतिशील/विकसनशील गटालाही खूश केलं गेलं. पण मूलतत्त्ववादी गट हा एवढ्या सहजासहजी खूश होणारा गडी नाही. शिल्प हटवून टाकण्यात आलं आहे ही वार्ता ऐकताच त्यांनी बिगुल वाजवत घोषणा केलीय की देशातली सगळीच शिल्पं नाहीशी करायला हवीत. एकदा जर त्यांची अन्याय्य मागणी मानली तर ते तुमच्या डोक्यावर बसून तुम्हालाच ते गुलाम/ क्रीतदास बनवून उरलेल्या सर्व अन्याय्य मागण्या मानायला भाग पाडतील. कोणाचीही कोणतीही अन्याय्य मागणी न मानणं हे बुद्धिमंताचं काम आहे. मूलतत्त्ववादी हे समाजविरोधी,

स्त्रीविरोधी/ शिल्पसंस्कृतीविरोधी, आधुनिकताविरोधी, मानवताविरोधी, लोकशाहीविरोधी असे लोक आहेत. या मूलतत्त्ववाद्यांना देशाला पाताळात रगडायचं असेल तर त्या त्यांच्या पाताळात रगडण्याच्या कामी सरकारनं का साहाय्य करायचं? देशानं अजून किती खालच्या पातळीवर यायचं? स्वातंत्र्यप्राप्तीनंतर देश खूपच खाली उतरला नाहीये का? (अर्थात उतरलाय)

आमचा देश, एका मुस्लीम देशाचा बलात्कार सहन करणार नाही यासाठी/ कधी आक्रमणोद्युक्त झाला होता, असा विश्वास बाळगता येईल का? आज देशाचे कुलांगार जिथे कुठे शिल्प पाहतात, तेव्हा ते फोडून टाकण्यासाठी वेड्यासारखे नाचतात. वेडे होतात. ओहो, आमचा 'काबा'सुद्धा आमचं शिल्प आहे, हजरे आसोयाद नामक काळा पत्थरही आमचं थक्क करणारं सुंदर शिल्प, 'नबीजीचा रओजा शरिफ' हेही असाधारण असं शिल्प आहे.

कोण म्हणतंय की अरब देशात शिल्प नाही? बंगाल्यांचं शिल्प अरब देशातल्या शिल्पांपेक्षा अगदी स्वाभाविक, सहज कारणामुळे वेगळं आहे. इंडोनेशिया हा पृथ्वीवरचा सर्वांत मोठी मुस्लीम लोकसंख्या असलेला देश. या देशाच्या संस्कृतीशी अरब देशाच्या संस्कृतीचा काही मेळ नाही, साम्य नाही. इंडोनेशिया हा शिल्पांचा देश. टर्कीच्या रस्त्यात-घाटात भरपूर प्रमाणात शिल्पे आहेत. इतकंच काय अरब देशातही शिल्पांची कमी नाही. स्वत:च्या संस्कृतीविषयी श्रद्धा बाळगूनही धर्मरक्षण करता येतं किंवा धार्मिक होता येतं. संस्कृती ही धर्माच्या विरोधात बोलत नाही. परंतु धर्म संस्कृतीच्या विरोधात बोलतो. म्हणून मी म्हणते की धर्माला अजून उदार (मनस्क) व्हायला पाहिजे. जे स्वत:च्या संस्कृतीची घृणा करतात आणि धर्माच्या नावावर त्याच संस्कृतीचा विनाश करतात, ते खरे धार्मिक नव्हेत, ते खोटारडे राजकारणी आहेत आणि सत्तेवर उंच जाण्यासाठीची धर्म ही एक शिडी आहे.

मला समजत नाही की, प्रगतीशील माणसं जवळ असताना हसीनाला, 'हेफाजती'प्रमाणे असभ्य, अशिक्षित लोकांबरोबर तडजोड, समझोता करण्याची गरजच काय? तिला काय वाटतं की 'हेफाजती'चं समर्थन मिळालं नाही तर सत्तेत टिकून राहण्यासाठी काही अडचण येईल? पश्चिम बंगालची ममता बॅनर्जीसुद्धा मुस्लीम मूलतत्त्ववादींना संतुष्ट केलं नाही तर त्यांची खुर्ची/ सत्ता त्या गमावतील असा त्यांना विश्वास वाटतो. दोन्ही देशातल्या हसीना आणि ममता दोन्हीही स्त्रिया, सर्वांत मोठ्या स्त्रीविरोधी कुशक्तीपुढे मस्तक नत करताहेत. आपण पाहतोय पण काहीही बोलत नाही आहोत. बोलत नाहीयोत कारण त्यांच्याखेरीज अजून चांगलं कोणी नाही देश किंवा राज्य चालवायला. त्यांचे प्रतिपक्ष त्यांच्यापेक्षासुद्धा वाईट आहेत म्हणून आपण त्यांची मनमानी मानायला भाग पडत आहोत. त्यांची असंख्य

कुकर्म मानून घेतोय. पण मला आता असं वाटतंय. आता फार झालं, किती मानायचं, आता त्यांचं काहीही मानणं योग्य नाही. आता त्यांना सत्तेतून दूर करण्याची वेळ आली आहे. त्या (हटवलेल्या) शिल्पाप्रमाणे.

शिल्प हा काही धर्मनिगडित/धर्मीय मुद्दा नाही. हा मुद्दा संपूर्णपणे राजकीय आहे. धर्मांध लोक आता शांतपणे धर्मपालन करण्यात उत्साही नाहीत, तर त्यांना त्याचं राजकारण करून आता सत्तासिंहासनावर आरोहण करायची इच्छा आहे. ते लोक हसीनाचे मित्र किंवा सहयोगी नाहीत. ते हसीनाचे राजकीय प्रतिस्पर्धी आहेत. तेच एक दिवस, स्त्रीनेतृत्व हे अनैस्लामिक- इस्लामविरोधी आहे, अशी घोषणा करत हसीनाला खेचून सत्तेवरून खाली पाडतील आणि बाजूला करतील. ज्याप्रकारे त्यांचं म्हणणं ऐकून आणि मानून, सुप्रीम कोर्टाच्या समोरचं शिल्प हसीनानं खेचून खाली पाडलं होतं. प्रतिस्पर्ध्याला किंवा शत्रूला डोक्यावर घ्यायचं नसतं ही गोष्ट हसीनाला माहीत नाही काय? यामध्ये डोकंच गमवायची भीती आहे, माहीत नसेल तर हे सत्य किंवा या सत्याची तिला कोणीतरी जाणीव करून द्यावी. जाणीव करून देण्याची व्यवस्था करावी.

८२

ज्याने कोटी कोटी ग्रह-नक्षत्रे निर्माण केली आहेत, असा कोणी या विश्वब्रह्माडांचा सृष्टिकर्ता जर असेल तर, त्याला त्याच्या सृष्टीतील ब्रह्मांडांतील एका छोट्याशा तारामंडळातल्या त्याहूनही छोट्या अशा सौरजगतातल्या, छोट्या एका ग्रहावर (पृथ्वीवर) छोटा छोटा माणूस नावाचा प्राणी– त्यांनी काय खाल्लं अगर नाही खाल्लं, उपास केला की नाही केला, कोणत्या दिशेला पाय करून झोपला, कोणाबरोबर झोपला शुचिता नष्ट झाली का? त्याला भीती वाटली की नाही, त्याची प्रशंसा केली की केली नाही, या अशा साऱ्या गोष्टीत त्या सृष्टिकर्त्याने डोकं घातलं असतं का? मला तरी तसं वाटत नाही. सृष्टिकर्ता नाही म्हणून तर माणसानं सृष्टिकर्त्याची कल्पना करून ठेवलीय आणि त्याला धरूनच नाना प्रकारच्या अजब गोष्टी रचल्या आहेत. ज्यू/यहुदींचा उपास पाहून मुसलमान उपवास शिकलेत. त्यांचंच डुक्कर न खाणं पाहून, डुक्कर (मांस) न खाणं शिकलेत.

८३.

चहूकडे स्त्रीविरोधी, लोकशाही किंवा प्रजातंत्रविरोधी, इमामांची धार्मिक प्रवचनं.

सभ्यताविरोधी, मानवताविरोधी, बुरखे-नकाब-हिजाबांनी-टोप्यानी-दाढ्यांनी- मशिदी मदरशांनी, धर्मानी, बलात्कारानी, अन्यायांनी- दुर्नीतीनी, खोटेपणाने लोकांना फसवण्याने, अशिक्षितपणाने, अशास्त्रीयपणाने, अवैज्ञानिकपणाने व्यापून/ भरून गेलेली शहरं, अनारोग्यमय अशा पेठा, गाव, नगर, वर्षानुवर्षं लाखो लाखो लोकांची विश्वसंमेलनं, असभ्य अशिक्षित धर्माचा धंदा करणाऱ्या धर्मव्यावसायीचे पाय चाटणारं राष्ट्रनायिकापण– (जिथे आहे) अशा या देशात शिल्प शोभत नाही. सातव्या शतकातल्या अंधारात देशाला बुडवून ठेवणार, संविधानात आणि समाजात विषारी सापाप्रमाणे पसरवून देणार विषमता आणि असभ्यता. मात्र मागणी करणार देशाच्या एखाददुसऱ्या प्रांगणात एकविसाव्या शतकातल्या आधुनिकतेची, इच्छा करणार धर्मनिरपेक्षतेची आणि न्याय्य विचाराच्या शिल्पाकृतीची. असं होतं का? एखादा कोणी गाढवही जाणेल की लवकरच या देशात कोणतही शिल्प, कोणत्याही शिल्पाचं अस्तित्व उरणार नाही. स्त्रीनेतृत्वाचा तर काही प्रश्नच उद्‌भवत नाही. बाळा, जे पेरलयंस तेच तर उगवेल.

८४

अन्याय, अत्याचार, अविचार आणि वैषम्य यांना विरोध करत असे, न्यायाची मागणी करत असे, एक रक्तमासाची स्त्री, त्या स्त्रीला जो देश दूर लोटून देऊ शकतो– तो देश 'न्यायदेवता' नावाच्या एका दगडाच्या मूर्तीला दूर करू शकणार नाही का?

८५

माझं अमेरिकेचं ग्रीनकार्ड मला वाटतंय की रद्द होऊ घातलंय. कारण काय? मी काय कोणी मुस्लीम मूलतत्त्ववादी आहे का दहशतवादी आहे? का अमेरिकेविरुद्ध कुठल्या षड्‌यंत्रात सहभागी आहे? नाही. मी खरंतर मुस्लीम मूलतत्त्ववाद आणि आतंकवाद यांच्या विरुद्ध आणि मानवाधिकार व स्त्री अधिकार यांच्या बाजूनं दीर्घकाळ लढा केलेली बाई माणूस. मला ग्रीन कार्ड 'एक्स्ट्रॉ ऑर्डिनरी ॲबिलिटी'– 'असाधारण क्षमतेसाठी' – दिलं गेलं होतं. माझ्या कुटुंबीयांना अमेरिकेचं नागरिकत्व मिळालयं, कारण ते माझं कुटुंब आहे. आणि आता अमेरिकेत कोणीही येऊ दे. पण मला ते जमणार नाही. स्वीडिश पासपोर्ट हातात घेऊनही ते मला जमणार नाही. मी 'ट्रम्प'ची टीकाकार आहे म्हणून? पण मी केलेली टीका अशा किती जणांनी ऐकलीय? मी अगदी फारच तुच्छ, क्षुद्र एक माणूस आहे. दुनियेतल्या सर्वसामान्य

माणसांपैकी कोण 'ट्रम्प'ची निंदा करते, याचा व्हाइटहाउस काही हिशेब ठेवते असं काही मला वाटत नाही. सर्वच टीकाकारांनी अमेरिकेत प्रवेश करणं किंवा तिथं राहणं याविषयी निषेध/ बंदी आहे असं मला वाटत नाही. तर मग आजच्या घटकेला अमेरिकेत प्रवेश करायची अनुमती मला का मिळत नाहीये? मी तर काही गुन्हा केलेला नाही. अमेरिकेविरुद्ध कसलंही षड्यंत्र केलेलं नाही. कोणाला मारलं नाही की पकडलेलं नाही, धरलं नाही. मी कोणाचं काही काम बिघडवलं नाही, कोणाचं काही नष्ट केलं नाही. निरपराध साधासुध्या माणसानं आयुष्यभर एकट्यानंच का दुःख भोगायचं. सहनच करत राहायचं? मला वाटतं, अमेरिकेच्या सीमासुरक्षकांना माझं नाव पसंत नाहीये. या नावाला, बऱ्याच जणांना विश्वास वाटतो, की मुस्लीम गंध आहे. मला आणखी असंसुद्धा वाटतं की, ज्या देशात मी जन्मले त्या देशाचं नावही त्यांना आवडत नाही. माझ्या शरीराचा वर्ण त्यांना आवडत नाही/ पसंत नाही. म्हणून या कारणानं माझं ग्रीनकार्ड रद्द करण्यासाठी निमित्त शोधायचं, फालतू अवांतर प्रश्न विचारतात. तुमचं ग्रीनकार्ड हरवल्यावर दूतावासात लगेच कळवलं का नाही! दूतावासात कळवायला मला दोन महिने उशीर झाला म्हणून मी निषिद्ध होऊन जाणार! come on!

ट्रम्पला सात मुस्लीम देशातल्या माणसांना अमेरिकेत प्रवेश करण्यावर बंदी घालायची इच्छा होती. खरंतर मुसलमान नावाच्या सर्व माणसांनाच त्यांना अटकाव, बंदी करायची होती. अमेरिकेत प्रवेश माझ्यासाठी बंद होत असताना ट्रम्प मुस्लीम मूलतत्त्ववादींबरोबर झुलत झुलत 'तलवार नाच' विजयाचा नाच, नाचत होते. मुस्लीम मूलतत्त्ववादी जे पैसे देऊन/पैशाच्या जोरावर आतंकवादी दलांना आणि संघटनांना टिकवून ठेवतात ते आज ट्रम्पचे जवळचे लोक आहेत. ते हजारो कोटी रुपयांची अस्त्रं विकत घेतात– जी अस्त्रं आतंकवाद/दहशवाद थांबवण्यासाठी नव्हे तर आतंकवादाला आणखी वाढवण्यासाठी, खतपाणी करण्यासाठी वापरली जातात. 'सुन्नी'च्या देशात जाऊन ट्रम्पने आतंकवादासाठी दोष दिला 'शियां'च्या देशाला इराणला. हे कसं अगदी अक्कलहुशारीचं काम केलं त्यांनी, जेव्हा अवघ्या जगात जे आतंक, दहशत माजवतात, त्यातले बहुतेक सर्व सुन्नी आणि सौदी राजपरिवाराचा धर्म मात्र कट्टर वाहाबी/वादावर विश्वास ठेवणारा. अस्त्र खरेदी केली म्हणून सौदी अरबमधल्या सर्वांना ट्रम्पने धन्यवाद दिले. पण सौदी अरबमधल्या सर्वांनी तर अस्त्र खरेदी केली नाही. सौदी अरबच्या राजपरिवारानं अस्त्र खरेदी केली. या राजपरिवाराबरोबर अमेरिकेच्या संरक्षक कंपन्यांचा संबंध खूप लोभाचा, मधुर संपर्क आहे आणि तसा तो १९४३ सालापासूनच आहे. कितीतरी पूर्वीच प्रेसिडेंट रुझवेल्टसाहेब म्हणाले होते– 'सौदी अरबचं संरक्षण, यू.एस./ अमेरिकेच्या संरक्षणासाठी खूप महत्त्वपूर्ण आहे.' गेल्या सत्तर वर्षांमध्ये सौदी अरबने, विश्वास बसणार नाही एवढ्या मोठ्या

संख्येत शस्त्र/अस्त्रं, अमेरिकेकडून खरेदी केलीत. ओबामाला शांततेसाठीचा 'नोबेल पुरस्कार' दिलेला असला तरी ओबामाच्या अमलात २०१० साली, सौदी अरबने ६० बिलियन डॉलरची अस्त्र/शस्त्र खरेदी (अर्थात अमेरिकेकडून) केलेली आहे.

ट्रम्प काय म्हणाले होते सौदी अरबांच्या संबंधी लक्षात आहे ना सर्व? त्यांच्या निवडणूक प्रचाराच्या वेळी, सौदी अरब सरकारला उद्देशून म्हणाले होते– 'हे उंच इमारतीवरून समलिंगींना धक्का मारून फेकून देतात. हे मुलींना मारून टाकतात, मुलींवर बोलू नये असे नाही नाही ते अत्याचार करतात.' अमेरिकेच्या 'ट्विन टॉवर'वर झालेल्या दहशतवादी हल्ल्यामागे सौदी अरबचा हात आहे, त्यांनाच आज ट्रम्प अस्त्र/शस्त्रं विकतायत. असं असताना ट्रम्पला आतंक किंवा दहशतविरोधी माणूस म्हणता येईल का? नक्कीच नाही. अमेरिकेची ही शस्त्रास्त्रं मध्यपूर्वेकडील सर्वांत गरीब देश येमेन येथील गरिबांना मारणार. यामध्ये दहा हजार लोक मेलेत, अगणित येमेनी माणसं, अमेरिकेनं बनवलेल्या बॉम्बनं उडवून दिलीत. गेल्या दोन वर्षांत सौदी अरबने येमेनवर ८१ वेळा हल्ला केलाय. हल्ला केलाय, अमेरिकेकडून खरेदी केलेल्या शस्त्रास्त्रांचा वापर करून. अमेरिकेची शस्त्रं वापरून जितके जास्त हल्ले होतील, तसे मेंदूधुलाई झालेले तरुण तितकीच जास्त शस्त्रं घेऊन पाश्चात्त्य माणसांवर हल्ले करतील. ट्रम्पच्या वक्तव्यानंतर लगेच काही वेळानं मँचेस्टरवर हल्ला झाला व २२ जणांचा मृत्यू झाला. आयसेन होअर म्हणाले होते– 'अमेरिकेच्या मिलिटरी कंपन्यांना/त्या कंपन्यासाठी जे चांगलं, ते अगदी स्वाभाविकरीत्याच अमेरिका आणि जगासाठी चांगलं नाही.' अगदी अस्सल खरी गोष्ट बोलले होते. परंतु अमेरिकेच्या सरकारमध्ये कितीसे सक्षम, प्रभावशाली लोक या गोष्टीवर विश्वास ठेवतात?

ट्रम्पला समर्थन देणारे, ट्रम्पचं समर्थन करणारे लोक भरपूर होते. त्यांना विश्वास वाटत होता की ट्रम्प इस्लामी आतंक/ दहशत दूर करतील, त्याला पायबंद घालतील. असे लोक नक्कीच आता निराश/ हताश झालेत. दहशतीचा सर्व दोष इराणला देऊन, जे जगभर दहशत पसरवत आहेत, त्यांच्याबरोबर गळ्यात गळे घालून (विजयाचा) तलवार नाच नाचत मैत्री अजून दृढ करून आलेत ट्रम्प. दहशत नाहीशी करू, संपवू अशी घोषणा करून, दहशतींच्या गुरूकडेच शस्त्रास्त्रांची विक्री करून आले!

आणि इकडे फक्त मलाच नाही तर, मुस्लीम देशात जन्मलेल्या अनेकांना विनाकारण/ उगाचच त्रास देत आहे /छळ करत आहे, होमलॅन्ड सिक्युरिटी. अमेरिकेतून बाहेर काढतायत किंवा अमेरिकेत प्रवेश करू देत नाहीयेत, दहशतीविरोधात लढा देणाऱ्या माणसांनासुद्धा अमेरिकेत प्रवेश करण्यास अनुमती मिळत नाहीये. आधीच्या सरकारने ज्या रीतीने देश चालवला, हे सरकारसुद्धा त्या रीतीनेच देश

चालवेल (असं वाटलं होतं पण) मधूनमधून माझ्या मनात विचार येतो की अमेरिकेच्या डेमोक्रॅट आणि रिपब्लिक दलांमध्ये खरंतर काहीच फरक नाही. शस्त्रास्त्र व्यवसाय करणाऱ्यांचा स्वार्थ रक्षण करण्यासाठी अमेरिकेचं सरकार– मग ते कोणतंही सरकार असू दे, काहीही करू शकते. मानवतेचा विध्वंस करताना त्यांना काडीमात्र अडचण येत नाही. बिलकूल काहीही वाटत नाही. या स्वार्थपरायण देशाकडे आपण किती दृढ विश्वासानं पाहतोय की हा देशच सशक्त हातांनी दहशतीचा सामना/ मुकाबला करेल म्हणून. अमेरिका जितकी दहशत कमी करते त्याहून जास्त ती दहशत निर्माण करते. दहशतवादी तयार करण्यामध्ये एकेकाळी तर त्यांनी मदतच केलेली आहे. अमेरिकेच्या मदतीविना 'अल् कायदा', 'आईसिस' यांचा जन्म झालाच नसता.

८६

फेसबुकच्या इनबॉक्समध्ये एक पत्र मिळालं, संपूर्ण पत्रच खाली देतेय– 'मी तुम्हाला दीदी, आपू किंवा मॉम यातल्या कशानेच संबोधणार नाही/ यातलं काहीच म्हणणार नाही. तुम्ही माझ्यासाठी फक्त तसलिमा नासरिन आहात. माझ्या मधल्या खऱ्या 'मी'चा निर्माता तुम्ही आहात. हो तुम्ही! कारण मी होतो एका पुराणमतवादी कॉन्झर्वेटीव्ह मुस्लीम परिवारातला मुलगा. माझ्यामध्ये लहानपणापासूनच होतं एक 'स्त्रीस्वत्व'. लहानपणी सगळेजण मला मुलगी, बायकी म्हणून चिडवत असत म्हणून त्या थट्टामस्करी, टीजिंगपासून स्वत:ला वाचवण्यासाठी, मोठं होत असतानाच कृत्रिमपणे स्वत:ला मुलगा म्हणून प्रोजेक्ट करत राहिलो, दर्शवत राहिलो, पण आतमध्ये होतो माझा मीच. माझ्यामधलं ते स्त्रीत्व प्रबळपणे– स्ट्राँगली उंचावून आलं/ उंचावून उभं राहिलं ते तुमच्या लेखनातून इन्स्पायर– अनुप्रेरित होऊनच. तुमचं सारं लेखन एक स्त्री म्हणून वाचत असे. तुमचं लेखन वाचता वाचता विसरूनच गेलेलो की मी शारीरिकदृष्ट्या एक मुलगा आहे हे. स्त्री म्हणून जन्माला आलो नाही, ही काही माझी चूक नाही. पण स्त्रीत्वासाठी माझी लढाई हा माझा अहंकार, अभिमान आहे. स्वत:ला मी कधीही होमोसेक्श्युअल- समलिंगी मुलगा किंवा लिंग बदली- ट्रान्ससेक्श्युअल थर्ड सेक्स असं समजलो नाही किंवा समजू शकलो नाही. कारण मनाप्राणानं मी एक स्त्री आहे. अभिजितदाचं समलैंगिकता/ समकामिता पुस्तकातलं ट्रान्ससेक्श्युअल प्रकरणातला लिंग पसंती/सेक्स चॉइस हा प्रकार नीट व्यवस्थित वाचून निर्णय घेतला की मी लिंगबदल करून परिपूर्ण स्त्री होणार. ज्यावर विश्वास आहे ते आयुष्यभर धारण करणं हा खरंखुरा प्रामाणिकपणा, खरी इमानदारी आणि हे मी तुमच्याकडूनच शिकलोय. पुराणमतवादी कॉन्झरवेटिव्ह

मुस्लीम कुटुंबात जन्मलो- मोठा झालोय, वाढलो, परंतु तुमचं लिखाण वाचून आणि स्वत:ची माणुसकी/ मानवता, स्त्रीवादित्व, मानवी हक्क या सर्वाचा बोध जाणीव होऊन, सर्वधर्ममुक्त– निरीश्वरवादी, मानवतावादी, नास्तिक झालोय. या जन्मात मी म्हणजे, माझी आई, माझा परिवार, नातेवाईक, आमच्या संपर्कातले लोक, या सर्वांसाठी त्यांच्या डोळ्यातलं कुसळ आहे. जणू विष. आणि आता बांगलादेशाची स्थिती अवस्था तर काय आहे ते तुम्ही जाणताच. माझे बाबा जगले-वाचले तर बहुधा अल्लाच्या नावानं माझी कत्तलंच केली असती. तुमचं लिखाण वाचल्यावर मला वाटलं ही माझीच गोष्ट. योगायोगाने स्त्रीवाद, नास्तिकता, मानवतावाद, मानवाधिकार, बांगला भाषा, बंगालीपण, बांगलादेश, अशा सगळ्या विचारचिंतांशी माझेही चिंता-विचार अगदीच जुळतात. दृष्टिकोनातल्या साम्यामुळे किंवा दृष्टिकोन सारखाच असल्यामुळे कदाचित असं वाटत असावं. मधूनच, मी गंमत म्हणून स्वत:ला 'अजात' 'अजन्मा' म्हणतो. कारण मुलगा होऊन जन्मायचं आणि स्त्री होण्याची लढाई (करायची) हे म्हणजे कट्टर मुस्लीम कुटुंबात जन्मून अगदी कडक 'स्ट्राँग' नास्तिक होणं! आणखी एक महत्त्वाची गोष्ट, जी मी बोललो नाही, तीही की 'अकॅडेमिक स्टडी'मध्ये मला कधीही इंटरेस्ट नव्हता. भयंकर बोअरिंग वाटायचं. पण रिझल्ट चांगला होता. ढाका युनिव्हर्सिटीत प्रवेश परीक्षेत खूप चांगला रिझल्ट मिळाल्यामुळे BBAचे भारी-भारी असे सगळे विषय न घेता आंतरराष्ट्रीय संबंध 'इंटरनॅशनल रिलेशन्स' या विषयासाठी नाव दाखल करून भरती झालो– 'ह्यूमन राइट्स' मानवाधिकार यावर काम करायचं होतं म्हणून. जरी माझी सायन्स पार्श्वभूमी होती. मग टिपिकल आईबाबांप्रमाणेच माझ्याही आईबाबांची इच्छा मला डॉक्टर, इंजिनिअर बनवायची होती, परंतु सायन्स विषयाचा अभ्यास करायला बिलकूल आवडत नव्हतं. माझं मन सदैव माणसाचं जीवन-मनन-कला आणि संस्कृती इकडेच धावायचं.

आपल्या लेखांमुळे मी आधीपासूनच प्रभावित झालो होतो. युनिव्हर्सिटीत गेल्यावर अरुंधती राय यांचं लेखन. (अमेरिकेच्या 'मोनोपोलर ग्लोबलायझेशनच्या विरोधात रिअल ह्यूमन राइट्स परस्पेक्टिव्ह'मधून त्यांचं सगळं धारदार परखड लेखन) यापासूनही मी खूपच प्रभावित झालो. तिथून पुढे, युनिव्हर्सिटीचं अमेरिकेची दलाली करणारं सर्व सिलॅबस/ अभ्यासक्रम, इस्लामी शिक्षकांचे/ इस्लामीवादी शिक्षकांचे क्लास हे सगळं भयंकर वैतागवाणं– बोअरिंग वाटायचं. मला ते मान्यच होत नव्हतं. मग एक वेळ अशी आली आणि पक्का निर्णय घेतला– युनिव्हर्सिटी सोडून देण्याचा आणि दिलीही सोडून. त्यानंतर स्वत:च्या मनाप्रमाणे, स्वत:च्या दृष्टिकोनानुसार, सोसायटी, हिस्ट्री, वेगवेगळे 'इझम्स' = वाद याविषयी थिसिसची तयारी करू लागलो. एका दृष्टीने एका बाजूने अविश्वास्य असलं तरी खरंच मी

अगदी पूर्ण आत्मविश्वासानं सांगतो की, मी समाजविश्लेषणाची यथायोग्य बरोबर अशी थिअरी/ असा तत्त्वसिद्धान्त आणि खरोखरीच शास्त्रीय/ सायंटिफिक मानवतावाद/ ह्यूमॅनिझम शोधून काढलं. डिस्कव्हर केलं. कारण मार्क्सचं कम्युनिझम किंवा सोशालिझम हे कधीही मला पूर्णत: मानवमुक्ती, स्त्रीमुक्ती किंवा ह्यूमन राइट्स/ मानवी हक्क सांगणारं आहे असं वाटलं नव्हतं. मी जे शोधलंय/डिस्कव्हर केलंय, ते मला एकदमच पब्लिश/ प्रकाशित करायचं आहे. सुटं-सुटं लिहून नाही. म्हणून मी ब्लॉग किंवा फेसबुकवर थोडं-थोडं, तुकड्या-तुकड्यांनी लिहीत नाही. यासाठी तुमच्याशी बोलण्याची मला खूपच जरूरी आहे.'

या मुलीबरोबर माझं बोलणं अजून झालेलं नाही. तिला/ त्याला 'मुलगी'च म्हणतेय. कारण तो/ ती स्वत:ला मुलगीच मानते. एखादा माणूसच समजू शकतो– तो स्वत: काय आहे? मुलगा की मुलगी का अन्य काही! समाजात सन्मानानं जगण्याचा वाचण्याचा अधिकार सर्व लिंगांना सारखाच/ समानच आहे. पुरुषलिंगीचा जसा अधिकार आहे, स्त्रीलिंगीचाही तेवढाचं, तसाच समान अधिकार आहे. दोन्ही लिंगींचा अधिकार समान, सारखाच आहे. हेट्रोसेक्श्युअल मंडळीचा जितका अधिकार आहे, तितकाच अधिकार समलिंगींचा, उभयलिंगींचा, रूपांतरित लिंगींचाही आहे. यावर ज्यांचा विश्वास नाही, त्यांचा मानवाधिकारावरही विश्वास नाही. १) सिसजेंडर (शरीररचना स्त्रीची व लिंगभाव किंवा मनोभावही स्त्रीचा) आणि २) विपरीत कामी म्हणजे भिन्नलिंगीबद्दल आकर्षण असणारा/ असणारी व्यक्ती हे दोन्ही सोडून म्हणजेच पुल्लिंगीचा पुरुष आणि स्त्रीलिंगी स्त्री सोडून इतर सर्वांना पुरुष आणि स्त्रीची कामभावना सोडून इतर सर्व भावनांना अस्वाभाविक आणि निसर्गाविरुद्ध किंवा अनैसर्गिक म्हणून घोषित करतात– अशांना शिक्षित करणं, सजग/ जागं करणं, माणूस करणं याची फार-फार जरुरी आहे. अगदी पूर्णत: मूर्ख/ अत्यंत मूर्ख माणसांची संख्या जास्त असल्यामुळे त्यांचा मूर्खपणा चालवून घ्यावा लागतो/ लागेल असं लोकशाही तंत्रही म्हणत नाही. लोकशाही सर्व माणसांच्या समान अधिकाराबद्दलच बोलते. समलिंगी आहे म्हणून किंवा रूपांतरलिंगी आहे म्हणून जर व्यक्तिस्वातंत्र्याला बाधा येत असेल किंवा त्याचं व्यक्तिस्वातंत्र्य कमी होत असेल, त्याला अधिकार काही अंशी कमी मिळत असतील तर ती बिलकूल पूर्णत: विषम तंत्रशाही आहे. लोकशाही नाही.

रूपांतरलिंगींच्या मानवाधिकारांविषयी चहूकडे संघर्ष चालू आहे. त्यांच्या मते स्वत:चं जेंडर/ लिंग हा स्वत:च्या निर्णयाचा अधिकार आहे आणि ते जेंडर सर्वांसमक्ष खुलेपणानं सांगण्याचा अधिकार, रूपांतरलिंगी म्हणून त्याला विरोध न होऊ देण्याचा अधिकार, स्वत:च्या जैवलिंगात परिवर्तन/ बदल करण्याचा अधिकार, लिंगपरिवर्तनासाठी वैद्यकीय चिकित्सा, सल्ला इ. मिळण्याचा अधिकर, मानसिक

रोगी म्हणून त्यावर शिक्कामोर्तब न होण्याचा अधिकार, लैंगिक संगमाधिकार/ समागमाधिकार, लग्न करण्याचा अधिकार, अपत्य दत्तक घेण्याचा अधिकार हे सर्व अधिकार त्यांना पाहिजेत. ज्या समाजात आजही स्त्रीला स्त्री म्हणून जन्मण्याच्या अपराधामुळे लांछित/ अपमानित व्हावं लागतं, त्या समाजात समलिंगी आणि रूपांतरलिंगींच्या अधिकारासाठी अजूनच खूप दीर्घ, दीर्घतर काळापर्यंत संघर्ष करायला पाहिजे, करावे लागेल, याचा अंदाज मी करू शकते. माणूस ही प्रजाती खरोखर त्या दिवशी सभ्य होईल, ज्या दिवशी कोणाही माणसाला स्वत:च्या मूलभूत अधिकारासाठी आणखी लढाई करावी लागणार नाही.

समलिंगी आणि रूपांतरितलिंगी यांच्या मानवाधिकाराचं उल्लंघन होता कामा नये आणि त्यावर लक्ष ठेवण्याची जबाबदारी केवळ समलिंगी आणि रूपांतरितलिंगी यांची नाही, बहुसंख्य असलेल्या विपरीत लिंगीचीही (स्त्री-पुरुष असलेल्या स्त्री-पुरुषाचीही) आहे. मानवतेसाठी सर्वच माणसांनी पुढे यायला पाहिजे, सर्वजण जरी पुढे नाही आले तरीही काही बिघडत नाही. लाखो-लाखो लोकांनी दळ बांधून, गटबंधन करून समाज बदलत नाही. इतिहास सांगतो– हाताच्या बोटावर मोजण्याजोगे काही थोडी साहसी आणि स्वप्न पाहणारी माणसेच समाज बदलतात.

बांगलादेशात फौजदारी कायद्याचं ३७७ कलम समलिंगींच्या विरुद्ध आहे. त्यांची शिक्षा म्हणजे आजीवन कारावास किंवा १० वर्षांचा कारावास आणि दंडाची रक्कम भरणे. एकेकाळी समलिंगी पहिल्या वैशाखला (बंगाली नववर्ष दिवस) मंगलमय शोभायात्रेत सहभागी होत, तेव्हा ते स्वत:ला इन्द्रधनुषी रंगानं सजवत पण 'जुलहास मान्नान' आणि माहबूब तनय यांच्या निर्घृण हत्याकांडानंतर रस्त्यावर येण्याचं कोणालाही साहस झालं नाही. रस्त्यात उतरणं हे पूर्वीसुद्धा सुरक्षित नव्हतंच. गतवर्षी 'रंगधनु रॅली'मधून ४ समलिंगींना पोलिसांनी पकडून नेलं. दोन दिवसांपूर्वी २७ जणांना ते समलिंगी आहेत या संशयावरून गिरफ्तार केलं होतं.

७१ साली, एका मूलतत्त्ववादी देशाविरुद्ध युद्ध करून बांगलादेश स्वतंत्र झाला, पण आजसुद्धा देश सभ्य/सुसंस्कृत झालेला नाही. सभ्य असता तर, दोन वयात आलेल्या माणसांनी, परस्परांच्या संमतीने कशाप्रकारे लैंगिक समागम करावा या विषयात डोकं खुपसलं नसतं, त्यांच्या विरोधात कायदा केला नसता. सगळ्याच धर्मांमध्ये समकामी/ समलिंगींच्या विरोधात काही ना काही सांगितलेच आहे. धर्म रक्षण करताना समलिंगींच्या मानवाधिकाराचं उल्लंघन करणं बरोबर आहे का? माणसासाठी धर्म, की धर्मासाठी माणूस? मला तर वाटतं की माणसासाठी धर्म असतो, माणसाच्या कल्याणाकरता धर्म असतो, अमंगल, अकल्याणासाठी नाही. जे दर्शनशास्त्र/ धर्मशास्त्र टिकवून ठेवताना किंवा टिकवायचं झालं तर माणसाचं वाक्स्वातंत्र्य, मतस्वातंत्र्य, स्त्रीचा समानाधिकार व मानवाधिकार हे सर्व हीनदीन

होतं. अशा दर्शनशास्त्रात नक्कीच गोंधळ, गडबड आहे. कोणत्याही दर्शनशास्त्राला, तत्त्वज्ञानाला प्रदीर्घ काळापर्यंत किंवा अनंत काळापर्यंत टिकायचं असेल तर टिकून राहण्याचा एकमात्र उपाय– उदार होणं हा होय.

८७

असा एकतरी दिवस आहे का ज्या दिवशी बलात्कार झालेला नाही? नाही असा दिवस नाही. बांगलादेशातल्या पुरुषांमध्ये प्रत्येक १० जणांपैकी एकजणानं कबूल केलंय की स्वत:ची पत्नी नाही अशा एखाद्या स्त्रीवर, एकदा तरी बलात्कार केलेला आहे. खरंतर बलात्काराची ही संख्या अजूनच भयावह झाली असती, जर बलात्कारितांनी तोंड उघडून सांगितलं असतं की त्या बलात्कारिता झाल्यात. बलात्कार हा एक गुन्हा आहे हे जास्तकरून माणसांना माहीत नाहीये. बलात्कारकाला गुन्हेगार म्हणून शिक्कामोर्तब न करता जिच्यावर बलात्कार झालाय अशा स्त्रीला गुन्हेगार समजतात. याहून मोठी लज्जास्पद गोष्ट एखाद्या समाजासाठी काहीच नाही. जगात बलात्कार हा एकमेव अपराध आहे ज्यामध्ये बलात्काराचा जो बळी तिलाच दोषी म्हणून धरलं जातं.

अमेरिकेची स्त्रीवादी लेखिका 'मेरिलिन फ्रेंच' हिने लिहिलं होतं– 'प्रत्येक पुरुषच बलात्कारी असतो आणि हेच एक त्यांचं चारित्र्य. ते आम्हा (स्त्रियांवर) बलात्कार करतात त्याच्या डोळ्यांनी/ नजरेने, त्यांच्या तंत्रमंत्रांनी, त्यांच्या कायद्यानी. (All men are rapists and that is all they are. They rape us with their eyes, their laws, and their codes)

आणि आंद्रिया उरकिनचे म्हणणे– 'जितके दिवस घर्षण/ बलात्कार नामक गोष्ट जगात आहे, तोपर्यंत शांतीं किंवा सुविचार किंवा ममता किंवा स्वातंत्र्य यातलं काहीही राहणार नाही. तुम्ही आणखी काहीतरी वेगळं करू शकणार नाही. तुम्ही अजून काही होऊ शकत नाही, जे तुम्हाला व्हायचं आहे. तुम्ही त्या जगात राहू शकणार नाही, ज्या जगात तुम्हाला राहायची इच्छा आहे.' आंद्रिया उरकिन पुढे म्हणते– 'बलात्कार कसला तरी अपघात नव्हे किंवा कोणती चूक नाही. पुरुषप्रधान/ पुरुष तांत्रिक संस्कृतीमध्ये यौनता = लैंगिक समागमाचं नाव आहे. बलात्कार घर्षण जोपर्यंत ही संज्ञा तशीच राहणार, तिच्यात काहीही बदल होणार नाही तोपर्यंत, यौन आक्रमणकारी म्हणजेच बलात्कारी म्हणून पुरुष आणि त्याची शिकार म्हणून स्त्री असे ते चिन्हांकित होणार! या असल्या संस्कृतीला जे स्वाभाविक, नैसर्गिक असं मानतात, ते थंड डोक्याने दरदिवशी बलात्कार करतच राहतात.'

कोणी कोणी म्हणतात की, बलात्कारींचा बलात्कार दंड (लिंग) कापून

टाकणेच योग्य होईल. याचा परिणाम म्हणून झटक्यात बंद होतील बलात्काऱ्यांकडून होणारे बलात्कार. खरोखर होतात का बंद? धनंजयला फाशी झाल्याच्या दुसऱ्याच दिवशी पश्चिम बंगाल राज्यात बलात्कार झाला नाही का? बलात्कार विरोधात कठोर कायदे आहेत तरीही बलात्कार काहीअंशी तरी कमी किंवा बंद झालेत का? (अर्थात नाही) जे म्हणतात की मुली कमी कपडे घालून समाजात वावरतात आणि म्हणून पुरुष त्यांच्यावर बलात्कार करण्यासाठी उत्साही होतात. ही मोठी टाळकी त्यांना खूप चांगलं माहीत आहे की बुरखा- हिजाब घातलेल्या मुलीसुद्धा दर दिवशी बलात्कारित होतायत. पोशाख ही सत्य स्थिती नसून इथे 'पुरुषांग' हीच खरी घटना आहे. जन्मापासून पुरुष शिकत आलेत– ते जग जिंकू शकतात त्यांच्या दोन मांड्यांच्या मध्ये असलेल्या 'वस्तू'द्वारा. हे शिक्षण त्यांना शाळा, कॉलेज, रस्ते, घाट, नोकरीचं ठिकाण, व्यवसायाची ठिकाणं, कायदे-कानून, शहरं, बंदरं, राष्ट्रं, राज्यं, समाज, संसार– सगळी सगळीकडे मिळत असतं. घरीदारी जे शिक्षण आणि ज्या शिक्षणाची चर्चा पुरुष हजारो वर्षं करत आहेत त्यापासून दूर व्हायचं, ते सगळं थांबवायचं साहस किती पुरुषांमध्ये आहे? किती पुरुष या गोष्टींपासून लांब राहण्याचं साहस दाखवतात? अशी किती पुरुषांची निधडी छाती आहे?

बांगलादेशात अनेक वर्षांपूर्वी एक घटना घडली होती. यास्मिन नावाची एक मुलगी, वय १५/१६ वर्षांचं, ढाका शहरातल्या एका मध्यमवर्गीय घरात काम करत असे. पण घराचा मालक कर्ता पुरुष यास्मिनवर रात्र रात्र बलात्कार करत असे. यास्मिन एका रात्री घरातून पळून गेली. ती जात होती वडलांच्या घरी. वाटेत पोलिसांनी तिला पकडलं. विचारलं, "कुठे चाललीस?" तर म्हणाली बाबांच्या घरी. घर तर खूप दूर आहे. चल तुला घरी पोहोचवून देतो. गाडीत बस. नंतर पोलिसाची गाडी अंधारात निर्जन ठिकाणी थांबली. त्या ठिकाणी अजून सात-सात जण पोलीस, त्या साऱ्यांनी यास्मिनवर मनाला येईल तसा बलात्कार केला. सरतेशेवटी तिला गळा दाबून मारून कचऱ्याच्या ढिगात फेकून दिली. या भागातल्या लोकांनी दुसऱ्या दिवशी पोलिसांविरुद्ध मोर्चा काढला. या मोर्च्यावर पोलिसांनी गोळीबार केला. त्यात सात गावकऱ्यांचा मृत्यू झाला. दुसऱ्या दिवशी सरकारी प्रेसची बातमी अशी होती– 'यास्मिन ही वाईट चालीची, चारित्र्यहीन मुलगी होती, पोलिसांनी जे केलं ते ठीकच होतं.' अशा तऱ्हेच्या घटना काय फक्त बांगलादेशातच होतात? इतर कुठे होत नाहीत का? आपणा सर्वांना माहीत आहे. रक्षक हा सर्वकाळ भक्षक होत आहे. का नाही होणार! स्त्रीभक्षण तर कसालाही अन्याय गुन्हा नाहीच. कुठे लिहिलं आहे अन्याय म्हणून! नारी स्त्री तर केवळ भोग्य, भोज्य आणि भक्षणीय वस्तू मात्र! ही गोष्ट सगळेच जाणतात व मानतातही! पुरोहितापासून ते ५ वर्षांच्या मुलापर्यंत सर्व पुरुषांना माहीत असतं की पुरुष हा सर्वशक्तिमान आहे.

आणि त्यांना सदैव, सर्वथैव अधिकार आहे, स्त्रीला मनमानी करत पिडायचं, तिला दाबायचं आणि मनाला वाटेल तेव्हा बलात्कार करायचा, जाळून मारायचं, असं पुरुषांना वाटतं. आणि हे माहीत असणं आणि ते मानणं, ज्या दिवशी बंद होइल त्या दिवशी कदाचित स्त्रीच्या वाट्याला येणारा हा दुःसमय– वाईट काळ संपण्याची, संपून जाण्याची वेळ येईल. तो क्षण येईल. स्त्रीला सन्मान शब्दाची पुरुषकृत जी व्याख्या आहे त्यात असन्मान किंवा अपमान सोडून स्त्रीसाठी दुसरं काही नसते. प्रसिद्ध स्त्रीवादी मॅगझिन 'सिज'– याचे संपादक रॉबिन मॉर्गन यांनी बलात्कारासंबंधी खूप महत्त्वपूर्ण काही कथन केलंय. जबाबदारी घेऊन ते म्हणालेत– 'ज्या लैंगिक संबंधाची उद्योक्ता, प्रवर्तक स्त्री नसते, स्त्रीला खरोखरी लैंगिक संबंधाची इच्छा नसताना जो घडतो तो, किंवा लैंगिक संबंधाची इच्छा नसताना जो घडतो तो लैंगिक संबंध म्हणजे बलात्कारच.''

पुरुषप्रधान, पुरुषसत्ताक पद्धतीत, पुरुषाच्या इच्छेने पुरुषाच्या ओढीतून जो 'समागम' होतो त्यामध्ये केवळ वैषम्यच नाही तर उघडपणे बोलून न दाखवण्याजोगा अत्याचार नसण्याला काही कारण नाही. सर्वत्र जिथे विषमता, वैषम्य आणि पुरुषाचं आधिपत्य, वरचढपणा, त्या ठिकाणी तो (अत्याचार) असणारच. बंद खोलीत बीभत्सपणा करून त्याला 'लव्हमेकिंग' असं नाव दिलं की जणू सात खून माफ!

रॉबिन मॉर्गन म्हणतात, ''पुरुषसत्ताक संस्कृतीतील पुरुषी लैंगिकतेची (स्त्रीला पूर्ण नामोहरम करण्याच्या दृष्टीने) पूर्णत्वाकडे जाणारी क्रिया म्हणजे बलात्कार आणि हा म्हणजे वरचढपणा, हिंस्रता संपूर्णदमन आणि ताबा यांचा अंतिम अवतार रूप आहे.''

नाही, आपले स्त्रीवादी असं बोलत नाहीत. कधीच बोलले नाहीत. पाश्चिमात्य नारीवादी किंवा स्त्रीवाद्यांच्या हातून खूप कमी बलात्कार बचावू शकतात. तिथल्या स्त्रियांनी या जघन्य, नीच, तिरस्कार्य अशा स्त्रीपीडनाच्या विरोधात बराच काळपर्यंत संघर्ष, लढा दिला आहे. त्यांनी कोणालाही सूट, मोकळीक दिलेली नाही.

आज पश्चिमेकडील ज्या देशांमध्ये स्त्रिया पूर्ण स्वातंत्र्यानिशी जगू वाचू शकतात, त्या देशांमध्ये प्रेम आणि शरीरसंबंध या बाबतीत स्त्रियांचा पुढाकार असणं आणि त्या सक्रिय असणं हे अगदी स्वाभाविकच आहे. प्रेम करण्यासाठी स्त्रीच पुरुष पसंत करते, स्त्रीच पुरुषाकडून शारीरिक सुखाची कामना करते ती कामना, ती व्यक्तही करते आणि पुढील शरीरप्रक्रियेमध्ये तीच जास्त सक्रिय असते.

या देशात स्त्री जितकी बंदिस्त होईल/ बंधनात राहील तितकी पुरुषांची समागमेच्छा उफाळून वाढेल. समागमासाठी पुरुष वेश्या स्त्रीलाच पसंत करतात. स्त्रीवादी लोक म्हणतात– समागमाचा अधिकार प्राप्त करण्याची स्त्रीला गरजच

नाही. गरज आहे ती शिक्षणाची आणि स्वावलंबनाची. स्त्रीवाद हा देशी ब्रॅन्ड. खरंच शिक्षण आणि आर्थिक स्वातंत्र्य किंवा स्वावलंबन प्राप्त करूनही जी आयुष्यभर पुरुषाची संभोगदासी म्हणूनच राहते किंवा असते हे काम या स्त्रीवाद्यांना माहीत नाही का ते मानत नाहीत? की मुळातच पुरुषप्रधान/ पुरुषसत्तेच्या मुळाशीच खतपाणी घालून ते पुरुषसत्ताकत्व कायम ताजतवानं ठेवतात?

स्त्रिया या देशात ताठ मानेनं राहू शकत नाहीत. स्त्रियांना कसलाही अहंकार असता कामा नये. ते एकदा मताधिकाराबद्दलच्या आंदोलनाची प्रमुख पुढारी 'इलिझाबेथ कॉर्ड स्टन्टन' म्हणाली होती, "आम्ही (स्त्रिया) सेक्स/ लिंग या नात्यानं/ दृष्टीनं, पुरुषांपेक्षा अत्यंत सुपिरिअर आहोत." किती स्त्रिया, मुलींचा, भारतीय उपमहादेशात या गोष्टीवर विश्वास आहे आणि त्या विश्वासाने त्या बोलतात?

आपण स्त्रिया पुरुषांपेक्षा सर्वच दृष्टींनी मोठ्या आहोत, असं म्हटलं की पुरुष जसे मजा, थट्टा अशा भावनेतून हसतात तर स्त्रियासुद्धा हसतात. केवळ लिंग म्हणून नव्हे तर, विवेकबुद्धी कार्यदक्षता, दूरदर्शित्व, बंड करणे (प्रस्थापितांच्या विरोधात), (वाईट गोष्टी उधळण्यासाठीची) स्फोटकवृत्ती आणि तिचं विशेष रूपदर्शन या सर्व बाबतीत स्त्री कायम/ चिरकाल पुरुषांपेक्षा वर आहे, उंच आहे. परंतु आज हजारो वर्ष या शक्तीला साखळदंडानं बांधून बंदी करून ठेवलंय. एवढ्या वर्षांचा हा साखळदंड तोडणं सोपं आहे का?

मला वाटतं, पुरुषविद्वेष हा एक सन्मानजनक राजनैतिक आदर्श. अत्याचारी श्रेणी (त्यात बसणारे)च्या विरोधात घृणा-तिरस्कार पसरवणं– ती समाजात फैलावणं या कामी येणार असा हा अत्याचारींचा अधिकार या आदर्शातच असतो. अशा गोष्टी कितीजण बोलतात, या देशात? आता तर उदारमतवाद किंवा मुक्त वादाचं युग आहे. जितकं समझोता, तडजोड कराल तितकं चांगलं. जेवढं मानून घ्याल (विरोध न कराल) तितके तुम्ही सहिष्णू, तितके तुम्ही शांतिप्रिय. जे कायमच अशांती करतात, अशांती ज्यांच्या रक्तातच आणि मेंदूच्या कणाकणात, नसानसांतच आहे. अशांच्या बरोबर खरेच कसलाही शांतिकरार, शांतिपूर्ण तोडगा निघू शकत नाही.

काही दिवसापूर्वी, मेरिलिन फ्रेंच हिने 'द वुमेन्स रूम' पुस्तकात लिहिलंय– 'पुरुषांबद्दलचा माझा अनुभव पुरुषांविषयीच्या माझ्या ज्ञानाशी, जाणिवेशी संबंधित आहे. खरं सांगायचं तर पुरुषांबद्दल मला कसलीही सहानुभूती नाही. 'डाखाव' कॉन्सेंट्रेशन कॅम्प- छळछावणीतून बाहेर पडल्यावर एक यहुदी/ ज्यू कोणा तरुण नाझीला पोटात गोळी लागलेल्या अवस्थेत विव्हळत असताना पाहून निर्विकारपणे निघून जातो त्याप्रमाणे मी पुरुषाकडे पाहते. इतकंच काय पण (तुच्छतादर्शक) खांदे उडवण्याचीही मला गरज वाटत नाही. मी लक्षच देत नाही. माणूस म्हणून तो कसा

होता, काय होता, त्याच्या इच्छा, अनिच्छा– हे सगळं सगळं माझ्यासाठी काही विषयच नाहीत– काहीच किंमत नाही या साऱ्याची माझ्याजवळ.'

पुरुषांना तुच्छ करण्याची शक्ती आणि साहस, या समाजात किती जणांत असतं? त्यांना तुच्छ नाही लेखलं, त्यांना नाही दापलं तर पुरुषसत्तेच्या तोंडचा घास होण्यापासून कोणाही स्त्रीची सुटका नाही. मुक्ती नाही. आमच्या पूर्वीच्या लढाऊ स्त्रियांनी तर लग्नाचासुद्धा त्याग केला होता. अशा गोष्टींचा नुसता उच्चार करायचं तरी साहस आहे का कोणात? लग्न म्हणजे स्त्रीला दास्यत्वाच्या शृंखलेत बंदी करणं असल्यामुळे, या विवाहप्रथेला जोरात लाथ मारणं हे स्त्रियांचं लक्ष्य/साध्य व्हायला पाहिजे. विवाहप्रथा समूळ उखडल्याखेरीज स्त्रीला कधीही स्वातंत्र्य मिळणार नाही. 'नाही नाही, आम्ही तर पुरुषांच्या खांद्याला खांदा लावून चालतोय, आम्ही खूप पुढे गेलोय. आम्हाला आमचा प्राप्त असा अधिकार कितीतरी आधीच मिळालाय. आणि जो मिळायचा बाकी आहे, त्याकरता पुरुषांना बरोबर घेऊनच आम्ही लढा देणार.' स्वत:ला सचेतन, जागृत, सजग अशी बढाई मारणाऱ्या स्त्रियाच या अशा गोष्टी बोलतात. स्त्रिया-पुरुष दोघांनाच स्त्रीच्या अधिकारासाठी लढायला पाहिजे, असं मत स्त्री-पुरुष सर्वांचचं आहे.

पण बलात्काऱ्यांना बरोबर घेऊन ही लढाई खरंच लढता येईल का? 'दोन किंवा तीनइंची एक जिन्नस' जवळ असल्यामुळे त्याचा अहंकार बाळगत नाही असा कोणी पुरुष आहे का? (अर्थात नाहीये) जो पुरुष किंवा जे पुरुष स्वत:ला स्त्रीवादी म्हणवतात तेसुद्धा वेळोवेळी मांड्यांच्या सांध्यात उरूसंधीवर हात ठेवून त्या वस्तूची पारख करत असतात. बलात्काऱ्याच्या जातीवर/ बलात्कारीवर विश्वास ठेवलास की मेलासच.

काय प्रकार आहे? जातीबद्दल काही गोष्ट आहे का? हो, जातीबद्दलच गोष्ट आहे. पुरुष हे वेगळ्याच जातीचे. त्यांची वेगळी जात. ते मनुष्यजातीहून वेगळे आहेत. अशी उक्ती खूप रागात आल्यावरसुद्धा कोणी म्हणत नाही, या समाजात. मुलींचा रागबिग काय एकदमच पार निघून गेला काय? रागाच्या भरात तर बरंच काही करत असतात मुली, मग रागाच्या भरात सत्य गोष्टींचा उच्चार का नाही करत, असं सत्य जे सत्य जिभेवर आलं तरीही मुलींना मूग गिळून गप्प बसावं लागतं, ते सत्य गिळून टाकावं लागतं!

८८

ढाक्यातल्या एका विलासी, चैनी हॉटेलमध्ये वाढदिवसाच्या पार्टीत युनिव्हर्सिटीतल्या दोन मुलींवर पाच युवकांनी बलात्कार केला.

त्या पाच बलात्काऱ्यांमधले दोनजण या दोन मुलींचे मित्र होते. आणि तेही युनिव्हर्सिटीत शिकणारे.

मित्रांवर विश्वास ठेवून, मित्रांच्या आमंत्रणावरून वाढदिवसाच्या समारंभाला दोघी मुली गेल्या होत्या. ही घटना ऐकून मला आठवतेय, ९१ साली मी लिहिलेली 'निमंत्रण' नावाची एक छोटी कादंबरी. कांदबरीत 'मनसूर नामक एका तरुणाच्या प्रेमात पडते शीला– एक जिज्ञासू, उत्सुक किशोरी. एकदिवस मनसूरने तिला आपल्या घरी येण्याचे निमंत्रण (भोजन निमंत्रण) दिलं. नटूनथटून, भेटवस्तू घेऊन शीला प्रेमिकाच्या घरी जेवायला गेली. घरी मनसूर आणि त्याचे सात मित्र रात्रभर शीलावर बलात्कार करतात. हे पुस्तक खूप लोकप्रिय झालं होतं. बऱ्याच आयांनी, त्यांच्या अल्लड किशोरवयीन मुलींना 'निमंत्रण' हे पुस्तक विकत घेऊन वाचायला दिलं होतं. पुरुषांवर त्यांनी सहज विश्वास ठेवू नये यासाठी माझं हे पुस्तक वाचून किती मुली सावध झाल्या माहीत नाही. पुरुषांनीसुद्धा ते पुस्तक वाचलंय. मुळात कोणी पुरुष शुद्ध असतो का?

पुस्तक लोकप्रिय झालं होतंच, पण मी पुस्तक लिहिलंय म्हणून खूप शिव्याही खाल्ल्या आहेत. लोकांनी माझी कमी लांछना, निंदा केलेली नाही. बलात्कारातली नृशंसता आणि असभ्यता याचं वर्णन केलेलं आहे म्हणून मी नष्टचर्य, वाईट मुलगी. मी सेक्ससारख्या निषिद्ध विषयावर कादंबरी लिहिलीय, मी समाजालाही नष्ट करतेय, मुलींना चुकीच्या मार्गावर नेतेय. (असं लोकांना वाटतं) स्त्री-पुरुषांचे समान अधिकार याविषयी सजग, जागृत करीन, समाजाला बदलून टाकीन असा मी पण केला होता. हा मार्ग मोठा कठीण आहे. किती निंदा मला सहन करावी लागलीय, किती बहिष्कार आणि बंदी सहन करावी लागली. त्याउपरही आयुष्याचा धोका पत्करूनसुद्धा मी लिहीत गेले. आजसुद्धा लिहितेय. आजही बलात्कार, छळ, स्त्री-पुरुषांमधील वैषम्य इत्यादींविरुद्ध मी प्रतिवाद करतेय. माझं पुस्तक वाचून माणसं सजग, सावध झाली तर छान वाटतं, माझ्या लेखनाचं सार्थक झालं असं वाटतं. आज चोवीस वर्षं मी माझ्या देशात नाही. माझी पुस्तकं लोकांच्या हाती लागत नाहीत, हाती पडत नाहीत. प्रकाशक माझी पुस्तक छापायला भितात. नवीन पिढीतल्या कोणी 'निमंत्रण' वाचलंय की नाही मला माहीत नाही.

समाजातल्या एका गटाला, 'मुलींनी सावध सजग व्हावं, बलात्कार, बालविवाह, स्त्री छळणूक यांची शिकार होऊ नये.' असं वाटत नाही. त्यांचेच मन राखण्यासाठी वेगवेगळ्या वेळेला जे सरकार आलेलं आहे त्यांनी माझ्या पुस्तकावर बंदी आणून, माझा आवाज, गळा बंद करून ते माझं नुकसान करत नाहीयेत उलट सामान्य माणसाचं नुकसान करतायत आणि समाजाला मागे ओढतायत. ज्या समाजात स्त्रीवादी लेखकांना दुःखभोग सोसावे लागतात. त्या समाजात स्त्रियांनादेखील

दु:खभोग असतातच, भोगावे लागतात. हे सत्य बांगलादेशातल्या बुद्धिजीवींनासुद्धा बहुधा समजलेलं नाहीये. समजू शकलेले नाहीत. त्यामुळे जेव्हा सरकारनं मूलतत्त्ववाद्यांशी हातमिळवणी करून माझ्या पुस्तकावर बंदी घातलीय, माझ्याविरुद्ध पकडण्याचा फतवा जारी केला, बहिष्कार आणि बाहेर घालवून देण्याची शिक्षा दिलेली आहे. अशावेळी हे बुद्धिजीवी या गोष्टीला 'तसलिमाची वैयक्तिक गोष्ट' असं म्हणून ते टाळून पुढे जातात.

स्त्रीवादी, प्रतिवादी किंवा विरुद्ध लिहिणारी लेखक म्हणून आयुष्याची इतकी वर्षं पार करूनही मला ऐकावं लागतंय की मुलींचा छळ होतोय, लैंगिक अत्याचाराच्या त्या शिकार होतायत, बलात्कार होतायत, आत्महत्या करतायत, कायद्यातल्या पळवाटा आणि युक्त्या वापरून मुली बालविवाहाच्या शिकार होऊन दु:खमय जीवन व्यतीत करतायत. मुलींना शिक्षण आणि स्वावलंबन प्राप्त करावं त्यासाठी सजग व्हावं, स्वत:चं स्वातंत्र्य आणि अधिकार हक्क यासाठी संघर्ष करण्याचं सामर्थ्य त्यांनी मिळवावं असा उत्साह मी किशोरवयापासून मुलींना देत आले आहे.

मुलींचा पोशाख हा बलात्कारासाठी कारण आहे असं अजूनही मानलं जातंय. कितीतरी वर्षांपासून स्त्रीवादी, जगात सर्वत्र सर्वांना समजावतायत इतकंच काय पण त्यासाठी पुरावा-प्रमाणही दाखवतायत की बलात्कार स्त्रीच्या परिधान पोशाखामुळे घडत नाही. बलात्काराची कारणे - १) एखादा बीभत्स प्रकार घडवून मग तिथे पुरुष त्यांचं पौरुष, शूरपणा दाखवायला येतात. २) स्त्रीला पूर्णत: भोगवस्तू असंच मानतात पुरुष, त्यामुळे भोगवस्तूवर बलात्कार करणं हा अपराध नाही असाच विश्वास बाळगतात.

स्त्रीवादींच्या आंदोलनाचं फळ म्हणून बलात्कारापायी, जिच्यावर तो होतो तिलाच दोषी जबाबदार समजणं हे सभ्य आणि शिक्षित लोकांमध्ये आता खूपसं बंद झालंय. परंतु जे अजूनही ते बंद करत नाहीत, त्यांना लोकलज्जा म्हणतात जी बहुतेकांना असते, ती त्यांच्याकडे नाही असंच म्हणावं लागेल.

अजून एक प्रकारची माणसं असं समजतात, त्यांना असं वाटतं की, बलात्कारासाठी शिक्षा म्हणून (त्या माणसाला) मृत्युदंड केला तर समाजात अजून बलात्कार होणार नाहीत. यामध्ये बलात्काऱ्यांना दोष देऊन, बलात्काराचं जे मूळ कारण तेच नाहीसं करण्याचा प्रयत्न दिसतो. बलात्कारी म्हणून कोणी जन्माला येत नाही किंवा जन्मत: कोणी बलात्कारी नसतो. ही पुरुषसत्ताक पद्धती, पितृतंत्र, कुशिक्षण, चुकीचं शिक्षण, स्त्रीद्वेष, स्त्रीचा तिरस्कार अशा साऱ्या गोष्टी पुरुषाला बलात्कारी बनवतात. बलात्कार झालेल्या स्त्रीला दोष देऊन बलात्कार बंद केला जाणार नाही, बलात्काऱ्याला फाशी देऊनही तो बंद करता येत नाही किंवा बंद होत नाही, थांबत नाही. बलात्काराची मूळ कारणं त्यांचाच समूळ नायनाट करू शकलं तरच बलात्कार बंद

होतील. स्त्रीवादींच्या शंभर वर्षांच्या आंदोलनाचा परिणाम म्हणजे जगात स्त्री-शिक्षण सुरू झालंय, स्त्रियांना मताधिकार मिळालाय, घराबाहेर पडणं आणि स्वावलंबी होणं याचे अधिकार मिळालेत. पण हे अधिकार म्हणजेच सर्व काही नाही. स्त्रीला जो अधिकार नाही, आणि जो अधिकार सर्वांत मूल्यवान आहे तो म्हणजे स्त्री शरीरावर स्त्रीचा अधिकार असणं. स्त्रीदेहाला समाजाच्या आणि परिवाराच्या/ कुटुंबाच्या गुलामीतून मुक्त करण्याची अत्यंत जरुरी आहे. स्त्रीचं शरीर हे काही कुठल्या समाजाची संपत्ती आणि परिवाराची किंवा कुटुंबाची सन्मानाची चीजवस्तू नाही. जोपर्यंत स्त्रीला तिच्या शरीराचे पूर्ण स्वातंत्र्य मिळत नाही, स्त्री आपल्या शरीराविषयी काय करेल किंवा आपल्या शरीराचं स्त्रीनं काय करावं, या बाबतीतला निर्णय स्त्रीचा नसणार तर या बाबतीतला निर्णय घेण्याचा अधिकार पुरुषाचा पुरुषसत्ताक समाजाचा असतो. जोपर्यंत हा अधिकार पुरुषाचा/ पुरुषाकडे आहे तोपर्यंत स्त्रीची खरी मुक्ती शक्य नाही; स्त्रीला खरं स्वातंत्र्य मिळणं अशक्यच. आणि जोपर्यंत ही मुक्ती शक्य नाही, तोपर्यंत स्त्रीचा परिचय 'पुरुषाची भोगवस्तू' असाच होऊन राहणार. घरी, वेश्यागृहात, रस्त्यात, ऑफिसमध्ये, बसमध्ये, ट्रेनमध्ये सर्वत्रच स्त्रीला भोगाची भोग्यवस्तू असंच मानल्यामुळे लैंगिक अत्याचार किंवा बलात्कारासारखा घृण्य, घृणास्पद गुन्हा करायला पुरुषांना काहीच गैरसोयीचं वाटत नाही. 'पुरुषांग' मुलींवर बलात्कार करत नाही तर पुरुषांची घृणास्पद, घाणेरडी मानसिकता बलात्कार करते. 'पुरुषांग' हा अगदीच एक क्षुद्र अवयव आहे. पुरुषी मानसिकता दूर केल्यावर बदलल्यावर पुरुष स्त्रीकडे भोग्य वस्तू म्हणून न पाहता एकाच प्रजातीचे (species) सहप्रवासी, स्वतंत्र व्यक्ती म्हणून पाहील. पुरुषाच्या संभोगेच्छेपेक्षा किंवा त्याच्या भोगेच्छेच्या तुलनेत स्त्रीची 'ती' इच्छा काही कमी नाही/ नसते. स्त्री जर स्वत:च्या 'त्या' इच्छेवर संयम ठेवू शकते, पुरुषाच्या अनुमतीशिवाय पुरुषाला स्पर्श न करता राहू शकते तर मग पुरुष हे तसं का करू शकणार नाही, स्त्रीच्या संमतीविना तिला स्पर्श करण्यापासून पुरुष का संयत राहू शकणार नाही/का राहू शकत नाही? प्रत्येक माणूस या इच्छेला काबूत ठेवू शकतो, परंतु बलात्काऱ्यांमध्ये इच्छा संयत करण्याचा किंवा काबूत ठेवण्याचा प्रयत्नच नसतो, कारण त्यांच्या मेंदूत खोलवर पुरुषसत्ताक समाजाची शिकवण, पुष्कळ आधीपासूनच शिरलेली आहे, पक्की बसलेली आहे, की 'स्त्री ही भोग्य वस्तू आहे आणि मनाला येईल तेव्हा वाटेल तसा तिचा भोग घेणं हा पुरुषाचा जन्मजात अधिकार आहे.' परंतु कोण कोणाला समजावणार की– स्त्री आणि पुरुषाचा संबंध जर भक्ष्य आणि भक्षक किंवा शिकार आणि शिकारी असा असेल तर हा कोणत्याच प्रकारे आरोग्यपूर्ण, स्वास्थ्यपूर्ण संपर्क नाही. कोणत्याही विषमतेवर आधारित असा संबंध हा निरोगी संबंध होऊ शकत नाही. स्त्रीला तिचा समानाधिकार

मिळेपर्यंत, स्त्री आणि पुरुषात कोणताही खराखुरा निरोगी संबंध निर्माण होणार नाही. स्त्रीला समानाधिकार कोण देणार? ज्यांनी तो ओरबाडून घेतलाय त्यांची जबाबदारी आहे की स्त्रीला तो अधिकार बऱ्या बोलानं, सुरक्षितपणे दिला पाहिजे.

८९

आज रिओत रस्त्यानं फिरता फिरता जांभळाचं झाड दिसलं. झाडावर जांभळं लागलीत, जमिनीवर पडलेली आहेत, पक्षी जांभळे खातायत. कोणी माणूस मात्र खाताना दिसला नाही. पण हे जांभूळ पोर्तुगिजांनी भारतातून ब्राझीलमध्ये नेलं होतं. भारतातून वेलची, नारळ, आंबा, ऊसही आणला होता.

पोर्तुगिजांनी ब्राझील आणि दक्षिण अमेरिकेतले इतर देश यातून कमीत कमी ३०० फळं, मुळं, झाडं वगैरेची रोपं भारतात आणून लावायला सुरुवात केली ती १६व्या शतकात. ती सारी फळं, मुळं होती अमेरिकेतल्या आदिवासींची. बटाटा, टोमॅटो, मिरी, गाजर, काजू, बदाम, लाल भोपळा, साबुदाणा, तंबाखू, स्ट्रॉबेरी, सूर्यमुखी, रताळे, चेरी, मका, पेरू, लिची, शेंगदाणा, पपई, सीताफळ, बीट, अननस, कोबी, निलगिरी, मटारच्या शेंगा, यिस्ट, पपनस, काहीही भारतातलं नाही. सर्व पोतुगिजांनी आणलेलं आहे.

९०

माणसावर विश्वास ठेवून कायम फसलेय. त्यानंतरसुद्धा विश्वास ठेवणं सोडून देता आलं नाही. माणसावर विश्वास ठेवणं आणि धर्मावर ठेवणं हे बरंचसं बहुधा एकसारखं आहे. मला तर वाटतं की माणसावर विश्वास ठेवणं हे धर्मावर विश्वास ठेवण्यापेक्षा भयावह आहे. धर्मावरून माणसाचा विश्वास उडून जाऊ शकतो, माणूस एक दिवस तर्कवादी, बुद्धिवादी होऊ शकतो. पण माणसावर विश्वास ठेवणं हा ज्याच्या चारित्र्यातच, स्वभावाचा भाग आहे, तो कधीही कशाही रीतीनं माणसावर अविश्वास दाखवू शकत नाही. त्याला ते जमत नाही, त्याच्या ते रक्तातच नाही.

९१

बऱ्याच वर्षांपूर्वी 'आवृत्ती शिल्पी' = आवृत्ती कलाकार (रवींद्रनाथ आणि इतर कवी यांच्या कविता तोंडपाठ म्हणून दाखवणारा) जयन्त चट्टोपाध्याय याची पत्नी मैत्रेयी चट्टोपाध्याय हिनं सिलिंग फॅनला साडीचा पदर बांधून आत्महत्या केली होती. जे

काही मी ऐकलंय त्यावरून जयन्तचं कोणा मुलींवर प्रेम होतं– त्याचे प्रेमसंबंध होते. मैत्रेयीला ते सहन झालं नाही. म्हणून स्वत:च्या जीवनाचा शेवट करून टाकला. काही दिवसापूर्वी 'आवृत्ती शिल्पी' काजी अरिफचा मृत्यू झाला. ऐकिवात आहे त्यांच्या प्रेमात पडून सुमना मेहेरून नावाची एक कवयित्री, काही वर्षांपूर्वी तिनं अशाच प्रकारे आत्महत्या केली होती. कधी पत्नी आत्महत्या करते तर कधी प्रेमिका. पुरुष किती हजारो स्त्रियांच्या मृत्यूला जबाबदार आहेत ना?

पुरुषसत्ताक मानसिकता असलेल्या पुरुषांवर प्रेम केलं तर त्या मुलींना ते भोगावं लागतं. त्यानंतरही मुली त्यांच्याच प्रेमात पडतात. त्यावाचून उपाय नाही. उपाय नाही कारण चहूकडे त्यांचाच (पुरुषांचा) वास आहे. चहूबाजूला तेच असतात. घरी आणि बाहेर तेच, जन्मापासून नंतर मुली यांनाच पाहतात, किशोर वयात त्यांच्याच जवळ असतात, तारुण्यात पदार्पण केल्यावर, त्यांनाच स्पर्श करावा लागतो/ तारुण्यात तर त्यांच्याच पुरुषांच्याच स्पर्शात असतात, त्यांना जसं हवं असतं त्याप्रमाणेच मुली स्वत:ला बनवतात/ घडवतात आणि त्यानंतर-सुद्धा मुलींना अपमान आणि अवहेलना सहन करत करतच जगावं लागतं.

मुली जितक्या आत्महत्या करतात तितक्या वेळा त्या जणू सिद्ध करतात की त्यांच्या जीवनाला काही किंमत नाही. पुरुष आत्महत्या करत नाहीत असं नाही. करतात, वस्तुत: सभ्य देशांमध्ये स्त्रियांपेक्षा पुरुषच जास्त आत्महत्या करतात, पण जास्त करून पुरुष हे काही मानसिक समस्येच्या कारणानं, आर्थिक -पैशाच्या कारणानं किंवा दहशतवाद/ आंतकवादाच्या कारणाने आत्महत्या करतात. स्त्रीच्या प्रेमानं वेडं होऊन आत्महत्या करणारे पुरुष फारच कमी. जवळजवळ नाहीच, पण प्रेमिका किंवा पत्नी यांनी नीट प्रेम नाही केलं किंवा त्यांच्याकडून पुरुषाला हवं तसं प्रेम नाही मिळालं तर उलट पुरुष त्यांचीच हत्या करतात. प्रेमाच्या क्षेत्रात आत्महत्या मुलींसाठी बंधनच. प्रेमात पडल्या की मुली अति दुबळ्या, क्षुद्र, मूल्यहीन, तुच्छ फार अप्रतिभ अनुत्तरित अगदी अबला आणि असाहाय्य होऊन जातात. आत्मसन्मानाची जाणीव नाहीशी होते. पुरुषावर प्रेम करायचं म्हणजे पुरुषासाठी स्त्रीचं जीवन अर्पण करायचं. आणि स्त्रीवर प्रेम करायचं म्हणजे स्त्रीला सुरक्षितता देण्याचा नावावर पुरुषानं (स्त्रीची) देखभाल करायची, काळजी खबरदारी घ्यायची. हे आणखी काही असो, पण हे काही प्रेम नाही. प्रेमाची व्याख्या मुलींनीच नव्यानं तयार केली पाहिजे. अर्थात मुली बदलल्या तरी समाज काही बदलणार नाही. पुरुष जोपर्यंत बदलत नाहीत, पुरुषप्रधान समाजतंत्रावर जोपर्यंत त्या (मुली) आघात करत नाही, त्या तंत्राला धक्का देत नाहीत तोपर्यंत पुरुषसत्ताक तंत्रामध्ये किंवा त्यानुरूप प्रेमाची व्याख्या तशीच एका जागी आहे तशीच राहणार– त्यात बदल होणार नाही.

पुरुषांनी तर पुरुषांसाठी स्त्रीचं प्रेम नेमकं कसं असायला हवं ते सांगूनच

ठेवलंय. सांगूनच ठेवलंय की पुरुषाविना स्त्रीचं जीवन मूल्यहीन आहे. म्हणून पुरुषाचा मृत्यू झाला की स्त्रीलासुद्धा मृत्यू ग्रहण करायला पाहिजे. सतीदाह प्रथा तर मोठ्ठं उदाहरण आहे. जी स्त्री मृत पतीच्या जळत्या चितेत जाऊन त्याच्यासह जळून आत्महत्या करते/ करेल, ती स्त्री सती, साध्वी म्हणजे त्या स्त्रीनं नवऱ्यावर खरं-खरं प्रेम केलं असा अर्थ धरत. सतीदाह प्रथा ब्रिटिश सत्तेने बंद केली खरी, पण स्त्री पुरुषावर म्हणजे तिच्या पतीवर कसं प्रेम करते, ते मात्र अजूनही पुरुषाच्या मनात आणि मेंदूत त्या एकाच प्रकारानं ग्रंथन केलेलं आहे आणि स्त्रीच्या मनातसुद्धा, पुरुषसत्ताक किंवा पुरुषप्रधान पद्धतीची प्रेमाची व्याख्या चांगलीच मुरलीय. संक्रमित झालीय. सतीदाहासंबंधी पूर्वीप्रमाणे समाजात चर्चा वगैरे होत नाही खरी, पण आग अजूनही आहे, ज्या आगीत स्त्रिया जाणून किंवा अजाणतेपणी आजही जळत आहेत. अजूनही समाज त्या स्त्रीला 'सती' म्हणतो, आदर्श स्त्री म्हणतो– जी स्वत:चा स्वार्थ विसर्जन करून पुरुषाच्या स्वार्थाचं रक्षण करते, जी स्वत:च्या इच्छा, आकांक्षा, आनंद याचं विसर्जन करून पुरुषाच्या इच्छा, आकांक्षा, आनंद पूर्ण करते, जी स्त्री पुरुषाच्या संसारात, पुरुषाची आज्ञा/ आदेश, निषेध/बंदी मान्य करून स्वीकारून एक प्रकारची दासीवृत्ती धारण करते– दासीपणाने राहते पुरुषासाठी स्त्री स्वत:चं आयुष्य समर्पित करते. हीसुद्धा एकप्रकारची आत्महत्या आहे. पुरुषाकडून अवहेलना झाली तर जीवन निरर्थक होऊन जातं, अशा साऱ्या स्त्रिया, अशा त्यांना आत्महत्या करायला काहीच वाटत नाही. सतीदाहाची आग हल्ली डोळ्यांना दिसत नाही. पण जरा खोलवर विचार केला तर कोणाच्याही लक्षात येईल की ती प्राचीन काळातील सतीदाहाबद्दलचीच चर्चा घरोघरी चाललेली आहे.

मुली जेव्हा आत्महत्या करतात तेव्हा स्वत:च्या नकळत त्या वेळी त्या पुरुष होऊन जातात. पुरुष जसा मुलींचा तिरस्कार, घृणा करतात त्याप्रमाणे मुली स्वत:चीच घृणा करतात. पुरुष जशी मुलींची हत्या करतात, तशीच मुली स्वत:ची हत्या करतात.

मी तर म्हणते, मुलींनी पुरुष होऊन चालणार नाही. मुलींनी मुलगी होऊनच राहायला पाहिजे. मुली– मुली म्हणून जगल्या, राहिल्या तर आत्महत्या करणं बंद करतील. मुली– मुली म्हणून राहिल्या तर मुलींची घृणा करणं बंद करतील. मुली– मुली म्हणून राहिल्या तर पुरुष मुलींच्या रूपाची आणि गुणांची जी व्याख्या तयार करतात ती त्या मानणार नाहीत. उलट त्याबद्दलची व्याख्या त्या स्वत:च तयार करतील. मुलींचं पुरुष होणं म्हणजे पुरुषांचा वेश-पोशाख घालून, पुरुषांसारख पेशा/ व्यवसाय करणं नव्हे. मानसिकतेमध्ये पुरुषपणा आला तर ते पुरुष होणं. पितृसत्ताक पद्धतीनं सर्व पुरुषांना ज्या मानसिकतेचं घडवलंय, त्या मानसिकतेचा अव्हेर करणं म्हणजेच पुरुष होण्याचा अव्हेर/ अस्वीकार करणं. मुली हे काम

जोपर्यंत करत नाहीत/ करणार नाहीत, तोपर्यंत त्या पुरुषाच्या पुरुषप्रधान मानसिकतेलाच वाटून घेतात/ घेत राहतील. आणि ती तसली मानसिकता वाटून घेतात (share करतात) म्हणून तर पुरुषांबरोबर एकजूट बांधून मुलीही मुलींच्या विरोधात उभ्या राहतात. पुरुषांना त्यांची (मुलींबरोबरची) ही मानसिकतेची सर्वांगसुंदर (balanced) वाटणीच हवी असते, इतर काही... विवाह, तलाक, मुलाबाळाचं पालकत्व, वारस/ उत्तराधिकार या साऱ्यांची मात्र समान वाटणी त्यांना नको असते. त्यांच्या (पुरुषांच्या) आणखी इतर हजारो अधिकार हजारो स्वातंत्र्यं यांची कोणाही बरोबर वाटणी करायला ते (तयार नसतात) नाराज, नाखूश असतात. (पुरुष) ते ज्या दृष्टीनं ज्या नजरेनं मुलींकडे पाहतात, मुलींच्या उणिवा आणि चुका (नेमक्या) पकडतात, मुलींना शिव्या देतात. ज्याप्रकारे त्यांना घरबंद करतात, किंवा (कोणाबरोबर, कोणीहीकडे न जाणे- न मिसळणे) किंवा त्यांना घराबाहेरच काढतात, हे सारं मुलींना करायला सांगितलं जातं आणि त्याप्रमाणे मुलीसुद्धा करतात. ज्याप्रमाणे मुलींच्या मरून जाण्याची आशा बाळगतात, ज्याप्रकारे मारतात, त्याचप्रकारे मुली स्वत:च्यांना मारतात आणि स्वत:ही मरतात. आज घडीलासुद्धा ही पुरुषप्रधानता जगात टिकून आहे ती फक्त पुरुषांनी टिकवून ठेवलीय म्हणून नाही तर मूर्ख/ अज्ञ मुलीच तिला टिकवून ठेवताहेत म्हणूनसुद्धा ती टिकून आहे.

घराघरांत मुली अपमान आणि अवहेलना सहन करत जगत आहेत. कोणी जी सहन नाही करू शकत ती आत्महत्या करते. मुलींच्या आत्महत्येमागे जर कोण असेल तर तो पुरुष. पण हे पुरुषच मुलींना सुख देताहेत. बऱ्याच मुली परंतु दु:खालाच सुख मानून घेतात. असमान संबंधामध्ये प्रेम होत नाही. प्रभू/मालक आणि दासीमध्ये प्रेम होऊ शकत नाही. क्षणिक ओढ किंवा मोहाला प्रेम म्हणणं योग्य नाही.

९२

मी कडकपणे कायमच (मोनोगॅमस) एकपतित्ववादी/ एकपत्नीवादी, पण दुर्दैवाने माझ्याबरोबर ज्यांचा संबंध आला होता ते सगळे गोपनीय प्रकारे– लपून लपून बहुपत्निकवाले (पोलीगॅमस). मधून मधून मला वाटलं/ वाटायचं, इच्छा व्हायची की या 'पॉलीगॅमी' प्रकाराच ज्ञान मिळवावं, जमलं नाही. सगळ्यांसाठी बहुधा सर्व गोष्टी नसतात. कोणी कोणी जे कोणाही बरोबर झोपू शकते, तर कोणी प्रेम न करता, प्रेम नसताना कोणाला स्पर्शही करू शकत नाही. बरेचजण म्हणतात मनुष्यमात्रच बहुगामी-बहुपत्निक/ बहुपतिक असतो. पण माणूस फक्त बहुगामी नाही, एकपत्नी/ एकपतिकही असतो. माणूस दोन्ही असतो.

९३

पाकिस्तान तर आहेच, पण बांगलादेशद्वारा मालद्वीप/ दीवसुद्धा संक्रमित- संसर्गदूषित झालंय. तिथेसुद्धा मुक्त विचारवंत ब्लॉगरांची हत्या केली जाते.

पाकिस्तानमध्ये विद्यापीठातला (युनिव्हर्सिटीतला) विद्यार्थी माशालखान याचा एका धर्मांध गटानं खून केला. मालदीवमध्येसुद्धा अशीच घटना झाली. ब्लॉगर 'इथामिन रशिद'चा निर्घृणपणे खून झालाय/ केला गेलाय.

पण बांगलादेशातली बंद हवा– वाईट हवा अजून पाकिस्तान आणि मालदिवमध्ये पोहोचली नाही, तर तिथे गप्प बसून राहणे मानून घेणं, ब्लॉगरांच्या मृत्यूसाठी ब्लॉगरांनाच दोष देणं हे चाललंय. मालदीवमध्येसुद्धा ब्लॉगरांच्या हत्येविरुद्ध आवाज उठवला गेला, विरोध केला गेला होता, पाकिस्तानातही विरोध झाला. आणि विरोध, निषेध हा काही फक्त बुद्धिवाद्यांनीच केला नाही तर राजकारण्यांनीसुद्धा केला.

माशालखानच्या हत्याकांडाचा व्हिडीओ पहिल्यावर हजारो माणसं रस्त्यावर आली आणि त्यांनी निषेध नोंदवला. इतकंच नव्हे तर देशाचा पंतप्रधान नवाज शरीफसुद्धा त्या निषेध नोंदवण्यात बोलते झाले. दोन दिवसातच ८ जणांविरुद्ध मामला दाखला झाला, १२ जणांना पकडलं गेलं. हजारो लोकांनी मालदीवमध्येसुद्धा निषेध केला.

इयामिन-रशिद हत्येविरुद्ध आधीचे प्रेसिडेंट मोहम्मद नाशिद यांनी लिहिलंय– 'एका साहसी कंठस्वराला निर्घृणपणे थंड, स्तब्ध केलं गेलंय. आंतरराष्ट्रीय तज्ज्ञांच्या उपस्थितीत, नि:पक्षपाती किंवा पक्षपातहीन, निरपेक्ष चौकशी हीच एकमात्र इयामिनला योग्य न्याय देऊ शकते.' मालद्वीप/ दीवमध्ये मुसलमान असूनही मुस्लीम आतंकवादी सेनेविरुद्ध निषेध करायला कोणीही मागेपुढे पाहिलं नाही. त्या बाबतीत कोणाचीही गैरसोय झाली नाही.

परंतु बांगलादेशात अभिजित रायपासून सुरू करून जुलहाज मान्नान संकट, प्रतिभावान लेखक, साहित्यिक, ब्लॉगर ॲक्टिव्हिस्ट लोकांना घाव घालून/ वार करून मारण्यात आलं, त्या विरोधात पाकिस्तान किंवा मालद्वीपप्रमाणे हजारो माणसांना रस्त्यात उतरलेलं पाहिलं नाही. उलट त्यांनी कुठे काय लिहिलंय ते मात्र हिशेब करून/ बारकाईनं पाहिलं जाईल असं सरकारनं आज्ञापित केलंय. बांगलादेशाच्या प्रधानमंत्री हसीनासुद्धा ब्लॉगरांच्या बाजूने उभा राहिल्या नाही. त्या म्हणाल्या– त्यासुद्धा मुसलमान आहेत, इस्लामच्या विरोधात लिहिलं तर त्यांच्याही भावनांवर आघात होतो. अशा प्रकारचे उद्‌गार पाकिस्तानच्या किंवा मालद्वीपच्या कोणत्याच प्रधानमंत्र्यांनी किंवा प्रेसिडेंटनी काढले नाहीत. पाहून आणि ऐकून तर असं वाटतं,

बांगलादेश या सगळ्या देशांपेक्षा बराच मागं आहे. या साऱ्या देशात, देशभर सर्वत्र खुनाविरुद्ध निषेध केला जातो, बांगलादेशात तो होत नाही. बांगलादेशात निषेध/ विरोध न होण्याची दोन कारणं– एक म्हणजे गटांना भीती वाटते, मूलतत्त्वावादींच्या हाती सापडून अपमानित होणार अशी आणि दुसरं म्हणजे एका गटाला विश्वास वाटतो की कोणाही मुसलमानाला इस्लामवर टीका करण्याचा अधिकार नाही, त्यामुळे जे मरतायत तर बरंच होतंय.

पाकिस्तान हा एक मूलतत्त्ववादी देश म्हणून शिक्कामोर्तब झालेला आहे. मालद्वीपसुद्धा शरियत कायदा मानणारा अस्सल मुसलमानांचा देश. या दोन्ही देशात सरकारपासून ते सामान्य माणसांपर्यंत सुद्धा सर्वजण जर लोकशाहीवर आणि वाक्स्वातंत्र्यावर विश्वास ठेवतात, तर मग बांगलादेशातल्या माणसांना या दोन्हीवर विश्वास ठेवण्यात काय गैरसोय होतेय? का होतेय? बांगलादेश तर धर्मनिरपेक्ष देश म्हणूनच जन्मलाय. पाकिस्तानसारख्या मूलतत्त्ववादी देशाविरुद्ध युद्ध करून विजयी झालेला आहे. बांगलादेशाला तसाच एक मूलतत्त्ववादी देश म्हणून आता स्वत:वर शिक्कामोर्तब करून घ्यायची इच्छा आहे काय? जो देश पाकिस्तानपेक्षाही जास्त मूलतत्त्ववादी, मालद्वीपपेक्षाही जास्त पुराणा?

हाच का मी सोडून आलेला माझा बांगलादेश? ज्या बांगलादेशात स्वत:च्या डोळ्यांनी पाहिलंय ६९ सालचं जनआंदोलन, ७१ सालचं युद्ध? एक सेक्युलर बांगलादेश घडवायचा म्हणून मूलतत्त्ववादी पाकिस्तानापासून स्वत:ला दूर करून घेतलं, त्या पाकिस्तानपेक्षाही जास्त धर्मांध झालो आहोत, केवळ काही दशकांच्या कालावधीत धर्मासंबंधी वेगळं मत असण्याच्या अपराधावरून आज माणसांचे खून होतायत. धर्म हाच आज मोठा परिचय होऊन बसलाय, शिक्षण आणि संस्कृती गौण होऊन गेलंय.

आतंकवादी, मूलतत्त्ववादी बऱ्याच देशांत आहेत. धर्म असला की मूलतत्त्ववाद असतोच. मूलतत्त्ववाद असला की दहशत, आतंक याचा जन्म होऊच शकतो. पण वाक्स्वातंत्र्यासाठी किंवा स्वमत मांडण्यासाठीच्या अधिकारासाठी सरकारने आवाज उठवला पाहिजे. मुखर व्हायला पाहिजे. देशातल्या राजकारण्यांना, कलावंत, साहित्यिक आणि बुद्धिजीवी या साऱ्यांनी आवाजी व्हायला पाहिजे; कारण यांचा लोकशाहीवर विश्वास आहे. मूलतत्त्ववादी किंवा आतंकवादी हे जरी समाजात असले तरी त्यांच्या असण्यामुळे समाज नष्ट होत नाही. समाज नष्ट झालाय असं तेव्हाच आपण समजू शकतो जेव्हा माणसांनी स्वतंत्र मत प्रदर्शन केल्यामुळे आतंकवादींनी त्यांना वार करून मारलं तरीही सरकार गप्प बसतं. बुद्धिजीवी गप्प बसतात, कवी, साहित्यिक गप्प बसतात. पाकिस्तानकडून बांगलादेशानं शिकणं उचित होईल. पाकिस्तानचं सरकार, विरोधी पक्ष, गट बुद्धिजीवी 'माशालखान'च्या

हत्याकांडाविरोधात सर्वच्या सर्वजण तुटून पडलेत. माशालखान धर्मावर टीका करत असे ही गोष्ट समजल्यानंतरसुद्धा आतंकवादी सोडून, आणखी कोणालाही, माशालखानचा खून करणं हे योग्य होतं असं वाटलं नाही.

आज जर बांगला नसून सर्व पूर्व पाकिस्तानच असता तर मला खात्री वाटते की देशभर सर्वत्र ब्लॉगर हत्येचा निषेध केला गेला असता.

धर्मांधता दूर करून आपण खरंतर दुप्पट धर्मांध झालोत. अत्याचारी ब्रिटिशांना घालवून, हाकलून देऊन आपण जणू आपलं स्वत:चं शोषण करतोय. स्वत:च स्वत:च्या विरोधात आणखी मोठे जास्त अत्याचारी झालोत.

जुलहाज मान्ना आणि त्याचा मित्र यांच्या मृत्यूला एक वर्ष पूर्ण झालं. आणि अवघा देश गप्पगार. जणू एक वर्षांपूर्वी काहीच झालेलं नाही. मूलतत्त्ववाद आणि आतंक/ दहशत या विरोधात माणसं अजूनही जर एकजूट बांधत नसतील तर मग देश आतंकवादींनी व्यापून जाईल. देश व्यापून जाईल तडजोडवाल्यांनी . देशाला वाचवायचं असेल तर अजूनही वेळ आहे, देशातल्या सद्बुद्धिसंपन्न माणसांनी देशातल्या/ देशाच्या शत्रूच्या विरोधात घट्टपणे पाय रोवून उभं राहिलं पाहिजे. देशाचे शत्रू आता देशाबाहेरून येत नाहीत, देशातच त्यांचा रहिवास असतो. अजूनही वेळ आहे, सर्वांत वाईट निष्कृष्ट ब्लॉगर हत्येचा देश म्हणून शिक्कामोर्तबयुक्त न होऊ देता, सर्वांत उत्कृष्ट प्रतिवाद, निषेध करण्याऱ्या 'प्रतिवादी बांगलादेश' म्हणून मला त्याचा अभिमान बाळगण्याची माझी इच्छा आहे.

९४

जे हिंदू केवळ हिंदूंसाठी लढाई करतात, जे मुसलमान केवळ मुसलमानांसाठी लढाई करतात, जे ख्रिश्चन केवळ ख्रिश्चनांसाठी लढाई करतात, जे यहुदी केवळ यहुदींसाठी लढाई करतात, जे शीख केवळ शिखांसाठी लढाई करतात, त्याच्या लढाई करण्याच्या अधिकारावर माझा विश्वास आहे; परंतु जवळचे मी त्यांनाच मानते जे स्वत:च्या गटाचाशी नव्हे तर इतर गटाच्या संकटसमयी धावून येतात. स्त्रीविरुद्ध, तिच्या छळाचा निषेध करण्यासाठी स्त्रिया नाही तर पुरुष येतात, म्हणजेच स्त्रीछळाचा निषेध स्त्री नव्हे तर पुरुष करतो. विषमलिंगी हे समलिंगी किंवा रूपांतर लिंगीच्या अधिकारासाठी रस्त्यावर उतरतात. 'कृष्णवर्णीचा छळ झाला तर गोरे आवाज उठवतात. माझ्यासाठी तेच जवळचे जे कोणत्याही गटाच्या सर्व तऱ्हेच्या अन्यायाचा निषेध करतात. स्वत:च्या गटानं अन्याय केला तर त्याला अन्याय मानायचं नाही आणि अन्य गटानं अगदी नगण्य, तुच्छ अशी चूक केली तर शिव्यांचा भडिमारही करायचा नाही, असं मुळीच नाही (चालणार) स्वत:चं

योग्य परीक्षण करा व इतरांसाठी मन मोकळं, मुक्त ठेवा. विशेषत: निरपराध, छळ झालेल्या माणसांसाठी खरंच, असं झालं असतं तर किती छान झाला असता तो समाज.

९५

शेख हसीनाने माझ्या पुस्तकावर बंदी घातलीय, माझ्या देशप्रवेशाला अन्याय्य रीतीनं त्यांनी अडथळा केलेला आहे बरीच वर्षे. एवढं होऊनही देशातल्या कोणा राजकारण्याचं समर्थन करायचं झालं तर, मी शेख हसीनाचंच करीन. कोणा एका पक्षाच्या किंवा गटाच्या बाजूनं उभं राहायचं झालं तर, मी शेख हसीनाच्या पक्षाच्या बाजूनं उभी राहीन.

कारण बांगलादेशात अवामी लीग आणि हसीना सोडून मला असा कोणताही राजकीय पक्ष, गट आणि राजकारणी दिसत नाही, ज्यावर थोडा तरी भरवसा ठेवता येईल. माझ्या विरोधात हसीना कितीही अन्याय्य गोष्टी करू देत/ केल्यात पण मला विश्वास वाटतो, की त्या बांगलादेशाच्या १६ कोटी माणसांविरुद्ध कोणतीही अन्यायाची गोष्ट करणार नाही. विश्वास वाटतो की क्रमश: अस्वस्थ होत जाणाऱ्या समाजाला 'स्वस्थ/ शांत करण्याचं दायित्व/ जबाबदारी त्या घेतील. देशाचं मंगल, कल्याण करण्यासाठी, आयुष्याची बाजी लावण्यासाठी हसीना व्यतिरिक्त आणखी इतर कोणालाही जमणार नाही,' असं मला वाटतं. हसीना पुरोगामी/ प्रगतिशील माणसांच्या मतांवर जिंकून सत्तेवर आल्या आहेत. 'वंगबंधू'च्या हत्येचा त्यांनी न्यायनिवाडा केलेला आहे. आर्थिक स्थितीची उन्नती त्यांनी केलेली आहे. त्यांनी देशद्रोही युद्धापराधींचाही न्यायनिवाडा केलाय. युद्धखोर, अतिरेकींचे दमन केलंय. बंदोबस्त केलाय. त्यांना ग्रेनेड फेकून ठार मारण्याचा प्रयत्न धार्मिक आतंकवाद्यांनी केला होता. सौभाग्यवशात त्या त्यातून बचावल्या. पण त्यांनी धीर सोडला नाही. घाबरून जाऊन राजकारण सोडून पळाल्या नाहीत.

परंतु अंधश्रद्धेनं माखलेले, धर्मांध स्त्रीद्वेष्टे अशा मूलतत्त्ववादींच्या एका गटाला सभागृहात आमंत्रण देऊन, त्यांचं ज्या पद्धतीनं आगत-स्वागत आणि सन्मान वगैरे केलं हसीनांनी, ते पाहून मी तर खरोखर अवाक झाले, खरंतर माझा माझ्या डोळ्यांवर विश्वास राहिला नाही. मूलतत्त्ववाद्यांबरोबर एकाच व्यासपीठावर येणं हे आणखी कोणालाही शोभून दिसू शकेल पण हसीनाला हे शोभत नाही. कोण शत्रू, कोण मित्र हे समजण्याची क्षमता, बुद्धी हसीनाकडे नाही यावर माझा विश्वासच नाही. हिफाजती हे असे काही क्षुद्र शत्रू नव्हेत, ज्यांना वश करता येईल असे. ते आता हसीनाला फासात अडकवून त्यांच्या मागण्या मागून प्राप्त करून घेतील.

परंतु, हे मूलतत्त्ववादी मताधिक्यावर किंवा मताच्या जोरावर हसीनाला जिंकून देतील. विजय मिळवून देतील, असं जर हसीनाला वाटत असेल तर ते मात्र चूक आहे. 'वंगबंधू'नी स्वत:च्या शत्रूला मित्र समजून चूक केली होती, हसीनाला तेच युद्ध करायची इच्छा आहे की काय? हसीना आपल्यातल्याच 'आततायींना' दूध-केळी खिलवून पोसत तर नाहीये? खरंच सांगते हसीनासाठी मला खूप काळजी वाटते. प्रगती पक्षाच्या लोकांना, माणसांना ते ज्याप्रकारे धारदार हत्याराच्या वाराने मारताहेत, त्याचप्रकारे एक दिवस हसीनालासुद्धा मारून टाकतील.

हसीना कितीका तडजोड करत असो मूलतत्त्ववादी वाईट शक्तींबरोबर, पण ते मात्र स्त्रीनेतृत्वाच्या विरोधात असणार. जात्याच जे शत्रू, त्यांच्याबरोबर तडजोड करायला जाणं हा हसीनाचा निर्बुद्धपणा आहे, आणि त्या लोकांनी हसीनाच्या या निर्बुद्धपणाचा फायदा घेण्याचं काम आता सुरूच केलंय. हसीनाच्या द्वाराच सुप्रीम कोर्टाच्या आवारातलं शिल्प त्यांना दूर करून टाकायचंय, उखडून टाकायचंय. एक एक करून जेवढी शिल्पं देशात आहेत, ती सगळी ते काढून टाकणार. सर्व शिल्पाकृतींवर ते काळं फासणार. हसीना त्यांना कसं आणखी भुलवणार, उलट हसीनालाच त्यांनी भुलवून टाकलंय. मदरशांमध्ये शिकलेले लोक हरवून टाकतायत/पराजित करतायत, विद्यापीठांमधून शिकलेल्या विदुषी स्त्रियांना. तडजोड मूलतत्त्ववादी करत नाहीयेत, ते येऊन असं म्हणत नाहीयेत की, आम्ही हसीनाचा धर्मनिरपेक्षतेचा आदर्श मानतोय म्हणून, उलट हसीना जाऊन मस्तक नत करून त्यांना म्हणतेय– त्याचा पुरुषप्रधान, सांप्रदायिक आणि धर्मांधतेचा आदर्श ती मानतेय म्हणून. हसीनानं हे असं त्या वाईट शक्तींपुढे शरण जाणं किंवा त्यांच्याकडून हरणं, पराजित होणं योग्य आहे का? त्या कुशक्ती किंवा अपशक्तींविरुद्ध घट्ट उभं राहण्यासाठीच तर निवडणुकीत, मूलतत्त्ववादीविरोधी माणसांनी हसीनाला जिंकून दिलं होतं. पण आज मित्र ओळखायला हसीनाला का बरं अडचण येतेय? मौलवादींना पाठ्यपुस्तकांचं मुसलमानीकरणं हवंय, हसीना ते करतेय. नव्हे तिनं ते केलंय. मूलतत्त्ववादींना हवंय की मदरशामधली डिग्री ही विद्यापीठातल्या डिग्रीशी समतुल्य पाहिजे/असावी, हसीनानं ते केलंय. शिल्पकृती उचकटून फेकून द्याव्या, हसीनालाही तेच करायचंय. मूलतत्त्ववादी म्हणतात, मुक्त विचार करणारे ब्लॉगर्स स्वत:च्या मृत्यूला तेच जबाबदार आहेत, आणि असं हसीनाही म्हणते. ब्लॉगर्सना पकडून, धरून तिनं जेलमध्येही सडवलंय. मधून मधून मी भीतीनं थरकापून उठते – जी गोष्ट 'जमायती इस्लाम' बोलतात, ती तशीच गोष्ट हसीना का बोलते? एक दिवस हसीना म्हणाली होती की, ज्या 'अल्लामा शफी'नं स्त्रियांचा अपमान केलाय, त्याच्याविरुद्ध स्त्रिया निषेध करून का उठत नाहीत?

याच हसीनाला स्त्री असून ती 'शफी'बरोबर घनिष्ठपणे बसून असलेली मी पाहते तेव्हा तर मी अवाक होते. या अशा व्यक्तीचा हसीना कसा काय सन्मान करू शकतात– ज्या माणसानं स्त्रीचा पराकोटीचा अपमान/ असन्मान केला/ करतो. करताना तो बिलकूल कचरत नाही. द्विधाचित्त होत नाही. मूलतत्त्ववादी युद्धापराधींना शिक्षा न करता 'वंगबंधू'नी क्षमा केली होती. तेच कृतघ्न मूलतत्त्ववादी यांचं सामर्थ्य, क्षमता इतकी जास्त वाढलीय की देशाच्या सर्वेसर्वा, शक्तिमती, प्रधानमंत्री त्यांनासुद्धा, त्यांच्या सगळ्या असभ्य, न शोभणाऱ्या अतार्किक अशा मागण्या मान्य कराव्या लागतात. हसीनानं त्यांच्या त्या नियमांचं पालन नाही केलं तर काय होईल?

त्यांना प्रगतिशील लोकांची मतं मिळतील, जशी ती मिळत होती. मूलतत्त्ववादींची मतं मिळवण्यासाठी जर राष्ट्राची चौकटच नष्ट करावी लागेल, शिक्षण व्यवस्थेचा सर्वनाश, बारा वाजवायचे असतील, सार्वजनिक मोकळं वातावरणच नाहीसं करावं लागेल – स्त्रियांचा समानाधिकार रद्द करावा लागेल. धर्मनिरपेक्षतेला 'सुट्टी' द्यावी लागेल. असं सगळं करावं लागणार असेल तर मग हसीनाचा सत्तेवर राहून काय उपयोग, काय लाभ? ही असली सगळी कामं तर कोणतेही 'जमायती इस्लामी' नेते किंवा 'हिफाजती इस्लामी' नेते करतील, हसीनाला कदाचित लक्षात येत नाहीये, त्यांना (मूलतत्त्ववादी वगैरेंना) जे करायची इच्छा आहे ते शंभर टक्के करून दिलं तरीही त्यांच्या मनात हसीनाला दूरच करायचं आहे (सत्तेवरून). जशा त्यांना शिल्पमूर्ती हटवायच्या आहेत. बरोबर तसंच इस्लाम धर्मात, ते म्हणतात शिल्प जसं हराम म्हणजे अपवित्र, अवैध, स्त्री नेतृत्वसुद्धा तसंच आहे. त्यांचं समर्थन मिळण्याच्या आशेनं, देशाला 'शार्क'ला दिलं तरीसुद्धा हसीनाला त्यांचं समर्थन मिळणार नाही. मधल्यामध्ये प्रगतिशील माणसाचं समर्थन मात्र गमवावं लागेल. एवढं होऊनसुद्धा मला हसीनाचीच आशा वाटते, त्याउपरही विश्वास वाटतो की युद्धापराधींचा जसा न्यायनिवाडा केलाय/करतायत, वंगबंधूच्या हत्येचा न्याय, विचार जसा करतायत, तसाच ब्लॉगर हत्येचाही ती विचार, न्यायनिवाडा करतील. युद्धखोर माणसांनी देश व्यापलाय. जंगी/ युद्धखोर यांच्या उत्पादनात/ निर्मितीत जाणता, अजाणता बरेच, राजकारणी राजनैतिक सहभाग घेतायत, घेतलाय, त्याउपरसुद्धा मला आशा आहे की देशाला या युद्धेच्छू किंवा युद्धपिपासूंपासून हसीनाच मुक्त करतील. तीच एक दिवस धर्मनिरपेक्षतेची विजयपताका उंच धरतील, बाहात्तरचं संविधान त्याच पुन्हा परत आणतील. 'वंगबंधू'प्रमाणे हसीनाचा खून आम्हीच होऊ देणार नाही. खुन्यापासून सुरक्षित लांब अंतरावर, सुरक्षित अंतर राखण्याकरता आपणच 'नेत्री'ला विनंती करू. कळकळून सांगू. आशा करते की

नेता आमच्या विनंतीचा मान राखेल. देशाला वाचवेल आणि स्वत:लाही वाचवेल.

९६

मी जेव्हा हसीनावर एवढी कडाडून टीका करते तेव्हा भारतातल्या प्रोग्रेसिव्ह लोकांचं बांगलादेशाच्या बातमीवर लक्ष असतं असं वाटतंय. त्यांचं म्हणणं असं की हसीना युद्धापराधी मूलतत्त्ववादी पुढाऱ्यांना फाशी देतेय, त्यामुळे हसीनासारखी मूलतत्त्ववादी विरोधी नेता, मुसलमान नेता अवघ्या जगात नाही. त्याखेरीज हसीनाऐवजी जे कोणी येईल ते हसीनापेक्षा चांगलं असेल का? चांगलं जर नसेल तर हसीनालाच सपोर्ट करणं जरुरीचं आहे. माझं म्हणणं आहे की, युद्धापराधींना फाशी दिलं की ऑटोमॅटिकली ती व्यक्ती मूलतत्त्ववादविरोधी होत नाही. हसीना मूलतत्त्ववादाला वाढू देतेय हे खरेच, शिवाय मूलतत्त्ववादाला खतपाणी घालून, त्याची निर्मितीही करतेय, अगदी समारंभपूर्वक! विरोधी पक्षाची नेता बहुधा हसीनापेक्षाही वाईट आहे. म्हणून हसीनाच्या वाईट कामाचं समर्थन मी का करावं? हसीनाला भली चांगली म्हणता येणार नाही. फारतर कमी वाईट म्हणता येईल. पण कमी वाइटाला धरून संतुष्ट का होऊ, कमी वाईट जणू चांगलं आहे? कमी चांगल्यापेक्षा जास्त चांगलं आहे– अशी मागणी किंवा आशा नको बाळगू का?

हसीनाने मदरशाच्या डिग्रीला विद्यापीठीय सर्वोच्च डिग्रीची मान्यता दिलीय. स्त्रीद्वेष्ट्या धर्मांध गटाचा मानसन्मान करतेय, त्यांच्या सर्व अन्याय्य मागण्या मान्य करतेय. 'जमाते इस्लाम' सत्तेवर असले तर समाजात जितका विध्वंस त्यांनी केला असता, त्यापेक्षा हसीना काहीही कमी विध्वंस करत नाहीये. मदरशांमधील धर्मांधांना, विज्ञान शिक्षणांतील सर्वोच्च पदवीधारकांसह एकाच कतारीत उभं करून, मूर्ख आणि ज्ञानी या दोघांना समान हिशेबानं त्यांचे मोजमाप केल्यावर समाजाचं नुकसानच होणार. लाभ नाहीच होणार. सत्तेत राहण्यासाठी हसीना समाजाला हजार वर्षं मागे ढकलतेय. या असल्या मागासलेपणातून समाजाला एकटं कोण पुढे नेईल? मागे सारणं सोपं आहे, पुढे जाणं, प्रगतिपथावर जाणं सोपं नाही. आमचा जो समाज तो रॉकेटच्या गतीनं मागं येतोय आणि मुंगीच्या गतीनं पुढे जातोय. आज हसीना शिल्पांविरुद्ध बोलतेय, पाठ्यपुस्तकांना मुसलमानी करून टाकतेय. यामध्ये सुधारणा, दुरुस्ती कोण करणार? कोणी समाजसुधारक? कोणताही राजकारणी, जो निरोगी आहे असा पक्ष देशात नाही आणि नजीकच्या भविष्यात ही असं संगठन तयार होईल असं वाटत नाही. शिल्पं तर नष्ट झाली, बाजूला पडली. अमुसलमान साहित्यिकांना पाठ्यपुस्तकातून कायमचाच निरोप दिला गेला.

युद्धखोरांना ती मारतेय खरी पण युद्धखोरांची सुटकाही करतेय. युद्धपिपासूंना

पळून जायलाही मदत केलेली. देशात आता युद्धखोर नाहीत असा खोटंही सांगितलंय. एका नास्तिकाला पाकिस्तानमध्ये बडवून बडवून मारल्यानंतर, पाकिस्तानसारख्या मूलतत्त्ववादांनी ग्रासलेल्या देशाचे मंत्री, प्रधानमंत्री, विरोधी दल वगैर सगळ्यांनी निषेधासाठी आवाज उठवला. हसीना मात्र त्या देशातल्या नास्तिक हत्याकांडाविरोधात एक शब्दही बोलली नाही. उलट नास्तिकांना धरून धरून जेलमध्ये टाकलं आणि हत्याकांडाचं एकप्रकारे समर्थनच केलेलंय.

हसीना ममताप्रमाणे वर वर इमारत चढवतेय, पण इमारतीच्या पायात पूर्ण हवा भरून देतेय.

९७

पुराव्याअभावी, युद्धपिपासू 'ताहमिद खान'ची निर्दोष म्हणून बांगलादेशाच्या अदालतमध्ये सुटका झालेली आहे. जे पिस्तूल 'होली आरिझन कॅफे'च्या गच्चीवर ताहमिदच्या हातात होते ते वस्तुत: पिस्तूल नव्हतं, पुराव्यानिशी दिसलंय की ते एक जिवंत डुकराचं पिल्लू होतं. ते पिल्लू खूपच धडपड, तडफड करत होतं म्हणून ताहमिदनं त्याला दोन्ही हातांनी धरून ठेवलं होतं– ज्यायोगे ते पळून जाणार नाही. आणि जवळ रोशन इम्तियाज नावाचा जो युद्धखोर मागे हात करून उभा होता त्याच्या गळ्यात रायफल झुलत होती. रोशन इम्तियाज नावाचा कोणी युद्धखोर नव्हता, तर ते होतं एक खजुराचं झाड, खजुराच्या झाडावर रायफल नसून, खजूर झाडाच्या गळ्याला लावलेलं रसाचं मडकं होतं आणि खजूर झाडापाशी 'हासनात करीम' नव्हता, तर ती होती एक लाल रंगाची मोटरसायकल. त्यामुळे पिस्तूल हातात असलेल्या जंगी युद्धखोराबरोबर काही जरूरीचं बोलण्यात दंग होता 'ताहमिद'. असा पुरावा जंग जंग पछाडून शोधला तरीही मिळालाच नाही. उलट पुरावा मिळालाय की 'होली आरिझन कॅफे'च्या गच्चीवर एक मोटरसायकल आणि एका खजुराच्या झाडापाशी एका डुकराच्या पिल्लाला घेऊन 'ताहमिद' नावाचा बड्या घरचा बेटा खेळत होता. म्हणून सर्व मुक्ती मुक्ती आणि मुक्ती!

९८

हकिगत अशी आहे, 'सीरिया'वर ५९वं तोमाहक क्षेपणास्त्र टाकून कोरियाच्या उपसागरात 'आरमाडा' नौकांचा ताफा पाठवून आणि अफगाणिस्तानात सर्व बॉम्बची जननी फेकून संपूर्ण पृथ्वीला जरा हादरवून टाकायचं मिस्टर ट्रम्पला. याला कोणी

उत्तर नाही दिलं तरी, उत्तर कोरियाचा 'किम जंग ऊन' यानी उत्तर दिलंय. युद्धविषयक प्रदर्शनात नवीन क्षेपणास्त्र हजर करून त्यांने असं समजावण्याचा प्रयत्न केला की अमेरिकेची बॉम्ब फेकण्याची क्षमता आहे त्यांच्या सेनावाहिनीत. तिकडे आणखी प्रगत (advanced) परमाणू बॉम्बची (test) परीक्षा घेण्याची गोष्ट ट्रम्पने सुरू केलेली आहे. 'नेवाडा'च्या मरुभूमीवर प्रगत (advanced) परमाणू बॉम्ब (b 16-12) च्या द्वारे केलेली चाचणी सफलही झाली आहे. हे सारे बॉम्बहल्ले, परमाणू बॉम्ब चाचण्या 'बाशार-अल्-असाद' आणि 'आयसिस' यांच्यासाठी, त्याहूनही जास्त बहुधा चीन आणि उत्तर कोरियासाठी त्यांना भीती दाखवण्यासाठी आहे.

यातील बरीच काही क्षेपणास्त्रं त्यांची उत्तर कोरियाने चाचणी केलेली आहे. क्षेपणास्त्रांमधील तीन रॉकेट्स जपानजवळच्या समुद्रात पडली त्यामुळे अमेरिका आणि दक्षिण कोरिया यांच्या रागाचा भडका उडाला आहे. मित्रराष्ट्र चीनलासुद्धा उत्तर कोरियाने केलेली क्षेपणास्त्र चाचणी पसंत पडलेली नाही. पुन्हा ट्रम्पने पाठवलेला नौकांचा ताफा– त्यावरही चीनने टीका केलीय. चीन जर उत्तर कोरियावर नियंत्रण ठेवू शकत नसेल तर अमेरिका त्या बाबतीतील व्यवस्था करेल अशी धमकी ट्रम्पने दिली आहे.

उत्तर कोरियाचा संस्थापक 'किम इल सूं'च्या १०५व्या जन्मदिनानिमित्त 'पियंइयं'च्या 'किम इल सूं' चौकात, युद्धसामग्रीचं प्रदर्शन उत्तर कोरिया सरकारनं आयोजित केलं होतं. 'किम जं उन'चा सहकारी 'चो रियं हो' याने त्या दिवशी सर्वांना सांगितलं की उत्तर कोरियाची सेनावाहिनी सर्व प्रकारच्या आक्रमणाला जबाब द्यायला तयार आहे. फार काही चुकीचं बोलला नाही. त्या प्रदर्शनात दोन नवीन 'इंटर कॉन्टिनेंटल बॅलिस्टिक मिसाइल'ची आवरणं, किमच्या सेनावाहिनानं प्रदर्शित केली होती. वैज्ञानिक म्हणतात ही 'इंटर कॉन्टिनेंटल बॅलिस्टिक मिसाइल' अमेरिकेच्या मूळ भूखंडावर सहजपणे आघात, आक्रमण करू शकतात.

उत्तर कोरिया काय करू शकतो, किती करू शकतो, याविषयी जी अखेरची बातमी कळतेय ती म्हणजे विषाक्त/ विषमय 'सारिन गॅस' भरलेल्या क्षेपणास्त्राद्वारे हल्ला करण्याची क्षमता उत्तर कोरियाची आहे. सहावा परमाणू स्फोट करण्यासाठी सुद्धा देश तयार आहे. जपानच्या प्रधानमंत्र्यांना भीती वाटतेय की, उत्तर कोरिया कोणत्याही दिवशी जपानवर 'सारिन गॅस हल्ला' करू शकतो याची.

दक्षिण कोरिया म्हणतो, उत्तर कोरियाकडे २५०० ते ५००० टन रासायनिक अस्त्रं आहेत. २०१२ सालच्या एका अहवालात अमेरिकेनेही सांगितलंय की उत्तर कोरियाच्या भांडारात प्राणघातक 'नर्व्ह' गॅस आहे.

'किम जं उन' परमाणू बॉम्बची चाचणी करणार आहेत हे ऐकून ट्रम्पनी ट्विट

केलंय, उत्तर कोरिया मुद्दामहून गोंधळ घालू पाहत आहे. किम जं उन यांना गोंधळ करायचाय ते समजलं, पण ट्रम्पला काय हवंय? ट्रम्पनासुद्धा खरंतर गडबड गोंधळच हवाय.

ट्रम्प ज्या प्रकारे उत्तर कोरियाला भीती दाखवू पाहतोय ती पद्धत चांगली नाही, योग्य नाही. तुम्हाला खरोखरीच उत्तर कोरियाने परमाणू युद्धात पडू नये असं वाटत आहे तर त्यांच्याकडे नौका सुसज्ज नौकांचा ताफा पाठवण्याची काहीच गरज नव्हती. असा ताफा पाठवल्यामुळे लाभ होण्यापेक्षा जास्त वाईटच काही होण्याची भीती आहे. भिऊन जाऊन वाईट काम बंद करणारा माणूस नाहीये किम जं उन. उत्तर कोरिया कोणाचं बोलणं ऐकून घेणारा देश नाही त्यामुळे, चीन उत्तर कोरियाचा मित्र आहे, त्यामुळे उत्तर कोरियाचा लगाम धरून ठेवावा या हेतूने अमेरिकेने चीनला धरलंय. मधल्यामध्ये चीन संकटात सापडलाय. काहीसा दोषारोप, दूषण देतोय खरा, म्हणतोय, की 'भाई अमेरिका, डोकं थंड ठेव' पण डोकं थंड ठेवून अमेरिकेनं कधी काम केलंय का? अमेरिकेनं मनात पक्कं जाणून घेणंच योग्य होईल की 'किम जं उन' सद्दाम हुसेन नाही, कर्नल गद्दाफी पण नाही. 'किम जं उन'ला त्यांच्यासारखं मरायला लागणार नाही. किमपाशी आहे 'न्यूक्लिअर वेपन्स.' परमाणू बॉम्ब, खरोखरीची मोठ्या प्रमाणात सामूहिक विध्वंस करणारी हत्यारं आहेत. म्हणून मी ट्रम्पला म्हणते, ''बाबा रे जास्त उचकवू नको, ट्रम्प जास्त उचकवू नको ट्रम्प.'' ट्रम्प आणि किम जं उन हे दोघेही डोकी फिरलेली मंडळी आहेत. परंतु एकट्याच्याच निर्णयावर, परमाणू बॉम्ब वापरू शकत नाही. काँग्रेसने हरकत घेतल्यास ट्रम्पच्या एकट्याच्या निर्णयाने काही होणार नाही. पण किमच्या बाबतीत तसं नाही. किम गणतंत्र लोकशाही मानत नाही. तो स्वैराचारी माणूस आहे. त्याला जी इच्छा आहे, तेच तो करणार. मनाला इच्छा होईल, वाटेल, तिथे तो बॉम्ब टाकणार. त्याच्या मंत्रिमंडळातील कोणी अडचण आणली तर अगदी खुशाल/ अलगदपणे तो त्याला मारून टाकेल. आणि असे खूप मारलेदेखील आहेत. स्वतःच्या आप्तस्वकीयांना देखील त्याने क्षमा केलेली नाही. असा हा किम त्याला असं जाणवलं, जर की अमेरिका त्याच्यावर आक्रमणासाठी सज्ज होतेय तर मग मात्र तो अमेरिकेवर बॉम्ब फेकायला जाईल. एकदासुद्धा तो विचार करणार नाही की, अमेरिकेतले निरपराध कितीक जीव मरतील, अमेरिकेबाहेरून आलेले हजारो निरपराध जीव मरतील. डोकं फिरलेली माणसं दुसऱ्याचा विचार करत नाहीत. आता ट्रम्पनेच समजून घेऊन पुढे गेलं पाहिजे. ट्रम्पने जर त्रास दिला, डिवचलं तर किम कोणत्या दिशेला बॉम्ब फेकत राहील, कोणाला काहीच सांगता येणार नाही. पृथ्वीची कोणती बाजू तो उद्ध्वस्त करेल, आणि कोणता भाग अख्खा ठीक ठेवेल हे संपूर्णपणे त्याच्यावर अवलंबून आहे.

उत्तर कोरिया, अस्त्र आणि मारणास्त्र बाळगून उत्तर कोरियाप्रमाणेच राहू दे. युद्धसामग्रीच्या प्रदर्शनात ते त्यांनी फक्त दाखवावं, पण ते सारं वापरण्याची इच्छा कोणालाही न होवो. आता उचकवलं, डिवचलं तर आणि 'वेडे' जर चिडले तर? त्यामुळे उचकवून (instigate) चालणार नाही.

माणसानं ही सभ्यता, संस्कृती तिळतिळ करून उभारलीय, एका फुंकरीनं ती उडवून टाकण्याचा कोणालाही अधिकार नाही. किमनं जर हल्ला केला, तरच त्याला प्रत्युत्तर देण्यासाठी, प्रतिहत करण्यासाठी अमेरिकेनं सिद्ध होणं– उभं राहणं योग्य. आग भडकवून, उत्तर कोरियाच्या पाण्यात नौकांचा ताफा पाठवणे, इकडच्या तिकडच्या देशात मोठाले बॉम्ब टाकून स्वत:ची ताकद दाखवणे, उचकवून वेड्यांना भडकावणं हे बिलकून बरोबर नाही. यामध्ये चांगलं करायला जाताना वाईटच होऊन जाण्याचं भय जास्त आहे.

९९

वा! बांगलादेशाकडून तर मग पश्चिम बंगाल शिकला म्हणायचं कागदी घोडे हातात घेऊन साडी, धोतर नेसून, ढोल वाजवत, नाचत गात रस्त्यात मंगलमय अशी शोभायात्रा काढणं! पश्चिम बंगालमधला पहिला वैशाख (बंगाली नववर्ष) मी बरीच वर्षं पाहिलाय. रोषणाई वगैरे सजावट काहीच नव्हतं. बंगाल = पूर्वबंगीय लोक जे आज करतात ते बंगाली = पश्चिम बंगालचे लोक नंतर/करतात. बांगलादेशाने माझ्या पुस्तकांवर बंदी घातलीय, ते पाहून (पावलावर पाऊन ठेवून) पश्चिम बंगालनेही बंदी घातली. बांगलादेशाने मला (देशातून) हाकललं, पश्चिम बंगालचं सरकारही तसेच करते. बांगलादेश सरकार मूलतत्त्ववादाला आसरा देते, पश्चिम बंगालचं सरकारही तसेच करते. बांगलादेश हायसिंथ जलपर्णीप्रमाणे मशिदी आणि मदरसे वाढवताहेत. रक्ताचं नातं बहुधा एकच म्हणून! पण वाईट गोष्टी शिकण्यापेक्षा चांगल्या गोष्टी शिकणं चांगलं. मूलतत्त्ववाद शिकण्यापेक्षा शोभायात्रा शिकणं बरं.

१००

आठवतेय का 'हॅपी'ची गोष्ट? रूबेलच्या प्रतारणेची गोष्ट प्रत्येकाला सांगितली होती. त्यामुळे काय झालं? रूबेल रूबेलसारखाच आहे. क्रिकेट खेळतोय, दिमाखात लग्नही केलंय, त्याच्या लोकप्रियतेमध्ये किंचितही फट पडली नाही.

आणि तिकडे हॅपीच्या करिअरचे बारा वाजलेत, लोकांकडून निंदा होतेय.

शिव्या खातोय, शेवट तोंड लपवून बसायलाच लागलं. अपू विश्वसने तिच्या नवऱ्याची, शाकिबच्या प्रतारणेची गोष्टही सर्वांना सांगितली. अपू आणि शाकिब दोघेही सिनेमा करतात. दोघेही लोकप्रिय सितारे. पण लग्नानंतर त्याग कोणाला करावा लागला? अपू विश्वासला. स्वत:चा धर्म कोणाला बदलावा लागला? अपूला. कोणाच्या करिअरचे बारा वाजले? अपूच्या. तिकडे शाकिब मात्र मस्त मजेत आहे. नव्या नव्या नायिकांबरोबर चित्रपट करतोय, करतोय...

त्याच्या सर्वांत जास्त चित्रपटांची जी नायिका, ती आता बाहेर (out). तिला सगळ्याच्या आड जायला पाहिजे, तोंड लपवायला पाहिजे, लोकांसमक्ष आलं तर त्याला चालणार नाही. तिला एकटीलाच सोसायला हवं, गर्भावस्था. त्या अवस्थेचा धोका आणि वेदना एकटीनंच भोगायला, सहन करायला पाहिजे. एकल्यानंच रडायचं, एकट्यानच अपत्याला जन्म द्यायचा. अपूच्या त्या साऱ्या कष्टवेदनांतून जन्मलेलं बाळ होणार तिच्या नवऱ्याचं बाळ, बाळाच्या नावाच्या शेवटी अपूचं नाव जोडलं जाणार नाही तर शाकिबचं सरनेम येणार.

अपूला लग्नाची वार्ता लपवून ठेवायला सांगितली होती शाकिबने, म्हणून अपूनं ती तशी लपवली होती. शाकिबनेही तो विवाहित आहे असं कोणालाही सांगितलं नाही. तो विवाहित आहे ही बातमी समजली तर त्याला वाटतं की त्याच्या करिअरचं नुकसान होईल. कोणाकोणाला तर नक्की असं वाटतं की (इतर) स्त्रियांबरोबर प्रेम करायला विघ्न येईल.

बांगलादेशाच्या टेलिव्हिजनवर दोघांचं बोलणं मी जे ऐकलंय त्यावरून असं वाटतं, शाकिब खूप आत्मकेंद्री, उद्धट, आगाऊ, स्त्रीद्वेष्टा, स्वार्थपर, ईर्ष्याळू, हट्टी आहे आणि अपू मूर्ख भित्री, कन्फ्यूज्ड, गोंधळलेली, लॉस्ट (कामातून गेलेली) अशी आहे. शाकिब हा पुरुषप्रधान समाजातल्या इतर सर्व सगळ्या पुरुषांसारखा आहे. अपूसुद्धा पुरुषप्रधान समाजातल्या इतर सर्व स्त्रियांप्रमाणेच आहे. संसार म्हणजे, स्वयंपाक करणे, धुणं-भांडी करणं असं अपू समजते. एका प्रश्नाच्या उत्तरात तिनं सांगितलं– मी तर शाकिबरोबर संसार करत आले आहे. एक वर्षापूर्वी मी बाहेर (देशाबाहेर) गेले, त्यापूर्वी मी संसारच करत आले होते. मी दररोज शूटिंग करून आल्यावर त्याच्या घरी जाऊन स्वयंपाक करत असे, सर्व आवरत असे, स्वच्छता करत असे. माझी सासू एकदा दीड महिन्याकरता 'हज'ला गेली होती, तो दीड महिना मी स्वत:च ते घर सांभाळलंय. सकाळी उठून सर्व स्वयंपाक करून. संपूर्ण घराची झाडलोट, स्वच्छता करून मग मी शूटिंगला जात असे. पुन्हा संध्याकाळी शूटिंग संपवून येऊन पुन्हा सर्व काही स्वच्छ करत असायची. मी संसार केलाय. शाकिबनेही संसार केलाय, शाकिबने कसा संसार केलाय ते मात्र अपू विश्वास बोलली नाही. शाकिबसुद्धा काय झाडलोट करायचा, का स्वयंपाक

करायचा, घर स्वच्छ करायचा, शाकिबसुद्धा अशाप्रकारे संसार करायचा? नक्कीच नाही. अपू ही या स्त्रीद्वेष्ट्या समाजातली एक 'मगज धुलाई' (Brain wash) झालेली स्त्री आहे हे तिच्या बोलण्यातूनच समजून येतं. ज्या संसारात मुलींची जबाबदारी म्हणजे पैसाअडका ओतायचा, घरात झाडलोट करायची, घरदार नीट व्यवस्थित ठेवायचं, स्वयंपाक करायचा, सर्वांना वाढायचं, भांडी घासायची, कपडे धुवायचे, मुलांचा सांभाळ, संगोपन करायचं आणि पुरुषाची जबाबदारी म्हणजे पैसे द्यायचे (घरात) हुकूम सोडायचे, पायावर पाय टाकून बसून राहायचं. हा काही खरंतर संसार नाही, हे म्हणजे स्वामी आणि दासीचा अंदरमहल! शयनागार!

शाकिबचा अपूवर खूप राग आहे. अपू लग्नाची गोष्ट, मुलांची गोष्ट, हे सगळं आहे ते खरं सगळ्यांना ती सांगतेय– याचा अर्थ अपूचा काही वाईट हेतू/उद्देश आहे. अपूनं शाकिबचा आदेश मानला नाही, गप्प बसली नाही, लपूनही राहिली नाही. याचा अर्थ अपू खूप वाईट आहे. शाकिबला वाटतंय अपू फक्त शाकिबची पत्नी होऊन राहू इच्छित नाही, तिला नायिका व्हायचंय म्हणजे अपू लोभी आहे. माझा यावर प्रश्न आहे की, शाकिबला केवळ अपूचा नवरा होऊन राहायची इच्छा आहे का? तशी इच्छा त्याची नाहीये तो तर अगदी छानपैकी नायक होतोय आणि भविष्यातही त्याला नायकच व्हायचंय तर मग शाकिब लोभी नाही काय? कठीणच आहे, शाकिब लोभी, स्वार्थी, ईर्ष्याळू असला तरी त्याला कोणीच म्हणणार नाही, लोभी, स्वार्थी नि ईर्ष्याळू, उलट अपूलाच म्हणणार. मुली पुरुषांसाठी जितका त्याग करतील, तितके पुरुष मुलींच्या त्यागाला चटावतील; त्यांना ती सवयच लागेल. तितका ते विचार करतील– त्यागातच मुलींच्या जन्माचं सार्थक आहे, मुलींना त्याग करायला आवडतं, त्यांच्या 'डीएनए'मध्येच ते आहे, त्याग हेच त्यांचं चरित्र आहे. आई अपत्यासाठी स्वत:च्या सर्वस्वाचं विसर्जन करणार, प्रेमिका प्रेमिकासाठी त्याग करणार, पत्नी पतीसाठी त्याग करणार. या उलट झालं तर मुली वाईट, मुलीच चरित्रहीन.

अपू विश्वास या समाजाची आणखी एक बळी आहे, इतर सगळ्या स्त्रियांप्रमाणेच. स्वावलंबी असूनही प्रख्यात, प्रसिद्ध होऊनही बळी आहे. या स्त्रीद्वेष्ट्या समाजाची दया तिला हवीय, म्हणून पतीच्या घरी जाऊन घरदार स्वच्छ करून येते. प्रोफेशन सोडून देण्याचा पतीचा आदेश मानते, लोकांच्या दृष्टीआड राहून त्याच्याकडे जाण्याचा त्याचा हट्टसुद्धा ती मानते. अपूने सर्वस्व त्याग केलंय. शाकिब पहिल्यापासूनच तिचा अपमान करतो. पण त्यानंतरसुद्धा ती अपमान सोसतच राहतेय. बहुधा शाकिबचा वेगळ्याच स्त्रीबरोबर संबंध या कारणाने तिला अगदी परमावधीचं अपमानित वाटतंय आणि त्यामुळे शाकिबचा आदेश धुडकावून आता ती समोर आलीय. सर्व आडपडदे तिनं बाजूला सारलेत. पूर्ण त्यागी होऊनसुद्धा मुलींना

सर्वकाळ सुटका/ मुक्ती मिळत नाही. आदेश अमान्य करण्याची शिक्षा तिला मिळतेच. अपूला वाटतं, समाजात तिच्या मुलांना बापाचा परिचय मिळावा, पती आणि मूल यांच्यासह संसार करायची तिची इच्छा आहे.

परावलंबी मुली जेव्हा रडतात तेव्हा मी त्यांची असहायता समजू शकते. पण फसव्या वंचक नवऱ्यासाठी, स्वावलंबी स्त्रियांच्या डोळ्यात आलेली आसवे माझं मन विषण्ण करतात. स्वावलंबी स्त्रिया कमीत कमी असं का दाखवू शकत नाहीत की त्या पुरुषाची दासी नाहीत, त्या स्त्री-पुरुष विषमता मानत नाहीत, स्त्रीद्वेषी पुरुषाला त्यांच्या जीवनात काहीही स्थान नाही, जे अपमान करतात किंवा करू पाहतात अशांना झटकून, झिडकारून दूर करण्याची ताकद त्यांच्यात आहे. स्वावलंबी मुलींना हेही समजवायला हवं की त्या एकट्या राहू शकतात. त्या एकट्या अपत्याला वाढवू शकतात, मोठं करू शकतात. नाठाळ गाईपेक्षा, रिकामा गोठा कितीसा बरा माहीत नाही, पण दुष्ट पुरुषापेक्षा एकटीचा संसार खूप चांगला.

अपूचा हा अनुभव मुलींना सजग करतो, कोणालाही अपूसारखे भोग भोगायला लागू नयेत. कोणाही स्वावलंबी मुलीला प्रेम नसलेल्या पुरुषाकरता एक टिपूससुद्धा डोळ्यातून काढावा लागू नये. कोणाही मुलीचा शारीरिक, मानसिक अत्याचार करण्याची संधी कोणाही पुरुषाला मिळू नये. मुलींनी नीट समजून घ्यावं की त्याग हा मुलींचा धर्म नाही, पुरुषांप्रमाणे मुलींनादेखील सुखाने, मानाने, मंगलमय, कल्याणमय, आनंदाने जगण्याचा पूर्ण शंभर टक्के अधिकार आहे.

१०१

ट्रम्प म्हणाले होते, ''प्रथम अमेरिका, अमेरिकेचा स्वार्थ सोडून आणखी काही तो पाहू शकत नाही, आणखी काही समजू शकत, इच्छित नाही.'' पण सीरियाचा प्रेसिडेंट 'बाश अल् आसाद' याने स्वत:च्या देशातील/ नागरिकांवर रासायनिक हल्ला केला म्हणून सीरियावर क्षेपणास्त्र हल्ला ट्रम्पने केला. आता अचानक, सीरियाच्या असहाय माणसांना आसादच्या हातून बचावण्यासाठी अगदी साहसी, आततायी का होऊन उठला तो (ट्रम्प) सीरियातल्या मुस्लिमांना तर त्याने 'मुस्लीम बॅन'च्या यादीत ठेवलेलं आहे. ज्याच्याविषयी घृणा वाटते त्याच्यासाठी एवढं प्रेम उतू चाललंय! खरेच का ट्रम्प स्वत:चा स्वार्थ सोडून दुसऱ्याचा स्वार्थ पाहत आहे? 'व्हाइट हाउस'मध्ये जाऊन इस्लामी आतंकवादी आयसिसच्या विरुद्ध बोललेला (ट्रम्प) तोच आयसिस आता ट्रम्पच्या पक्षाचा जयजयकार करतोय. कारण, आसादवर हल्ला व्हावा अशी आयसिसची इच्छा आहे. आसाद आयसिसचा शत्रू आहे. ट्रम्प आणि पुतिन यांच्यात असाधारण असं मैत्र आहे. इकडे पुन्हा आसाद

आणि पुतिनसुद्धा मित्र आहेत. पुतिन जेव्हा आसादच्या बाजूने उभा राहून, सीरियामधून आसादचा शत्रू आयसिसला हटवू पाहत होता तेव्हा, ट्रम्पने जाऊन आसादला गादीवरून हाकलण्यासाठी बॉम्बबाजी सुरू करून दिली. ट्रम्प होता आयसिसच्या विरोधी, पुतिनशी हातमिळवणी करून आयसिसच्या विरुद्ध युद्ध ठोकणारा ट्रम्प, हेच स्वाभाविक होतं. आता काय दोघे मित्र परस्पराविरुद्ध युद्ध करणार? श्रीमंत, धनवान लोक साधारणपणे स्वत:चा दुसऱ्यापाशी असलेला संबंध पाहायला कसा का असेना, आतून तो ठीकठाक ठेवतात. पृथ्वीवर जेवढी युद्ध होत राहतील, तेवढा श्रीमंत देशांचा अस्त्रांचा व्यवसाय भरभराटीला येईल. जे झगडे, कलह मिटवायला युद्धाची गरज नसते, ज्या गटांशी समेट शक्य आहे त्यासाठीसुद्धा असं दिसतं की नगारे बडवले जातात. एकविसाव्या शतकातही निरपराध माणसांचे मृत्यू पाहावे लागतात. सीरियातला एक भुक्तभोगी म्हणालाय, रायायनिक हल्ल्यामध्ये मृत, ऐंशी माणसं पाहूनच, विमानानं हल्ला केला जाईल, त्या विमानहल्ल्यात तर हजारोंनी मरतील. सत्य गोष्ट आहे ही. आसाद भयंकर आहे, त्याहून शंभरपटीने भयंकर आहे ट्रम्प. सद्दाम भयंकर होता. त्याच्याहीपेक्षा शंभरपटीने भयंकर होता बुश. इराकचा भूतकाळ आणि वर्तमानकाळ जरा बारकाईनं पाहिला की समजून येतं.

मला माझ्या स्वत:च्या देशाची राजनीती/ राजकारण काय तेच कळत नाही. जगातलं राजकारण तर अजूनच काही कळत नाही. मात्र मला माहीत आहे आसादचा अत्याचार तो मला सहन होऊ शकत नाही, आयसिसचा निर्घृणपणा सहन होऊ शकत नाही. युरोप, अमेरिका, इस्त्राईल किंवा अन्य कोणत्याही देशाने क्षेपणास्त्र टाकून निरपराध माणसं मारली तर ते मृत्यू मी सहन करू शकत नाही. खुनाखुनी न करता, कोणाचं वाईट प्रशासन– दु:शासन बंद करायला येत नाही का, हा प्रश्न मी स्वत:ला वारंवार विचारते आणि माझ्या लक्षात येतं की मी असहाय आणि अनाथ पोरक्यासारखी एकाकी आहे.

आज सकाळी 'ट्रम्प'ची अमेरिका प्रथम की सीरिया प्रथम असा प्रश्न केल्यावर, माझा एक अमेरिकन मित्र म्हणाला– 'ट्रम्प – ट्रम्प प्रथम!' यावर विश्वास आहे आणखी कशाहीवर विश्वास नाही. मित्र काही चुकीचं बोललाय असं नाही वाटत. ट्रम्पने सीरियावर केलेला हल्ला मुळातच रागानं आणि आवेगानं केलेला आहे. बहुधा ट्रम्प हा अमेरिकेचा पहिलाच प्रेसिडेंट असावा ज्याला परराष्ट्र नीतीसंबंधी फारसं काही ज्ञान नाहीये. आसाद आणि आसादविरोधी आतंकवादी यांच्यातील संबंध आणि त्यातली जटिलता जाणून घेण्यासाठीसुद्धा ट्रम्पमध्ये काही उत्साह, आग्रह आहे असं वाटत नाही. पण काही म्हणा, ट्रम्पनं त्याच्या आवेगानुसार वर्तन केलं असतं तर सत्यानाश करून बसला असता. 'मॅकमास्टर' आणि 'जिम मार्टिस' ट्रम्पचे राष्ट्रीय सुरक्षा सल्लागार आणि सुरक्षा सेक्रेटरी यांनी ट्रम्पला वाचवलंय.

त्यांनीच सीरियावर अमेरिकेनं केलेल्या आक्रमणाला आवर घातलाय. ट्रम्पवर ते सोडलं असतं तर त्यामध्ये नक्कीच एक वध्यभूमी (ट्रम्पने) करून टाकली असती.

२००३ मध्ये ज्याप्रकारे इराकमध्ये अवैधरीत्या अमेरिकनं हल्ला केला होता, ट्रम्पचा हल्लासुद्धा त्याच पद्धतीचा होता. रासायनिक अस्त्रं का वापरली? त्यामुळे तुम्हाला काही करून मारणार.

२०११ पासून सीरियात ४ लाख माणसं मेलीत, त्यातली बहुतेक सर्वसाधारण अस्त्रांनी मेलीत, रासायनिक अस्त्राने नाही. रशिया आणि अमेरिका, दोन्ही देश सीरियातल्या माणसांचे मृत्यू थोपवू पाहतायत, पण त्यानंतरही माणसं मरतायत– मारली जातायत. शांती हवी आहे, पण शांती मिळत नाहीये. नीट समजत नाहीये– एकदा हल्ला करूनच अमेरिका निघून जाणार की आसादला हटवून मगच विदा होणार. ट्रम्पचा राष्ट्रसंघाचा (League of Nations) दूत 'निकी हॅली' म्हणालेत– 'अजून आक्रमण केलं जाईल जर आसादनं पुन्हा रासायनिक हल्ला केला तर.'

या आक्रमणाद्वारा ट्रम्प 'टर्की'ला समजावून देतोय की तो त्यांच्या बरोबर आहे. मध्यपूर्वेतील आसादविरोधी अरबी देशांना समजावतोय की तो त्यांच्याबरोबर आहे. त्यामुळे रशियावरही थोडा दबाव टाकता आला. (किंवा थोडं दाबात ठेवलं गेलं) आणि जे सांगत फिरतात की ट्रम्प रशियाचं बाहुलं आहे त्यांनाही समज दिली गेली की ट्रम्प बिलकूलच बाहुलं नाही. सीरियात ट्रम्पने क्षेपणास्त्र हल्ला केलाय तो स्वत:चा राजकीय फायदा हस्तगत करण्यासाठी केलाय, सीरिसातल्या असहाय माणसांना वाचविण्यासाठी नाही. सीरियातल्या गरीब, बदामी त्याउपर मुस्लीम माणसांबद्दल ट्रम्पला खरंतर कसलीच सहानुभूती नाही, आणि या गोष्टीचं प्रमाण आपल्याला अनेकदा मिळालंय.

१०२

मी जेव्हा बांगलादेशाच्या मानवी बॉम्बबद्दल विचार करत होते, तेव्हाच ऐकलं की सेंट पीट्र्सबर्गच्या एका मेट्रो स्टेशनवर 'आबकरजॉन जॉलिलव' नामक २२ वर्षीय युवकानं आत्मघाती बॉम्बचा स्फोट घडवून आणून १४ जणांना मारलं आणि ५० जणांना जखमी केलं. मला आठवतं की १९९४ साली देशत्याग करायला भाग पडल्यावर युरोपमधील वेगवेगळ्या देशांची जेव्हा आमंत्रणं मिळत होती तेव्हा बऱ्याच जणांनी मला विचारलं होतं की तुमच्या देशात आत्मघाती बॉम्बधारी आहे का? बराच वेळ मी अवाक होऊन बसले आणि डोकं हलवलं.

'नाही, नाही.' त्यांनी स्वस्थचित्तानं नि:श्वास सोडला. आज मी अजून सांगू शकत नाही की बांगलादेशात आत्मघाती बॉम्बधारीचं अस्तित्व नाही.

काय घडतंय या पृथ्वीवर? केवळ दुसऱ्यांची हत्या करण्याकरता माणसं स्वत:ची एवढी हत्या का करताहेत? पण एकेकाळी असा हा आत्मघाती हल्ला होण्याचं प्रमाण कमी होतं किंवा असे हल्ले कमी होत असत. व्हायचे पण ते, मुख्यत: युद्धाच्या काळात. दुसऱ्या महायुद्धात जपानच्या कामिकाजे आत्मघातकी बॉम्बधारी वैमानिकानी असे आत्मघाती हल्ले केले. मरणार आहे हे जाणूनसुद्धा शत्रूच्या जहाजावर स्वत:चं बॉम्ब भरलेलं विमान धडकावून स्फोट घडवलेला. परंतु ऐंशीच्या दशकापासून आत्मघाती हल्ले अस्वाभाविकपणे वाढलेत. गेल्या तीस वर्षांत साधारण चाळीस देशांमध्ये बहुश: पाच हजार वगैरे आत्मघाती हल्ले झालेत, त्यात जवळपास पन्नास हजार माणसं मेलीत. ऐंशीच्या दशकात वर्षात ३ हल्ले होत असत, नव्वदच्या दशकात महिन्यात १; २००१ पासून २००३ पर्यंत आठवड्यात १ आणि २००३ पासून २०१५ पर्यंत दरदिवशी १. मुळात अफगाणिस्तान, इराक, इस्राईल, पॅलेस्टाईन, पाकिस्तान, श्रीलंका या ठिकाणी हल्ले झालेले आणि यादीत आता बांगलादेश आलाय. जातीयतावाद आणि (मुसलमानाचं) धर्मयुद्ध या दोन गोष्टी आत्मघाती, दहशती हल्ल्यामागे काम करतात. प्रमुख कारणं आहेत, स्वत:च्या देशाला बाहेरून आलेल्या शत्रूपासून मुक्त करण्यासाठी, अनेक आत्मघाती आतंकवादींनी हल्ले केलेत. याचं कारण जातीयवाद. तरुण-तरुणींची मगज धुलाई (Brain wash) करून त्यांच्यात असा विश्वास निर्माण केला जातो की, धर्मयुद्ध करताना कोणाचा मृत्यू झाला तर आयुष्यभर नमाज, रोजा, उपासना इत्यादी न करताच अंतिम निर्णयाच्या दिवशी कोणताही न्यायनिवाडा न होता, स्वर्गवासी होण्याची संधी मिळेल. तुम्हाला हे धर्मयुद्ध करणारे, परधर्मीय किंवा इस्लामपेक्षा वेगळ्या धर्माचे लोक त्यांची इस्लाम धर्माचे टीकाकार आणि निंदक आणि मुसलमान असूनही जे अनैस्लामिक काम जे करतात त्यांची अशा सर्वांची ते हत्या करतात. १४०० वर्षांपूर्वी जे घडून गेलं, ते आता काहीही करून का होईना, आत्महत्या करून घडलं तरी ते घडवून आणलंच पाहिजे असा बऱ्याच जणांचा विश्वास आहे. ही जी मनोधारणा आहे ती काही का असेना, पुष्कळ/ खूप मुसलमानांमध्ये त्यांच्या डोक्यात बसलेली आहे, हे बरेचसे व्हायरस पसरण्यासारखे आहे. साथीच्या रोगाप्रमाणे.

भारतात एका शेतकऱ्याने अनावृष्टीच्या कारणाने पीक न आल्यामुळे आणि कर्ज देणं ही खूप झाल्यामुळे आत्महत्या केली आणि ते पाहून एकापाठोपाठ एक करून लाखो शेतकऱ्यांनी आत्महत्या केली आहे. मानवी बॉम्ब हल्ल्याने शत्रूला मारू शकल्यास थेट स्वर्गीत जाण्याची संधी मिळते अशा तथ्यावर (तथाकथित तथ्य) गंभीरपणे विश्वास ठेवून एकजण मानवी बॉम्ब झाला, आणि एक एक करून त्याच्या पाठोपाठ अनेक जण तसे होऊ पाहतात. भीती वाटेनाशी होते.

कोणी एकजण शहीद झाला की आणखी अनेक जण शहीद होण्यासाठी उडी घेतात. धार्मिक विश्वासामुळे कोणी शहीद होऊ पाहत असेल तर होऊ शकतो. पण त्यात एक अवघड गोष्ट अशी आहे की, निरपराध लोकांना बरोबर घेऊन ते (मानवी बॉम्ब) मरू पाहतायत/ मरतात. याहूनही भयंकर म्हणजे जेव्हा लहान मुलांना मानवी बॉम्ब करून त्यांचे आईबापच मुलांना मरायला सांगतात. त्या दिवशी सीरियातील आठ आणि दहा वर्षांच्या दोन लहान मुलींना अशाप्रकारे मानवी बॉम्ब करून दिलं होतं आई-बापानी आणि दमास्कसच्या पोलीस स्टेशनमध्ये घुसून त्यांनी त्या बॉम्बचं बटण दाबलं होतं. लहान कन्यांच्या गालाचा मुका घेऊन त्यांनी मुलांना शेवटचा निरोप दिला होता. वर म्हणाले होते की स्वर्गात गेल्यावर त्यांची भेट होईल. हे खरंच का आई-बाप? हे विश्वास ठेवतात की धर्मयुद्धात/जिहादमध्ये ज्यांचा मृत्यू होतो त्यांच्यासाठी स्वर्गात निश्चितच स्थान असते. बांगलादेशातसुद्धा हल्ली मानवी बॉम्बवाल्यांना पाहिलंय स्वत:च्या मुलांची अशाप्रकारे हत्या करताना. त्यांचं मन किंचितही विचलित होत नाही. धर्मविषयक/ धर्मीय उन्मादानं त्यांना निष्ठुर, अविचारी, हिंस्र, नृशंस, लोभी, स्वार्थी आणि खुनी बनवलंय. धर्माची उत्पत्ती/ उगमाचं कारण काही का असेना, माणूस धर्माला मानवी हिशेबानेच पाहतो. पण दिवसेंदिवस धर्माकडे जणू खुनाबिनाचा धर्म या दृष्टीनंच काही जण पाहतात. बरेच काही तरुण जे मानवी बॉम्ब आहेत ते तर म्हणतातच की 'इहजन्माचा शेवट करून मृत्यूनंतर महाआनंदात स्वर्गातल्या सुंदर अप्सरांचा सहवास मिळवायला ते जातायत.'

एखाद्या अद्भुत परीकथेतल्या जगताची ते कल्पना करून घेतात/ करतात. बरेचजण म्हणतात, जे अन्य व्यक्तीची हत्या करण्याच्या उद्देशाने आत्महत्या करतात, जे असा विश्वास बाळगतात की त्यांनी हे कुकर्म केलं तर– त्यांना काही पुरस्कार मिळेल, ते मानसिक रोगी, मनोरुग्ण आहेत. पण मला ते मानसिक रोगी वाटत नाहीत. मानसिक/ मनोरुग्णालयातले जे रुग्ण ते कोणीही धर्मांध नसतात. आणि धर्माच्या कारणानं ते कोणाचा खूनही करत नाहीत.

ही खुनाखुनी विश्वासामुळे (भलत्या गोष्टीवरचा विश्वास) होते. सदसद्विवेक, तर्कबुद्धीचं विसर्जन करून/ सारासार विचार सोडून कशाहीवर विश्वास ठेवला तर संकट येतं. १४०० वर्षांपूर्वी युद्धाची गरज होती म्हणून युद्धाची अजूनही गरज आहे असं तर मुळीच नाहीये. आता/ सांप्रत पृथ्वीवरचा दोन क्रमांकाचा मोठ्ठा धर्म इस्लाम आहे. सर्वांत द्रुतगतीने इस्लामविश्वासी माणसांची संख्या वाढते आहे. इस्लाम (धर्माला) शत्रूच्या हातून वाचवायला पाहिजे असा संकल्प करायचं काहीएक कारण नाही. पिउ रिसर्चमध्ये (Pew Research) म्हटलंय की २०५० सालापर्यंत इस्लाम पृथ्वीवरचा बृहत्तम- सर्वांत मोठा धर्म होऊन बसणार आहे/ होईल.

इस्लामविषयी महाकाळजी करायचं मुसलमानांना काही कारण नाही. पृथ्वीला संपूर्णपणे इस्लाम बनवण्यासाठी/ करण्यासाठी आत्ताच धर्मयुद्धात उतरलं तर लाभापेक्षा नुकसानच होईल. जगामध्ये मुसलमानांबद्दल आता अनेकांना भीती वाटते. भय जागवून पुढे जाण्यापेक्षा प्रेमानं पुढे जाणं नक्कीच चांगलं. वाईट काम करून अर्थात खूनखराबी करून स्वर्गात जाण्यापेक्षा, चांगलं काम करून, माणसांवर उपकार करून स्वर्गात जाणं हे निश्चितच जास्त कल्याणप्रद आहे. आतंकवादी, इस्लामला एक खुनाचा, निष्ठुरतेचा, असभ्यतेचा धर्म या हिशेबानं सिद्ध करण्याचा प्रयत्न करताहेत. इस्लामचं जे भलं इच्छितात, त्यांनी सर्वप्रथम एक काम करायला पाहिजे ते हे की, या आतंकवाद्यांच्या हातातून इस्लामला सोडवायला, वाचवायला हवं. नास्तिक हे धर्माचा नाश, विध्वंस करत नाहीत, करू शकत नाहीत. धर्माचा सत्यानाश करतात धर्मांध आतंकवादी.

'बांगलादेश'सारखा शांत, स्नेहमय, धर्मनिरपेक्ष देश उद्वेगजनक होऊन गेलाय तो धर्मांधतेमुळे आणि युद्धखोरांमुळे. या युद्धपिपासूंना ज्यांनी तयार केलंय ते काही चांगल्या उद्देशाने नाही. ते देशाच्या आणि देशवासी माणसांच्या स्वातंत्र्यावर आणि स्वकीयतेवर आत्मीयतेवर विश्वास ठेवत नाहीत. जितकी जास्त धर्मांध झाली माणसं तितकेच जास्त आतंकवादी झालेत. आतंकाविषयी, दहशतीविषयी चर्चा चालू राहिली की माणूस बेपर्वा होऊन आत्मघाती आतंक किंवा आतंकवादाचा पथ निवडतो, त्या पथावर पाऊल टाकतो.

माणसाचं अनिष्ट/ वाईट करून धर्माची सेवा करण्याचा जो नियम सुरू झालेलाय, तो सुरुवातीलाच संपवला नाही तर आपण सारे जण मरून संपून जाऊ, पृथ्वीवर फक्त अत्याचारीसारखे काही खुनी वाचतील. तशाच एका जगाकडे या पृथ्वीला जाऊ देणं किंवा तशा त्या जगासारखी ही आपली पृथ्वी आपण करणं योग्य आहे का? त्या विरोधात दंड ठोकून उभं राहण्याची वेळ अजूनही नाही का आली? (अत्याचारी = दज्जाल = अखेरात अंतिम निवाड्याच्या वेळी जो 'मीच खुदा' असं सांगत फिरतो तो त्याच्यासारखे खुनी वाचतील हा अर्थ) ('दज्जाल' नदीतून वर आलेला अत्याचारी म्हणजे दज्जाल) त्याच्यासारखे खुनी/अतिरेकी.

१०३

सेंट पीट्सबर्ग माझं खूप आवडतं शहर आहे. मी तिथे पायी फिरलीय, टॅक्सीनं फिरलीय, मेट्रोतून फिरलेय. संपूर्ण शहर मला एखाद्या विशाल जादूघरासारखं वाटतं. या शहरातल्या १४ निरपराध माणसांना आज मरावं लागलं/ १४ निरपराध लोक आज मृत्युमुखी पडले, आणि ५० निरपराध माणसं जखमी झाली, कारण

'अकबरजॉन जलिलव्ह' नावाच्या एका २२/२३ वर्षं वयाच्या मुसलमान मुलानं सेंट पीट्सबर्गच्या एका मेट्रो स्टेशनवर बॉम्ब फोडला/ स्फोट केला. या अकबरचा जन्म किर्गिस्तानमधला पण तो रशियाचा नागरिक आहे. अकबरजॉनसुद्धा काय बांगलादेशच्या इस्लामी आतंकवाद्याप्रमाणे शॉर्टकटने स्वर्गात जाऊ इच्छितो का? आणि म्हणून तो रक्तपिपासू झालाय का? का दुसरं काही कारण आहे?

१०४.

विभिन्न इस्लामी गटांची एकजूट 'बायतूल' इस्लामी परंपरा संरक्षण कमिटीचे प्रतिष्ठित, त्यांच्यासमोर– वर उल्लेखित गटाने असंतोष प्रदर्शक मोर्चा काढलेला आहे. त्यामधील वक्ते म्हणाले, अदालतीच्या परिसरातून/ प्रांगणातून इस्लामविश्वास विरोधी मूर्ती परत घेणे, आणि (१ल्या) वैशाखची मंगल शोभायात्रा हे दोन्ही रद्द केले पाहिजे. नाहीतर 'अल्ला'चा प्रकोप होईल. मूर्ती मानल्या, मंगल शोभायात्रा मानली, तर 'मुसलमानपणा' राहणार नाही. हायकोर्टाच्या प्रांगणातून मूर्ती काढून नाही टाकल्या, तर केंद्रीय ईदगाहवर मुसलमान ईदचा नमाज करणार नाहीत. मला वाटतं मुस्लीम गटांनी स्वत: नाही काही (विपरीत) केलं तर काही होऊ शकतं (भलं). बांगलादेशात पुष्कळ दिवसांपासून मंगल शोभायात्रा (१ल्या वैशाखची) होते आहे, पुष्कळ दिवसांपासून शिल्पांनी सुशोभित आहे देश, काहीही कहर, गोंधळ वगैरे झालेला नाही. इस्लामी इतिहास/ परंपरा ही केवळ अरबी परंपरा नव्हे हे त्यांना केव्हा समजणार? जास्तकरून मुसलमान अरबी देशांच्या बाहेरच राहतात. इंडोनेशिया हा सर्वांत मुस्लीम बहुसंख्याक देश आहे. शिल्पे इंडोनेशियात चिक्कार आहेत/ शिल्पांनी भरलेला आहे इंडोनेशिया, त्या शिल्पांना कोणीही फोडत तोडत नाहीये. बांगलादेशी माणसांनाच अरब का व्हायचंय? अरबी पोशाख का घालतात? शिल्पे फोडायचा, मंगल शोभायात्रा बंद करण्याचा प्रयत्न का करतात? त्यांना बहुधा माहीत नाही की, अरबांची संस्कृती म्हणजे इस्लामी संस्कृती नाही. इस्लामची स्थापना होण्याच्या आधीपासून अरब देश होता. अरबांचा पोशाख, खाद्य, खाणंपिणं, आचार, व्यवहार आणि संस्कृती यापैकी बरेचसे इस्लामपूर्व काळातील आहे. मी तर थक्क होते– ही भली माणसं का अशा घोषणा देत नाहीत की, मुसलमानांच्या देशात युद्धबाजी/ युद्धखोरपणा चालणार नाही, बॉम्बफेक चालणार नाही, माणसांचे खून चालणार नाहीत, घोषणा का देत नाहीत की, मुसलमानांच्या देशात बलात्कार चालणार नाहीत, स्त्रियांवर जुलूम जबरदस्ती चालणार नाही, लैंगिक अत्याचार चालणार नाहीत, असमानता चालणार नाही, देशाला दारिद्र्यमुक्त करण्यासाठी का आंदोलन होत नाही? सर्वांसाठी शिक्षण आणि आरोग्याची मागणी ते का करत

नाहीत? ते करत नाहीत, कारण समाजासाठी काही करणं त्यांच्या डोक्यात नाही. त्यांना हवंय ते म्हणजे कपट आणि युक्त्यांनी सत्ताप्राप्ती. त्यांना सिंहासन हवंय. सिंहासनावर बसून मनाला वाटेल ते त्यांना करायचंय. एवढ्यातच त्यांनी दाखवून दिलंय की त्यांना काय हवंय. त्यांना काय करायचंय किंवा ते काय करणारेत. त्यांचा उद्देश/ हेतू काय? मंगल शोभायात्रेत विरोध दर्शवण्यासारखं काय आहे. ज्याला ते विरोध करतात? शोभायात्रा ही ललितकला इन्स्टिट्यूटच्या विद्यार्थ्यांनी १९८९ साली सुरू केली होती. फार काही जुनीपुराणी परंपरा नाही ती. शोभायात्रेमध्ये विविध प्रकारचं प्रतीकात्मक शिल्पकाम/ शिल्प घेऊन माणसं सामील असतात. कागदाचे हत्ती, घोडे, फूल, पक्षी बनवलेले असतात. आता तर फक्त ढाक्यात नाही तर बांगलादेशच्या अजूनही इतर शहरात पहिल्या वैशाखच्या सकाळी शोभायात्रा निघते. २०१६साली बांगलादेशला युनेस्कोच्या अनाकलनीय, मंगलशोभायात्रेच्या सांस्कृतिक इतिहास किंवा परंपरासूचीमध्ये स्थान मिळालं. म्हणून खूपच स्वाभाविक कारणामुळे बांगलादेश सरकारला, कसंही करून मंगल शोभायात्रा निघत असताना काही अमंगल होऊ नये, असं वाटतं. पण ज्यांना अमंगलच व्हायला हवंय अशांचं दमन सरकार कसं करणारेय हे मला समजत नाही, मला माहीत नाही. या सगळ्यांना सरकारनेच दूध-केळी खाऊ घालून पोसलंय. आता मात्र त्यांचा एक लचका तोडलाच पाहिजे. एखादा लचका काढून खाल्लंच पाहिजे. अखेरीस मंगल जिंकतंय का अमंगलाचा विजय होतोय तेच तर पाहायचंय. या मंगल शोभायात्रेत जे चालतात, त्याच्यापैकी कोणाच्याही हातात तलवार असत नाही, की कट्यार असत नाही. माणसाची हत्या करण्याचं किंवा वार करण्याचं कसलंच शस्त्र कोणाच्याच हातात असत नाही. मंगल शोभायात्रेत वंगसंस्कृतीशी संबंधित बांबूची बासरी, ढोल- ताशा, खजुराच्या पानापासून विणलेली चटई, नावाडी आणि बाऊल यांची गाणी असं सगळं असतं. इस्लाम येण्यापूर्वी बांगलादेशात संस्कृती होतीच, इस्लाम ती सर्व पुसून टाकायला आला नाही. स्वत:ची संस्कृती पालन करूनही भिन्न देशाचा धर्म ग्रहण करता येतो. जगातल्या सर्व देशांतच हे घडले आहे. संस्कृती काय फक्त धर्माचीच संस्कृती असते का? धर्माशी संबंधा व्यतिरिक्तसुद्धा संस्कृती आहे आणि माणसं ती पालन करतात, जपतात. युरोपमधील माणसांनी मध्यपूर्वेचा धर्म स्वीकारलाय, पण म्हणून युरोपची संस्कृती विसर्जन केली नाही. प्रत्येक मातीची– देशाची स्वत:ची अशी संस्कृती आहे, इतकंच काय पण खुद्द अरब देशांतसुद्धा अशा अनेक संस्कृती आहेत, ज्यांच्याबरोबर किंवा ज्यांच्याशी इस्लामचा काहीएक संबंध नाही. जो पोशाख अरबमधले लोक घालतात, तो/ तसा पोशाख ते इस्लाम येण्यापूर्वीही घालत होते. तो पोशाख अरबच्या वाळवंटी भूमीतील 'लू' हवेमध्ये हिंडण्या-फिरण्यासाठी उपयुक्त होता म्हणून परिधान करत

असत. पोशाख-वेश, गाणं-बजावणं, खाणं-पिणं आणि जीवनयापनातील आणखी बऱ्याच गोष्टींबरोबर धर्माचा काहीही संबंध नाही. एक धर्म जाऊन दुसरा धर्म येतो, संस्कृती अक्षत राहते किंवा संस्कृतीत काही परिवर्तन/ बदल होतात. हे परिवर्तन बळेच करता येत नाही. ग्रीक आणि रोमनांनी त्यांचा आधीचा जो धर्म होता तो रद्द करून किंवा मोडीत काढून, मध्यपूर्वेमधून आलेला ख्रिश्चन धर्म ग्रहण केला. पण मध्यपूर्वेची संस्कृती त्यांनी स्वीकारली नाही. फक्त धर्मच स्वीकारला. येशू जो वेश परिधान करीत असे तो तसा पोशाख ग्रीक आणि रोमन परिधान करत नाहीत. मेरी/ मरियम जसा पोशाख घालत असे तो ग्रीक आणि रोमन मुलींचा पोशाख नाही. वेगवेगळ्या संस्कृतीमध्ये धर्म शिरलेला आहे. परंतु धर्माची शपथ घेऊन/ धर्माच्या नावावर जे संस्कृतीचा नाश करू जातात, ते संस्कृतीचे तर शत्रू आहेतच. पण धर्माचेही शत्रू आहेत. वेगळी भाषा वेगळी संस्कृती, जाती यांचा स्वीकार करण्याचं औदार्य धर्मात आहे. असायला हवे. धर्माची उदारता जे मानत नाहीत ते निश्चितच धर्माचे शत्रू होत. बांगलादेशात मंगल शोभायात्रा आणि शिल्प याविरुद्ध जे ठणठणाट/ चीत्कार करतात– असहिष्णुता...? (ती असहिष्णुता)

१०५

टोपीवाल्यांनी (टोपी घालणारे मुसलमान) बांगलादेशाच्या राष्ट्रीय मशिदीसमोर आरडाओरड केला– 'मुसलमानांच्या देशात मंगल शोभायात्रा चालणार नाही, सुप्रीम कोर्टाच्या प्रांगणातून मूर्ती हटवायला पाहिजेत.' माझ्या बालवयात, किशोरवयात, पहिला वैशाखची मंगल शोभायात्रा बंद करण्यासाठी कोणी रस्त्यावर उतरलेलं मी पाहिलेलं नाही आणि शिल्पे फोडण्यासाठीसुद्धा कोणाला उतावीळ, आततायी झालेलं पाहिलेलं नाही. मधून-मधून मनात येतं पूर्व पाकिस्तानच बरा होता.

१०६

पत्रकारांविषयी काय आणखी बोलू? मोठ्या एजन्सीचे पत्रकार पण कॉम्प्लेक्स असं काही समजायला त्यांना गैरसोयीचं होतं. साधं काही बोला, ते डोक्यात शिरतं/ शिरेल. एका पत्रकारानं वाक्स्वातंत्र्याविषयी माझं प्रदीर्घ भाषण ऐकलं, पण ऐकून बहुधा त्याला काही कळलं नाही. एकच ओळ त्याच्या डोक्यात शिरली– 'मी मुस्लीम कट्टरवाद किंवा मूलतत्त्ववादाच्या विरुद्ध आहे.' बस्स, समीकरण होऊन गेलं, इक्वेशन असं झालं– भारतातले हिंदुत्ववादी डाव्या पक्षाच्या आणि मुस्लीम कट्टरवादाच्या विरोधात आहेत त्यामुळे त्यांची स्लोगन निश्चितच ती आमचीही

स्लोगन. माझ्या मुलाखतीत, म्हणून मग अगदी निश्चिंत होऊन, डाव्या पक्षीयांची सर्व स्टेटमेंट्स घालून टाकली. माझ्या तोंडी घालून टाकली. सगळी मूर्खासारखी, भंपकसारखी विधानं, गोष्टी. एखादा खरा/ निष्ठावान, आदर्शवादी, उदारमतवादी, वामपंथी आणि पूर्णत: सेक्युलर असा कोणी जो, मुस्लीम कट्टर वादाच्या विरोधात किंवा विरोधी असू शकते ते त्या एजन्सीच्या शब्दकोशात किंवा त्यांच्या (Who's who type) 'कोण काय आणि का?' असणाऱ्या पुस्तिकेत लिहिलेलं नाही.

नेहमीच्या पारंपरिक चौकटीत नसलं तर कठीणच या ठरावीक चौकटीतले लोक एकतर तुम्हाला समजू शकत नाहीत किंवा चुकीचं काहीतरी समजतील. मी तर कायमच त्या 'बॉक्स'च्या बाहेरच आहे/ असते. मी कायमच वेगळाच विचार करते.

१०७

बांगलादेशातल्या शाळा-कॉलेजांना आता नववर्षाचा स्वागत उत्सव करणं बंधनकारक आहे. उत्सवातील मंगल शोभायात्रा– तिला तर वैश्विक परंपरा म्हणून स्थान मिळालंय त्यामुळे, इच्छा नसली तरी, आळस आला असला तरी, बरे नाहीसारखे वाटत असले तरी उत्सव हा केलाच पाहिजे. ग्रेगेरियन कॅलेंडर मानता ते माना. बांगला कॅलेंडर जीवनातल्या कोणत्याच कामाला उपयोगी पडत नाही– ते नसू दे. मंगल शोभायात्रा काढून रस्त्यावर आलंच पाहिजे. वेडवाकडं गोंधळलेलं असं काही चालणार नाही. (कागदाचे) हत्ती- घोडा हातात घेऊन रस्त्यावरून चालायला पाहिजे. जग पाहील की तुम्ही तुमची सेक्युलर परंपरा पालन करताय. तुमच्या हातातले कागदाचे हत्ती, घोडा, वाघ, अस्वल, पक्षी, फुलपाखरे पाहता पाहता तुमच्या कीर्तीची 'सुनामी' येईल. माणूस विसरून जाईल की तुमचा देश खरंतर इस्लामी कट्टरवादी आणि आतंकवादी यांनी व्यापून टाकलाय. – चेहरा दाखवू नका, मुखवटा दाखवा.

१०८

जिहादी = धर्मयुद्ध करणारे– त्यांना पोलिसांच्या हातून मरण्यापेक्षा आत्मघाती बॉम्बचं बटण दाबून मरून जाणंच बरं वाटतं का? मरायचा अधिकार सर्वांनाच आहे जसा जगायचा अधिकार सर्वांना आहे तसाच. कोणाला जर जगायचं नसेल, इच्छा नसेल, तर त्याच्या मरणात कोणी अडकाठी आणणं योग्य नाही. जिहादी 'स्वर्ग'वासी होवोत. सुख आणि शांतीत, आनंदोल्हासात, मद्य आणि मदिराक्षी (स्वर्गातील

अप्सरा) यांच्या सहवासात दीर्घकाळ राहोत, अशी माझी सर्वदा शुभकामना आहे. पण एक विनंती आहे की, एकटे मरा, अनेकांना बरोबर घेऊन मरणं बंद करावं. अल्लाच्या मार्गात आहात, अल्लाच्या मार्गावरच रहा. त्या मार्गावर चालता चालता, अल्लावर प्रेम करत आत्मघाती व्हावं. 'जिहाद'चा अर्थ माहीत आहे ना? जिहाद म्हणजे अंतरातली (मनाच्या आतली लढाई– स्ट्रगल) स्वत:बरोबर स्वत:चं युद्ध. पृथ्वीवरचा मार्ग सोडून अल्लाहच्या मार्गावर पोहोचणं म्हणजेच जिहाद.

१०९

एच. फारूक नामक एका तमिळ मुक्तचिंतक ब्लॉगरला काही दिवसांपूर्वी मुस्लीम आतंकवाद्यांनी तलवारीने मारून टाकलं. एच. फारूक हे बुद्धिवादी होते, धर्मावर आलोचना/ टीका करत असत. या हत्याकांडाविरुद्ध देशातल्या बुद्धिवादींनी काही प्रतिवाद, निषेध वगैरे केल्याचं ऐकिवात नाही. कलबुर्गींच्या हत्येबाबत निषेध, प्रतिवाद केला होता. स्वत:च्या गटातले लोक नसले तर प्रतिवाद/ निषेध ते करत नाहीत. पण मी, हिंदू, बौद्ध, ख्रिश्चन, मुस्लीम सर्व धर्मांच्या कट्टर किंवा मूलतत्त्ववाद्यांकडून जे आक्रमित होतात, पीडले जातात अशांच्या वाणी स्वातंत्र्याच्या बाजूने उभी राहते. दाभोळकर, पानसरे, कलबुर्गी, सानाल एडामारूकु, एच. फारूक (हे सर्व आक्रमित/ आक्रमण झालेले.) या साऱ्यांसाठी सारख्याच प्रकारे मी लढते. बुद्धिजीवी लोकांप्रमाणे अक्कल चालवून, कोणताही एकच पक्ष घेत नाही, त्यामुळे चहूकडून मार खाते. एकटी पडते. बचावण्यासाठी एखादी लहानशी काडीसुद्धा हाताला येत नाही. असत नाही. मिळत नाही.

११०

कोलकाताच्या दीडशहाण्यांचा अतिआगाऊपणा बघितला की डोकं सटकतं. फुलांच्या घावानं एकेकाला मूर्च्छा येते. डोळ्यांसमोर दुसऱ्याचं वाणीस्वातंत्र/भाषणस्वातंत्र्याची तोफेच्या दारूगोळ्यांनी चाळणी झाली तरी हसत हसत प्रेमाची गाणी म्हणत असतात आणि स्वत:च्या स्वातंत्र्यावर एखादा पाणकिडा येऊन बसला की त्राहि-त्राहि अशी बोंब अरे कोण आहे/ मेलो मेलो रे, वाचवा वाचवा, मोर्चा काढा अशी बोंब सुरू करतात.

१११

पुरातन प्राचीन चीनचं एक तत्त्वज्ञान होतं, 'असं काही तुम्ही दुसऱ्याच्या बाबतीत

करू नका, जे दुसऱ्या कोणी तुमच्याबाबत केल्यावर तुम्हाला ते अजिबात चांगलं वाटणार नाही, आवडणार नाही.' हे तत्त्वज्ञानच 'चांगला माणूस' घडण्यासाठी अगदी पुरेसं आहे.

हे तत्त्वज्ञान मानून पुढे चालल्यास नीतिमान आणि आदर्श होण्यासाठी वेगळ्या अशा धर्माची गरज पडणार नाही, धर्म म्हणून मानून चाललं की चोरी, दरोडा, बलात्कार, खून, लोकांना फसवणं, खोटं बोलणं, अन्याय, अत्याचार, अविचार, लाच खाणं आणि देणं इत्यादी गोष्टी लोक करत नाहीत. परंतु वारंवार माणसानं सिद्धच केलंय किंवा दाखवून दिलंय की धर्मावर विश्वास ठेवूनसद्धा माणूस सर्व प्रकारचे अनाचारच करतो किंवा करू शकतो. समाजातल्या माणसांना किंवा समाजाचा घटक असलेल्या माणसाला कुकर्मापासून दूर करण्यासाठी सर्वांत महत्त्वाची/ मोठी नैतिक शिकवण ती सर्व जण धर्माकडून किंवा धर्मातूनच मिळवतात असं नाही. धर्म न मानतासुद्धा माणूस/ खरा, उदार आणि सहिष्णू असतो. पाश्चात्त्य देशात जे मानवाधिकार स्त्रीचे अधिकार, लहान मुलांचे अधिकार, अपंग/ पंगूंचे अधिकार, पशुपक्ष्यांचे अधिकार यांना प्रतिष्ठा आहे/ प्रस्थापित झालेले आहेत. ते काही कोणत्या धर्मग्रंथांमधून मिळालेले/ घेतलेले नाहीत. विषमता आणि वर्णवाद विरोध या संबंधातील कायदे प्रस्थापित, प्रतिष्ठित करण्यामागेसुद्धा धर्म नाही, आहे तो विवेकी माणूस.

नमाजाची प्रथा निवृत्त वयस्कांमध्ये होती. पण त्यामुळे धर्म काही नाहीसा किंवा अदृश्य झाला नाही. धर्म असूनसुद्धा बळेच, संविधानात, समाजात सर्वत्र इतकंच काय पण शिक्षण संस्था यामध्ये धर्माला घुसवण्यात आलंय. या अतिरिक्त धर्मआगमनाचं फळ काही चांगलं होणार नाही, धर्मआगमनाचा परिणाम असा अंदाज मी ऐंशीच्या दशकाच्या शेवटी केला होता. या सर्वांविषयी मी बोललेय म्हणून मी वाईट ठरलीय. मला अन्याय्य प्रकारे देशातून बाहेर काढून टाकण्यात आलं, आज या गोष्टीला २४ वर्षे पूर्ण झाली, अजूनही कोणतंच सरकार देशात प्रवेश करण्याची अनुमती मला देत नाहीये. ते मी म्हटलं होतं ना– धर्माचं अति-उत्पन्न धर्माची अति-उगवण होतेय त्याचं फळ चांगलं येणार नाही, बांगलादेशातही त्याचा पुरावाच मिळत आहे. धर्मीय आतंकवादी आणि आतंकवादींचे समर्थक यांनी देश व्यापून गेलाय. अतिरिक्त/ आत्यंतिक धर्मानं कोणत्याही काळात चांगलं फळ किंवा चांगल्या कशालाच जन्म दिलेला नाही. धर्म जेव्हा व्यक्तिगत विश्वासाच्या सीमेतून बाहेर पडून राजकारणात पोहोचतो तेव्हा धर्म हा धर्म राहत नाही, मग तेव्हा तो राजकारणी धर्म होऊन जातो. या राजकीय/ राजकारणी धर्माचा उद्देश म्हणजे माणसाला मूर्ख बनवून फायदा हस्तगत करणं. पाकिस्तानचे संस्थापक मोहम्मद अली जिना यांना नमाज कसा करायचा ते माहीत नव्हतं, रोजा करत नसत, मद्य

प्यायचे आणि डुकराचं मांस खायचे. मद्य आयात त्यांना माहीत नव्हती. त्यांनी भारतापासून वेगळा करून पाकिस्तान नावाचा एक देश करून, बनवून टाकला पण इस्लाम धर्माला धर्म म्हणून त्याच्याकडे न बघता राजकारणासाठी, राजनीती म्हणून धर्माचा वापर केला. सत्ता हस्तगत करण्यासाठी. तेव्हापासून पाकिस्तानात आणि पूर्व पाकिस्तानमधून जन्म घेतलेल्या बांगलादेशात धर्म म्हणजे आणखी काही नसून केवळ राजकारण होतंय. नैतिक दृष्टीनं सत्, सज्जन माणूस होणं हा आता धर्म नाही. धर्म आलाय आता पोशाख-कपड्यात, पडदा-बुरख्यात, टोपी-दाढीत, ढिला अंगरखा = आलखाल्ला किंवा पायजमा पंजाबीत. धर्म आता दु:खार्तांच्या सेवेत नाही, संयमात नाही, धर्म आहे आता धनवानांच्या अतिभोजनात, अतिविलासात, वस्तीत सात असले तरी अजून दहा मदरसे बनवण्यात. माणूस आता दुसऱ्यासाठी काही करत नाही, जे घडवतो, करतो, ते सारं स्वत:साठी. आज धर्मप्राण किंवा धार्मिक म्हणून सन्मान मिळतोय, त्यांच्यापैकी बऱ्याच जणांना जर समजलं की परलोक म्हणून काहीही नाहीये तर रातोरात बदलून जातील. नमाज, रोजा सर्व बंद करून टाकतील. अल्लाच्या पूजा उपासनेची इति करून टाकतील. मशीद, मदरसा वगैरे काही बांधणार नाहीत. कोणताही अन्याय ते करणार नाहीत. हे जर चांगलं काम करत असतील तर ते नरकाच्या भीतीनं आणि स्वर्गाच्या लोभानं (करतात). ते चांगलं काम करण्यासाठी म्हणून चांगलं काम करत नाहीत. माणसावर उपकार करण्यासाठी, समाजाच्या प्रगतीसाठी चांगलं काम करण्याची कोणतीही इच्छा त्यांना नाही/ नसते. अशांना कोणत्या कारणानं भली चांगली माणसं म्हणता येईल? खरंतर तीच खुरीखुरी अस्सल भली माणसं, तेच खरे धर्मप्राण ज्यांना कशाचाही कसलाही लोभ, हाव नाही. पण जे दुसऱ्याच्या भल्यासाठी चांगलं काम करतात. नि:स्वार्थी माणसांची संख्या समाजात खूप जास्त नाहीये. ती जास्त नाहीत म्हणून तर धर्माच्या नावावर एवढा अधर्म होतोय.

युद्धपिपासूसुद्धा संशोधन करतात असं दिसून आलंय. स्वर्गात जाण्याच्या उद्देशानेच युद्धविद्येची दीक्षा घेतलीय (त्यांनी). या बाबतीतही 'लोभ'च काम करतोय. अतिलोभ झाल्यामुळे ते हित-अहित याबाबत सारासार विचारशून्य होऊन गेलेत. माणसांची हत्या करताना त्यांचा हात कापत नाही. आत्मघाती बॉम्ब अंगावर बांधायला त्यांना भय वाटत नाही, मरण्याची पर्वा करत नाहीत, अगदी उतावीळ होऊन उठलेत माणसं मारायला. त्यांचा असा विश्वास आहे की जितके जास्त काफर आणि परधर्मी लोक ते मारतील, तितकं निश्चित पक्कं होईल स्वर्गातलं त्याचं आसन. असा हा स्थूल विश्वास. यानं नेमक्या किती माणसांना पथभ्रष्ट केलंय मला कल्पना नाही, माहीत नाही.

बांगलादेश बदललाय, ज्याची कधीही कल्पनासुद्धा केली नाही ते देशात

घडतंय. माझ्या बाल आणि किशोरवयात असा बांगलादेश मी पाहिलेला नाही. इतकंच काय पण तारुण्यातही पाहिला नाही. माझे आप्त-स्वकीयसुद्धा बदलून गेलेत. आमचं कुटुंब, आदर्श कुटुंब होतं. नमाज, हिजाब/बुरखा, टोपी वगैरे घालायची एवढी काही चाल/पद्धत नव्हती. परंतु सत्, सभ्य, सुसंस्कृत, शिक्षित, संवेदनशील, सहानुभूतीशील माणूस या दृष्टीतून मात्र सर्वजण घडलेले आहेत, परंतु माझ्या मोठ्या दादामध्ये अद्भुत सारं परिवर्तन झालेलं माझ्या लक्षात आलंय. माझ्या दादाच्या तोंडावर आता पूर्ण दाढी, तीही मिश्याविरहित दाढी. माझा नेहमी सदैव स्वच्छ दाढी केलेला सुटाबुटातला देखणा दादा त्याच्या डोक्यावर आता टोपी, अंगावर लांबलचक पंजाबी = झब्बा, दादा आता पाच वेळा नमाज पढतो, सारा दिवस जपमाळेनं जप करतो. मुलांना डॉक्टर, इंजिनिअर केलंय पण त्याचबरोबर धर्मांधही केलंय. दादा काव्याची मासिकं संपादित करायचा, कविता लिहायचा, गाणं ऐकायचा, सिनेमा बघायचा, फिरायला जायचा, प्रेम करायचा, चित्रे, फोटो काढायचा, फॅशन करायचा, डिझाइन करायचा. जितकी म्हणून माणुसकी, आत्मीयता, सहृदयता त्याच्यात होती त्या सर्वांचं विसर्जन करून आता तो धर्मांध झालाय. याआधी तो मला भेटायला, मी कुठेही असले तरी धावत यायचा. आता माझ्याशी काहीही संपर्कच करत नाही. बाबांच्या मृत्यूनंतर माझ्या वाट्याला आलेली जी स्थावर जंगम संपत्ती होती, ती सर्व दादानं स्वत:च घेऊन टाकली. माझ्यावर काही संकट आलं तर त्याला काही फरक पडत नाही. धर्मांध होण्याची पहिली अटच बहुधा स्वार्थांध होणं (असावी). हा असा अन्याय दादा करू शकलाय ते बहुधा तो धर्मांध झालाय म्हणूनच! बहुधा असा विचार केलाय – 'कुकर्माचं फळ त्याला मरणानंतर भोगावं लागू नये किंवा भोगायला नको या कारणानं त्यानं सुन्ता पालन केलंय, (लिंग त्वक् छेद संस्कार) (circumcision) दाढी ठेवलीय, टोपी घातलीय. नमाज, रोजा केलाय. अनेकांना असाही विश्वास वाटतो की, गुन्हा केल्यावर एकदा 'हज'ला गेलं की सर्व गुन्हे माफ होऊन जातात. म्हणून खूप गुन्हे करून मग 'हज'साठी विमानात बसून जातात.

माझे मामा म्हणजे मुक्तियोद्ध्यांचा परिवार. या मामांची अवस्था सारखीच. ज्या मामाबरोबर बालपण, किशोरवय घालवलं, जे मामा धर्मीय किंवा धर्माचा वेश, पोशाख याविषयी बिलकूल उत्साही नव्हते. ते मामा आता मिश्यारहित दाढी ठेवतायत. पाच वेळा नमाज पढतायत. एक जण तर म्हणतो की युद्धपिपासू अड्डा अभियान म्हणजे नाटक आहे. बांगलादेशात युद्धखोर आहेत हे तो मानतच नाही. मामाबरोबर माझं खूपच सख्य होतं. म्हशीची गाडी करून रात्रीच्या अंधारात, पाकिस्तानी हल्लेखोरांच्या हातून वाचण्यासाठी एका गावातून दुसऱ्या गावात पळून जात जात फिरलेलो होतो. आम्ही एकाहत्तरच्या डिसेंबरात देश स्वतंत्र झाल्यावर

नवीन ध्वज हातात घेऊन किती आनंदोल्लास केला होता तो मामा. माझ्याबद्दल इतकं प्रेम आपुलकी होती– सगळी कापरासारखी अदृश्य झाली.

कॉलेजच्या मित्रांबरोबर बहुतेक सर्व धर्मांध. मैत्रिणींमध्ये बहुतेक सर्वांच्या डोक्यावर हिजाब. अनोळखी वाटतात सगळ्या. असं वाटतं की गेल्या चोवीस वर्षांत काहीतरी घडून गेलंय देशात. देशात सर्वत्र स्वर्गाच्या लोभाचा व्हायरस पसरवला गेलाय. व्हायरसने सर्व संक्रमित झालंय. कोणीतरी अख्ख्या देशाला भुतानं झपाटल्यासारखं केलं– अवघा देश भुताड केलाय कोणीतरी. देशाला ओळखता येत नाही आता. माणसं आता माणसं राहिली नसून सगळे युद्धखोर झालेत. बंगीय संस्कृतीचं विसर्जन करून अरबांच्या संस्कृतीला आपली संस्कृती मानतायत, जे अरब बंगाल्यांचा अगदी लीलया शिरच्छेद करतायत, अरबांच्या जमिनीवर त्यांची संस्कृती जवळ केलीय. बंगाल्यांना तुच्छ भिकारी म्हणून घृणाप्रदर्शन करताना त्यांना संकोच वाटत नाही. जो धर्म स्वत:च्या ऐशआरामासाठी माणूस पालन करतो, तो धर्म नाही. धर्म म्हणजे मानवता. युद्धखोर जो धर्म पालन करतात तो धर्म दुसऱ्याचं नुकसान करून स्वत:चा स्वार्थ साधतो. माझी आई जो धर्म पाळत होती– वस्तीत सर्वांच्या संकटात– वाईट काळात मदत करत होती– हा झाला खरा धर्म, जो धर्म माझा बाबा पाळत असे, गरिबांना बिनापैसा औषधोपचार करीत. हा झाला धर्म.

११२

काय हे? काय ही घटना! पाकिस्तान मला दिसतंय, बांगलादेशासारखा होतो आहे. 'आयाज निजामि' नावाच्या एका नास्तिक ब्लॉगरला पोलिसांनी पकडलंय. त्याच्या फाशीची मागणी करत फेरी काढतायत धर्मांध लोक. कधी बांगलादेश पाकिस्तानचं अनुसरण करतो तर कधी पाकिस्तान बांगलादेशचं अनुसरण करतो. दोन्ही भावात चांगलीच, जास्तीची घनिष्ठता आहे.

ईश्वरनिंदेच्या विरोधात, उपखंडात त्यासंबंधातला एक मृत्युयज्ञ किंवा विनाशयज्ञ करण्याची खूप जरुरी वाटते आहे. ब्रिटिशांना घालवून दिलंत, ब्रिटिशांचे सडके कायदे मात्र ठेवलेले आहेत तुम्ही. त्यात जखडून अडकवून स्वत:च्या लोकांनाच टॉर्चर करायसाठी नाही का! दुष्ट बुद्धी आणखी काय वेगळी, हीच ती. ब्लासफेमीला 'ईश्वरनिंदा करण्याला', बेकायदेशीर करण्यासारखा मूर्खपणा आणखी काही नाही. या ब्लासफेमीचं उद्यापन घालू आम्ही, ब्लासफेमी करता येत नाही, करायचं माहीत नाही, करायचं माहीत नाही म्हणजे धर्मांध, अंधविश्वासानं झपाटलेला समाजही बदलायची अक्कल नाही तुमच्याकडे म्हणजे समाजाला बदलायचं/ परिवर्तन

करायचं तुम्हाला माहीत नाही. सभ्यतेसाठी ब्लासफेमी आवश्यक आहे!

११३

कोणी आवडलं नाही किंवा पसंतीस उतरलं नाही तर त्याला उग्र, हिंस्र म्हणणं हा अनेकांचा स्वभाव असतो. मी जेव्हा स्त्री अधिकाराविषयी बोलायला सुरुवात केली तसे, तेव्हापासून लोक, स्त्रीविरोधी लोक मला उग्र नारीवादी/स्त्रीवादी म्हणायला लागले. स्त्रीवाद जे मानत नाहीत ते नारीवाद म्हणायला लागले. स्त्रीवाद जे मानत नाहीत ते नारीवादालाच उग्र किंवा हिंस्र असं समजतात. मुली स्वत:च्या आवडीनुसार वागू, वावरू लागल्या की त्यांना उग्र म्हणून लोक शिवी देतात. तेच लोक शिवीगाळ करतात ज्यांना मुली पराधीन असलेल्याच पाहायला आवडतं.

युद्धखोरी आणि उग्र/ हिंस्र युद्धखोरी. १० जणांना मारणं हा जर जंगीवाद–युद्धखोरपणा होतो, तर मग १०० जणांना मारणं हा उग्र युद्धपिपासूपणाच का? युद्धपिपासूपणा ही गोष्टच अतिवाईट आहे. जंगीवादाच्या आधी उग्र शब्द लावला की असं वाटू शकतं, उग्र जंगीवाद वाईट पण जंगीवाद काही तितकासा वाईट नाही. दोन्ही सारखेच वाईट. जो युद्धाळू १० जणांना मारू शकतो तो संधी मिळताच १०० जणांनाही मारू शकतो. नास्तिकांना कोणी कोणी म्हणत उग्र नास्तिक. नास्तिकांनी स्वत:चं मत मांडलं, उघडपणे सांगितलं तर ते उग्र (म्हणे) नास्तिकांच्यामुळे म्हणे युद्धपिपासू/ युद्धखोर जन्माला येतात. नास्तिकांचा तर्कवाद ऐकून/ युक्तिवाद ऐकून माणूस नास्तिक होतो. युद्धपिपासू होत नाही. युद्धपिपासू होण्याचं जे कारण आहे ते युद्धाळू/ युद्धपिपांसूकडे जाऊन विचारलं तर कळेल. आजपर्यंत कोणताही धर्मीय आतंकवादी असं म्हटलेला नाही की नास्तिकांचे लेख वाचून तो आतंकवादी झालाय. देशा-परदेशातले सर्वच आतंकवादी म्हणालेत की धर्माची पुस्तकं वाचून ते आतंकवादी झालेत, धर्मावरची भाषणं ऐकून आतंकवादी झाले आहेत.

नास्तिकांनी नास्तिकतेच्या नावावर माणसं नाही मारली, पण धर्माच्या नावावर पार आदिकाळापासून माणूस माणसाला मारत आलेला आहे; मारतो आहे. अनेक जण म्हणतात हिटलर नास्तिक होता, हिटलरने माणसं मारलीत. पहिली गोष्ट म्हणजे हिटलर नास्तिक नव्हता, हिटलर ख्रिश्चन धर्मावर विश्वास ठेवत होता. स्वत:च्या विश्वासाबद्दल त्याने लिहिलेलंही आहे. हिटलरच्या माणसं मारण्यामागे हिटलरचा 'वर्णवाद' आणि 'वर्णविद्वेष/ जाती विद्वेष' होता. स्टॅलिन नास्तिक होता, स्टॅलिननं माणसं मारलीत. पण त्यानं ती नास्तिकवादावरील विश्वासामुळे मारली नाहीत. मारलीत त्याच्या कम्युनिझमवरील विश्वासापोटी. माओत्सेगतुंगनं

माणसं मारलीत, पॉल पॉटनी मारलीत. त्यांच्या आदर्शासाठी, नास्तिकतेसाठी नाही. धर्माच्या कारणावरून आदिकाळापासून माणूस बळी होतोय. अजूनही होतोय. आपल्याला समस्यांची उत्तरं का मिळत नाहीत. कारण आपल्या नेते-पुढाऱ्यांना मूळ समस्या जी कुठे आहे तेच समजत नाही किंवा मूळ समस्येचं कारण त्यांना शोधायचं नसतं, तशी इच्छाच नसते.

११४

आज मारुतीच्या शोरूममध्ये मारुती सियाज पाहायला गेले. मारुतीचे दोघे डीलर मला सियाजबद्दल माहिती देत होते. त्यातच एकजण म्हणाला, ''मुलींनी गाडी चालवली की गाडी लवकर खराब होते.'' मी ओरडले ''बकवास बंद करा.'' माझ्याबरोबर माझा एक मित्र होता. तो मारुतीच्या माणसाची बाजू घेऊन म्हणाला, ''मुली क्लच दाबून ठेवतात. मी त्या माझ्या पुरुष मित्राला ओळखते, तो गाडी अगदी वाईट चालवतो. पुष्कळ दिवसांपासून त्याला मी म्हटलेलं की– ''तू एक ड्रायव्हर ठेव. केव्हा ॲक्सिडेंट करशील तू सांगता येत नाही.'' असला हा ड्रायव्हर मुलींच्या ड्रायव्हिंगविषयी खीऽऽखी करून हसला. 'मारुती'तून बाहेर पडून, मारुतीच्या मंडळींच्या अशोभन बोलण्याविषयी ट्विट केलं. ट्विटवर पुरुष म्हणाले– ''मारुतीचे लोक बरोबर बोललेत, मुलींना गाडी चालवायला येत नाही किंवा चालवायची माहिती नाहीये. स्वत:ला जेवढं ज्ञान होतं त्याच्या आधारावरच त्यांनी पुरावे दिले. स्टॅटिस्टिक्स नाही. वैयक्तिक ज्ञानाशी स्टॅटिस्टिक्सची तफावत मात्र खूपच जास्त होती. घरी येऊन 'स्टेटस' बघितलं नीट, तर मुली पुरुषापेक्षा गाडी चांगली चालवतात, सुरक्षित/ सेफ चालवतात, अपघात कमी करतात असं दिसलं. पुरुषांच्या डोक्यात, त्यांच्या शिशुवयापासूनच घुसवलेलं असतं, की 'मुली कमी ज्ञानी/ शहाण्या, कमी दक्ष, कमी पारदर्शी आणि कमी साहसी.' बिचारे पुरुष, वय वाढतं पण बाल/ शिशूच राहून गेलेत.

११५

सिलेटच्या शिववाडीच्या युद्धखोर-आड्डा-अभियानला प्रथम नाव दिलं होतं 'ऑपरेशन स्प्रिंग रेन'. त्यानंतर सेनावाहिनीनं येऊन नाव बदललं आणि नवीन नाव दिलं 'ऑपरेशन टोयाईलाइट' ही सगळी नावं ऐकून वाटतं, की कसल्या रोमॅन्टिक मूव्हीबिव्ही असाव्या. 'ऑपरेशन शिवाडी जंगी', 'ऑपरेशन कौसर मर्जिना' अशी नावं का नाही दिली जात? आणि जरा एखादं आधुनिक नाव आवडत असेल तर

देता येईल. 'ऑपरेशन उहारा दुवृत्त नॉय, उहारा धर्मी', ऑपरेशन शॉर्टकट-बेहेस्तयात्री = स्वर्ग यात्री', ऑपरेशन बाहात्तर हुरीदर्शन = परी दर्शन/अप्सरा दर्शन', 'ऑपरेशन अल्लाह-अकबर', 'ऑपरेशन इस्लाम - शांतीचा धर्म नाही' इत्यादी.

११६

त्याच त्या वेळच्या सरकारविरोधात लढल्या होत्या– गाड्या बनवण्याच्या कारखान्यासाठी सिंगुर-नंदीग्रामच्या शेतकऱ्यांची जमीन काढून घेतली म्हणून सैन्यवाहिनीकडून माणसांचे खून करवले म्हणून असाहाय्य शेतकऱ्यांच्या पाठीशी त्या उभ्या राहिल्या होत्या. वचन दिलं होतं की शेतकऱ्यांच्या जमिनी कधीही कोणालाही काढून घेऊ देणार नाही असं. आज त्याच (ममतादी) भांगडमधील शेतकऱ्यांची जमीन कारखाना उभारण्यासाठी काढून घेऊ पाहतायत, आणि जे विरोध करताहेत त्यांना पकडून घेऊन जाताहेत. माणसांचे खूनही झालेत. आज त्यांच्या अराजकतेविरुद्ध दंड ठोकून उभी राहील अशी कोणतीच ताकद नाही. जे कामाला विरोध करतात तेच सत्तेत आलेत आणि सत्तेवर येऊन तेच तसलंच काम छातीठोकपणे करताहेत. अटकाव करायला कोणीच नाही. तशीच अराजकता करत दूर सारलेले पक्ष, गट डोकं उंच करून उभे राहतील तर त्यांना तोंडच नाही.

११७

ममता बॅनर्जी वामपंथी– डाव्या पक्षाच्या सरकारच्या सगळ्याची निंदा करतात, पण मला प. बंगालमधून हाकलून देण्याची मात्र निंदा करत नाहीत. कारण मला हाकलून लावण्यासाठी त्यांची संमती आहे. वामपंथी/ डाव्या सरकारप्रमाणे मला राज्यातून धक्के मारून बाहेर काढण्याची संधी नाही मिळाली तरी मला राज्यात प्रवेश न करू देण्याची व्यवस्था त्यांनी करून ठेवलीय. 'आकाश आठ'वर प्रचार करत असलेली माझी मेगा सिरियल 'दु:सहवास' त्यांनी अभिनव कायदा/ नियम करून बंद केलेली आहे. 'दु:सहवास'च्या जाहिराती रस्त्यावर पोलीस पाठवून काढून घेतल्यात. त्या चॅनेल/ वाहिनीच्या ऑफिसमध्येसुद्धा पोलीस पाठवून, धमकी दिलीय, ''माझी लिखित– सिरियल प्रसारित/ प्रचारित केल्यास, सांगून ठेवलंय, तुमचं काही खरं नाही– सुटका नाही. गल्ली-वस्तीतले गुंड जसे गुंडागर्दी करतात त्याप्रकारेच शासन करत आलेले आहेत. राज्याच्या मुख्यमंत्री त्यानंतर नक्कीच, फतवाबाज इमामांची बातमी देत म्हणाल्यात की, आपल्यासाठी एक

छोटीशी भेट घेऊन आलेय, आपल्याला चक्षुशल्यवत अश्या मेगा सिरियलवर बंदी घातलेली आहे. प्रसार होण्याआधीच निषेध! विलक्षणच ना!

आज त्याच त्या ममता बॅनर्जी– त्यांनी एका कवीला सांगितलंय की त्यांना भीती वाटायचं काही कारण नाही, त्या आहेत जवळ. कारण त्या कवीला हिंदू कट्टरपंथी भीती दाखवताहेत म्हणून त्या जवळ, पाठीशी असल्याचं आश्वासन देतायत. हे आश्वासन मुस्लीम कट्टरपंथीयांना नक्कीच खूप खूश करत आहे. पण मुस्लीम मूलतत्त्ववाद्यांनी आक्रमण केल्यावर मात्र तुमच्याजवळ कोणीच असणार नाही/ येणार नाही. तुमच्या पाठीशी कोणीच असणार नाही, तुम्हाला हे राजकारणी नेतेच लाथ घालून राज्यातून, शहरातून, घरापाड्यातून बाहेर काढून टाकून तुमचा सत्यानाश करतील. कट्टरपंथी जितका सर्वनाश करू शकतात त्यापेक्षा शंभरपटींनी अधिक सत्यानाश हे राजकारणी करू शकतात. या असल्या राजकारण्यांचं स्वार्थपर हिशेब करणारं समर्थन मिळवायला कवी-साहित्यिकांना कसं काय आवडतं मला समजत नाही. मला जर ते समर्थन देऊ करतील तरीसुद्धा मी ते परत करून म्हटलं असतं, चुकीच्या ठिकाणी आला आहात, मी अजूनही संपलेली, नष्ट झाले नाहीये.

११८

पश्चिम बंगालमध्ये, एका कवीच्या विरोधातील एका 'एफ.आय.आर'विषयी खूपच हल्लागुल्ला, ओरड चाललेली आहे. कोलकाताची माणसं अन्यायाविरुद्ध एवढा निषेध करतात मला माहीत नव्हतं. डावे/ वामपंथी, हिंदू कट्टरपंथीयांविरुद्ध करतात (निषेध) ते समजू शकते. तर मग काय उजवे/डावे पंथी मुस्लीम मूलतत्त्ववादींच्या विरुद्ध निषेध करतात? उग्र/ हिंस्र हिंदू उग्र मुसलमानांविरुद्ध? कुठे? मुस्लीम मूलतत्त्ववादींना खूश करण्यासाठी माझ्या पुस्तकावर जेव्हा बंदी घातली, मला नजरकैद केलं, मला जेव्हा राज्यातून हाकलून दिलं, पश्चिम बंगालच्या डाव्या सरकारनं, जेव्हा तृणमूल सरकारनं पश्चिम बंगालचा दरवाजा माझ्यासाठी बंद केला, जेव्हा मी लिहिलेल्या मेगा सिरियलचा प्रसार बंद करून टाकला, तेव्हा उजव्या पंथीयानी किती मोर्चे काढले? मी तर एकसुद्धा पाहिला नाही. कोणीही हिंदुत्ववादी हातात बॅनर घेऊन रस्त्यावर आलेला दिसला नाही. वस्तुत: जो माणूस कोणताही धर्म आणि संस्कार यापासून मुक्त आहे, जो माणूस कोणालाच वगळत, सोडत नाही, वगळून बोलत नाही, जो सत्यच बोलतो आणि सत्यच बोलणार असा, जो तडजोड, मिटवामिटवी करत नाही, जो मनुष्य कोणत्या राजकीय पक्षाबरोबर नाही, स्त्रीच्या बिनाशर्त मुक्तीचा जो पाठीराखा, पुरुषसत्ताक सामाजिक

चौकट ज्याला मोडायचीच, अशा माणसाला कोणी पसंत करत नाही, असा माणूस कोणालाही आवडत नाही. त्याच्या वाक्‌स्वातंत्र्याचं कोणी समर्थन करत नाही. एकतर त्याला लोक भितात किंवा त्याचा तिरस्कार, हेटाळणी करतात. आज जर मुस्लीम कट्टरपंथीऐवजी हिंदू कट्टरपंथींनी माझ्याविरोधात 'एफ.आय.आर' केली किंवा त्याहूनही जास्त, माझ्या मस्तकाचं मूल्य घोषणा केली किंवा माझ्यावर हल्ला केला तर माझ्या बाजूने कोणी वामपंथी/ डावा किंवा कोणी बुद्धिजीवी उभा राहील? मला खात्री आहे, कोणीही उभं राहणार नाही.

मला केवळ राजकीयदृष्ट्या नाही तर सामाजिक दृष्टीनेही अस्पृश्य बनवलं गेलंय. यासाठी/ यामागे जितके धर्मीय कट्टरपंथी जबाबदार त्याहूनही जास्त बांगलाचे बुद्धिजीवी जबाबदार आहेत. मी जेव्हा सरकारी जुलमाखाली चुरडली- भरडली जात होते, त्यांनी तर त्या वेळी वळूनही पाहिलं नाही. असं दाखवलं की 'मी कोणीच नाहीये, मी अस्तित्वातच नाहीये.' त्यांच्यात एक विचित्रशी ईर्ष्या, मत्सर दिसला मला. यश, कीर्तीचा लोभ दिसला, हीन-दीन अशी मानसिकता दिसली. माझ्या बाजूनं तोंड उघडून कोणी बोलायचा प्रश्नच येत नाही, उलट माझं तोंड बंद करण्यासाठी, माझं लेखन बांगलामधील कोणी प्रकाशित करू नये यासाठीच प्रयत्न केलेत. बंगाली कवी, साहित्यिक, संपादक, प्रकाशक, बुद्धिजीवी या कोणालाही मी वंदनीय मानत नाही/ समजत नाही.

११९

नेपाळच्या पहाडापहाडांतून मी फिरलेय. तिथलं दारिद्र्य अगदी नजरेस पडतं.

देशाची प्रेसिडेंट स्त्री. मुली घराच्या बाहेर शाळेत जातायत, नोकरी करतायत, व्यवसाय, उद्योग करतायत. हे पाहून बरं वाटतं. वाईट याचं वाटतं, जेव्हा दिसतं की धर्म आणि अंधश्रद्धा यांनी देश व्यापून टाकलाय. जास्तीत जास्त नेपाळी हिंदू धर्मावर विश्वास ठेवणारे, काही बौद्ध धर्मावर तर थोडेसेच इस्लाम आणि ख्रिश्चन धर्मावर विश्वास ठेवणारे. संविधान आणि कायदा यांच्याबरोबर धर्म जोडलेला/ निगडित नाही. परंतु समाजात अंधश्रद्धांतून येणाऱ्या गोष्टींचे इतक्या दिमाखात उत्सव पालन केले जातात की, अगदी अंगावर शहारे येतात. गांधीमाई उत्सवात क्षमता/ शक्तीची देवी 'गांधीमा' हिला तीन लाख रेडे आणि बकरे अर्पण करून संतुष्ट झाली तर ती देवी भक्तांना सुख-शांती देईल (अशी समजूत) काय भयंकर आणि नृशंस आहे ते हत्याकांड!

नुसतं चित्र पाहिलं तरी रात्रंदिवस मनाची स्थिती बिलकूल बेचैन होऊन राहते.

डोळ्यांसमोर भयव्याकूळ झालेले रेडे पाहिले तर हृदय फाटून जातं जणू. फक्त पशुबळी दिले जातात नेपाळात, असं नाही. माणसाचाही बळी दिला जातो. आईबापच स्वत:च्या मुलामुलींना कोणत्याही शुभकामासाठी बळी देऊन देवतांना संतुष्ट करू पाहतात. हेच, त्या दिवशी सेतू तयार झाला तर एका बच्चा मुलाला बळी दिलं गेलं.

९३ वर्षांपूर्वीच्या 'सती' प्रथेला नेपाळमध्ये पवित्र प्रथा म्हणून घोषणा केली जात असे. १९२० सालापर्यंत 'डाकीण हत्या' प्रथेलासुद्धा पवित्र मानलं जात असे. ही डायन हत्या/ डाकीण हत्या अजूनही चालते. या एकविसाव्या शतकातसुद्धा अजूनही चालू आहे. 'देवकी' प्रथा ज्या प्रथेत मुलींना मंदिरात अर्पण केलं जातं देवतेसाठी. अजूनही चालू आहे 'चौपाडी' प्रथा मुलींच्या मासिक पाळीच्या वेळी, त्यांना घरातून बाहेर काढलं जातं. अस्पर्श अवस्थेत, एका छोट्या झोपडीत मुली दिवसरात्री घालवतात. त्या वेळी त्यांना स्वत:च्या घराच्या अंगणातही जाण्याचा अधिकार असत नाही. त्यांना मासा, मांस, अंडी, दूध किंवा कोणतंही पौष्टिक खाद्य खाण्याचा अधिकार नसतो. केवळ सुकी फळं, शुष्क भात खाऊन राहावं लागतं. थंडीतही ब्लँकेट, घोंगडं वापरायचा अधिकार नाही. जास्तीत जास्त म्हणजे कोणतीही ज्यूटची चटई वापरू शकतात. बस्स! स्नान करायचा अधिकार नाही. चौपाडीच्या काळात बऱ्याच मुली मरून जातात.

जितके दिवस ऋतुस्राव होत असतो तितके दिवस मुली अपवित्र, असा विश्वास माणसं गंभीरपणे ठेवतात. असाही विश्वास त्यांचा आहे की 'त्या काळात' मुलींनी जर दूध प्यायलं, तर ज्या गाईचं दूध त्या पितात ती गाय आणखी दूध देणार नाही. ज्या झाडाला स्पर्श करतील त्या झाडाला फळं येणार नाहीत. जर कोणतं पुस्तक वाचलं तर देवी सरस्वती खूप रागवेल. जर कोणा पुरुषाला स्पर्श केला तर तो पुरुष आजारी पडेल.

ऋतुस्रावातल्या मुली घरात राहिल्या तर हिंदू देवदेवता असंतुष्ट होतील, परिवारातल्या लोकांना बाधा होईल, ती आजारी पडतील. पाळलेले पशुपक्षीसुद्धा आजारी होतील. आजारी तर पडतीलच, मरूनसुद्धा जाऊ शकतात. म्हणून या कारणांसाठी सगळ्यांच्या दृष्टीआड त्यांना निघून जावं लागतं. २००५ साली सुप्रीम कोर्टानं ही प्रथा बंद केली, पण प्रथा प्रथेसारखीच चालू आहे. खुशाल माणसं ही प्रथा पालन करताहेत.

नेपाळमधले मानवाधिकारासाठी काम करणारे लोक, जे या सर्व स्त्रीविरोधी प्रथांच्या विरोधात निषेध करत आहेत, ते सर्वजण या प्रथेला 'कुरीती' = कुप्रथा म्हणतात. कुरीती म्हणजे वाईट रीत/ वाईट प्रथा. कुप्रथा थांबण्यासाठी सरकारकडून फार काही हस्तक्षेप किंवा सहभाग घेतलेला दिसत नाही. उलट सरकारच वेळोवेळी

या कुप्रथा पालन करते. मोठ्या दिमाखात/ डामडौलात सरकारतर्फे कुमारी प्रथा पालन केली जाते. कुमारी प्रथेला नेपाळची संस्कृती म्हणून गर्वानं सांगितलं जातं. ऋतुस्राव (मासिक पाळी) सुरू न झालेल्या छोट्या मुलींची पूजा करणं म्हणजे कुमारी प्रथा. सरकारच जर 'कुमारी प्रथा', 'डाकीण हत्या' प्रथा असल्या प्रथांवर विश्वास ठेवतं, तर मग सामान्य माणूस तर मोठ्या उत्साहानं या साऱ्यांवर विश्वास ठेवणार/ ठेवतातही.

कुप्रथांना काही सीमा नाही. हिमालयात १२५ प्रकारच्या जाती. एक जात तर असं पक्कं मानते की त्या पतिता होण्यासाठीच जन्माला आल्यात. आईबापच छोट्या मुलींची पतितालयात विक्री करतात. त्यांना असा विश्वास आहे– की हीच त्यांची संस्कृती आणि या संस्कृतीचं पालन करणं, ती जपणं हे त्यांचं कर्तव्य आहे.

पंधराव्या शतकात बिहारमधून काही लोक नेपाळमध्ये आले व त्यांनी घरं बांधली होती. त्यांचं काम होतं– नेपाळी जमीनदारांना नाच करून दाखवून गाणं गाऊन खूश करायचं. जमीनदाराची प्रथा लोप पावल्यावर त्यांचा पैसाअडका कमी झाला, त्या वेळी ते 'पतिता'च्या धंद्यात उतरले. तेव्हापासून आतापर्यंत ते चालतच आहे. वंशपरंपरेनं त्या आता पतिताच होतायत.

नेपाळमध्ये जशी बहुपत्नीत्वाची प्रथा आहे तशी बहुपतीचीही प्रथा आहे. बालविवाह आहे. बळी प्रथा आहे. 'विधवा प्रथा' तर भयंकर. अशा स्त्रीविरोधी प्रथा आहेत. नवरा गेल्यानंतर रंगीत कपडे घालायचे नाहीत, पौष्टिक खाद्यं खायची नाहीत. दागिने घालायचे नाहीत. बंगाली स्त्रिया, लोक तर ही प्रथा अजूनही पाळतात. पण बंगाल्यांच्यात नसली तरी जलखाने प्रथा अशी एक अद्भुत प्रथा नेपाळमध्ये आहे. नेपाळी समाजात पतीला 'भगवान' मानलं जातं. अगदी पहाटे झोपेतून उठून, पतीचे पाय धुवून ते पाणी– पाय धुतलेलं पाणी पत्नीनं प्यायचं असतं. काट्टोखाने नावाची एक प्रथा आहे. यामध्ये, उच्च कुलवंत वंशांतला कोणी मृत्यू पावला तर त्याचे अंत्यसंस्कार करतेवेळी मृतदेहाचं थोडंस मांस ब्राह्मणाला खाऊ घालतात. नेपाळचा राजवंश 'राणा परिवार' असेच करत असे. बहुधा अजूनही करतात.

कन्यादान प्रथेमध्ये मुलीला ऋतुप्राप्ती, मासिक पाळी सुरू होण्याच्या आधीच तिचं लग्न करावं लागतं. अल्पवयीन मुलींना घरात आणायचं म्हणजे पतीच्या कुटुंबाचं मूल्य वाढवायचं. तसे केल्याने पतीच्या घराचं मूल्य वाढते. ही माणसं असा विश्वास बाळगतात की, एवढे दिवस पतीच्या कुटुंबाचं जे काही पाप झालेलं/ साठलेलं असेल त्या सर्वांतून मुक्ती मिळते. या प्रथेविषयी चर्चा करत असताना दिसून येतं की प्रचंड प्रमाणात मुलींचं शाळेत जाणं बंद होऊन गेलंय/ थांबलंय.

'कामालारि' नामक प्रथेच्याही मुली शिकार होतात. पैसेवाल्यांकडून गरीब, लोक पैसे उधार घेतात, जर ते परत करायला जमलं नाही तर त्यांच्यातली ६/७ वर्षांची मुलगी धनी लोकांच्या घरी क्रीतदासी-गुलाम म्हणून राहायला पाठवून देतात. एकदा गुलाम झालं की मग त्यांचं शाळेत जाणं, भविष्य घडवणं, शिक्षण प्राप्त करणं, स्वावलंबन वगैरे काहीही होत नाही. डाकीण हत्या या प्रथेला नेपाळमध्ये 'बकशी' प्रथा म्हणतात. या प्रथेमध्ये निरपराध मुलींवर नाही-नाही ते अत्याचार करतात. ही प्रथा बंद करण्यासाठी स्त्री संघटना प्रयत्न करताहेत. ही प्रथा पालन केली तर शिक्षा करण्याची घोषणा केली गेलीय. दंड ठरवून दिला गेलाय. परंतु काही केल्या ही प्रथा पूर्णपणे बंद केली जात नाहीये.

तीन वर्षांपूर्वी 'काइलाइ डिस्ट्रिक्ट'ची 'राजकुमारी राना' हिला ती डायन-डाकीण असल्याच्या संशयावरून भयंकर छळलं गेलं. राजकुमारीचा एक नातलग गावकऱ्यांना म्हणाला, राजकुमारी माणूस नाही, ती डाकीण आहे. तसे झाले सुरू तिच्यावर अत्याचार. पहाटे/ अगदी सकाळी लवकर एकगठ्ठा लोक येऊन राजकुमारीला घरातून ओढून खेचून, बाहेर काढून, घेऊन जाऊन, नग्न करून, आंब्याच्या झाडाला बांधून टाकतात. बेदम मारतात. डोक्याचं मुंडण करतात. मलमूत्र खायला लावतात व अंगावर ओततात. गुप्तांगात काठी घुसवतात. अख्या गावात तिला नग्न अवस्थेत फिरवतात. सारा गाव ओरडत राहतो 'डाकीण डाकीण' म्हणून. अशा असाहाय्य अवस्थेतून सुटका करण्यासाठी राजकुमारीच्या मदतीला कोणीही आलं नाही. ही वार्ता नेपाळच्या वार्तापत्र आणि मासिकातून, पाक्षिकातून छापून आली होती. सरकारने राजकुमारीच्या चिकित्सेची जबाबदारी घेतलीय. पाहू या राजकुमारीला तिच्यावर झालेल्या अत्याचाराचा न्याय मिळतो की नाही. तिला न्याय मिळायचा असेल तर सरकारने पाठीशी उभे राहिले पाहिजे.

ज्या काही कुप्रथा आहेत त्याविरुद्ध काही माणसं निषेध करताहेत. नेपाळमधल्या त्या काही माणसांबरोबर मी बोलले आहे. मीही तुमच्या बरोबरच आहे असं त्यांना सांगितलंय. कुप्रथा, बदरीती-रिवाज यांच्याविरुद्ध माणसांना सजग करण्यासाठी पहाडापहाडांत फिरावं लागलं तरी मी जाईन. जिवात जीव असेपर्यंत, अंधश्रद्धा, धर्मांधता, स्त्री-छळणूक या साऱ्यांच्या विरोधात मी संग्राम, संघर्ष करीन. आपलं हे आयुष्य तर एकटं एकच, या जीवनानंतर अजून जीवन नाही. जे जीवन मिळालंय ते व्यतीत करण्यासाठी त्यालाच अर्थपूर्ण करून जाईन.

१२०

ज्याचं घरदार प्रचंड वादळवाऱ्यानं उद्ध्वस्त झालंय, ज्याचं जीवन भयंकर अशा तुफानात छिन्नविच्छिन्न होऊन गेलंय, जो माणूस त्सुनामीचा बळी झाला, तो मात्र

कोणाच्या डोक्यावर जरासा पाऊस पडला तर जवळ येऊन डोक्यावर छत्री धरून उभा राहतो. तो माणूस म्हणजे मी. 'श्रीजात'च्या विरोधात जी एफ.आय.आर. दाखल झाली त्याचा मी निषेध करत आहे. माझ्या पाठीशी/ बाजूने ते कोणीच कधीच नव्हते, मला 'शार्क' माशाच्या तोंडी जेव्हा देण्यात येत होतं, त्यांनी ते पाहिलं होतं पण काहीही बोलले नाहीत. इतकं होऊनही श्रीजातला मी विनाकारण भिजू देणार नाही. पावसाचा एक थेंबही त्याच्या डोक्यावर पडू देणार नाही. दुष्ट वृष्टीपासून मी त्याला वाचवेन. वादळ-तुफानाचं किंचितही चिन्ह, त्याच्या आकाशात कोणत्याही कोपऱ्यात डोकावू नये यासाठी जो काय ओरडा करता येईल तो करणार मी. मी तर देशहीन, राज्यहीन, घरदार, गृहहीन भणंग माणूस. माझ्या ओरड्यानं कोणाचं ही काहीही बिघडणार नाही. त्यानंतरसुद्धा चीत्कार करणार मी. माझ्यापाशी माझं काही का नसेना. नीती तर आहे. सर्व तऱ्हेच्या अन्यायाविरुद्ध निषेध दर्शवणारं एक मोठं, विशाल मन आहे. मी 'उजव्यांचं' खात नाही, डाव्यांचं खात नाही, उपाशी राहते पण माझे आदर्श– त्याचं विसर्जन करत नाही/करणार नाही.

१२१

माझ्या चांगलं लक्षात आहे– की कुराणावर चहाचा कप ठेवला म्हणून मला मारून टाकण्याची संपूर्ण व्यवस्था/ मारून टाकणारा सर्व कटकारस्थान काय थांबलं होतं? जरी कुराण वाचता-वाचता सिगारेट फुंकली नाही, तरी कुराण वाचणं आणि सिगारेट फुंकणं असे दोन वेगळे शॉटही टीव्हीवर पुन:पुन्हा दाखवल्यामुळे, बांगलादेशातले मुसलमान पिसाळलेल्या कुत्र्यासारखे चिडून उठले होते. त्यांच्या हातात मी सापडले असते तर मला कच्ची खाल्ली असती.

मुसलमानांची मुलं मुसलमान, आता कुठे? जेव्हा मुसलमानी पाठशाळेतल्या १ नाही, २ नाही, १६ कुराणांवर हागून येऊन, दाउदकांदीच्या हविबूर रहमाननं अफवा पसरवण्याचा प्रयत्न केला होता की 'हिंदू हागले' आणि आणखी एक 'नासिरनगर' जणू घडवू पाहिलं आणि धर्म प्राण मानणाऱ्या मुस्लीम लोकांचे दल, गावातल्या सर्व हिंदूंची घरं, दुकानं बंद करून जाळून टाकू शकतील. 'कुराणां'वर विष्ठा बघितल्यावरसुद्धा धर्मीय अनुभूती म्हणून मुसलमानांना त्याचा काहीच धक्का, आघात का लागत नाही? ताज्जुब! आश्चर्य! आघात, धक्का नाही पोहोचत, कारण त्यांची धर्मीय अनुभूती आता त्यांच्या गुह्यद्वारी उतरलीय.

१२२

भारत हा धर्म आणि आध्यात्मिकतेचा देश आहे. या देशात योगी, पुरोहित, साधू,

संन्यासी, बाबा, गुरू पंतप्रधान होतील, मुख्यमंत्री होतील, यामध्ये अवाक होण्यासारखं काहीच नाही. योगी आदित्यनाथ उत्तर प्रदेशाचे मुख्यमंत्री झालेत. सर्वांत जास्त मुसलमान ज्या राज्यात आहेत, त्या राज्याचे ते मुख्यमंत्री. नरेन्द्र मोदींना जे कट्टर हिंदू म्हणत, हिंदुत्ववादी म्हणत, मुस्लिमद्वेषी म्हणत तेच आदित्यनाथाबरोबर मोदींची तुलना करताना म्हणतील, 'मोदीजी तर रीतसर उदारपंथी सेक्युलर.'

१२३

कानडी भाषेतले लेखक 'योगेश मास्टर' यांच्या तोंडाला एका कट्टर हिंदूंच्या गटानं काळं फासून दिलं. भारतात, जर आवडलं नाही, पसंतीस पडलं नाही तर त्या व्यक्तीच्या तोंडाला काळं किंवा चुना फासून सूड/ बदला घेण्याची परंपरा आहे. तसा इतिहास आहे. कोलकातातल्या 'टिपू सुलतान' मशिदीचे इमाम त्यांनीही एकदा माझ्या तोंडाला चुना/ काळं फासण्यासाठी फतवा काढला होता. त्यात म्हटलं होतं जो काळं फासू शकेल त्याला वीस हजार रुपये ते देणार. मुसलमान असहिष्णु आहेत. 'अल्ला रसूल'बद्दल काही बोललं तर उन्माद झाल्याप्रमाणे खवळतात; मग त्यांना हित-अहित काय याचं भान, ज्ञान राहत नाही. सारं काही जाळून नष्ट करून टाकतात. इतकंच काय पण जीवही घेतात. पण हिंदूंच्या तीस कोटी देवांविषयी आलोचना/ टीका तर हिंदूच करतात. 'योगेश मास्टर' यांनी कोणत्यातरी हिंदू देवाबद्दल त्यांच्या कादंबरीत 'दुन्धि'मध्ये काही लिहिलंय, पण म्हणून त्यांना अशाप्रकारे लांछित व्हावं लागणार ते काय म्हणून? हिंदूसुद्धा मुसलमान होतायत की काय? हिंदू शंभरएक अंधश्रद्धा मानतात पण याप्रमाणे, दुसऱ्याच्या तोंडाला काळं फासून, आकाशातल्या देवाचं रक्षण करायला गेलेल्या कोणत्याच हिंदूला मी यापूर्वी पाहिलेलं नाही. भारताविषयी एकेकाळी मी किती गर्व अभिमान बाळगला आहे. पण आता पाहतेय, ना उदारमतवादी डावे परफेक्ट आहेत, ना उजवे परफेक्ट आहेत. चहूकडे 'हिपॉक्रसी' ठासून भरलीय. भाषणस्वातंत्र्यासाठी सगळे लढतील. त्यातही ज्याच्या-त्याच्या प्रेमाच्या माणसाच्या वाक्स्वातंत्र्यासाठी लढतील. योगेश मास्टरच्या तोंडाला कट्टर हिंदूंनी काळं फासलंय त्यामुळे कट्टर हिंदूविरोधी उदारमतवादी वामपंथी/ डावे दिवसभर ओरडणार, घोषणा देत राहणार. उजवे योगेशच्या वाक्स्वातंत्र्याविषयी ब्रसुद्धा उच्चारणार नाहीत आणि कोणाच्या तोंडाला जर कोणा कट्टर मुस्लिमानं काळं फासलं, समजा माझ्याच तोंडाला लावलं, तर डावे/ वामपंथी पाहूनही न पाहिल्याचं नाटक करतील, निषेध करायचा तर प्रश्नच येत नाही. मी सामान्य/ सर्वसाधारण हिंदूंच्या बाजूने उभी राहिले तरीसुद्धा, मी उजवे आणि कट्टर हिंदू यांच्यावर टीका करत असल्यामुळे, माझं

समर्थन करायला 'उजव्यां'च्या मनाचीही द्विधास्थिती होणार. वाणीस्वातंत्र्य वस्तुत: कोणताही पक्ष मानत नाही. मानलेच तर शत्रू, मित्र, सगळ्यांच्याच वाणी/ भाषणस्वातंत्र्याला मानणार.

ते काही असो, योगेश मास्टर यांनी म्हणे हिंदूंच्या धर्मीय अनुभूतीवर आघात केलेत. माझं म्हणणं असं की देऊ देत, करू देत आघात, प्रहार, त्याने एवढं झालं तरी काय? अनुभवावर प्रहार होणं चालणार नाही अशी शपथ कोणी घातलीय सांगा पाहू? अनुभूती असेल तर आघात तर होणारच. दिवसात शंभरदा आघात होतात. आघात नाही झाले तर चेतनाशक्ती, ज्ञान येत नाही. आघात, घाव बसून बसूनच घाव बसण्याची क्रिया सह्य, सहनीय होते. आघात जितके जास्त होतात, अनुभूती तितकी दृढ, बळकट, मजबूत होते. धर्मीय अनुभूतीवर प्रहार करता येणार नाही असं निमित्त पुढे करून अनुभूतीचं राजकारण केलं जातं. या राजकारणाचा वापर करून माणसाला मूक बनवून टाकलंय. आवश्यक, जरुरीच्या विषयांबद्दलही उलटसुलट चर्चा/ तर्कवितर्क करता येत नाही.

कोणाच्याही भावनांना/ अनुभूतीला अक्षत ठेवणं, अस्पर्श ठेवणं याची जबाबदारी कोणाचीच नाही. तुमच्या अनुभूतीची काही समस्या असेल तर ती तुम्हीच सांभाळा, तुमच्या समस्येचं उत्तर आणि जबाबदारी माझी नाही. बाबारे, तू बाळ नाहीस, प्रौढ आहेस. वयात आलेला आहेस.

१२४

बांगलादेश पाणबुड्या (नौका) घेऊन किंवा त्याच्या योगाने काय करणारेय? जलदस्यूंना रोखणार? बर्मातील रोहिंग्यांना हाकलवणं बंद करणार? का भारताला भीती दाखवणार? काहीच समजत नाहीये, २०३ मिलियन डॉलर गेले पाणबुड्या नौका विकत घेण्यात. पैसे खर्च करायला आणखी कोणता चांगला खड्डा नव्हता का?

१२५

'अघोरपंथी' साधू किंवा संन्यासी होणं सोपं नाही. तरीसुद्धा काही माणसं 'अघोरपंथी/ अघोरी' होण्याचा निर्णय घेतात. अघोरी व्हायचं तर शिवपूजा करायला पाहिजे, जगरहाटी– लौकिक व्यवहार सगळे सोडून द्यायचे, समाज, संसार, आप्तस्वकीय, बंधुबांधव, मित्र, घरदार, माया, ममता, स्नेह सर्व सोडून द्यायला पाहिजे. स्मशान घाटावर जाऊन एखादा 'अघोरी' गुरू करायला हवा. गुरूच्या आदेशाप्रमाणे वागलं

पाहिजे. अघोरी व्हायचं झालं तर कपडेबिपडे सगळं फेकून द्यायला पाहिजे आणि मृत माणसाच्या डोक्याची कवटी मिळवायला पाहिजे. त्या कवटीतून जे काही खायचं असेल ते खायला पाहिजे आणि जे काही प्यायचं ते प्यायला पाहिजे. त्यानंतर सर्वांगाला प्रेत जाळून उरलेली राख फासायला पाहिजे. मृतदेह शोधायला हवा. सडलेले, कुजलेले मृतदेह गंगेत वाहत/ तरंगत असतात. गंगेच्या पाण्यातून ते सारे मृतदेह वर काढून किंवा स्मशानघाटावर पडून असलेले, राहिलेले ते सगळे मृतदेह फाडूनतोडून खायला पाहिजेत. दारू प्यायला हवी, जिवंत जनावराचं मल, मूत्र, स्वतचं मलमूत्रसुद्धा खायला पाहिजे. अघोरपंथींना वाटतं या साऱ्यात भगवान आहे. इतकंच काय पण मलमूत्रातही. ज्या वस्तूंविषयी माणसांना घृणा वाटते त्या वस्तूंविषयी त्यांना (अघोरींना) घृणा वाटत नाही. शिकलेले स्त्री-पुरुषसुद्धा सर्व सोडून टाकून स्मशानात जाऊन ‘अघोरी’ होतात. भगवंताला मिळवण्यासाठी? ईश्वरप्राप्तीसाठी आयुष्यात माणूस काय नाही करत? सर्वच बहुधा मृत्यूच्या भीतीनं करतात. भयावर विजय मिळवण्यासाठी करतात.

१२६

काही दिवसांपूर्वी CNNच्या ‘बिलीव्हर’ नावाच्या धारावाहिक/ सिरीजचा संयोजक ‘रेजा आसलान’ने नरमांस भक्षक अघोरी/ अघोरपंथी सिरीजमध्ये दाखवले. अघोरी साधू हे हिंदू संप्रदायाचे लोक. हजार वर्षं हे पृथ्वीवरच्या मार्गावरून मार्गक्रमण करताहेत. बनारसमध्ये गंगेच्या घाटावरच यांचं जीवन व्यतीत होत असतं. एक लंगोटी परिधान करतात खरे, पण खरंतर उघडेनागडेच राहतात. थंडीत उन्हाळ्यात उघडेच. अनेकांना असा विश्वास आहे की, समाजाची सर्व बंधने तोडून, कामना, वासना यांचा नाश करून ते मोक्षलाभ होण्यासाठी प्रयत्न करतात. दु:ख, वेदनामय जीवन पुन:पुन्हा मिळण्यासाठी तशा जीवनात पुन्हा न येण्यासाठी यांचा पुनर्जन्म होणार नाही. हे माणसाचा मृतदेह जाळल्यानंतरची राख सर्वांगाला फासतात. माणसाची हाडंकाडं हातात घेतात किंवा गळ्यात झुलवत हिंडत फिरत असतात. मद्यपान करतात, डोक्याच्या कवटीतून खातात मृत माणसाचं मांस.

रेजा आसलानच्या पूर्ण चेहेऱ्यावर एका ‘अघोरी’ने मृतदेह जाळून उरलेली राख, डोक्यावर घातली, माणसाच्या हाडाकाडांची बनवलेली माळ. त्याला कच्चं खाऊन टाकू अशी धमकी दिलेली. माणसांचा मगज, मेंदू खायला भाग पाडलं त्यांनी रेजा आसलानला. त्यानंतरही त्या ‘अघोरी’ने स्वत:चं मलमूत्र सीएनएनच्या कॅमेऱ्यावर आणि मदतनीस क्रूंवरही फेकलं, ते सर्वजण, ‘पाय धरतो बाबा सोडून दे,’ म्हणत पळून गेलेले. बिलीव्हर सिरीजचा हा एपिसोड प्रसारित झाल्यावर

'सीएनएन'वर तीव्र टीका केली बऱ्याच जणांनी, विशेषत: हिंदूंनी. ते म्हणतात– अमेरिकेत कित्येक निरपराध हिंदू लोकांनाही घृणेचे बळी होऊन मरावं लागलेलं. ही सिरीज पाहिल्यावर अमेरिकेतले लोक हिंदूंना सर्वच्या सर्व हिंदूंना नरमांस भक्षक असं मानतील, त्यांची घृणा करू लागतील. कोणास ठाऊक/ न जाणो कदाचित हिंदूंना पाहिलं की लगेच - Go back to your country canibal- 'परत जा तुमच्या देशात, नरमांसभक्षी' असं म्हणून दगड मारतील, कोणास ठाऊक त्यांची हत्यासुद्धा करायला लागतील, मागेपुढे पाहणार नाहीत. काही चमत्कारिक विचित्र माणसं या पृथ्वीवर आहेत, त्यांनी काही ज्यू/ यहुदी मूलतत्त्ववादी किंवा मुस्लीम आतंकवादी किंवा दहशतवादींना पाहून सर्व यहुदी किंवा मुस्लीम संप्रदायाविषयीच घृणा करू लागतात/ करतात. ब्रंसच्या काही आफ्रिकन अमेरिकनांचा कार्यकलाप, काम, वागणूक आवडली नाही म्हणून सर्व काळ्या लोकांना ते पसंत करत नाहीत. म्हणजे सर्व कृष्णवर्णी त्यांना नावडत. चीनमध्ये रेस्टॉरंटमध्ये गेल्यावर दोन चिनी लोकांचं आचरण बरं नाहीसं पाहून, सांगून टाकलं पूर्ण चीन देशच वाईट, बांगलादेशातल्या काही ब्लॉगर्सचा दहशतवादींनी खून केला म्हणून बांगलादेश हा खुन्यांचा देश, सौदी अरबचा मुसलमान बादशहा त्याने एकापेक्षा जास्त लग्नं केलीत म्हणून सर्व मुसलमान एकाधिक लग्नं करतात. नेमकं अशाच प्रकारे कोणी कदाचित एखाद्या अघोरीला पाहून म्हणेल अवघी हिंदू जातच नग्न फिरत असते आणि मृत माणसाचं मांस खाऊन जिवंत असते. नाही, असा भलाबुरा निर्णय करणं, विचार करणं हे बरोबर नाही!

आज, अघोरीपंथींना पाहून सगळ्याच हिंदूंना अघोरपंथी किंवा अघोरी असं मानतील अशी भीती ज्यांना वाटते त्या हिंदू, त्यातले अनेक जण कदाचित 'आइसिस'चा दहशतवाद पाहून, सगळेच मुसलमान असेच दहशतवादी किंवा आतंकवादी असा विचार करतात. पुष्कळदा दुसऱ्याविषयी जो विचार करतो तसाच विचार आपल्याविषयीसुद्धा दुसरं कोणी करतं असं आपल्या मनात येत नाही किंवा असा विचार आपण करत नाही. भिन्न भिन्न व्यक्तींचा मिळून समूह तयार होतो, भिन्न व्यक्तींचा विश्वास, श्रद्धाही वेगवेगळ्या असतात. समूहाचा विश्वास असं काही नसतं, समूहाचं आचरण/ व्यवहार म्हणूनही असं काही नसतं. 'अघोरी'चा जो विश्वास आहे तसा, विश्वास सर्व हिंदूंचा नाहीये; आइसिसचा विश्वासही सर्व मुसलमानांचा विश्वास नाहीये. आता हे हिंदूंना जाणवण्याची शक्यता आहे. साधारणपणे एवढ्यात तर ती जाणीव झालेली आहे. ट्रम्प मुस्लिमांचा एक हात घेईल म्हणून ट्रम्पला समर्थन दिलंय किंवा त्याचं समर्थन केलंय, तर उलट ट्रम्प समर्थक मुस्लिमांचा खून करण्याऐवजी शीख आणि हिंदूंचं शिरकाण करताहेत, हिंदू मुस्लीम पाहायला एकसारखे की नाही (म्हणून).

'सीएनएन'ची खूप लोक निंदा करतात. करू देत निंदा, पण मी असं मानते 'सीएनएन'ने जे केलंय, ते योग्यच केलंय. पृथ्वीवरचं कोणतंच तथ्य गोपन/ गुप्त ठेवणं योग्य नाही. कोणता गट/ समूह काय करतोय, काय त्यांची विचारधारा, हे सगळं आपण का माहीत करून घेणार नाही? हे विदित केलं, सांगितलं तर कोणाच्या भावना दुखावतील म्हणून सर्व माहीत करून देणं योग्य नाही, हे समजलं तर माणसं चिडतील आणि दंगाधोपा करतील, गोंधळ करतील त्यामुळे लोकांना कळू देणं योग्य नाही, इत्यादी. या सगळ्या बाळबोध/ बालांना प्रिय गोष्टी खूप झाल्या. अशाप्रकारे सत्य/ तथ्य लपवून ठेवण्यावर मी विश्वास ठेवत नाही. सत्य जाणण्याचा अधिकार सर्वांचा आहे. सत्य/ तथ्य समजल्यावर कोणी जर अप्रीतीकर/ वाईट गोष्ट करू पाहतो किंवा करतो तेव्हा त्यावर नियंत्रण ठेवण्याची जबाबदारी सरकारी कायद्यावर आणि कायदाप्रणालीवर आहे. पण सत्य उघड करता येणार नाही, बोलता, सांगता येणार नाही कारण दंगाधोपा होऊ शकतो– दंग्याची भीती दाखवून भाषण/ वाक्स्वातंत्र्याचा लगाम खेचला जातोय, मतप्रकटीकरणाचा अधिकार उल्लंघन केला जातोय का? आजपासून हा सगळा पोरखेळ, लपवाछपवी आता बंद होऊ दे.

मला माहीत नव्हतं की 'अघोरी' मृताला जाळल्यावर राहिलेली राख शरीराला फासतात. अघोरी साधू मृताचं मांस खातात आणि डोक्याची कवटी हे त्याचं पिण्यासाठीचं भांडं हे मला माहीत नव्हतं. कितीतरी बाबतीत मी अज्ञानी होते. मला माहीत आहे, अजूनही आफ्रिकेतल्या काही देशांत– पापूआ न्यूगिनीमध्ये, फिजीमध्ये काही नरभक्षक माणसं आहेत. हे सर्व तथ्य वर्णन, तथ्याचं चित्रं माझ्या ज्ञानाचा परीघ वाढवते, माझ्या घृणेचा परीघ वाढवत नाही. प्राणीकुळाच्या विविध वैचित्रपूर्ण स्वभावामुळे मी कोणत्याच प्राण्याची घृणा करत नाही. ते स्वभाववैचित्र जाणूनबुजून कोणाचं नुकसान करत नाही. हे सारं सत्य वर्णन, सत्यचित्रण सर्वांत मोठं काम जे करतं, ते म्हणजे अनेकांना सुधारायला मदत होते/ करतं, अनेकांना समजत नाही की ते किती वाईट काम करतायत, जोपर्यंत तुमची चूक दाखवून दिली जात नाही की ते काय करतायत. (त्यांना सुधारायला मदत होते सत्य चित्रणाने.)

हिंदूंमधील सर्वजणांना अघोरीवर अविश्वास वाटतो असं नाहीये. बरेच हिंदू अघोरी/ अघोरपंथींचा मान राखतात, त्यांना साष्टांग नमस्कार करून त्यांचा आशीर्वाद घेतात. असाध्य रोगाचं औषध मिळवण्यासाठी त्यांना शरण जातात. अघोरपंथीयांची अनेक जण प्रशंसा करतात व म्हणतात– ते जिवंत काही खात नाहीत, जिवंत कोणाला मारत नाहीत, ते महान आहेत! अघोरपंथी कितीही विचित्र चमत्कारिक काही करोत पण ते दुसऱ्याचं नुकसान करत नाहीत. संन्यासी आणि दहशत-आतंकवादी एक नव्हेत.

रेजा आसलानला मी दोष देत नाही. त्याने अघोरीचे जे सत्यचित्रण केलंय, जे भयावह दृश्य त्यांनी दाखवलंय त्याला तर तुलनाच नाही, ज्या अवस्थेत सापडून त्याने मृत माणसाच्या मेंदूचा तुकडा खाल्लाय ते दाखवलं नसतं तर विश्वास बसणार नाही/ बसला नसता. त्या वेळी कदाचित ते सारं अखाद्य खाण्यासाठी मलासुद्धा भाग पडलं असतं– मी असते तर! रेजा आसलान म्हणालाय की मेंदूची चव होती कोळशासारखी. खरेच जळून तर त्याचा विस्तव कोळसा झालेला. सर्व कोळशाप्रमाणेच होणार! जीवनाचा जिवाचा धोका पत्करून त्याने सत्यचित्रण केलंय, त्यांच्याविषयी मी कृतज्ञता व्यक्त करते.

कोणी कोणी हिंदू, शक्यता आहे, की त्यांना लाज वाटतेय की त्यांच्यातच दडून आहे वन्य, असभ्य माणूस ही गोष्ट मेनस्ट्रीम मीडियावर उघड झाली, प्रकाशात आली म्हणून तर कोणकोणाला अघोरींचा गौरव करायची इच्छा आहे. ज्याला जो विचार करायचाय किंवा ज्याला जे काही वाटतंय ते वाटू दे. सर्वांसमोर सर्व काही खुलं करून, उघड करून दाखवणं हेच चांगलं. लपवून, दडवून ठेवून अखेरपर्यंत फायदा काहीच होत नाही. भारत साधू-संन्याश्यांचा देश, धर्मांधिता आणि अंधश्रद्धांचा देश आणि त्यातही भारत कला, साहित्याचाही देश आहे, भारत विज्ञानाचा देश आहे. एका रॉकेटमधून १०४ सॅटेलाइट्सचं प्रक्षेपण करून भारतानं इतिहास घडवलाय. कोणत्याही देशाला वा राष्ट्राला, मानवसमूहाला, तो देश वा राष्ट्र वा मानवसमूहातील काहीजणांच्या आचरणाद्वारे पारखणे योग्य नाही, त्या आचरणाद्वारा त्यांच्याविषयीचं मत देणं किंवा निर्णय घेणं उचित नाही. आतंकवादी/ संत्रासी यांच्या विकृत आचार-व्यवहारामुळे सर्वसाधारण माणसाला कष्ट, त्रास होता कामा नये. धर्मांधिता माणसाला अमानुष बनवून टाकते. मेंदूला पुरता कुचकामी, बिनकामाचा करून टाकतो. धर्मांधितेपासून बचावू शकलं तरच माणूस खूपसा बचावेल. बऱ्याच प्रमाणात वाचेल.

१२७

या विश्वब्रह्मांडात पृथ्वीचा इतिहास खूप कमी दिवसांचा आहे. माणसाचा इतिहास तर अजूनच कमी दिवसांचा. माणूस मुंगीसारखा जन्म घेतो. मरून जातो. कोण्या एके दिवशी माणूस नामक (स्पिसीज) प्रजातीसुद्धा इतर हजारो प्रजातींप्रमाणे विलुप्त होऊन जाईल. या तुच्छ लहानशा जीवनात माणूस अमरत्वाचं स्वप्न पाहतो. माझं असलं काही स्वप्नबिप्न नाही. मध्यंतरी काही दिवस विचार केला मी, की माझं तर काही घर नाही, वाडी नाही एवढ्या भाषांत पुस्तकं लिहिलीत, एवढे मोठे पुरस्कार मिळालेत, एवढी थोरली पदकं सोन्याची! या सगळ्याचं काय

होणार? आत्ता या सर्वांविषयी मी काही विचार करत नाही. मी तर मातीत/धुळीशी मिसळून जाणार, माझं जे काही आहे सगळं धुळीत/ मातीला मिळणार. असेच या प्रकारेच आपण नुसते येतो आणि जातो. अनंतकाळापर्यंत काही ठेवून जाऊ शकत नाही. शेवटपर्यंत काहीच राहत नाही. काहीजण काही दिवस आपल्याला लक्षात ठेवतात. त्यानंतर हळूहळू विसरून जातात. जीवन हे सुरुवातीपासून शेवटपर्यंत पूर्णतः अर्थहीन हकिगत आहे. खरंच अर्थहीनच, पण मला बरं वाटतं की मी या घटनेची/ हकिगतीची एक साक्षी आहे. असंही होऊ शकलं असतं की ब्रह्मांडातल्या माणूस नामक घटनेची मला काही ओळखच झाली नाही, कोणताच परिचय झाला नाही. माणूस म्हणून जन्मून माझं हे सुख मी डोळे भरून खूप पाहिलंय, मन उघडं, खुलं ठेवून खूप शिकलेय.

१२८

वर्षाचे ३६५ दिवस पुरुषाचे. १ दिवसाची आमच्यासाठी (स्त्रीसाठी) अपेक्षा केलीय. फक्त १ दिवस. एक दिवस स्त्रिया पुरुषांकडून छळल्या जाऊ नयेत, पीडित होऊ नयेत. अत्याचारग्रस्त न व्हाव्या, बलात्कारित न व्हाव्या, खुनाच्या बळी न व्हाव्या. कमीत कमी अगदी एक दिवस स्त्रीला भोगदासी व्हावं लागू नये, तिचं लैंगिक शोषण होऊ नये. कमीत कमी अगदी एक दिवस स्त्रियांना त्यांचे योग्य ते प्राप्य अधिकार मिळावेत. अगदी एकच दिवस स्त्रीला 'नारी', 'स्त्री' म्हणून तिचा अपमान न व्हावा, न केला जावा. नाही, पण ते घडलं नाही. आपण म्हणतो खरे एक दिन आमचा, स्त्रियांचा. एकच दिवस दिलाय म्हणून पुरुषापाशी आमच्या कृतज्ञतेला सीमा नाही. वास्तवात सत्य हे आहे की एकही दिवस आमचा नाही. आपण स्वतःला चकवून चालतोय.

१२९

आरडाओरडा, चीत्कार करणारी मुलगी कधीच नव्हते मी. एखादं काही नाही आवडलं तर अलगदपणे त्यापासून स्वतःला मी दूर सारत असे. अजूनही मी तेच करते. आईला वाटायचं मी धर्म-कर्म, धार्मिक गोष्टी कराव्यात, मी कधीच काही केलं नाही. कारण 'अल्ला' आहे याचं प्रमाण, पुरावा मिळाला नाही मला. भुताखेतांवर विश्वास ठेवावा म्हणून खूप प्रयत्न केलेले, पण त्यावरही विश्वास नाही ठेवता आला, कारण त्यांचं अस्तित्व आणि त्याचा पुरावा काहीच मिळाला नाही. किशोरवयात स्मार्ट तरुणांकडे पुनःपुन्हा पाहण्याची इच्छा व्हायची. पण

शरमेनं ते करू शकत नसे मी. लहानपणापासूनच बिननात्याच्या किंवा परक्या पुरुषांसमोर न जाण्याची सवय होतीच. पत्रमैत्री हा प्रकार तेव्हा नुकताच सुरू झालेला आणि घराच्यांचा विरोध असूनही मी पत्रमैत्री केलेली. तरुणांशी बोलायची संधी या अशा पत्रातूनच शक्य होती. पत्रातूनच मैत्री झालेली. प्रेमही पत्रातून केलंय. पत्रमैत्री करते म्हणून बाबांच्या हातचा मारही खाल्लाय. प्रेम करते म्हणूनही मार खाल्लाय. पण मारूनही मी काही नियंत्रणात राहिले नाही. प्रेमिकाशी लग्न करून सुखाचा संसार सुरू केला. हा संसार करायला गेले आणि सगळा घोळ निर्माण झाला. मला दिसून आलं मीच प्रेम देतेय, प्रेम करतेय, प्रेमात पार स्वत:ला उजाड करून टाकतीय आणि मोबदल्यात जे मिळालं ते म्हणजे स्वार्थपरता आणि विश्वासघातकीपणा. मग काय मीसुद्धा माझ्या पूर्वीच्या जशा स्त्रिया तशीच, त्यातलीच एक स्त्री– छळीत, पीडित, पण माझ्या आधीच्या स्त्रियांना जे जमलं नाही ते मी करू शकले. स्वत:ची एकनिष्ठता 'एकगामित्व' यासकट स्वत:ला त्याच्यापासून दूर सारू शकले. पूर्वीच्या स्त्रियांप्रमाणे मी परावलंबी नव्हते म्हणूनच हे शक्य झालं.

ना पित्याबरोबर, ना पतीबरोबर, ना भावाबरोबरही, एकटी मुलगी मी एकटीच राहणार. पण नव्वद/ एक्याण्णव साली ढाका शहरात एकट्या एका मुलीला, ती मुलगी डॉक्टर असूनही एकही घरमालक एकटीला राहू द्यायला तयार झाला नाही, तयार नव्हता. अखेर शेवटी जमलं एकटं राहायला. तेव्हापासून एकटीच राहतेय. पुरुषांबरोबर संबंध आला, पण एकटं राहण्याशी तडजोड केली नाही. एकटं राहणं म्हणजे कोणा संगीसाथीविना राहणं नव्हे, एकटं राहणं म्हणजे स्वावलंबी होऊन राहणं. स्वत:चे निर्णय स्वत: घेणं, स्वत:चा आनंद स्वत:च शोधून घेणं. कोणाही पुरुषाचं पालकत्व न मानणं, पुरुषाला सहप्रवासी समजणे, मित्र मानणे पण पालक न मानणं आणि मालक, प्रभू न मानणे. हे सारं बोलायला सोपं सहज असलं तरी एका कट्टर पुरुषप्रधान आणि धर्मांध समाजात तसं करणं सोपं नाही. मी करून दाखवलंय. एकटी राहून एकटीच सारं बोलून एकटीनं युद्ध करून. माझी शस्त्रं कायमच लेखणी आणि संगणकाचा की-बोर्ड. त्यांच्यासारखा माझा सुरी, तलवारीवर विश्वास नाही, तसा बॉम्ब आणि गोळ्यांवरही विश्वास नाही. माणसाचा कमीत कमी अधिकार माणसासाठी आवश्यक असा न्यूनतम अधिकार मिळवून स्वत:ला बचावून राहण्यासाठी निरंतर कायम युद्ध करावं लागलंय मला. निश्चिंतपणे बाजारात, मैदानात, रस्त्याघरात चालण्या-फिरण्यासाठीचा, वाहनात बसण्याचा, शाळा-कॉलेजात शिकण्याचा, नोकरीचाकरी करण्याचा, निर्णय घेण्याचा, विचार करण्याचा आणि स्वमत प्रदर्शन करण्याचा न्यूनतम अधिकार, भोग्यवस्तू किंवा भोगदासी न होण्याचा, धर्माचा, समाजाचा कायद्यातील विषमतेचा बळी न होण्याचा,

स्त्री आहे म्हणून पीडित, अत्याचारग्रस्त न होण्याचा न्यूनतम अधिकार, केवळ माझ्यासाठी नाही सर्व स्त्रिया, मुलींसाठी (आहे) असायला हवा.

डॉक्टर झालीय मी. पुरुषांजवळ बसून रोग्याची तपासणी, चिकित्सा केलेली आहे. त्यानंतरही जेवढा मान मिळणं योग्य आहे तोही मिळाला नाही आणि मी स्त्री आहे म्हणूनच मिळाला नाही. लहान वयापासूनच कविता लिहिते मी. जोपर्यंत मी प्रेमकाव्य लिहीत होते तोपर्यंत मी छान होते. माझं प्रतिवाद करणारं, निषेधात्मक गद्य जितकं तीव्र प्रखर झालेलं आहे तितकं मी ऐकलंय की मी वाईट आहे. ऐकत असते मी निंदा, निर्भर्त्सना, चारित्र्यहनन. ज्या मुलीला बंदिवान करता येत नाही, ज्या मुलीचा स्वतःचा आवाज आहे, स्वतःचा विचार आहे, तिच्याविरुद्ध असं सगळं छान जमतं. यात नवीन काही नाही.

स्त्रीवादीबद्दल भरपूर लोकांचं जळणं, जळजळ मी देशात-परदेशात सर्वत्र पाहिलीय. तू लोकशाहीवर विश्वास ठेवतेस तेच चांगलं आहे, स्त्रीवादी होण्याची तर गरज नाही. मी म्हणते जोपर्यंत स्त्री तिच्या प्राप्य, योग्य अधिकारापासून वंचित राहील, तोपर्यंत स्त्रीवादालाही टिकून, तगून राहायला पाहिजे. स्त्रीवादी आंदोलन झालं नसतं तर आज स्त्री मत देऊ शकली नसती. मतासाठी उभं राहण्याची (उमेदवार म्हणून) गोष्ट तर सोडूनच दिली मी. स्त्रीवादी आंदोलनावाचून स्त्रियांचं शिक्षणही झालं नसतं, स्वावलंबनही झालं नसतं, समानाधिकाराचा तर प्रश्नच येत नाही. आतापावेतो स्त्रीला जे काही मिळालंय– श्रद्धा, सन्मान, स्वातंत्र्य सारे काही स्त्रीवादी आंदोलनाचं फळ आहे. मग ते आंदोलन भले स्त्रिया करोत, की पुरुष करोत किंवा दोघे मिळून करोत.

माझा मार्ग कधीच गुळगुळीत नव्हता. काट्यावर पावलं टाकतच मला चालावं लागलंय. अजूनही लागतंय. स्त्रीच्या समानाधिकाराबद्दल बोलत असताना धर्म आणि पुरुषप्रधानतेवर टीका केलेली म्हणून मला डॉक्टरीची नोकरी सोडायला भाग पाडलंय. एका देशातून आणि एका राज्यातून शब्दशः मला बाहेर काढण्यात आलंय. माझ्या पुस्तकावर बंदी आणलीय. प्रकाशक, सिनेमाचे दिग्दर्शक आणि वार्तापत्रं, मासिकं यांच्या संपादकांना माझ्या चतुःसीमांतून बाजूला करून देण्यात आलंय. मला एकटं पाडलंय. माझ्यावर शारीरिक हल्ले होताहेत. माझ्यासाठी त्यांनी पुस्तकमेळा, ग्रंथमेळा, साहित्य उत्सव सर्व बंद केलेलं आहे. मला तोडून मोडून टाकतायत, माझ्या जगताचे तुकडे-तुकडे करून टाकतायत. त्याउपरही मी उठून उभी राहिलीय. नाही, मला कोणीही मदत केली नाही, कुठे जाण्यासाठी. एक हिंसाविहीन पृथ्वी हे माझं गमनस्थान आहे, गंतव्य आहे, मी तर म्हणते स्वर्गात पोहोचणं सोपं आहे, पण अशा काल्पनिक आदर्शाकडे नाही.

युरोपची नागरिक असूनसुद्धा, अमेरिकेची स्थायी रहिवासी असूनही प्रचंड

गैरसोय, प्रतिकूल स्थितीत भारतात पडून आहे, राहतेय. भारतीय उपखंडातल्या मुलींना तर मी चांगलं जाणते, ओळखते, त्या तर माझ्यासारख्याच मुली. माझ्यासारख्याच दिसायला, माझ्या भाषेसारखी त्यांची भाषा, मला जशी नारीपरंपरा आहे पूर्वापारची तशी त्यांचीही आहे. माझ्या इतिहासाप्रमाणे त्यांचाही इतिहास, माझ्याप्रमाणेच त्यासुद्धा पुरुषप्रधानतेच्या शिकार, घृणा, हिंसा, विद्वेष या साऱ्याची शिकार आहेत. या छळ झालेल्या मुलींना जर मी स्वतंत्र आणि स्वावलंबी होण्याकरता आणि त्याचबरोबर पुरुषप्रधानतेच्या विरुद्ध समर्थपणे उभं राहण्याकरता उत्साहित करू शकले आणि तसं झालं तरच माझं दीर्घ कंटकमय मार्गक्रमण सार्थक होईल.

१३०

डॉक्टर पुरुष असला की त्याला म्हणतात डॉक्टर, आणि डॉक्टर महिला असेल तर म्हणतात, 'स्त्री डॉक्टर'. लेखक पुरुष असेल तर 'लेखक', लेखक महिला असेल तर 'स्त्री लेखिका' या प्रकारे सर्वत्र, पोलीस महिला, जज्ज, स्त्री/महिला पत्रकार, पत्रकार, स्त्री/ महिला कलाकार, कलाकार, स्त्री पायलट, पायलट, स्त्री कवयित्री, कवी. स्त्री किंवा महिला असा उल्लेख केला जातो, कारण पुरुषासाठी तो व्यवसाय पेशा परफेक्ट असतो आणि महिलांना दया दाखवून पुरुषांच्या पृथ्वीवर घुसवलं गेलंय! खूप झालं बरं का! आता इथून पुढे तरी असंही म्हणत येतं– 'त्या ठिकाणी खूप डॉक्टर होते काही पुरुष डॉक्टरही होते. मी वळून पाहते तर दिसतो एक पुरुष पोलीस. समारंभात दोन पुरुष कलाकारांनी गाणं म्हटलं, पाच जण वार्ताहर/ पत्रकार लिहिताहेत. जवळच एक पुरुष वार्ताहरही लिहितोय. एका कविला आमंत्रण मिळालंय, दोन जण पुरुष कवींनाही आमंत्रण मिळालंय.'

१३१

पृथ्वीवरच्या बऱ्याच देशांत मी राहिले आहे. नामवंत, नाव नसलेले गोरे, काळे, सर्वांबरोबर मी मिसळलेय. एक गोष्ट माझ्या लक्षात आलीय– सर्वच देशात माणसाचं जीवन सारखंच असतं. कोणाचं आयुष्य बोअरिंग तर कोणाचं इंटरेस्टिंग, कोणी सामान्यपणे जीवन व्यतीत करतो तर कोणी असाधारणपणे किंवा असामान्यपणे. कोणी गरीब दरिद्री तर कोणाकडे असीम, अमाप संपत्ती आहे. कोणी मूर्ख, कोणी पंडित/ ज्ञानी. सर्व देशांत सुखात आणि दुःखात माणूस तगून असतो, जगत असतो, जगतो.

देश कोणाला वेगळं असं सुख देऊ शकत नाही. स्वतःचं काम, सुख देतं,

कामातलं यश साफल्य, सुख देतं. तसंच निरोगी परिसर, शेजार आणि प्रशंसा. सुख देतं प्रेम/ प्रेम देतं सुख. आणखी हजारो काही आहे, सर्वच देशात, दुःख देणारं असं.

१३२

कोणत्याही चांगल्या कामाकरता, कधीही मुल्ला-मौलवींना रस्त्यावर उरतलेलं मी कधी पाहिलं नाही, जसे गरिबी दूर करण्यासाठी, सर्वांसाठी शिक्षण आणि आरोग्य यासाठी, स्त्री छळणूक बंद करण्यासाठी, बलात्कार आणि खुनाखुनी बंद करण्यासाठी कधीतरी ते रस्त्यावर उतरतात का आंदोलन करतात? नाही, करतच नाहीत. ते रस्त्यावर उतरतात 'हे फोडायला, ते चूर्ण करायला' ते विध्वंस करायला रस्त्यावर उतरतात. याला फाशी, त्याला बंदी, निषेध करायला. हेच त्याचं काम. बांगलादेशातली आतापर्यंतची शिल्पं त्यांनीच तोडलीत. आणि अजून फोडण्याची त्यांची कल्पना आहे. तशी कल्पना केलेली आहे त्यांनी, कारण त्यांच्या परिकल्पनेला कोणीही अटकाव करत नाही. माणसं त्यांना भितात. इस्लाम धर्माच्या नावावर देशभरात ते मनाला येईल तशी मनमानी करू शकतात.

आता ते बांगलादेशाच्या सुप्रीम कोर्टाच्या प्रांगणातल्या न्यायाचं प्रतीक असलेल्या शिल्पाकडे वळलेत. ती एका ग्रीक देवीची मूर्ती आहे. मूर्ती इस्लाममध्ये निषिद्ध, त्यामुळे ती मुसलमानांच्या देशात ठेवून चालणार नाही, अशी त्याची मागणी, म्हणणं आहे. मागणी मान्य न केल्यास ते म्हणे देशाचा सर्वनाश करणार. सर्वनाश करायला काही बाकी ठेवलंय का? या अन्याय करणाऱ्यांना सरकार नेहमी, सदासर्वदा क्षमा करून टाकतं. इस्लामच्या नावावर जे जे अन्याय हे अन्यायकारी करतात त्याबद्दल त्यांच्या बाबतीत कधीही न्यायनिवाडा झालाय असं मी तर कधी ऐकलेलं नाही.

बांगलादेश हा तिसऱ्या विश्वातला/ नवीन जन्मलेल्या देशातला एक अत्यंत दरिद्री देश आहे. या देशातले लोक पोट भरण्यासाठी/ रोजीरोटी मिळवण्यासाठी मध्यपूर्वेत जातात आणि अरबी मुसलमानांकडून भिकारडे... म्हणून शिव्या खातात आणि खूनखराबी करून शिरच्छेदाची शिक्षा त्यांना मिळते. बांगलादेशातले लोक, ग्रीस, इटली, स्पेन, फ्रान्स, जर्मनी, स्वित्झर्लंड, स्वीडन, नॉर्वेसारख्या सभ्य/ सुसंस्कृत देशात जाऊन राहण्याची स्वप्नं पाहतात. जे जातात त्यांपैकी बहुतेक जण जबर जादा पैसे देऊन केलेला पासपोर्ट घेऊन त्या साऱ्या देशात शिरून, त्या देशातल्या सोयीसुविधा मिळण्यासाठी किंवा घेण्यासाठी एकही खोटेपणा मिथ्याचार नाही जो ते करत नाहीत. सभ्यता नाही, संस्कृती नाही– असे एकगठ्ठा लोक

ओरडा, चीत्कार करतायत, न्यायाच्या प्रतीकाविरुद्ध, ग्रीक शिल्पाविरुद्ध. हे न्यायाचं प्रतीक जगातल्या सर्व सभ्य देशातच न्यायालयाच्या आत-बाहेर शोभून दिसतं. न्यायालयाला आंतरराष्ट्रीय मानमर्यादा देतं हे प्रतीक. बांगलादेशातले संकुचित कूपमंडूक वृत्तीचे लोक समजतात की त्यांचा देश हा अरब देशांचा एक भाग आहे. त्यांना हे समजत नाही की बांगलादेश या पृथ्वीचा एक अंश आहे. अरबी देश हे सदासर्वदा फार असभ्य होते. आता जी काही सभ्यता त्यांच्यात आलीय किंवा ते आता जे थोडेफार सभ्य झालेत ते सभ्य देशांकडून शिकूनच झालेले आहेत. आपण परस्परांकडून शिकतो. मानवी सभ्यतेचा/ संस्कृतीचा हा नियमच आहे. या जगाला पृथ्वीवरच्या माणसांना ग्रीस देशानं बरंच काही शिकवलेलं आहे. जसे की लोकशाही आणि या लोकशाहीमुळेच अशिक्षित, असभ्य मुल्ला-मौलवी आज शिल्प फोडायची मागणी करतात/ करू शकताहेत. त्यांच्या अंगाला काहीच धक्का पोहोचत नाही त्यात. जर ग्रीसकडून शिकलेलं लोकतंत्र किंवा लोकशाही बांगलादेशानं स्वीकारली नसती, जर अरबी देशांनी अरब असभ्यता शिकवली असती तर मग बदमाशी केल्यावर सरकारी मारेकरी (जल्लाद) येऊन त्यांनी एका घावातच त्यांचं डोकं कापून रस्त्यावर फेकून दिलं असतं. बांगलादेशात लोकशाही आहे म्हणूनच त्यांना मतप्रकाशाचा, मत मांडण्याचा अधिकार आहे. ग्रीस देशापाशी तर त्यांनी कृतज्ञ असलं पाहिजे.

प्राचीन ग्रीसने सर्व जगाला बरेच काही दिले आहे. लोकशाहीची विचारधारा, तर दिलीच आहे. पहिला इतिहासवेत्ता 'हिरोडोट्स' दिलाय. हिरोडोट्सने पृथ्वीवरच्या लोकांना इतिहास लिहायला शिकवलाय. ग्रीसने आपल्याला पहिला गणितज्ज्ञ दिलाय. थालिस, पायथागोरस पहिला तत्त्वज्ञ/ दार्शनिक दिलाय. सॉक्रेटिस, प्लेटो, ॲरिस्टॉटल. पहिला रोगचिकित्सा तज्ज्ञ– हिपोक्रेट दिलाय. न्यायालयातील सुनावणी दिलीय. पहिलं थिएटर दिलंय, ऑलिम्पिक खेळ दिलेत. मेकॅनिकल ऑडिओमीटर दिलाय. स्थापत्य दिलंय. ग्रीक पुराणातल्या गोष्टी दिल्यात. अजून कितीतरी दिलंय.

मानवाधिकार, स्त्रीचा अधिकार, शिशू/ बाल अधिकार, श्रमिकांचे अधिकार, शब्दांत बोलण्याचा अधिकार, स्वतःचं मत उघडपणे मांडण्याचा अधिकार, या साऱ्या अधिकारांना प्रतिष्ठित करण्याचा उत्साह आपल्याला कोणत्याही धर्मातून मिळालेला नाही, तर शिक्षित, सचेतन/ सजग जागृत माणसांच्या सभ्यतेतून– संस्कृतीतून तो आपल्याला मिळालाय. न्यायाचं शिल्प तोडून/ फोडून इस्लामचा सन्मान देऊ इच्छितात मुल्ला-मौलवी. त्यांना काय वाटतं की न्यायाशी इस्लामचा संबंध असत नाही, असू शकत नाही? ते म्हणतात इस्लाम मूर्ती मानत नाही. खरेच इस्लाम मूर्तिपूजा मानत नाही. एकेकाळी काबामध्ये देवाच्या ३६० मूर्ती इस्लामच्या नेत्यांनी फोडून फेकून दिल्या होत्या. पण थेमिस किंवा जस्टिशिया यांची तर

बांगलादेशात कोणी पूजा करत नाही. काबामध्ये चहूकडे मुसलमान फिरत असतात, काळ्या दगडाचं चुंबन घेतात. सुप्रीम कोर्टाच्या समोर असलेलं ठेवलेलं शिल्प अशाप्रकारे पायदळी करायला कोणीही सांगितलेलं नव्हतं, त्याचं चुंबन घ्यायलासुद्धा कोणी सांगितलं नव्हतं. हे शिल्प जसं उभं आहे तसंच उभं असणार आहे– हातात तराजू धरून असणार आणि डोळ्यांवर कापडाची पट्टी बांधलेली असणार. आपल्या लोकांना झुकतं माप न टाकलं जावं यासाठी, सर्वांना समानप्रकारे, समान रीतीने, समान दृष्टीने पाहण्यासाठी याहून विलक्षण सुंदर असं प्रतीक आणखी काय असू शकणार? हे प्रतीक म्हणजे सर्वोच्च न्यायालयाची उच्चतम प्रतिष्ठा, खरं सांगायचं तर अजूनच वाढली आहे.

ग्रीसच्या पुराणांतून आपण खूप शिकलोय. ग्रीसची चिकित्सा देवता 'एस्क्लेपिओस'– तिच्या काठीला साप वेटाळलेला आहे. रोगचिकित्सा विज्ञान समजावण्यासाठी हेच प्रतीक सर्व पृथ्वीवर वापरलं जातंय. ग्रीस हे उगमस्थान असल्यामुळे ग्रीसचं पुराण आहे. रोगचिकित्साशास्त्र अभ्यासताना मी ग्रीक पुराणही अभ्यासलं होतं. कोणाच्या शरीरात स्त्री आणि पुरुषाचं लिंग एकत्रच असेल तर त्याला 'हार्मोफ्रोडाइट' म्हणतात. ग्रीक देवता 'हारमेस' आणि देवी 'आफ्रोडाइटी' ही नामं मिसळून 'हार्मोफ्रोडाइट' असा शब्द तयार केला होता. रोगचिकित्साशास्त्रात असे बरेच शब्द आहेत, अशा साऱ्या शब्दांशी ग्रीक पुराणाचा संबंध आहे.

आताचं न्यायाचं हे शिल्प आमचं/ आपलं आहे. त्यात त्या शिल्पांना साडी नेसवून बंगाली बनवण्यात आलं आहे. बांगलादेशातली बहुसंख्य माणसं इस्लाम धर्मावर विश्वास ठेवणारी आहेत म्हणून त्याचा अस्वीकार करता येणार नाही. बांगलादेश सत्तर वर्षांपूर्वीही भारतातच होता, तर देशी मुसलमानांचे पूर्वज/पूर्वपुरुष होते हिंदू किंवा बौद्ध. बांगलादेशात इस्लाम तंत्र/ इस्लामशाही स्थित/प्रतिष्ठित झाली नाही, जे प्रतिष्ठित झालंय ती पाश्चात्त्य किंवा पश्चिमी देशांकडून आलेली लोकशाही, जी आपण मानतो किंवा ज्याला मानू इच्छितो तो पाश्चात्त्य देशातून आलेला मानवाधिकार.

मुल्ला-मौलवी तब्येत बिघडल्यावर, कुराणवाचनानं पवित्र झालेलं पाणी पिऊन अस्वास्थ्य/ दुखणं दूर करायला तयार होणार नाहीत, तसेच मंत्र-तंत्रही करणार नाहीत, तर ते आधुनिक हॉस्पिटलमध्ये दुखणं दूर करण्यासाठी/ बरं करण्यासाठी जातील. आधुनिक हॉस्पिटलमधली आधुनिक रोगचिकित्सापद्धती ही पाश्चात्त्यांकडून आलेली आहे. त्यामुळे पाश्चात्त्य सारं हटवून टाकलं तर आपलं असं काहीच राहत नाही. न्यायनिवाडा म्हणूनही काही राहत नाही. सौदी अरबमध्ये इस्लामी कायद्यानुसार निकाल होतो. इस्लामी कायदा आल्यास हे मुल्ला-मौलवी यांच्यापैकी बऱ्याच जणांना शिरच्छेदाचीच शिक्षा होईल. लोकशाहीच्या नावावर

मनाला येईल तसं करून कसे तरी पल्याड जातायत/ तरून जातायत. मुस्लीम देश इजिप्त इथली इस्लामपूर्व काळातली सर्व शिल्पं, इंडोनेशियातली सर्व हिंदू देव-देवतांची शिल्पं/ मूर्ती हे सारं जर बाजूला सारलं, फेकून दिलं तर सारा इतिहासच पुसून टाकला जाईल. इस्लाम धर्मावर विश्वास ठेवायचा झाला तर इतिहास विसरायला पाहिजे किंवा इतिहासाचा स्वीकार करायचा नाही, तो मानायचाच नाही असं का? एवढी असहिष्णुता का? मुसलमानांच्या एवढ्या मोठ्या असहिष्णुतेमुळेच अवघ्या जगात मुसलमान हे आज एका आतंकी, दहशती जातीत बदललेत. स्वत:ला सहनशील, सहिष्णू करायची वेळ अजूनही संपलेली नाही.

१३३

मौलाना आबुल काशेमला पोलिसांनी पकडलं. या माणसाने म्हणे 'गुलशन कॅफे'च्या आतंकवादींच्या डोक्यात, आतंक, दहशत करण्याची कुबुद्धी दिली होती. चांगल्या चांगल्या मुलांना धर्मीय दहशतवादी बनवायचं झालं तर सर्वप्रथम जो लागतो तो धर्म. धर्म ही या मौलानांचीच देन आहे! बांगलादेशातल्या बऱ्याच मौलानांचं प्रवचन मी यू-ट्यूबवर ऐकलंय. प्रत्येक प्रवचन माणसाला नष्टचर्य बनवायसाठी, माणसाला अमानुष बनवण्यासाठी, निष्ठुर, हिंसक, अमानवी, सांप्रदायिक दहशतवादी, स्त्रीद्वेषी, बलात्कारी, खुनी होण्यासाठी, बनण्यासाठी त्या दृष्टीनं अगदी विलक्षणच! सरकारकडे मौलानांची ही प्रवचनं बंद करून टाकण्याची क्षमता नाहीये का? हे प्रवचन जर धर्मानुसारी, पवित्र असेल तर मग बलात्कार आणि खून हेही धर्मानुसारीच. दहशत ही धर्मानुसारी, स्त्री विद्वेषीविषयी तर मी अजून काही बोलत नाही, तो तर पितृसत्ताक, पुरुषप्रधान समाजाच्या आरंभापासूनच धर्मानुसारी, पवित्र आहे!

१३४

घर बदललं. काही मुलं जड जड फर्निचर खांद्यावर घेऊन उतरली. त्यांनीच ते फर्निचर पुन्हा उचलून ठेवलं. ते पाहून माझ्या मनाला खूप त्रास व्हायला लागला. कंपनीला विचारलं– "हे सगळं जड फर्निचर जिन्नस उचलायला, हलवायला तुमच्याकडे काही मशीनबिशीन नाही का? तर त्यांच्याकडे मशीन नाही. गरीब माणसं असली की मशीनची गरज पडत नाही. बैल, गाढव, घोडा, उंट, हत्ती आणि गरीब– हेच कायम भार वाहायचं काम करतात. कंपनीचे ठरलेले पैसे देऊन त्या श्रमिकांना, सात जणांना बोलावून घेऊन, कंपनीला दिलेल्या पैशापेक्षा जास्त पैसे दिले. मी मुद्दामच दिले कारण माझ्या मनात आलं की कंपनी या मजुरांना

फसवणार. त्या मजुरांना पैसे दिल्यावर मला बरं वाटलं, त्यांचे कष्ट मला पाहवत नव्हते. परंतु माझ्या तेवढ्याशा पैशानं त्यांची गरिबी काही हटणार नव्हती, संपणार नव्हती. ओझं वाहण्याच्या कामाखेरीज, दुसरं कोणतंही चांगलं काम ते करू अगर हाती घेऊ शकणार नाहीत. एखादा दुसरा दिवस कदाचित जरा बरं काही खातील. त्यानंतर मग जसं होतं तसंच. या सगळ्याचा विचार केला की मला कशाचा अंत दिसत नाही– काही चांगला शेवट सुचतच नाही. स्वत:ला मग मी अतिशय असहाय वाटते.

१३५

एकदा मी म्हणाले होते, अवघ्या उपखंडीय देशात मी पाहते, हिंदू हिंदूंची बाजू घेऊन बोलत असतात आणि मुसलमान मुसलमानांच्या बाजूने बोलत असतात. जर हिंदूंनी हिंदूंचा पक्ष, बाजू न घेता ते मुसलमानांची बाजू घेऊन बोलले, आणि मुसलमान, मुसलमानांच्या बाजूने न बोलता हिंदूंच्या बाजूने बोलले तर किती चांगलं होईल ना! पण अशा घटना खूपच कमी घडतात.

नूरित पेलेड– एनहानान– असा एक यहुदी– ज्यू. जेरुसलेमच्या हिब्रू विश्वविद्यालयात/ विद्यापीठात भाषा आणि शिक्षण विभागाचा प्राध्यापक. माझ्याप्रमाणेच, त्यांना युरोपीय संसदेकडून मुक्त पुरोगामी विचारधारेसाठी ‘साखारभ’ पुरस्कार मिळालाय. नूरित पेलेडबरोबर दीर्घकाळ युरोपीय संसदेत बसून माझं बोलणं झालंय. त्या जेव्हा त्यांच्या संघर्षाची गोष्ट सांगत होत्या तेव्हा ते ऐकून मी तर आर्श्चयाने थक्क होऊन गेले होते. नूरितची १३ वर्षांची मुलगी ‘स्मादार’ १९९७ साली, फिलिस्तिनींच्या आत्मघाती बॉम्बस्फोटात जेरूसलेमच्या रस्त्यात मारली गेली. नूरित या इस्त्रायली असून यहुदी/ ज्यू असूनही स्वत:च्या मुलीचा प्राण घेणाऱ्या/ घात करणाऱ्या फिलिपिन्स लोकांसाठी लढल्या. फिलिपिन्स लोकांच्या मानवाधिकार रक्षणासाठी त्यांनी झोकून दिले. नूरित ही एक यहुदी/ ज्यू जातीयवादी परिवारातली मुलगी. तिच्या आजोबांनी इस्त्राईलच्या स्वातंत्र्य घोषणेत भाग घेतला होता.

(जातीयवादी - Nationalism राष्ट्रवाद मानणारे) तिचे वडील ‘माटिनियाहू पेलेड’ हे इस्त्राईलचे मेजर जनरल होते. पण नूरित मात्र फिलिस्तिनींच्या मानवाधिकारांसाठी इस्त्राईल सरकारच्या विरुद्ध आणि कट्टर ज्यू संप्रदायाविरुद्ध लढल्या. नुरितप्रमाणे, नुरितचा भाऊ ‘मिको पेलेड’सुद्धा फिलिस्तिनींच्या मानवाधिकाराकरता लढत आहे. नुरितनी त्यांच्या Palastine in Israeli Books : ‘Ideology and Propaganda in Education’ या पुस्तकात लिहिलं आहे– इस्त्राईलमधल्या शालेय पुस्तकात अरबांसंबंधी लिहिलेलं आहे की, अरबी हे ‘वर्णवादी’ आहेत. शिवाय लिहिलंय

अरबी हे मुळात शरणार्थी, दहशती, आतंकी असून ते पुरातन काळातले शेतकरी आहेत. म्हणजे अति अतिप्राचीन काळातले शेतकरी आहेत. बरेच जण अर्थातच नुरितचं हे म्हणणं मान्य करत नाहीत. ते म्हणतात नुरित या जाणूनबुजूनच इस्त्राईलच्या विरुद्ध असे विखारी उद्‌गार काढतात. शाळेच्या पाठ्यपुस्तकात अरबांविषयी जे लिहिलंय ते वाईट नाहीये, जर काही वाईट, अनवधानाने कुठे लिहिलं असेल तर तेच मोठं करून लोकांना दाखवणं यामागील हेतू मात्र नक्कीच वाईट आहे. इस्त्रायली लेखक 'एबी इयेहोशुआ' यांनी म्हटलं होतं की अरबी आणि यहुदी/ ज्यू यांच्यामधील सांस्कृतिक दूरत्व इतकं मोठं आहे की ते कधीही एकत्र राहू शकणार नाहीत. नुरित यांना ही गोष्ट मान्यच नाही. युरोपीय संसदेत नुरित यांनी दिलेलं भाषण मी ऐकलंय, इस्त्राईलच्या तुरुंगात फिलीस्तिनी कैद्यांचा किती मोठ्या प्रमाणात छळ करतात/ केला जातो... त्याचं वर्णन केलंय. यासाठी प्रतिकाराची अपेक्षा केलीय. इस्त्रायली असभ्यपणाविरुद्ध, रानटीपणाविरुद्ध सगळ्यांनी दंड थोपटून उभं राहायला पाहिजे असं म्हणाल्या. नूरितशी मी बोलले की, ''फिलिस्तिनी आत्मघाती हल्ल्यात तुमची मुलगी मारली गेली, तरीही तुम्ही त्यानंतरही फिलिस्तिनींच्या मानवाधिकारासाठी रात्रंदिवस कष्ट करताय तेही इस्त्रायली शासनकर्त्यांच्या असभ्य, रानटीपणाविरुद्ध तुमचा लढा चाललाय. सर्वजण जर स्वत:साठी करतात, तुम्ही दुसऱ्यांसाठी करताहात. तुम्हाला प्रणाम.'' यावर नूरित प्रेमानं म्हणाल्या– ''बहुसंख्य असलेल्या संप्रदायातली असूनही अल्पसंख्याकांच्या बाजूने तर तूसुद्धा उभी आहेस. तूसुद्धा 'लज्जा' नावाचं पुस्तक लिहिलंयस. वस्तुत: आपण दोघी एकच काम करतोय. असं काम जे या पृथ्वीला सभ्य माणसांना राहण्यास योग्य अशी करण्यासाठी गरजेचं, जरुरीचं आहे.''

काही दिवसांपूर्वी भारतातली 'गुरमेहेर कौर' नावाची २० वर्षीय एक मुलगी– तिचा एक व्हिडीओ सोशल मीडियावर आला. आता हा विषय धरून भारत प्रक्षुब्ध झालाय, तिथे खळबळ माजलीय. मुलीचे वडील मानदिप सिंग १९९९ साली काश्मीरच्या मिलिटरी कॅम्पमध्ये पाकिस्तानी आतंकवादी हल्ल्यात मारले गेले. गुरमेहेर त्या वेळी २ वर्षांची होती. गुरमेहेर म्हणाली, की तिच्या बाबाला पाकिस्तानने नाही मारलं, मारलंय युद्धानं. पुढे तिनं म्हटलंय, की जर भारत-पाकिस्तानमध्ये युद्धच झालं नसतं तर तिच्या बाबाला मरावं लागलं नसतं. गुरमेहेरला युद्ध नको आहे, शांती हवी आहे. पाकिस्तान आणि भारत यांच्यामध्ये जे काही भांडण, कलह आहे ते सगळं संपून जाऊ दे, शांती येऊ दे. शांती प्रस्थापित व्हावी असं सारं बोलल्यावर गुरमेहेरला तिच्या कॉलेजमधल्या कट्टर जातीयवादी विद्यार्थ्यांकडून नको नको त्या शिव्या तर मिळाल्याच त्याखेरीज बलात्काराची धमकीही मिळाली. सर्वांना असं वाटलं होतं की गुरमेहेर आता कट्टर पाकिस्तानविरोधी अशी एक मुलगी

होईल. पाकिस्तानचा तिरस्कार करेल. पण उलट ही मुलगी अतिशय उदार आणि सहिष्णू झालीय. ज्या पाकिस्तानने आतंकी, दहशती पाठवून तिच्या बाबाची हत्या केली त्या पाकिस्तानविरुद्ध तिच्या मनात काही प्रक्षोभ नाही.

हत्या झाली तर त्याचा बदला-सूड सर्वांनाच घ्यायचा असतो. बदला-सूड घेण्यासाठी चहूकडून दबाव येतो. समाजात हिंसा, तिरस्कार, घृणा हे सारं खूप सहज आणि स्वाभाविकपणे असतं, बदला किंवा सूड न घेता, घृणा, द्वेष न पसरवता, हिंसेनं उन्मत्त न होता कोणी जर सभ्य, सुसंस्कृत उपायांनी समस्येवर तोडगा काढण्यासाठी उपाय करण्यासाठी काही बोललं, जर शांतीच्या चार गोष्टी बोलल्या, जर सहनशीलता आणि सहृदयतेविषयी बोललं तर उलट त्या माणसालाच राष्ट्रद्वेषी, देशद्रोही असं संबोधण्यात येतं. गुरमेहेरलासुद्धा भारतविरोधी म्हटलं जातं, नूरितलाही देशद्रोही म्हटलं जातं, मला तर म्हणतातच. देशाचं जे भलं करू पाहतात त्यांनाच देशद्रोही म्हणून त्यांचाच धिक्कार केला जातो. तेच लोक धिक्कार करतात जे आघात, प्रत्याघात, हाणामारी यावर विश्वास ठेवतात, जे रक्तपात आणि मृत्यूवर विश्वास ठेवतात.

मला किती 'खडबडीत, खड्ड्याच्या मार्गावरून चालवं लागतं. कितीक गोष्टींपासून मला वंचित व्हावं लागतं. पण त्यानंतरही आम्ही जिथे आहोत तिथेच राहणार असं ठरवलंय. घृणा ही कधीही कोणत्याही समस्येचा उपाय असू शकत नाही. प्रेमच देऊ शकतं मुक्ती आणि औदार्य, उदारताच आणू शकते शांती.'

१३६

जगात साधारण सात हजार भाषा आहेत. त्यातल्या अर्ध्या तर मरून जाणार.

दर दोन आठवड्यांनी एका भाषेचा मृत्यू होतोय. बांगला भाषेचाही मृत्यू होणार. अंगबळावर भाषेला टिकवून ठेवता येत नाही. भाषेला प्रेमानं टिकवून ठेवता येतं. बांगला भाषेला प्रेमानं टिकवण्यासाठी खूप काही बंगाली (भाषाप्रेमी) उरलेले नाहीत. ज्या बंगाली माणसांना बोलण्यासाठी बांगलाखेरीज दुसरी कोणतीच भाषा ज्ञात नाही असेच बंगाली, त्यांना बांगला भाषा बोलणं भाग पडतं. म्हणून ते बोलतात. भाषेला विकृत करण्याचा प्रयत्न खूप पूर्वीपासूनचच चालू आहे. बरेच बंगाली आहेत, त्यांना चांगली इंग्रजी येत असल्यामुळे इंग्रजीच बोलतात. हिंदी, उर्दू, अरबी या चांगल्या आल्या तर त्या भाषा बोलतील पण बांगला बोलणार नाहीत. बरेच बंगाली मी पाहिलेत, इंग्रजी फारसं येत नसतानाही साहेबी थाट दाखवण्यासाठी इंग्रजी बोलतात. अरबी भाषा फारशी येत नसतानासुद्धा स्वत:ला इस्लाम विशेषज्ञ म्हणून मिरवण्यासाठी अरबी बोलतात. बांगला भाषेवर खऱ्या

अर्थानं कितीजण प्रेम करतात? इंग्रजी माध्यमातून शिकलेली शहरातली मुलं मुली शक्यतो त्यांना बंगालीत बोलायची इच्छा नसते. आणि हेच जर देशाचं भविष्य आहेत, असतील तर बांगला भाषेचं भवितव्य ठाकठीक आहे का याचा अंदाज नक्कीच करू शकतो आपण.

भाषेत परिवर्तन बदल हे सतत होत असतात. २०१७ साली प्रकाशित झालेल्या कादंबरीची भाषा आणि १८५८ साली प्रकाशित झालेली 'प्यारीच्याँद मित्र'ची 'आलालेर घरेर दुलाल' या कादंबरीची भाषा, या दोहोत खूपच फरक आहे. परिवर्तन, बदल होत अखेर बांगला कुठे जाऊन पोहोचणार आहे, मला कळत नाही. पण बांगला भाषेत नाना भाषांमधून शब्द आलेले आहेत. काही शब्द स्वयं:स्फूर्तपणे आलेत, तर काही शब्द मुद्दाम ग्रहण केलेले आहेत. जोर करून मुद्दाम आणलेल्या शब्दांमुळे जरा अंगावर रोमांच येतात. केव्हातरी आणि भाषा ही थोडी जाड्यतापूर्ण होते पण अखेरीस भाषेला काय लाभ होतो त्यापासून हा खरं तर विचार करण्याचा विषय आहे. भाषा क्रमश: हडकुळी होतेय, भाषेच्या अंगावर तऱ्हतऱ्हेचे अलंकार चढवले जातायत. बांगला भाषेची वैज्ञानिक पारिभाषिक अवस्था पाहता डोळ्यात पाणी येतं. प्रत्येक परिशब्दाची रचना/ घडण योग्यप्रकारे होतेय का? एकेकाळी रवींद्रनाथ ठाकूरांनी वैज्ञानिक पारिभाषिक शब्द तयार केलेले आहेत.

अभियोजन (Adaptation) प्रजनन तत्त्व, आंगिक (Technique) हे सगळे रवींद्रनाथांनी तयार केलेल शब्द. रवींद्रनाथ म्हणाले हाते, "विज्ञानाच्या पूर्णस्वरूपी शिक्षणासाठी परिभाषा किंवा पारिभाषिक शब्दांची गरज आहे. पण पारिभाषिक (शब्द) हे चर्व्य म्हणजे चावून पचवण्याच्या जातीतले पदार्थ, दात आल्यावरचे पथ्य आहे. ही गोष्ट ध्यानात ठेवून, लक्षात घेऊन, शक्य झालं तितकी परिभाषा टाळून सहज सोप्या भाषेकडे मी लक्ष दिलेलं आहे." सहज, सोप्या भाषेत लिहीत असताना, पुष्कळ सोपी सहज अशी परिभाषा त्यांनी निर्माण केलेली होती, जसे 'लाल उजानि आलो' (Infra red light), 'बेगनी पारेर आलो' (ultra violet light), गहिका (asteroid), 'आंगारिक गॅस' (कार्बन डाय ऑक्साईड). त्यांनी बनवलेले पारिभाषिक प्रतिशब्द प्रचलित झाले नाहीत, भाषेत रुळले नाहीत. बऱ्याच परदेशी/ विदेशी वैज्ञानिक शब्दाचं त्या काळातच रवींद्रनाथांनी ग्रहण केलं होतं, बांगला भाषेत ते स्वीकारले होते. जसे हायड्रोजन, नायट्रोजन, ऑक्सिजन, प्रोटॉन, न्यूट्रॉन, पॉझिटिव्ह, निगेटिव्ह इ. आजकाल टेक्नॉलॉजीशी संबंधित इंग्रजी शब्दांना बांगला भाषेतला प्रतिशब्द कोणी कवी किंवा लेखक साहित्यिक तयार करण्याचा प्रयत्न करताना दिसतात असं वाटत नाही. समजा केलाच तयार तरीही मुळात त्याचा वापर, प्रयोग करू जाईल असं मला वाटत नाही. शुद्ध बांगला भाषेत बोलतात आया, आज्या नि मावश्या. 'हायटेक' जीवन त्यांना नसलं तरी चालतं.

ज्याचं हायटेक आयुष्य, ते एक बंगाली वाक्य बोलले तर त्यातल्या दहा शब्दांपैकी पाच शब्द असतात इंगजी. त्यांना पारिभाषा किंवा परिभाषिक शब्द पसंत पडत नाहीत.

अंजन बंद्योपाध्याय यांनी छान लिहिलंय– ते म्हणतात– बांगलाभाषेला मात्र आपण केवळ अंदरमहलातली– माजघरातली भाषा करून टाकली आतापावेतो. कामात, कार्यकारी जगाची भाषा किंवा मोठ्या सभाचर्चासाठीची भाषा या हिशेबाने तिचं वहन किंवा वापर करण्याचा प्रयत्नही केला नाही. थोडासा घरगुती वार्तालाप, ओसरीवरील गप्पांचा अड्डा, जरासं प्रेम, जरासा शाब्दिक वादविवाद, थोडा बालिशपणा, थोडी थट्टामस्करी, या सर्वांच्या बाहेर बांगला भाषेला, तशी उन्नत प्रकारची भूमिका घेऊच दिली नाही. बांगला माध्यमाच्या शाळांच्या पाठ्यक्रमात, गोष्टी-गाणी-विनोद-मनोरंजन या क्षेत्रात बांगला भाषा आपण ठीक/ नीट ठेवली आहे. शाबूत आहे खरी. पण एवढाच व्यावहारिक परिसर भाषेचा वांछित, अपेक्षित विकास होण्यासाठी पुरेसा नाही. तशा उच्च विकासासाठी, जीवनातील गूढतर आणि महत्त्वाच्या गुरूतर क्षेत्रांतसुद्धा बांगला भाषेचा वापर किंवा व्यवहार सुनिश्चित करणं गरजेचं आहे, जरुरीचं आहे– यासाठी आपण प्रयत्न केले नाहीत. बांगला भाषेला आपण परसदारातलं तळं करून ठेवलंय, जिथे फक्त भांडी धुतली जातात. बांगला भाषेला महासागर होऊ दिलं नाही, असा जलभाग ज्याच्यावर वाणिज्य नौका सोडून आपण विश्वविजय करू शकतो. पण वाणिज्यासाठी आपण निवडून घेतला उधारीचा जलभाग (इंग्रजी भाषा).

भाषा ही क्रमश: बदलत राहते, म्हणजेच ती परिवर्तनशील आहे. क्रमाक्रमानं विकसन पावणारी– विकसनशील आहे; संस्कृतीचा इतिहास याला साक्षी आहे. कोणतीही भाषा, आजपावेतो पूर्णत्वासह, पूर्णत्व घेऊन जन्मलेली, निर्माण झालेली नाही. देवाणघेवाण, आदान-प्रदान, साद-प्रतिसाद, वाद-विवाद या गोष्टींनीच भाषेचा विकास होतो. भाषेचा शब्दकोष वाढतो, भाषा बलवान होते. भाषा प्रसारित होते. परंतु बांगला भाषेला माजघरात काखोटीला मारून ठेवली आणि वादविवाद-साद, प्रतिसाद यांपासून भाषेला वंचित ठेवलं आपण. दरिद्री माणसाच्या भाषांची अशी अवस्था होते. राजकारणात, शिक्षण क्षेत्रात शिक्षणात, साहित्यात, संस्कृतीत, वाणिज्य व्यवसायात बांगला भाषा मागेच पडलेली आहे आणि म्हणून बाहेरच्या दुनियेत बांगला भाषेची काही किंमत राहिली नाही, तिला काही मूल्य नाही. एकेकाळी माणूस इंग्रजी, फ्रेंच शिकला, कारण ती भाषा इथे वसाहत करून राहिलेल्या मालकाची भाषा होती. पोर्तुगीज, स्पॅनिश, डच या भाषा वाणिज्य व्यवसायाच्या निमित्ताने लोक शिकत असत. दुबळ्यांची आणि दरिद्री लोकांची भाषा कोणालाही शिकाविशी वाटत नाही. बांगला भाषा शिकून नोकरी मिळत नाही.

म्हणून बंगालीच बांगला भाषा शिकत नाहीत, मग तिथे परदेशी लोक का बरं शिकतील बांगला भाषा?

आशियातली कोणती भाषा शिकण्याकडे माणसाचा आग्रह, ओढ दिसून येते तर ती जपानी किंवा चिनी.

(भाषेविषयी) दु:ख करणं म्हणजे वेळ वाया घालवणं आहे. इतर गोष्टींप्रमाणे बांगला भाषासुद्धा स्वत:होऊन स्वत:सारखी जिवंत राहील, स्वत:ला बचावेल. पूर्ण प्रेमाने, अंत:करणापासून तिचा वापर, तिचं उच्चारणं जितकं (जास्त) आपण करू तितकी तशी तशी भाषा जिवंत राहील, प्राणवान होईल. तिला जितकं दूर कराल तितकी ती दूर जाईल. खरी गोष्ट सांगायची तर बांगला भाषा टिकून राहायला, टिकवून ठेवायला, वाचायला, परदेशी लोकांनी बांगला भाषा जाणण्याचं, समजण्याचं, शिकण्याचं काही प्रयोजनच नाही, बंगाली माणसानेच बंगाली जाणली पाहिजे, शिकली पाहिजे आणि तरच ती टिकेल. टिकून राहील. आणि असं जर नाही झालं तर त्याचा परिणाम आपल्याला माहीतच आहे– मृत्यू! मरण पावली तरी सहज नाही मरणार– दीर्घकाळ लागेल! जगातली सातवी बृहत्तम भाषा– ७व्या क्रमांकावरची महत्तम भाषा आहे बांगला भाषा. एकवीस कोटी माणसं या भाषेत बोलतात. एकवीस कोटी माणसांच्या तोंडची भाषा झटक्यात, वेगानं काढून घेणारा असा मोठा स्वैराचारी अजूनपर्यंत तरी कुठे जन्माला आलेला नाही. पण हेही बरोबर आहे, खरे आहे की जगामध्ये हे बंगाली लोकच त्यांच्या भाषेवर प्राणापेक्षा जास्त प्रेम करतात आणि हेही खरं की, हेच बंगाली लोक त्यांच्या भाषेची प्राणपणाने घृणा करतात. बंगाल्यांनीच या भाषेला वाचवलंय, बंगालीच या भाषेला मारतील. आणि या कामासाठी बाहेरून आलेल्या कोण्या आततायींची गरज पडणार नाही.

१३७

बऱ्याच लोकांना वाटतं की मी 'पॉर्न' लिहिते. पॉर्न नसूनही मी पॉर्न! परंतु आजपर्यंत नाही पॉर्न, सेमिपॉर्नही नाही, एक चतुर्थांशसुद्धा पॉर्न मी लिहू शकलेली नाही. काही दिवसांपूर्वी शृंगारिक गोष्टींचा संग्रह निघाला. त्यामध्ये माझी एक गोष्ट मिळण्यासाठी संपादक महिनोन्महिने वाट पाहत होते. शेवटी 'सेक्स बॉय' नावाची एक गोष्ट मी दिली. संपादक म्हणाले ही काही शृंगारिक कथा नाही. ही पूर्णत: प्रेमकथा आहे. एक शृंगारिक गोष्ट लिहून द्या. मी सांगून टाकलं– "याहून मोठी शृंगारिक कथा मी नाही लिहू शकत." संपादक म्हणाले– "माझी कथा शृंगारिकपणाच्या जवळपासचीसुद्धा नाहीये. त्यामुळे ती संग्रहात घेऊ शकत नाही." पण शेवटच्या क्षणी काय झालं माहीत नाही, पण माझी तीच गोष्ट शृंगारिक कथांच्या संग्रहासाठीच त्यांनी घेतली.

त्या पुस्तकाचा आणि सर्व कथांपेक्षा माझ्या कथेचाच त्यांनी खूप प्रचार केला. वाचकांनी माझी कथा वाचली खरी, पण ते समजले, ही गोष्ट काहीही असो पण शृंगारिक- इरॉटिक नाही.

हे सगळं पाहून, ऐकून शृंगारिक कथा लिहिण्याची इच्छा होतेय. एक पुस्तक शृंगारकथांचं. कायमच असल्या कथा पुरुष कथाकारच लिहीत आलेत आणि त्यांची वाहवाही झालीय. आम्हाला तर शृंगारिक काहीही लिहिण्यावर बंदी, मनाई. आमच्यासाठी हे सारे निषिद्ध विषय. ही बंदी, मनाई, निषेधाची आज्ञा उडवून लावायला हवी.

१३८

भारतातले कट्टर हिंदू ट्रम्पला डोळे, कान बंद करून पाठिंबा दर्शवतात, त्याचं समर्थन करतात. ट्विटरवर जेव्हा केव्हा मी ट्रम्पवर टीका केलेली आहे तेव्हा ट्रम्पसमर्थक अशा एका हिंदू गटाने मला वाट्टेल त्या भाषेत शिवीगाळ केलीय. ट्रम्प गरीबविरोधी, अपंगविरोधी, काळे/ कृष्णवर्ण विरोधी, बदामीविरोधी, पिवळेविरोधी, स्त्रीविरोधी, शरणार्थीविरोधी– इतकं होऊनही ते (हिंदू) ट्रम्पला पसंती दर्शवतात, आणि या पसंतीचं एकच कारण म्हणजे ट्रम्प मुस्लीमविरोधी. मुसलमान हे ज्यांच्या डोळ्यातलं कुसळ अशांच्या मतांवरच ट्रम्प जिंकून आलाय. ट्रम्प केव्हा मुस्लिमांना धरून पकडून शिक्षा करणार याची वाट पाहतायत ट्रम्पचे भक्त. पण ट्रम्पच्या भक्तगणांनी किती मुस्लिमांना आतापर्यंत मारलंय, खून केलेत मला माहीत नाही, पण एका भारतीय हिंदूचा खून मात्र केलाय. 'श्रीनिवास कुचिभोटला.' अलोक मादासानिलासुद्धा गोळी मारली होती. मादासानिला गोळी लागली पण नशिबानं वाचलेत. खुन्याचं नाव 'आदम पिउरिंटन' 'ऑस्टिन्स बार अॅन्ड ग्रिल' नावाच्या एका बार-कम-रेस्टॉरंटमध्ये बसून आदम त्यांना म्हणत होता, अमेरिका त्यांचा देश नाही, त्यांनी अमेरिकेचा निरोप घ्यावा– तिथून निघून जावं. आदम जेव्हा टोकाचा असहिष्णु झाला. तेव्हा त्याला रेस्टॉरंटमधून बाहेर हाकलण्यात आलं होतं. पण बंदूक घेऊन, परत येऊन त्यानं भारतीय हिंदूंवर गोळ्या झाडल्या. या घटनेनंतर अमेरिकेत राहणारे हिंदू– त्यांना असुरक्षिततेच्या भावनेची जाणीव होऊन भय वाटू लागलं. ट्रम्पनी निवडणुकीत जिंकल्यानंतर ज्याप्रकारे अमेरिकेत राहाणाऱ्या मुस्लिमांना असुरक्षितेची भावना त्रास देऊ लागली, बरोबर तसाच त्रास हिंदूंना आता होतोय. अमेरिकेतले बदामी रंगाचे/ काळे हिंदू आता अंदाज करू शकतात की त्यांच्या चेहेऱ्यात आणि बदामी/ काळ्या मुस्लिमांच्या चेहेऱ्यात फरक नाही, आणि जरी असला फरक तरीसुद्धा अमेरिकेतल्या पांढऱ्या/गोऱ्या ख्रिश्चनांना सर्वांना समजणं

शक्य नाही. त्यांना तर मुसलमानांचा फेटा आणि शिखांचा फेटा यातलाही फरक कळत नाही. ९/११ नंतर कितीक शिखांना मुसलमान समजून त्यांनी त्यांचे खून केलेत त्याचा काही हिशेब आहे का? मुस्लिमविरोधी हिंदूंना ट्रम्प त्यांचा मित्र, ट्रम्प मुसलमानविरोधी आहे असं जर वाटत असेल तर ती त्यांची धारणा चुकीची आहे. ट्रम्प त्यांचा मित्र होऊ शकत नाही. कारण ट्रम्प काळे-पिवळे यांच्या विरोधात असलेला माणूस आहे. ट्रम्प हा वर्ण मानणारा, वर्णवादी आहे. पांढऱ्या किंवा गोऱ्यांचं वर्चस्व, स्वामित्व ट्रम्पला पसंत आहे. धनवानांचं प्रभुत्व पसंत आहे. ट्रम्प स्त्रीस्वातंत्र्याचा विरोधक आहे. अपंगाचा विरोधक, ट्रम्प मानवतेच्याच विरोधात आहे. वरवरचं मैत्र दाखवलं हिंदूंबरोबर तरी ट्रम्प हा मुळात त्यांचा अस्सल शत्रू आहे. मित्र नाही. एकजण वर्णवादी गोरा/ पांढरा, कोणाही बदामी/ काळ्या लोकांचा मित्र होऊ शकत नाही, 'बदामी' लोक अमुस्लीम असले तरीही नाही. मेक्सिकन तर अमुस्लीम आहेत, त्यांचा ट्रम्प मित्र होऊ शकला नाही. युनायटेड स्टेट्सबरोबर मेक्सिकोचा आतापर्यंतचा जो मैत्रीपूर्ण संपर्क आहे, तो नष्ट करण्यासाठी जे काही करायला पाहिजे ते सारं काही ट्रम्पनं केलंय. ट्रम्पपंथीय, अगदी वेचून-वेचून केवळ मुस्लीम रहिवाशांची हानी, नुकसान करतील. पण इतर रहिवाशांची हानी करणार नाहीत असं होत नाही. कठोर अशा इमिग्रेशन तत्त्वप्रणालीनुसार फक्त मुस्लिमांना झळ पोहोचणार नाही, तर अमुस्लिमांनाही झळ पोहोचेल. आणि तसंच घडतंयसुद्धा U.S.मध्ये, ट्रम्प जिंकल्यावर दहा दिवसांतच माणसांच्या बाबतीत तिरस्करणीय, घृण्य असे अपराध प्रचंड प्रमाणात वाढलेत. ज्या गुन्ह्यांची संख्या दिवसात १ पासून ९ पर्यंत असायची ती ट्रम्प जिंकल्यावर दुसऱ्याच दिवशी २०० आणि बाकी ९ दिवसात ट्रम्प जिंकल्यावर न्यू यॉर्कमध्ये ८६७ झाली. अपराधांची संख्या ११५ पट वाढलीय.

२०१५ सालापासून २०१७ सालापर्यंत अमेरिकेतल्या मुस्लीमद्वेष्ट्या गटाची संख्या तिप्पट वाढलीय. २०१५ साली मुस्लिमविरोधात घडलेले अपराध हे ६७ टक्के वाढलेत. अमेरिकेकडून होणाऱ्या मुस्लीम विद्वेषानं कारण शोधलं असता– जे मुळात सापडतं ते म्हणजे अमेरिकेच्या भूमीवर घडलेलीं दहशतवादींची दहशत.

ट्रम्पची मुलगी इव्हान्का ट्रम्प आणि तिचा नवरा जावेद कुशनार दोघेही ज्यू. जावेदशी लग्न करतेवेळी इव्हान्कानं यहुदी/ ज्यू धर्म स्वीकारला. ट्रम्प स्वत: इस्राईल पंथी. परंतु निवडणुकानंतर ट्रम्पसमर्थक वर्णवादींनी ज्यांच्यावर हल्ले केले त्यापैकी प्राय: अर्धे होते ज्यू/ यहुदी. कोणीतरी एकजण म्हणालाय ना, की घृणा ही गोष्ट खरंतर ज्यांची घृणा केली गेलीय त्यांचं जेवढं नुकसान करते, त्याहून जास्त नुकसान घृणाकारींचं करते. मुस्लीमविरोधी वर्णवादी गटाची संख्या गतवर्षी खूप वाढलीय. आणि ती वाढलीय म्हणूनच ट्रम्पसारखा एकजण अराजकारणी,

रिअल इस्टेट व्यवसायी प्रेसिडेंट होऊ शकलाय. ना ज्यू, ना हिंदू, ना बौद्ध, ना शीख कोणावरच ट्रम्पकडून उपकार होणार नाहीत. यापैकी कोणाचाही काही फायदा, लाभ होणार नाही. ट्रम्पमुळे मुस्लिमांचं कदाचित जास्त नुकसान होईल. पण (म्हणून) अमुस्लिमांना काहीही लाभ होणार नाही. ज्या माणसाचा मानवाधिकारावर विश्वास, श्रद्धा नाही, स्त्रियांचा असन्मान, अपमान करायला ज्याला काहीच वाटत नाही, असा माणूस कोणत्याही संप्रदायासाठी कल्याणकारी असं काही आणू/ करू शकत नाही. ज्या माणसाच्या मनात स्वत:विषयीचा अहंकार ओतप्रोत भरलाय आणि इतरांविषयी घृणा, तो माणूस तुमच्या शत्रूचा शत्रू असला तरीही तुमचा मित्र होऊ शकत नाही.

१३९

बांगलादेशात दिसतं– चहूकडे पीर (धर्मगुरू), भारतात चहूकडे दिसतात 'बाबा'. बहुतेक सर्वांचेच कोणी ना कोणी 'पीर' किंवा 'बाबा' असतात. 'पीर' आणि 'बाबा' यांच्या चरणी माणसं ढिगानं पैसे ओततात. पैसे आणि अनुसरण (पीर, बाबाचं) यांच्या बदल्यात, विनिमयात पीर आणि बाबा, अल्ला आणि भगवान यांच्याकडे काही प्रयत्न, उपाय करून इहकाली आणि परकाली सुख, स्वाथ्य, आनंद, ऐशआराम, संपत्ती-वैभव यांची व्यवस्था करू शकतात अशी पीरविश्वासी/ पीर भक्तिपरायण आणि भगवंताचे भक्तगण यांचा दृढ विश्वास असतो. हा विश्वास फार भयंकर आहे. या विश्वासापोटीच माणूस पुष्कळदा सर्वहारा होऊन जातो, सर्वस्व गमावून बसतो. पण तरीही पीर किंवा बाबा यांच्यावरचं माणसाचं अवलंबित्व काही जात नाही. संपत नाही.

माझी आई नवमहलच्या एका पिराची भक्त होती. त्या पिरानं आईची पुरती मगजधुलाई केली होती. कशी ते कळत नाही! तो पीर जे सांगत असे, त्या साऱ्यावर आई विश्वास ठेवत असे. एकदा पीर म्हणाले– ते आईला आणि त्यांच्या आणखी काही भक्तांना उडत घेऊन जाणारेत मक्केला. हो उडत, आई वगैरे कार्पेटवर बसून राहणार आणि कार्पेट स्वत:च्या स्वत: उडत जाणार त्या पवित्र शहरी मक्केला. आई तर रीतसर सुटकेस आवरून वगैरे बसली होती. वास्तववादी माणूससुद्धा कसा काय एवढ्या खोट्या, अवास्तव गोष्टीवर विश्वास ठेवू शकतो मला समजतच नाही.

फक्त काय उपमहादेश? आठवते का अमेरिकेचा पीर संत जीम जोन्सची गोष्ट. १९७८ साली, गयानातील जोन्सटाउनमध्ये ९०९ जण भक्तांना त्यांनी विष खायला सांगितलं. सगळे चूपचाप विष खाऊन मरून गेले होते. फक्त तेवढंच

नाही, तर स्वत:च्या छोट्या बाळांच्या तोंडात स्वत:च्या हातानं विष घातलं होतं. विश्वास हा असाच भयंकर असतो. १९९७ सालीसुद्धा कॅलिफोर्नियामध्ये ३९ जणांनी, त्यांच्या ख्रिश्चन पीर– संताच्या (पोप) आदेशानुसार आत्महत्या केली होती. त्यांचा विश्वास होता की मेल्यानंतर लगेचच ते देवाच्या रथात बसून स्वर्गात जाणारेत.

बांगलादेशातला देवानवागी पीर आता हॉस्पिटलमध्ये आहे. जो पीर माणसांचा रोग दूर करण्यासाठी मंतरलेलं पाणी वगैरे देत असेल म्हणजे त्यामुळे कोणाला हॉस्पिटलमध्ये जायला लागू नये, तोच पीर आज हॉस्पिटलमध्ये आहे. पण त्याला असं त्याचं स्वत:च मंत्रयुक्त पाणी पिऊन निरोगी होण्याचा उपदेश, सल्ला कोणी देतंय का? पिराचं म्हणणं होतं तो नबीजीची मुलगी फातेमाचा नवरा. स्वत:ला अल्लाह रसूल ईश्वराचा प्रेषित असं ते मानत होते. देवानवागीचे भक्त त्यांनी नंतरही त्या पिराला सोडलं नाही, एकदा बसलेला हा विश्वास सहजासहजी उठत नाही. मरत नाही. विशेषत: हा विश्वास जर अलौकिक अशा कशासंबंधी असेल तर राहतोच राहतो.

भारतातल्या सत्य साईबाबांनी घोषणा केली होती, ते २०२२ साली मरणार म्हणून; परंतु ते २०११ साली मरण पावले. पण त्यामुळे त्यांचे भक्त कमी नाही झाले. सत्य साईबाबा दोन बोटांच्या फटीत राखेची छोटी गोळी लपवून ठेवून, लोकांसमक्ष, पाहा, हातात काही नाहीये, असं दाखवत. त्यानंतर मग कौशल्यानं, युक्तीनं बोटांच्या फटीतून ती राखेची गोळी बाहेर काढून अंगठ्यानं दाबून तिचं चूर्ण करून 'पवित्र रक्षा' किंवा 'विभूती' अंधविश्वासी भक्तांवर पसरून टाकत. भक्तांना विश्वास होता की त्यामुळे त्यांची सर्व दुर्दशा संपून जाणार. सत्य साईबाबाची जादू अगदीच दुबळी होती– त्यात काही दम नव्हता. डोक्यात थोडी जरी बुद्धी असली तर पकडू शकत असे की ते टॉवेलच्या आत सोन्याचं अंडं लपवून ठेवत आणि मग खोकत. खोकता खोकता जणू तोंडातून सोन्याचं अंडं बाहेर पडलंय असा अभिनय करायचे. सत्य साईबाबा समलिंगी (भोगी) होते. अगदी सुंदर सुंदर मुलांचं प्रचंड प्रमाणात लैंगिक शोषण त्यांनी केलेलं आहे. मनुष्यहत्यासुद्धा केलेली होती. इतकं होऊनसुद्धा त्यांच्या अपराधांचा न्यायनिवाडा झाला नाही. आता १२६ देशांत त्यांच्या नावे १२००० सत्य साई केंद्रे आहेत. शेकडो अपराध करूनसुद्धा पीर आणि बाबालोक सर्व तरून पार होऊन जातात. कारण त्यांच्या भक्तमंडळीत देशाचे राष्ट्रपती, मंत्री, वकील, व्यवसायी, न्यायाधीश सारे आहेत. सचिन तेंडुलकरने तर बहुधा कोटी-कोटी रुपये दान दिलेत सत्य साईबाबाला. ते मरण पावल्यांवर इतकी काही प्रचंड संपत्ती बाहेर आली यांच्या प्रासादातून. सर्व भक्तांचा पैसा, विश्वासाचा पैसा. अंधविश्वासाचा, मूर्खपणाचा. भक्तांच्या पैशात हॉस्पिटल

उभारून सत्य साईबाबानी स्वत:ची बदनामी लपवून टाकली होती. लोकांना वाटतं, हॉस्पिटल उभारून फार मोठं कार्य केलं त्यांनी.

पीर आणि बाबा हे धंदे मोठ्या जोमानं वाढताहेत. याचा अर्थ फसवणूक/ प्रतारणा वाढत चाललीय. गुजरातमधील आसाराम बापू बलात्काराचा गुन्हेगार. खून, बलात्कार आणि अवैध मार्गाने संपत्ती, संपदा आत्मसात करण्याच्या अपराधामुळे भारतात पुष्कळ साधू, संत, गुरू, बाबा आता तुरुंगात आहेत. स्वामी नित्यानंद, संत रामपाल, चंद्रास्वामी, स्वामी सदाचारी, स्वामी प्रेमानंद, श्रीमुराथ द्विवेदी असे बरेच जण जेलची हवा आणि भात खातायत. इतकं सारं होऊनसुद्धा बाबा संप्रदायाचा बाजार बिलकूल मंदीत नाहीये. धर्माला जसं धार्मिकांनी वाचवून/ बचावून ठेवलंय तसं पीर नि बाबा मंडळींना जगवलंय, वाचवून ठेवलंय त्यांच्या भक्त मंडळींनी आणि या भक्त भाविकांना वाचवून ठेवलंय देशभर पसरलेल्या अज्ञानानं आणि अविज्ञानानं.

बांगलादेशात कितीक हजार पीर. त्यांना पीर न म्हणता, प्रतारक, वंचक म्हणणंच योग्य ठरेल. 'ताईत, दगड, झाडफूक, जिन' असलं देऊन सर्व प्रकारचं दुखणं दूर करण्याची, बरं करण्याची गॅरंटी देतात ते. कित्येक लाख माणसं यांच्या प्रतारणेचे बळी/ शिकार होतात. या पीर, फकीर, साधू, संन्यासी, बाबा, मातांच्या कचाट्यातून निरीह, निरपराध माणसाचं रक्षण सरकार नाही का करू शकत? देशातलं सरकार धर्मातच जास्त डोकं घालतं. सर्वांना धर्मावर विश्वास ठेवायला सांगतं. धर्मावर विश्वास न ठेवता, धर्मावर टीका केली तर शिक्षा देतात. मुक्त विचारधारकांच्या/ मुक्तचिंतकांच्या पाठीवर चाबूक मारतात. चहूकडे मशिदी आणि मंदिरं. चहूकडे धर्माचं गुणगान. अगदी सहजगत्या माणसाचा धर्मावर विश्वास बसतो. धर्म जितका, जसा वाढतो, तितके तसे पीर, बाबाही वाढतात. मुक्त विचारांची, युक्ती-बुद्धीची कदर जिथे नाही, तिथे या प्रतारकांचं उखळ पांढरं, महाभाग्य. पीर-बाबा यांनी गाव, पेठा, शहरं नि बंदरं भरून व्यापून जातात. त्यांच्या फसवेगिरीची शिकार होत राहतात. सामान्य माणसं. उच्चशिक्षित, सक्षम, पैसेवालेसुद्धा पीरबाबा लोकांच्या पायाशी येऊन बसतात. अशा मोठ्या मोठ्या माणसांची भक्ती पाहून, पीर, बाबा मंडळींवरचा सामान्य माणसाचा विश्वास नुसता गंभीर, घट्ट नव्हे तर जास्तच घट्ट, दृढ होतो.

धर्म व्यवसायी/ धर्माचाच व्यवसाय करणाऱ्यांकडून होणाऱ्या फसवणुकीपासून माणसांना वाचवण्यासाठी/ वाचवायचं असेल तर त्यांना अपकर्म/ कुकर्माविषयी ज्ञान दिलं पाहिजे आणि हे काम सर्व स्वस्थचित्त, सजग माणसाचं आहे, मुक्तचिंतकाचं आहे. माणसांना विज्ञानमनस्क करणं ही सरकारची जबाबदारी आहे. कोणी त्यानंतरही ही अंधच राहू इच्छित असेल तेव्हा स्वत:च्या जबाबदारीवर त्यांनी अंध व्हावं.

माणसाला अंध बनायला, युक्ती-बुद्धिहीन बनायला साहाय्य करणं ही जबाबदारी सरकारची नाही.

१४०

अमेरिकेचे प्रेसिडेंट डोनाल्ड ट्रम्पनी त्यांच्या व्हाइट हाउसमधील स्त्रीकर्मचाऱ्यांना सांगितलंय, 'Dress like woman' स्त्रियांसारखा पोशाख करा. सर्व मुलींनी मुलींसारखा पोशाख घालायला पाहिजे. मुलींच्या कोणत्या पोशाखाला मुलींसारखा असं म्हणता येतं? मुली तर आकाशयात्रीचा, मिलिटरीचा, पोलिसाचा, मजूर श्रमिकांचा, पोहण्याचा, जलतरणपटूचा, कुस्तीगिराचा, फुटबॉल प्लेअरचा असे सर्व प्रकारचे पोशाख घालतात, हे सगळे तर मुलींचे पोशाख आहेत. खरं सांगायचं तर, मुलींसारखा पोशाख घालणं असं जे ट्रम्प सांगतात त्याचा अर्थ मुली जो पोशाख परिधान केल्यावर त्या भोगवस्तू वाटतात, मनाला जाणवतात, असा पोशाख घालायला सांगतात. जीन्स तर मुली घालतातच, तेव्हा ट्रम्प म्हणाले की त्यात मुली एकदम सुंदर आणि ठाकठीक दिसतात. 'मिस अमेरिका' स्पर्धेचे मालक होते ट्रम्प. कोणत्या पोशाखाला ते 'मुलीचा पोशाख' म्हणून मानतात याचा आपण अंदाज करू शकतो. पुरुषांना त्यांनी पुरुषांसारखा पोशाख घाला असं सांगितलंय का? नाही सांगितलेलं. कारण पुरुष पुरुषांसारखाच पोशाख घालतात.

'मुलींना धरायचं झालं तर त्यांचं गुप्तांग ओरखडून/ खेचून धरायचं. तसं केलं तरच तुम्ही त्यांच्याबरोबर मनाला येईल ते करू शकता.' – ट्रम्प म्हणाले होते २००५ साली. हा स्त्रीद्वेष्टा ट्रम्प आज अमेरिकेचा प्रेसिडेंट आहे. प्रेसिडेंट झाल्यावर ते अधिकच स्त्रीविद्वेषपूर्ण असं बोलत सुटलेत. स्त्री दिसायला कशी आहे यावरून ते स्त्रीला जज करतात. एकदा ते एस्केथार मॅगझिनला म्हणाले होते, "जर तुमची एखादी तरुणी आणि सुंदरी 'piece of ass' असेल, तर कोणी तुमच्याबद्दल काय लिहिलं, नाही लिहिलं– त्याला काहीच महत्त्व नाही. त्यानं तुमचं काही बिघडत नाही." जो माणूस मुलींना/ स्त्रीला डुक्कर, घाणेरडा जघन्य भयंकर वाईट प्राणी असं म्हणतो, मुलींचं गुप्तांग सोडून आणखी काहीच त्याला दिसत नाही, त्याना, ओव्हल ऑफिसमध्ये, 'हायहिल' आणि स्कर्ट छापातला पोशाख- 'मुलीचा पोशाख' घालून ओव्हल ऑफिसमध्ये इकडेतिकडे फिरावं असं का नाही वाटणार? जो माणूस १९९६ साली, अमेरिकेच्या 'मिस अमेरिका सुंदरी स्पर्धा'मध्ये बोलला होता, "बिकिनी अजूनही छोटी असायला हवी आणि हिल अजून उंच असायला हवे," त्या माणसाला, ओव्हल ऑफिसमध्येही मुली या कामोद्दीपक होऊन राहू देत असं का नाही वाटणार? सुंदरी स्पर्धेच्या दिवशी ट्रम्प म्हणाले होते– 'तुम्हाला जर

कोणी रॉकेट शास्त्रज्ञ/ सायन्टिस्ट पाहायचा असेल तर आज रात्री ट्यून करू नका, पण जर खरोखरच्या सुंदरींना पाहायचं असेल तरच ट्यून करा.' ट्रम्पनं गृहीतच धरलंय ज्या रॉकेट सायन्टिस्ट आहेत त्या सुंदरी नाहीत. ज्या मुली गुणी आहेत त्या रूपवती नाहीत. मुली म्हणजे ट्रम्पसाठी केवळ, मुख, छाती, पोट, नितंब आणि गुप्तांग. मुली म्हणजे त्याच्यासाठी फक्त नुसतं शरीर.

'रिॲलिटी टीव्ही शो' करत असत डोनाल्ड ट्रम्प. त्यांना काय व्हाइट हाउसमध्ये 'The real Housewife' नावाचा रिॲलिटी शोसारखा शो हवाय का, ज्या शोमध्ये मुली नटूनथटून शरीराचं प्रदर्शन करणारा पोशाख घालतात? तशाप्रकारच्या पोशाख मुलींना घालायची इच्छा असेल तर अवश्य त्यांनी घालावा; पण पोशाखाबद्दल कायदा कशाला असायला हवा 'व्हाइट हाउस'मध्ये? शरीर आणि पोशाख यांच्यायोगे का मापलं जावं व्हाइट हाउसमध्ये? व्हाइट हाउस काय रॅम्प आहे का जिथे सुंदरींना कंबर लचकवत चालावं लागतं? मुलींना मापायला हवं त्याच्या कामावरून, त्यांनी केलेल्या कार्यानुसार तेच उचित आहे. पुरुषांची किंमत त्यांच्या कामावरून ठरवतात, पण पुरुष जे करू शकतात, ते मुलीही करू शकतात हे सिद्ध झाल्यावरसुद्धा मुलींच्या शारीरिक सौंदर्यालाच मुलींची ओळख– एकमात्र ओळख असं या स्त्रीद्वेष्ट्या लोकांनी ठरवलंय. घरात तर आहेच, घराबाहेर मुलींची जी निष्ठा, दक्षता व साफल्य ही जणू काही हकिकत नाहीच.

हजारो मुलीं प्रतिवाद करताहेत ट्विटरवर हॅशटॅग करून टाकतायत, टाकलेत 'Dress Like a woman' स्त्रीच्या गुणांना जे तुच्छ समजतात, स्त्रीचं रूप हाच तिचा परिचय असं मानणाऱ्या पुरुषप्रधान मानसिकतेला आम्ही चांगलं ओळखतो. त्यांना सुशिक्षित करण्याचा आम्ही प्रयत्न करतो. परंतु त्यातलाच एक जण आमच्याच डोळ्यांसमोर ताकदीच्या उच्चस्थानी जाऊन, माणसांचा नाश करायला पाहतोय. बोलण्यात, बातम्यात, वागण्यात स्त्रीला भोगवस्तू म्हणून चिन्हित करतोय... अशा या वेळी प्रतिवाद न करून कसं चालेल? प्रेसिडेंट फार बलवान कोणी आहे. सर्वसामान्य माणूस हा क्षमतावान, शक्तिवान आणि धनवान अशा माणसांमुळे अत्यंत प्रभावित होतो. प्रेसिडेंट ट्रम्पचा हा आजचा स्त्रीविद्वेष लक्ष-लक्ष माणसांना स्त्रीद्वेष करायला उत्तेजित आणि उत्साहित करेल आणि समाजात स्त्रीद्वेष ही एक स्वीकारार्ह गोष्ट होऊन बसेल. मानवी सभ्यतेची नि संस्कृतीची याहून मोठी नुकसानी आणखी काय आहे!

ज्या समाजात, स्त्रीछळ, स्त्रीवर बलात्कार, स्त्रीहत्या या गोष्टींना अपराध मानलं जात नव्हतं, त्या समाजाला हळूहळू, आम्ही सभ्य करताहोत, त्या समाजात आम्ही स्त्रीचा समानाधिकार प्रतिष्ठित करतोय किंवा समानाधिकारासाठी जोरदार आंदोलन करतोय. ज्या समाजात मुलींना सतीदाहाच्या अग्नीत जळावं लागत होतं,

शाळा-कॉलेजात शिकण्याची अनुमती नव्हती, त्या समाजात मुली आता मोठमोठ्या शिक्षणवेत्त्या, मोठमोठ्या वैज्ञानिक, मोठमोठ्या रोगचिकित्सक आणि विभिन्न क्षेत्रातल्या विशेष बुद्धिवान स्त्रिया आहेत. पुरुष ज्यात आहेत, त्यातल्या कशात आज स्त्रिया नाहीत? सर्वत्र आहेत. समाज जितका पुढे गेलाय तितकंच त्याला मागे खेचणारा ट्रम्पसारखा दुसरा कोणी नाही. अमेरिकेचा प्रेसिडेंट जर स्त्रीला भोगवस्तू म्हणून पाहू जातो तर मग आम्ही तसं पाहिलं तर काय दोष त्यात, अशी आता अनेकांची मनोभावना आहे. सुबुद्धीसंपन्न माणसांनी, नारीद्वेष्ट्या ट्रम्पला सुशिक्षित करणंच योग्य होईल. मनुष्याला पैशाच्या जोरावर, अशिक्षित होऊन राहण्यात काहीच अडचण वाटत नाही, त्याला शिक्षित करायला अमेरिकेच्या अदालतीनं नक्कीच चांगली भूमिका घेतलीय. अदालतीनं एवढ्यातच ट्रम्पच्या मुस्लीमविरोधी हस्तक्षेपाला लगाम घालून खेचलंय, सात मुस्लीम देशातल्या माणसांना अमेरिकेत यायला, फिरायला मज्जाव करणारा हुकूम ट्रम्पनी जारी केला होता. त्याच्या त्या हुकमावर अदालतीनं स्थगिती आणलीय. प्रेसिडेंट झाल्यावर ट्रम्पची लोकप्रियता निम्म्याहून कमी झालीय. सर्वेक्षणात दिसून आलंय. घोर निराशेत किंचितशीच आशा!

१४१

काही काही पाहुणे शब्द, दुसऱ्या भाषेतून येऊन घरच्या बांगला शब्दाला रीतसर निरोप देतात. जसे मेनोपॉज/ रजोनिवृत्ती असा शब्द आपल्याकडे असतानासुद्धा आपण म्हणतो मेनोपॉज. मेनोपॉजबद्दल सध्या माझी उत्सुकता वाढलीय. मी मेनोपॉजच्या प्रक्रियेतून जातेय. जाणार जाणार अशी अवस्था आहे म्हणून बहुधा हे औत्सुक्य वाढलंय.

प्राणिजगतात जेवढ्या प्रजाती आहेत त्यापैकी खुनी व्हेल हा महाकाय मासा, पायलट व्हेल आणि माणूस– या तीन प्रजातींमधील मुलीला, स्त्रिला मेनोपॉज होतो. मेनोपॉज होणं म्हणजे या जन्मामधला ऋतुस्राव बंद होऊन जाणं. इतर प्रजातीचं प्रजनन मृत्यू येऊन बंदच होतं. माणूस या प्रजातीविषयी पाहा– स्त्रिया मेनोपॉज झाल्यावर दीर्घकाळ आरोग्यपूर्ण जीवन जगत असतात. जगतच असतात तर मग प्रजननकार्यात त्या भाग का घेणार नाहीत, असा प्रश्न उपस्थित केला तर सारेच बदल, उत्क्रांतीमूलक बदल हे चांगल्या किंवा वाईट किंवा कोणत्यातरी निरपेक्ष कारणांनी घडत असतात. स्त्रिच्या बाबतीत मेनोपॉजचं कारण काय होतं? उत्क्रांती-वैज्ञानिकांनी याविषयी दीर्घकाळ संशोधन करून एक हायपॉथिसिस– सिद्धान्त मांडलाय, तो म्हणजे 'आजीची युक्ती किंवा आजी हायपॉथिसिस', 'माता मुक्ती' हासुद्धा आहे. सर्वांत लोकप्रिय दादी नानी = आजी युक्ती (तर्क). अशी

आजी झाल्यावर स्त्रिया, स्वत:चे वंशगत गुण (जीन्स) धारण आणि वहन करणाऱ्या नाती आणि नातवांची खाण्यापिण्याची सोय, सुविधा वगैरेची व्यवस्था करून देऊ शकतात. त्यामुळे वंश चांगल्याप्रकारे वृद्धिंगत होतो– वाढतो आणि वंशातल्या लहानांचं कल्याण करण्यात गुंतून राहिलं की स्वत:चं अपत्य पुन्हा जन्माला घालण्याची जरुरी वाटत नाही, गरज पडत नाही. आणि नेमक्या याच कारणामुळे ऋतुस्राव होणंही गरजेचं नाही होत, यामुळेच मेनोपॉज होतो. परिवर्तन, उत्क्रांती प्रक्रियेत अप्रयोजनीय, गरज नसलेली वस्तू छाटून टाकली जाते. प्रक्रियाच अनावश्यक वस्तू छाटून दूर करून टाकते.

सर्वच उत्क्रांतिवादी वैज्ञानिक/ शास्त्रज्ञ हा सिद्धान्त– हायपॉथिसिस मानतात असं नाही. ते म्हणतात– स्वत:चा वंश टिकवून ठेवण्याकडे प्रत्येक प्रजातीची वासना, इच्छा ही जन्मजातच आहे. स्वत:चा वंश टिकवून ठेवण्यासाठी नातवंडाची नीट देखभाल जपणूक करण्यापेक्षा स्वत:च्या संतानाला जन्म देणं या गोष्टीला प्रजातींमध्ये जास्त प्राधान्य मिळणं योग्य आहे, त्याखेरीज स्वत:च्या संतानाचं संतान एकचतुर्थांश जीन स्वत:त वहन करून धारण करतं, आणि स्वत:चं संतान धारण, वहन करतं अर्ध जीन. अर्धजीन तयार करण्यात व्यग्र न राहता किंवा अर्धजीन ज्याच्या शरीरात आहे त्याच्यासाठी परिश्रम न करता, एकचतुर्थांशासाठी कशाला कष्ट, परिश्रम करायचे, हा एक मोठाच एक प्रश्न आहे. शिवाय नातवंडाची सेवा-काळजी करतसुद्धा स्वत:चं संतान जन्माला घालता येतं, हत्ती तर तेच करतात.

'मा-माता/आई युक्ती– हा सिद्धान्त बहुधा असा आहे– संतानाला जन्म दिल्यानंतर, त्यांना वाढवण्यात बरेच कष्ट करायची गरज असते, आणि हे कष्ट, काळजी तरुण स्त्रियांनी/ तरुणींनी करणं जितकं शक्य आहे तेवढी काळजी, कष्ट घेणं हे वय वाढल्यावर शक्य नाही. या कारणामुळे मेनोपॉज नाही, या तर्काविरुद्धसुद्धा तर्क आहे.

आतापर्यंत मेनोपॉज होण्यासंबंधी जे तर्क, युक्तिवाद दिले आहेत, त्यातल्या कोणत्याच युक्तीला, तर्काला सहज मानता येत नाही. आजकाल मेनोपॉज झाल्यानंतर अर्धअधिक आयुष्य जवळपास शिल्लक असतं आणि ते स्वत:ला वाचवण्यातच संपून जातं.

चाळीस/ पन्नास वर्षं प्रजननक्षमतेची सोडून, स्त्री राहते/ राहू शकते म्हणजे टिकून राहू शकते. चिकित्साशास्त्राच्या प्रगतीमुळे हे शक्य झालंय. एकेकाळी मेनोपॉज झाल्यानंतर स्त्री जास्त दिवस जगत, वाचत नसे, पण त्यानंतरही जीवित अवस्थेत आणि स्वास्थपूर्ण अवस्थेत, मध्यवयात माणसाची प्रजननक्षमता का नाहीशी होते, हा माझा खरा प्रश्न आहे. इतक्या कोटी कोटी प्रजाती असताना,

माणूस आणि दोन प्रकारच्या व्हेल प्रजातीतील स्त्रीला/ मादीला मेनोपॉज सोसावा, भोगावा लागतो? 'खुनी व्हेल' किंवा 'अरका व्हेल' यांच्यावर गेली चार दशकं/ ४० वर्षे संशोधन करून केवळ दोन दिवसांपूर्वी उत्क्रांती शास्त्रज्ञांनी म्हटलंय- 'खुनी व्हेल'सुद्धा माणसासारखाच ऋतुस्राव त्यांच्या वयाच्या १५व्या वर्षी सुरू होतो. ३० ते ४० वर्षांच्या वयामध्ये मेनोपॉज होतो, जगतात ८० वर्षांहून जास्त. जास्त वयात ज्या खुनी व्हेलला बाळव्हेल होतं, त्यांची ती बाळ पुष्कळदा दिसून येतं की मरून जाताहेत; कमी वयात ज्या व्हेलला बाळ होतं, त्यांचीही बाळं मरून जात नाहीत उलट छान जगताहेत- वाढताहेत. स्वत:च्या अपत्यापेक्षा, स्वत:ची नातवंड जगण्यावाचण्याची शक्यता जास्त आहे असं दिसतं. या जन्मस्पर्धेमध्ये त्या कारणामुळे 'आई व्हेल' ही स्वत:च्या 'कन्या व्हेल'बरोबर हरते (कारण आई व्हेलची बाळं जगत नाहीत) हेच मेनोपॉज होण्याचं उत्क्रांतीतत्त्वानुसार स्पष्टीकरण. बरेच तर्क पूर्वी सिद्धान्त थिअरीमध्ये सीमाबद्ध होते, आता आपण त्या सत्याचं प्रमाण, पुरावे शोधून काढू शकतो.

वय वाढल्यावर जीन-प्रसाराचं काम/ क्षमता बिनचूकपणे होणं/ घडणं हेच योग्य आहे, पण माणूस आणि दोन प्रकारच्या व्हेल प्रजाती यांच्या बाबतीत ही गोष्ट अशी विपरीत का झाली हे मला अजून समजलेलं नाही. प्रसंगवशात मी एक सांगते, की माझी आई आणि आजी एकाच वेळी गर्भवती असत, दोघी साधारण एकाच वेळी प्रसूत होत असत. माझ्या लहानवयीन आईचं एकही मूल वारलं/ मेलं नाही, आणि माझ्या आजीचंही वाढत्या वयात झालेलं कोणतही मूल मेलं नाही. माझ्या आईची आणि आजीची ही घटना परिवर्तनाच्या, उत्क्रांतीच्या घडणीत त्याला कोणतीच भूमिका नाही. पण काही ठसा उमटवण्याजोगी/ परिणामदर्शी अशी घटना, नक्कीच लाखो वर्षांच्या आधी लाखो वर्षं घडत होती.

मेनोपॉजकडे आता माझं वय झुकलंय- सुरुवातीसच मी बोललेय एवढ्या कालावधीत ते मला माहीत होतं- शरीराला अचानक गरम वाटणं, झोप न येणं, कमरेत दुखणं, चिडचिड स्वभाव/ चिडचिडेपणा, छातीत धडधड हे असं होतं मुलींना/ स्त्रियांना. या गोष्टीची मला अजूनही काही चाहूल लागलेली नाही. लैंगिक भोगेच्छा म्हणे कमी होते किंवा उडून जाते, पण माझ्या स्वत:मध्ये हेही लक्षण मला बिलकूल जाणवत नाही. कदाचित एकदा कधीतरी तेही कळून जाईल/ चाहूल लागेल त्याचीही. नेमक्या कोणत्या प्रकारच्या शारीरिक आणि मानसिक अवस्थेतून मला जावे लागेल हे अजूनही लक्षात येत नाहीये.

मेनोपॉज ही नैसर्गिक स्वाभाविक शारीरिक प्रक्रिया असून ती मानून समजून चाला/ घ्या. असला काही उपदेश करायला मी आले नाहीये. मला वाटतं की मुलींचा मेनोपॉज होणं उचित नाही. मेनोपॉजला मी फक्त एक परिवर्तनीय अपघात

किंवा अचानक आलेलं संकट याहून वेगळं काही म्हणत नाही. या संकटाची शिकार मीही आहे. मेनोपॉज होणार, म्हणून मग माझ्या शरीरातलं 'इस्ट्रोजेन हार्मोन' संपणार, त्यामुळे माझ्या हाडांमध्ये दुखायला लागेल, माझी हृदयक्रिया/हृत्स्पंदनक्रिया बंद होण्याव्यतिरिक्त माझ्या स्तनात, गर्भाशयात आणि ओव्हरीजमध्ये कर्करोग होऊ शकतो. एकेकाळी मेनोपॉज झाल्यानंतर काही दुखणंबाणं यापासून रक्षण करण्यासाठी मुलींना इस्ट्रोजेन हार्मोन दिलं जायचं. आता तसं होत नाही. कारण असं दिसून आलंय की हे हार्मोन शरीरात जाऊन कर्करोगाची तयारी करतात.

पुरुषांना असलं काही भोगावं लागत नाही. त्यांच्या शरीरातला कोणताही हार्मोन, कोणत्याही कारणानं संपून जात नाही. त्यांची प्रजननक्षमतासुद्धा पूर्णत: बंद होत नाही. हार्मोन नसल्यामुळे जी दु:ख संकटं/दुखणीबाणी स्त्रियांवर आक्रमण करतात किंवा ज्या दुखण्याबाण्यांनी स्त्रिया ग्रस्त होतात तसल्या दुखणीबाण्यांनी पुरुष ग्रस्त होत नाहीत. परिवर्तनीय अपघात पुरुषांच्या बाबतीत झाला नाही. पुरुषांची लैंगिक भोगक्षमता लोप पावण्याला बरेच जण 'पुरुषांचा मेनोपॉज' म्हणतात. इरेक्टाईल डिस्फंक्शन' किंवा 'उत्थानरहित अवस्था' हिची कोणत्याही प्रकारे मेनोपॉजशी तुलना करता येत नाही. पुरुषांची ही लैंगिक समस्या सोडवण्यासाठी उपाय आहे. स्त्रीच्या मेनोपॉजमुळे ज्या समस्या होतात, त्यातल्या जास्त करून नाहीशा करणं किंवा त्यातून निरामयता आणणं हे शक्य नाही. मेनोपॉज नामक या आपत्तीवर काही संशोधन, दुरुस्ती अशक्यच.

आपला-स्त्रियांचा मेनोपॉज झाला नसता तर काय झालं असतं. जास्त वयस्क कोणी स्त्री जर आई झाली असती तर तिची संतानं मरून गेली असती? नाही, गेली नसती? गेली नसती पण कोणत्यातरी एका काळात ती मेली असती म्हणून आपल्याला स्त्रियांना मेनोपॉज नामक एक अकारण उपद्रव होतोय, जो आपल्या हाडीमाशी रोग आणि दु:ख देतोय. बदल/ उत्क्रांती, परिवर्तन सर्वदा काही चांगली भेटवस्तू उपहार आणतो, काही आवश्यक गरजेचं असं घेऊन येतो असं मानतात पण ते काही बरोबर नाही, अनावश्यक असंही बरंच काही आणतो. नको असलेलं, अहितकर बरेच काही या बदलातून येतं जसा मेनोपॉज.

१४२

व्यक्तिगत असं काही नाही, सगळं पॉलिटिकल, सगळं राजकारणी-राजकीय. निदान माझ्या बाबतीत तरी नक्कीच. माझ्या वैयक्तिक आयुष्यातल्या ज्या काही घटना मी बोललेय, स्वत:चं मत किंवा मार्गाचा उल्लेख मी आतापर्यंत केलेला आहे, सारंकाही व्यक्तीच्या पल्याडचं. साऱ्या काही राष्ट्रीय समाजिक समस्या. आज

बोलणार आहे माझी राजस्थानमधील समस्येची गोष्ट. या पृथ्वीवर मला काही घरबिर नाही राहायला. विश्वास बसायला कदाचित त्रास होतोय, पण ही खरी खरी हकिकत आहे. ज्या लेखकानं कितीक चांगली बेस्ट सेलिंग पुस्तकं लिहिलीत, ज्या लेखकाला युरोप, अमेरिकेचे भरपूर पुरस्कार मिळालेले आहेत, त्याला स्वत;चं घर नाही. निवासस्थान नाही. नुसतं हेच नाही तर त्याला (तिला) भाड्याने घर देण्याजोगा कोणी घरवालासुद्धा नाही. पैसे देऊन एक फ्लॅट विकत घेतला होता ९०च्या दशकात सुरुवातीला. वयाच्या तिसाव्या वर्षी हॉस्पिटलमध्ये डॉक्टरीची नोकरी करण्यात मिळणारं वेतन देऊन फ्लॅट विकत घेणं शक्य नव्हतं. प्रकाशकांनी आगाऊ दिलेल्या रॉयल्टीच्या पैशातून विकत घेतला होता. त्या फ्लॅटमध्ये सहा महिनेसुद्धा राहू शकले नाही. देश सोडायला भाग पाडलं गेलं. त्यावेळच्या बी.एन.पी. सरकारनं भाग पाडलं होतं. आज २४ वर्षं मी देशाच्या बाहेर, निर्वासित आहे. २४ वर्षांत कुठेही, कोणत्याही देशात माझं घर झालं नाही. डोकं टेकायलासुद्धा ठाव नाही कुठे. खूप चांगल्या संपन्न देशांचे राष्ट्रप्रधान आणि पंतप्रधान यांची माझी भेट झालेली होती. माझ्याशी बोलले होते– "तुमच्या संघर्षाला आमचा पूर्ण पाठिंबा, आमचं पूर्ण समर्थन आहे, या निर्वासनात आम्ही मदत करू इच्छितो. काय हवंय सांगा. काय देऊ तुम्हाला?" मी म्हटलं होतं– "काहीही नाही. तुमचं प्रेम आणि पाठिंबा, समर्थन सोडून मला काहीच नकोय, तुम्ही त्यापेक्षा माझ्या देशातल्या गरिबांना मदत करा त्यातच मी खूश आहे." सगळे खूप थक्क झाले होते. मी अगदी महामूर्ख आहे असं त्यांना वाटलं होतं. खरंच मी मूर्ख आहे. मूर्खच राहून गेलीय आजही.

कधीही कोणाचही साहाय्य घेतलं नाही मी. ना कोणत्या राष्ट्राचं, ना कोणा व्यक्तीचं, राजकीय शरणार्थीला जेवढं राजकीय, आर्थिक, सामाजिक साहाय्य प्राप्य असतं, तेसुद्धा मी घेतलं नाही. पुस्तकांतून, पुरस्कारातून जी काही प्राप्ती होती ती, मी माझ्या दीर्घकालीन निर्वासित जीवनामध्ये खर्च केलेली आहे. अक्षरश: आजसुद्धा मी एकटीच्या एकटी उभी आहे. ते जे तरुणवयात उभं राहण्यासाठी संघर्ष करत करत एकटीच उभी राहिले होते, तेव्हापासून आजसुद्धा एकटीच. कुटुंब, परिवार, पती, भाऊ, मित्र कोणाच्याही खांद्यावर भार ठेवला नाही. अशा त्या मला तोडूनमोडून टाकण्यासाठी समाजातल्या बद/ वाईट आणि कारस्थानी कुटिल पुरुषांनी षड्यंत्रं काही कमी केली नाहीत! पण मला आजपर्यंत कोणीही तोडूमोडू शकलेलं नाही. जीवनातली वादळं सारी एकटीनेच सहन केलीत. अजूनही सहन करते आहे. एका शहरातून हाकललं की दुसऱ्या शहरात गेलेली आहे मी, त्याही शहरातून हाकललं की आणखी अन्य कुठेतरी. एका देशानं घालवून दिल्यावर आणखी एका देशात आश्रय घेतला. माझं हे निर्वासित जीवन असंच गेलंय, असंच जातंय. एकदा

एखाद्यानं गचांडी खाल्ली, की त्याला वारंवार गचांड्या, धक्के खावे लागतात, कारण जे धक्के देतात त्यांना वाटतं की या माणसाला धक्का मारून हाकलणं सोपं आहे आणि सुरक्षित आहे. याला धक्का मारल्यावर स्वत:ला, स्वत:च्या अंगावर काही आघात व्हायची भीती नाही. संपूर्ण घटनेकडे पाहिल्यावर काय दिसतं मला? जी बांगला भाषा आणि बंगाली माणूस यांच्या ओढीनं मी युरोप, अमेरिका सोडून भारतात आले, त्या भारतानं मला काय केलं? कोलकातात राहत होते, त्या कोलकाताहून फक्त शहर कोलकातातून नव्हे तर पुऱ्या पश्चिम बंगालमधूनच मला बाहेर काढण्यात आलं. का मला बाहेर काढण्यात आलं, तर म्हणे कम्युनिस्ट पार्टीला मुस्लिमांची मतं मिळतील. याचं फलित काय झालं तर पार्टी अगदी वाईट प्रकारानं हरली. पार्टी हरली तरीपण पश्चिम बंगालमध्ये मला पुन्हा येण्याचा दरवाजा कायमसाठी बंदच झाला. नवं सरकार आलं आणि त्यांनी दरवाजाला डबल ताळा ठोकून टाकला. मी भिन्न भाषा आणि संस्कृती यांच्यामध्ये गटांगळ्या खात-खात विचार करत असते, माझा बांगलादेश नाही, पश्चिमबंग नाही, बंगाली वातावरणात, परिसरात राहावंस वाटलं तर दिल्लीच्या चित्तरंजन पार्कमध्ये राहू शकते. गेली काही वर्षं त्या बंगाली वस्तीत राहण्यासाठी फ्लॅट शोधतेय. घरवाले फ्लॅट दाखवतात, फ्लॅट, फ्लॅटचं भाडं, सारी पसंती झाल्यावर जेव्हा ॲग्रीमेंटवर सही करण्याचा दिवस येतो तेव्हा बंगाली घरवाला सांगतो की सही करायची नाही. का? माझं लिखाण त्यांना पसंत पडतं. माझ्याविषयी त्यांना प्रेम, श्रद्धा आहे. माणूस म्हणून– लेखक म्हणून माझी कोणाशी तुलना होत नाही असंही म्हणतात पण ते असमर्थ आहेत. फतवा डोक्याची मस्तकाची किंमत, सुरक्षा, पोलीस जे जे माझ्या नावाला, देहाला चिकटलेलं आहे– त्याची त्यांना भयंकर भीती वाटते. त्या दिवशीसुद्धा एक बंगाली घरवाला मला पाहून इतका उत्तेजित नि उत्साहित होता की पुन:पुन्हा स्वत:ला चिमटे काढून पाहत होता की खरोखरी माझ्यासमोर तो उभा आहे की काय? तेसुद्धा मला त्यांचा फ्लॅट भाड्यानं देईनात. मी त्यांना दरमहा भाड्याचे पैसे देणार नाही ही भीती त्यांना वाटली नाही. ते निश्चित होते की दरमहा भाड्याचे पैसे मिळतील, पण अशा वादग्रस्त लेखकाला घर भाड्यानं दिल्यावर पुन्हा काय नि कशा वादात त्याला अडकावं लागेल याचं भय होतं.

फक्त बंगाली नाही, पंजाबी, गुजराती सर्व भागातच एकच समस्या. मला कोणीही भाड्यानं घर देणार नाही. कारण मी 'तसलिमा नासरिन'. माझ्यावर प्रेम करणार, श्रद्धा ठेवणार, मला सॅल्यूट करणार पण एकाही बिल्डिंगमध्ये राहायला देणार नाही. त्यांना झंझट/ भानगड नकोय. कोणी आतंकवादी माझा खून करेल, मला लक्ष्य करून बॉम्ब फेकेल, त्यामध्ये पुन्हा त्यांच्या घराचं काही नुकसान होईल की काय ही भीती. भय, भीती अतिशय इन्फेक्शस, चट्‌कन दूरवर पसरणारी गोष्ट

आहे. आत्ता मी ज्या घरात आहे, ते एका मित्राचं घर आहे. मित्र मरून गेलाय. मित्राचा मुलगा हे घर विकणार आहे. घर मला सोडावं लागणाराय. पण हे सोडल्यावर अन्यत्र कुठे राहणार त्याचा काही उपाय, पत्ता नाही. अशा अवस्थेत सरकारमधल्या कोणाची तरी भेट घेण्यासाठी मी अत्यंत उतावीळ झालीय, तळमळतेय. परराष्ट्रमंत्र्याबरोबर वर्षभरापूर्वी एकदा भेट घेऊन माझ्या समस्या सांगितली होती. मी म्हणाले होते– "जे सारे सरकारी निवास, लेखक, पत्रकार भाड्यानं घेऊ शकतात त्यातला एक मला द्यावा, मी भाडं देईन. त्यासाठी माझ्या मस्तकाची किंमत किंवा माझा सुरक्षारक्षक याविषयी कोणाचीही गैरसोय होणार नाही." पण नाही, त्यांनी कसलीच, कोणतीच मदत केली नाही. त्यानंतर पुन्हा एकदा भेट घेण्यासाठी प्रयत्न केला, पण नाही. त्यांनी भेट घेण्याची एकही संधी दिली नाही. जो पक्ष सत्तेत, सत्तेवर आहे त्या पक्षातील काही जणांशी माझी ओळख होती, त्यांची भेट घ्यायचं ठरवलं. फोन केला, घेतला नाही. मेसेज पाठवला, त्याचं उत्तर दिलं नाही. ते दुसऱ्या राजकीय पक्षाची निंदा करतात. कारण त्या पक्षांनी माझ्या संकटकाळी नि:शब्द, मौनाची भूमिका पालन केली होती. आता सत्तेत आल्यावर माझ्या विपदकाळात ते स्वत:च मौनात राहतायत. सारेच पक्ष माझ्याबाबतीत एक. एकदुसऱ्याला किती का दोष देईनात! बांगलादेशात जसे बी.एन.पी. अवामी लीग जातीय/ राष्ट्रीय पार्टी, जमायते इस्लामी- कोणीही माझं समर्थन करणार नाहीत. भारतातही तसंच, कोणत्याही राजकीय पक्षाला मी भारतात राहायला नकोय. साधारण, सामान्य काही माणसं– त्यांना हवीत. मी राहायला ज्यांना माझं मत, आदर्श आणि लिखाण पसंत पडतं, आवडतं– ज्यांचा वाक्‌स्वातंत्र्यावर खरोखरीच विश्वास आहे, पण ते घरवाले घरमालक नसतील तरच (त्यांना मी राहायला हवीय भारतात).

पंतप्रधान निवडणुकीचा प्रचारसभेत माझ्याविषयी बोलले आहेत. म्हणाले होते, "पश्चिम बंगालमधून तसलिमाला का बरं हाकललं गेलंय?" गुजरातचे ते मुख्यमंत्री असताना त्यांनी माझं नाव घेतलं होतं. एका भाषणात म्हणाले होते, "पश्चिम बंगाल तसलिमाला सुरक्षा देऊ शकत नसेल तर तिला माझ्याकडे पाठवून द्या, मी सुरक्षा देईन." मी पुन्हा बुद्धूसारखी माणसानं बोललेल्या सर्व गोष्टींवर, शब्दांवर विश्वास ठेवून बसून राहते. माझ्या संकटसमयी पंतप्रधानांची भेट घेण्याचा प्रयत्न केला आणि निष्फळ झाले मी. नाही, ते माझ्याशी भेट करणार नाहीत, ते मला भेटणार नाहीत. निवडणुकीच्या प्रचारात मला आठवता येतं, मतांनी जिंकलं की मला विसरून गेलं तरी चालतं. सरकारबरोबर भेट घेण्याचा मूळ उद्देश म्हणजे मी एक निवेदन अर्ज देणार– 'तुम्ही जर मला घर मिळण्यासाठी मदत नाही करत तर ज्या घरासमोर सुरक्षारक्षक असल्यावर घरवाल्याची गैरसोय होणार नाही असं असेल तर माझा सुरक्षारक्षक काढून टाका. मी कुठेही सुरक्षारक्षकावाचून घर

भाड्याने घेते.'

माझं एक स्वतःचं घर असणं ही माझी गरज आहे. फक्त मीच नाही तर 'व्हर्जिनिया उल्फ'सुद्धा कितीतरी पूर्वी सांगून गेलीय– मुलींचं स्वतःचं स्वतंत्र घर/ खोली असणं जरुरी आहे. ज्या घरात बसून त्या स्वतःला हवे त्याप्रमाणे निश्चिंतपणे लिहू शकतील, वाचू शकतील, विचार करू शकतील. असं, अशाप्रकारचं घर मला मिळायला पाहिजे, परंतु ते घर मला मिळत नाहीये.

खरी गोष्ट, सत्यकथन केलं, वेगळं मत मांडलं, कोणत्याही पक्षाशी तडजोड न करता राहिलं, स्वतःच्या मनाप्रमाणे वागलं, वागण्याचं मनात आणलं तर अशा व्यक्तीला या उपमहादेशांत जागाच मिळणार नाही, होणार नाही. एवढं करूनही पुन्हा 'देशात प्रजातंत्र आहे' असं छातीठोकपणे हे देश सांगणार. मी अजून किती दिवस (असणारेय) फट्कन एखाद्या दिवशी मरून जाईन. पण माणूस विसरणार नाही की असहाय, दुःसह, भयंकर चिंताग्रस्त विखारी जीवन मी व्यतीत केलंय इथे. किती अपमान सहन केलेत दिवसानुदिवस. कोणताही गुन्हा न करतासुद्धा शिक्षा भोगलीय. एका निरोगी, सुंदर समाजाचं स्वप्नं पाहिलं होतं– याखेरीज काय अपराध होता माझा?

१४३

कोण म्हणतं की तुमचं मत जर माझ्या मताप्रमाणे नसेल तर गप्प बसा, बोलायचं नाही? स्वैराचारी शासक असं बोलतात, मूर्ख धर्मांध बोलतात. स्वैराचारी शासक आणि मूर्ख धर्मांधांचा फतवा व निषेध आज्ञा यांची निंदा कोण करतं? करतात बुद्धिजीवी लेखक, साहित्यिक, भाषा आणि साहित्याची सेवा करण्यासाठी जी अकॅडमी असते ती करते. बांगलादेशात मोठमोठ्या बुद्धिजीवींची बनवली गेलेली बांगला अकॅडमी तिचंही हेच काम. परंतु सरकार किंवा धर्मीय आतंकवादी जेव्हा लेखकांची हत्या करतात, जेलमध्ये पाठवतात, निर्वासनाचा दंड देतात, पुस्तकांवर बंदी घालतात, त्या वेळी बांगला अकॅडमी गप्प बसते. लेखक, बुद्धिजीवीसुद्धा अकॅडमीच्या पावलावर पाऊल टाकून गप्प बसतात. गप्प बसण्याच्या राजकारणात पार सगळे अगदी हुशार, पारदर्शी.

सध्या बांगला अकॅडमीच महापरिचालकाने 'श्रावण' नामक एका प्रकाशनाला पुस्तकमेळ्यात पुस्तकांचा स्टॉल ठेवायला देणार नाहीत, अशा अर्थाचा एक फतवा काढलाय. या निषेधाज्ञेची खूप निंदा झाली. महापरिचालकाच्या पदत्यागाची मागणीही झाली.

यानंतर बांगला अकॅडमी एक समझोता करू पाहतेय, मुद्द्यांची गोष्ट म्हणजे

तडजोड करायची आहे. कशी? चहूकडे जाहीरपणे सांगितलं, ग्रंथमेळ्याच्या नीतीविरुद्ध किंवा प्रतिकूल असा कार्यक्रम करायचा नाही आणि धर्मीय मूल्यजाणिवेवर आघात करेल असं पुस्तक प्रकाशित करणार/ करायचं नाही, करता येणार नाही. या अटींचा स्वीकार करणारं पत्र पाठवलं तर बांगला अकॅडमी 'श्रावण प्रकाशन'वरची बंदी मागे करेल, उठवेल!

अहो! अंगावर काटा आला! विलक्षणच! असं वाटतंय की जमाते इस्लामी किंवा कोणी इस्लामी कट्टरवादी, दहशती दलाची वाणीच कानावर पडतेय! तेच तर अशी, या प्रकारची तडजोडीची भाषा करतात. माझ्याही बाबतीत म्हणाले होते, "जर इस्लामबद्दल कोणतीही/ कसलीही कटूक्ती तसलिमा करणार नसेल, क्षमा मागून नमाज– रोजापालन सुरू करणार असेल तर तिला क्षमा करू."

'श्रावण प्रकाशन'चा अपराध काय होता? या प्रकाशनाच्या पुस्तकांना दोन वर्षांसाठी बंदी का घातली होती बांगला अकॅडमीने? घातली होती बंदी, कारण 'श्रावण प्रकाशन'चा मालक 'रविन आहसान' हा लेखकांप्रमाणे प्रकाशन करण्याच्या अधिकाराच्या बाजूने बोलला होता. गेल्या पुस्तकजत्रेमध्ये/ पुस्तकमेळाव्यामध्ये 'ब द्वीप' प्रकाशनाच्या एका पुस्तकावर घातलेल्या बंदीचा त्यांनी निषेध केला होता, त्याविरुद्ध आवाज उठवला होता. इतकंच नाही तर पुस्तक प्रकाशित करण्याच्या अपराधापोटी गिरफदार झालेल्या प्रकाशक शमसुज्जमान मानिक याच्या मुक्ती आंदोलनात ही भाग घेतला होता. रविन आहसानचा इतका मोठा निषेध आणि आंदोलन बांगला अकॅडमीला सहन झाला नाही. म्हणून त्याच्या निषेधाचा हुकूम.

ज्या वेळी देशभर कट्टरवादीचं तांडव, ब्लॉगराचं, पुरोगामी/प्रगतीवादींना दिवसाढवळ्या घाव घालून/ हत्याराने मारून टाकणं चाललंय, मुक्तचिंतकांना जेलमध्ये कोंबतंय सरकार, त्यांची पुस्तकं जप्त करतंय, अशावेळी मात्र बांगला अकॅडमी त्या प्रतिक्रियाशील लोकांच्या सुरात सूर मिळवतेय!

बालपणी मी अभिनेता आसादूज्जामाननूरची भक्त होते. भल्या चांगल्या माणसाच्या, सज्जन माणसाच्या, आदर्श माणसाच्या चरित्राचा अभिनय नूर करत असत. आता असं वाटतंय, ते सगळं म्हणजे केवळ अभिनय होता. जे अभिनय करतात, गाणी म्हणतात, कविता लिहितात, साहित्य संस्कृतीविषयी आस्था बाळगतात, त्यांना आपण समजूनच चालतो की, ते प्रगती पक्षाचे लोक, समजून चालतात की ते लोकशाही, मुक्तचिंतन विचार मत प्रकटपणे मांडण्याच्या अधिकारावर विश्वास ठेवतात. परंतु आपल्या या विचारपद्धतीला चुकीचं सिद्ध करून नूर हा त्याचा गट आणि माणसं घेऊन पुस्तकबंदीचा निर्णय घेतो. आणि पुस्तकावर बंदी आणतो. बांगलादेशातले कवी लेखकसुद्धा हे असंच कुकर्म करतात. कोणतंही सरकार येवो, त्या सरकारचं गुणगान करणं हाच जास्तीत जास्त कलाकार नि

साहित्यिकांचा स्वभाव आहे. पद आणि पदक या गोष्टींचा त्यांना इतका जास्त लोभ असतो की लाज वाटते.

'रविन'चं हरून जाणं खूप दु:खदायक आहे. रविन आहसान म्हणालेत क़ी पुस्तकजत्रा/मेळावा निर्मिती तंत्रात विशिष्ट नीती गुंफण असल्यामुळे त्यावर सही करायला त्यांची हरकत नाही. धर्मीय मूल्यबोधांवर आघात करणारं किंवा करत असेल असं कोणतंही पुस्तक 'श्रावण'मधून प्रकाशित झालेलं नाही हे जाणून घेऊन ते म्हणाले– ''भविष्यातही होणार नाही.'' माझा अंदाज आहे की, रविनला तडजोड करणं भाग पडलं आहे. पुस्तकं विकून ते संसार चालवतात. बांगलादेशात पुस्तकविक्री होते मुळात फेब्रुवारी पुस्तकजत्रेत. या जत्रेत/ मेळ्यात पुस्तकविक्री करण्यासाठी बांगला अकॅडमीनं घातलेल्या शर्ती मानण्यास रविनना भाग पाडलं गेलंय. असं म्हणता येईल की, प्रकाशकाला संकटात टाकून बांगला अकॅडमीने रविनला तडजोड करण्यास भाग पाडलंय. दोष रविनचा नाही, दोष बांगला अकॅडमीच आहे.

एवढ्या शर्ती मानायची रविनची नक्कीच इच्छा नव्हती, शेवटपर्यंत स्वत:चा उरलासुरला आत्मसन्मान असं म्हणून, त्याचं रक्षण करण्याची इच्छा बाळगलीय म्हणालेत. पण एक जण स्वतंत्र लेखक म्हणून आदर्शरूप कारणानं बांगला अकॅडमीच्या बाहेर जर कुठली प्रतिवादी करणारी कर्मसूची पालन होत असेल तर मी निश्चितच त्यात सहभागी होईन.

बंगाली लेखक, प्रकाशक, जणू कणा ताठ ठेवून, मानसन्मान अक्षत ठेवून पुढे चालू शकतील. पाहूच कोण? बांगला अकॅडमीच तर त्यांना धैर्य देईल. साहस वाढवेल आणि शुभाशीर्वाद देईल. ते नाहीच उलट बांगला अकॅडमीच लेखक-प्रकाशकांचा कणा मोडतेय, त्यांचं मनोबल खच्ची करत आहे. कट्टरपंथीयांचं भय, सरकारचं भय, आता तर बांगला अकॅडमीचं भय. धर्माविषयी काही बोलता येणार नाही/ बोललं जाणार नाही, सरकारवर टीका केली जाणार नाही तर मग जाणार काय? काय जाणार तेही एकदा सांगितलं जाईल. कदाचित एखाद्या दिवशी, एखादी सूची तालिका दिली जाईल हातात. हे विषय सोडून अन्य कोणत्याही विषयावर लिहिलेलं चालणार नाही. विषयांची संख्यासुद्धा हळूहळू कमी होत राहील. कोणी कोणावर भरवसा ठेवायचा? लोकशाही फक्त कागदावर, लेखणीत, आतून आतून सगळेच स्वैराचारी.

असं जर घडलं असतं– देशातल्या सर्व प्रकाशकांनी पुस्तकमेळा/ जत्रा वर्ज्य केला असता, वर्ज्य केलं असतं बांगला अकॅडमीचं वर्चस्व/ आधिपत्य? असं जर झालं– बांगलादेशचे सर्व लेखक त्यांनी स्वातंत्र्यासाठी जे लिहावंसं वाटतं त्या सर्व लिखाणाच्या स्वाधीनतेसाठी, बांगलादेशच्या सर्व प्रकाशकांना जे छापावसं वाटतं

छापण्याच्या अधिकारासाठी, स्वमत प्रकटीकरणाच्या अधिकाराविरुद्ध सरकारचा, कट्टरवादींचा/ मूलतत्त्ववादींचा, बांगला अकॅडमीच्या षड्यंत्राचा निषेध करत आहेत तर आपल्याला समजेल की बांगलादेशात मुक्त चिंतनाला काही भविष्य आहे, असं म्हणता येईल आणि तसं न होता ज्याप्रकारे नशा चढल्याप्रमाणे धर्मरक्षण करत चाललेले आहेत तर त्यात भीती वाटते की धर्म म्हणून अखेरीस काही शिल्लक राहतं की नाही?

१४४

माणूस विचित्र आहे. जशी त्याला शांती प्रिय आहे तशी अशांतीही प्रिय आहे. त्यामुळेच चहूकडे अशांती आहे. सर्वांनीच जर शांतीवर प्रेम केलं असतं तर अवघी पृथ्वी शांतीमय झाली असती. आजही जगात/ पृथ्वीवर पुन:पुन्हा अशांती उफाळून येते, उसळते. असं नेहमीच झालेलं आहे. काही लोक शांतीसाठी प्रयत्न करतात. आणि काही लोक अशांती निर्माण करायसाठी पळापळ करतात. पृथ्वीचा ध्वंस करणाऱ्या लोकांचा जसा अभाव नाही, पृथ्वीला या विध्वंसापासून वाचवू पाहणाऱ्या लोकांचाही अभाव नाही. पृथ्वीला विनाशापासून जे वाचवत आहेत त्यांच्याविषयी आपण जे बचावलेत त्या आपल्या मनात कृतज्ञता असायला पाहिजे. हिटलरच्या मानवताविरोधी मतवादाच्या विरुद्ध आम्ही शुभबुद्धी माणसं उभी आहोत. पण त्यात सर्वच जण उभे नाहीत, वेगवेगळ्या देशांत, नाना प्रांतात हिटलरचे समर्थक दिसतात. फक्त युरोपमध्ये नाही, तर आशियात, आफ्रिकेतसुद्धा हिटलरच्या बाजूने लोक बोलत असतात. मानवता सर्वच जण मानत नाहीत. हिंस्रपणाचं काही माणसांना दुर्दम्य आकर्षण असतं.

पुष्कळ जणांनी त्यांच्या अपत्याचं नाव ठेवलंय 'हिटलर'. ऑस्ट्रियात किंवा जर्मनीत नाही तर हे घडलंय भारतात. बदामी अनार्यचं नाव हिटलर. काळं तोंड, काळे केस याचं नाव हिटलर. भारतातच कोणाकोणाचं नाव ऐकलंय 'स्टॅलिन'. हिटलर आणि स्टॅलिनचे भारतीय भक्त– त्यांनी त्यांच्या मुलांची नाव ठेवलीत त्यांच्या गुरूच्या नावानं असभ्यतेला मोठेपणा, महानता देणारे लोक या विश्वामध्ये बिलकूल कमी नाहीत.

अलीकडेच सिनेतारका 'करिना कपूर' आणि तिचा नवरा सैफ अलीखान पतौडी यांनी त्यांच्या मुलाचं नाव तैमूर ठेवलंय. याविषयी लोकांत पक्ष-विपक्षांमध्ये टीका होतेय. त्या दोघांचं लग्न म्हणजे हिंदू-मुसलमान विवाह. जेव्हा दोन धर्मांतल्या व्यक्तींचं लग्न होतं तेव्हा मला असं वाटतं की ते धर्म मानत नाहीत, ते आस्तिक नाहीत, धर्मासंबंधी त्यांच्या मनात मोह किंवा विश्वास काहीच नाहीये. पण असं

दिसलंय की, पतीनं किंवा पुरुषानं त्याचा स्वत:चा धर्म आणि विश्वास त्याच्या स्त्रीवर आणि पुत्रावर किंवा संतानावर लादलाय. नुसतं तेवढंच नाही तर वरवर पाहता, स्त्रीच्या अधिकारांविषयी त्यांच्या मनात विश्वास आहे असं वाटलं तरीसुद्धा वास्तवात तो तसा नसतो, याविषयी पुष्कळ प्रमाणं, पुरावे आहेत.

करिना कपूरला इस्लाम धर्म स्वीकारणं भाग पाडलेलं आहे, त्यांच्या मुलाचं नाव आता 'तैमूर अलीखान पतौडी.' पुरुषप्रधान नियमांना मानतात सुशिक्षित, स्वावलंबी स्त्रियासुद्धा. सैफ अलीखानची आई शर्मिला ठाकूर तिनंही मानलं होतं. करिनानेही मानलं आहे. तैमूरच्या नावाबरोबर का बरे 'अलीखान पतौडी' जोडणार, कपूर का जोडणार नाही, असा प्रश्न निर्माण होणं स्वाभाविकच आहे. तैमूर जितका त्याच्या बाबाचा, बरोब्बर तितकाच तो त्याच्या आईचा आहे. बरेच जण म्हणतील, की करिनाची कपूर ही उपाधी, हे आडनाव तर करिनाच्या बापाकडून मिळालेलं, पितृसत्ताक किंवा पुरुषप्रधानता तर फक्त अलीखान पतौडीसाठी नाही, कपूर कुटुंबातही आहे. ती आहे खरी पण जरा कमी आहे. जास्तकडून कमीकडे, कमीकडून शून्याकडे- पितृसत्ताक पद्धती ही नाहीशी होण्याची प्रक्रिया अशाप्रकारे टप्प्याटप्प्याने पुढे जाणार. मी स्वत: खरंतर कुटुंबाचे नाव किंवा आडनाव याच्या बाजूनं नाहीये. बिलकूलच नाहीये. जो तो आपल्याला हव्या त्या नावानं ओळखला जाईल. हे तर हवं व्हायला. जशी मी. माझं नाव. मी माझे बाबा आणि आईचं अपत्य; पण मी एक जण स्वतंत्र व्यक्ती आहे खरंतर. ही व्यक्तिसत्ता, हे व्यक्तीचं अस्तित्व हीच माझी ओळख. सर्वांचंही तसंच तर आहे. आइस्लॅन्डिक माणसाच्या नावात बाबा, आई दोघांच्या नावाचं चिन्ह असतं, उदाहरणार्थ, एरिक आणि मारिया यांच्या मुलीचं नाव जर सुजान असेल तर सुजान पूर्ण नाव होईल 'सुजान डॉटिर.' एरिक आणि मारियाच्या मुलाचं नाव जर जॉन असेल तर जॉनचं पूर्ण नाव होईल जॉन एरिकसान. आजकाल बाबाची मुलगी किंवा बाबाचा मुलगा अशा हिशेबानं/ प्रकारानं अनेकांना परिचित व्हायचं नसतं, त्यांना आईचा मुलगा किंवा आईची मुलगी या प्रकारानं परिचित व्हावंस वाटतं. सुजान म्हणते तिचं नाव सुजान मारिया डॉटिर. जॉन म्हणतो त्याचं नाव जॉन मारियासान. सुजान आणि जॉन दोघेही स्वत:ला एरिकचा मुलगा आणि मुलगी न म्हणता, ते म्हणतात ते मारियाचा मुलगा आणि मुलगी आहेत. असंही होऊ शकतं... सुजान एरिक मारिया डॉटिर आणि जॉन एरिक मारिया सान. समाजाला तर बदलायला हवंच. एकवेळ अशी येईल की, पितृ/ पुरुषप्रधानतेपेक्षा स्वातंत्र्यच सर्वांत गरजेचं, प्रयोजनीय होऊन राहील. सायन्स फिक्शनमध्ये जे पाहते, तेच कदाचित भविष्यात घडेल, माणसाचं नाव म्हणून काही राहणार नाही, जे राहील तो नंबर.

'तैमूर' नाव का ठेवलं गेलं, तैमूर तर होतं एका असभ्य युद्धखोराचं नाव.

अशी तक्रार ऐकून कोणी कोणी म्हणतं, नाव ते नाव, कोणीही काहीही नाव ठेवू शकतं. तैमूर या नावाचा अर्थ 'इस्पात' लोखंड बस्स! हे नाव कोणा वाईट माणसाचं होतं किंवा नाही हे पाहणं योग्य नाही. एका वाईट माणसाचं नाव तैमूर होतं, पुष्कळ चांगल्या माणसांचं नावही तैमूर होतं.

इतिहासज्ञ 'गौतम भद्र' म्हणालेत– कोणाचं नाव तैमूर किंवा कंस ठेवलं जावं ही त्याच्या आईबाबांची व्यक्तिगत गोष्ट आहे. याविषयी तर्कवितर्क निरर्थक आहेत. मध्ययुगाच्या दृष्टिकोनातून पाहिलं तर 'तैमूरलंग एक मोठा शासनकर्ता होता, त्याचं सुसंगठित असं साम्राज्य होतं. हेही खरं की तो भारतात लुटालूट करायला आला होता. पण शासन व्यवस्थेतील मनसबदारी, आर्मी कमांडर्स वगैरे अनेक विषयांचं त्याला ज्ञान होतं.'

आणखी एक इतिहासज्ञ 'सुगत बसू' म्हणतात– 'तैमूर हे एक सुंदर नाव आहे. इस्लामी जगतात या नावाची खूप चलती आहे. एक जण तैमूर यानं मध्य आशियात मोठं साम्राज्य निर्माण केलं होतं. दिल्लीवर आक्रमणही केलं होतं. त्याच्याशी नावाचा काय संबंध? तुर्की शब्द 'तैमूर'चा अर्थ लोह.

सैफ अलीखाननं स्वत:च्या मुलाचं नाव तैमूर ठेवलंय ते काय इतिहासातल्या युद्धखोर आतंकी/ दहशती तैमूरलंगच्या चरित्राकडे मुग्ध होऊन ठेवलंय का? का तैमूर शब्दाचा अर्थ त्याला आवडालाय म्हणून? सैफ अलीला इतिहास चांगलाच माहीत आहे. तरमग कदाचित तैमूरलंगच्या चरित्रानेच मनाला मुग्ध केलंय म्हणून ते नाव ठेवलं. १३९८ साली दिल्ली ताब्यात घेऊन लाखांहून जास्त माणसांची हत्या करून, प्रचंड लूटपाट, लुटालूट करून अनेक शहरांची स्मशानं केली. शहरं उजाड केली. असं दुष्कृत्य करणाऱ्या तुर्की मोगल शासक तैमूरलंगची गोष्ट सैफ विसरून गेलेला नाही. तैमूरचं साम्राज्य अफगाणिस्तान, इराण, बगदाद अशा विशाल प्रदेशावर होतं. १३९८ मध्ये सिंधू नदी ओलांडून मराठाद्वारा दिल्ली हस्तगत केली होती. कमीत कमी एक लाख भारतीय बंदींचे खून केले. दिल्ली पार धुळीला मिळवली होती. असं ऐकलंय, कापलेल्या मुंडक्यांची रास केली होती त्याच्या सैनिकांनी. प्रचंड संपत्तीची लूट केली त्यानं.

बऱ्याच जणांना, हिटलरचा रानटीपणा/ असभ्यपणाच्या कथा माहीत असल्याने हिटलरला त्यांची पसंती असते. त्याचप्रमाणे तैमूरलंगचा रानटीपणा, असभ्यपणा जाणूनच त्याला पसंत करतात. सैफ अली २१व्या शतकातला माणूस म्हणून, तो भारतीय आहे म्हणून, हिंदूंच्या शेजारी राहतो म्हणून, त्याची आई एकेकाळी हिंदू धर्मावलंबी होती म्हणून, तैमूरलंगने केलेली हिंदूंची हत्याकांडं तिला आवडत नव्हती– याला काही महत्त्व नाही. आवडल्यामुळेच कदाचित इतिहासातून 'तैमूर' नाव काढून मुलाला ठेवलं होतं? करिना तर म्हणालीच आहे– "सैफ इतिहासज्ञ

आहे. इतिहासविदानं कदाचित प्रार्थना केलीय की त्याचा मुलगा जणू तैमूरलंगप्रमाणे प्रभावशाली व्हावा, सक्षम व्हावा– हे सगळं होत असताना त्याला हिंदूद्वेषी व्हायला हवं, असभ्य, निष्ठुर आणि अमानवी, अमानुषही व्हायला हवं असाही अर्थ होईल.

मी पूर्वीच म्हटलंय की माणूस विचित्र असतो. तुम्ही फिल्म इंडस्ट्रीतले म्हटल्यावर तुम्ही लोकतंत्र, लोकशाहीवर विश्वास ठेवता असं म्हटलं तर ते काही फारसं सयुक्तिक नाही. चहूकडे तैमूर नावाबद्दल इतकी ओरड चाललेली, अवाज उठत असताना त्यानंतरही मला विश्वास ठेवावासा वाटतो की सैफला तैमूर नाव आवडलं; कारण तैमूर शब्दाचा अर्थ इस्पात- लोह आहे. सैफला कोणी युद्धखोर खुनी आवडत नाही.

१४५

किती काळापासून किती काळ स्त्रिया दु:ख, कष्ट, त्रास भोगतायत. स्त्री मग ती मुस्लीम असो, हिंदू असो, बौद्ध नाहीतर ख्रिश्चन असो, भोगावं तिला लागतंच. बांगलादेशातल्या हिंदू मुली आज तोंड उघडून सांगताहेत, बोलताहेत. त्यांना विवाहविच्छेद– घटस्फोटाचा अधिकार हवाय. अनेकींना माहीत नाही की हा त्यांचा अधिकार नाही. बांगलादेशातल्या मुस्लीम कायद्यात काही बदल, सुधारणा केल्या गेल्या तरी हिंदू कायदा जसा होता, तसाच राहून गेलाय. तो इच्छापूर्वक राहिलेला नाही, तो कायदा तसाच ठेवायला भाग पाडलं गेलंय. भारतातले मुस्लीम कट्टरपंथी/ मूलतत्त्ववादी यांना ज्याप्रमाणे मुस्लीम व्यक्तिगत कायद्यात (Personal Law) कोणताच बदल नको आहे, त्याचप्रमाणे बांगलादेशातल्या हिंदू कट्टरवादी/ मूलतत्त्ववादींना हिंदी कुटुंब कायद्यात कोणताही बदल नको आहे. या कट्टरपंथीयांत किंवा मूलतत्त्ववादींमध्ये, मग ते कोणत्याही धर्माचे कट्टरवादी/ पंथी असोत मूलत: त्यांच्यात काहीही फरक नाही. सगळेच कट्टरपंथी स्त्रीविरोधी आहेत. स्त्रीला तिचं स्वातंत्र्य, ज्या स्वातंत्र्यावर तिचा जन्मजात अधिकार आहे तो तिला मिळावा असं या मूलतत्त्ववादींना/ कट्टरपंथीना बिलकूल वाटत नाही.

मुस्लीम स्त्रिया मधूनमधून त्यांचा कौटुंबिक कायदा धर्माचा आधार घेऊन नाकारतात आणि समानाधिकाराच्या आधारावर तो करावा यासाठी निवेदन करतात. त्यातून फायदा काहीच होत नाही. कारण तलवार उपसूनच स्त्री विरोधकांचं दल सज्ज आहे. हिंदू स्त्रिया– त्या त्यांचा कौटुंबिक कायदा सुधारणासाठी काही आवेदन/ निवेदन करण्याचं साहस त्यांच्यात नाहीच. हिंदू कट्टरपंथीयांनी असं साहस दाखवलं तर ते सहनच करणार नाहीत, चालूच देणार नाहीत हे जाणून त्या काहीच करत नाहीत. परंतु सहनशीलतेची मर्यादा एक ना एक दिवस तुटणारच.

बांगलादेशातल्या हिंदू स्त्रियांनी लक्ष्मणरेषा पार केलीय.

त्या पतीचा छळ आणि अत्याचारांचा बळी/ शिकार होतायत, पण अत्याचारी पतीला घटस्फोट/ डिव्होर्स देऊ शकत नाहीयेत. खूप हिंदू मुली नवऱ्याच्या अत्याचारापासून स्वत:ला वाचवण्यासाठी वेगळ्या राहतात, पण त्याचा संपर्क पूर्ण तोडू शकत नाहीयेत. मानवधिकार संघटना म्हणतात– 'हिंदू महिलांमध्ये नवऱ्यापासून वेगळं राहण्याची प्रवृत्ती वाढतेय. घटस्फोट विवाह विच्छेदाचा अधिकार नसल्यामुळे त्यांच्यात क्षोभ होतोय– धुमसतायत त्या. विधवा स्त्रियांचा संपत्तीवरील अधिकार ठरवण्याबाबतचा प्रश्नही आता वर आलाय आणि तो उठणारच!'

मुली शिक्षित आणि स्वावलंबी झाल्या, सजग झाल्या की डिव्होर्सची संख्या वाढते. जसे दिवस पुढे जात आहेत तितक्या मुली शिक्षित होतायत. तितक्या त्या स्वावलंबी होतायत, तसतशी मुलींची आत्मसन्मानाची जाणीव वाढतेय, तितक्याच मुली छळाविरुद्ध प्रतिवाद करताहेत. ही तर खूपच स्वाभाविक घटना आहे. पण अस्वाभाविक हे आहे की, पुरुष शिक्षित होतोय, स्वावलंबी होतोय परंतु सजग मात्र होत नाहीये. स्त्रीछळाच्या घटना, घडामोडी त्याप्रमाणात कुठेही कमी झालेल्या दिसत नाहीत.

बी.बी.सी.च्या एका बातमीत वाचलं, ढाक्याच्या लक्ष्मीबाजार भागात एका प्रेमी हिंदू जोडीनं त्यांचे कुटुंब तयार नव्हते तरी ढोलताशे वाजवत शास्त्रानुसार लग्न केलं होतं. नंतर कुटुंबानं त्यांना मानलं होतं, स्वीकारलं होतं. परंतु काही महिन्यांतच त्या संसारात द्वंद्वाचं वादळ आलं ते मुलगी जन्माला घालायची की नाही घालायची याविषयी द्वंद्व. मुलीला जन्म न देण्याच्या बाबतीत स्वत:च्या निर्णयावर दृढ असल्यामुळे तिला माहेरी पाठवण्यात आलं. माहेरी तिनं एका मुलीला जन्म दिला, त्यानंतर तिला नवऱ्याच्या घरी पुन्हा येऊ दिलं नाही. तेव्हापासून बारा वर्षांहूनही जास्त काळ, ढाक्यातील लक्ष्मीबाजार भागात ती नवऱ्यापासून वेगळी होऊन मुलीबरोबर राहतेय. ती म्हणाली, ''मी नवऱ्याला डिव्होर्स देऊ शकत नाही. मध्यस्थाच्या मदतीने/ मध्यस्थीने वेगळं झाल्यानंतर नवरा मला निर्वाहासाठी महिना नऊ हजार रुपये देतोय. पण हे काय जीवन आहे, जगणं आहे? माझी मुलगी मला म्हणते, ''माझे बाबा का बरोबर राहत नाहीत? शाळेत मित्रमैत्रिणींचे सर्वांचे बाबा आहेत. मुलीच्या अशा बोलण्यानं मला खूप त्रास होतो.''

एकदा लग्न झाल्यावर विवाहविच्छेदाची काही व्यवस्था नाही, त्यामुळे दुसरं लग्न करण्याचाही अधिकार मुलींना नाही. पण पुरुषांना मात्र मनाला येईल तितकी लग्नं करण्याचा अधिकार आहे. पुरुषांना मनाला येईल तेव्हा डिव्होर्स देण्याचाही अधिकार आहे.

मानवधिकार संघटना कायदा आणि मध्यस्थ केंद्र, हे पीडित स्त्रियांना कायद्याची

मदत देते. संघटना सांगते– त्यांच्या तक्रार केंद्रात आता हिंदू स्त्रियांच्या तक्रारींची संख्या वाढत चाललीय. कायदा आणि मध्यस्थ केंद्राच्या तक्रार केंद्र विभागाची मुख्य नीना गोस्वामी म्हणते– हिंदू स्त्रिया मूलत: घरेलु अत्याचार व छळ याविषयी तक्रार करून नवऱ्यापासून वेगळं राहण्यासाठी अर्ज घेऊन येतात. अशावेळी मध्यस्थ, समझोता या माध्यमातून भरण-पोषणाची रक्कम घेऊन त्या वेगळ्या होतात. पण लग्न समाप्त होत नाही, म्हणजेच विवाहविच्छेद होत नाही. त्यातून बाहेर पडण्याचा काही मार्गच नाही. हिंदू महिलांना आता घटस्फोटाचा अधिकार हवाय. जेव्हा धैर्याचा बांध फुटतो किंवा जीवनच अडकल्याप्रमाणे होतं, अशावेळी बऱ्याच स्त्रिया धर्म किंवा शास्त्र सगळं काही दूर करून, निदानपक्षी नवऱ्यापासून वेगळ्या राहतात किंवा राहायचा प्रयत्न करतात. बहुतेक सर्वच जणी गप्प बसून सगळं मानतात. बंधनापेक्षा, जीवन टिकवून ठेवणं हाच मुख्य उद्देश होऊन जातो जगण्याचा.

हिंदू महिलांचा संपत्तीवर काहीही अधिकार नाही. बापाच्या संपत्तीमध्ये मुलाला वाटा मिळतो, मुलीला मिळत नाही. लग्नानंतर नवऱ्याच्या घरीसुद्धा त्या संपत्तीच्या मालक होऊ शकत नाहीत. विधवा झाल्या तर आश्रित होतात. 'सुप्रिया दत्त'ची गोष्ट सांगते. तिचा नवरा मेला तेव्हा तिला दोन मुलं होती. ढाका युनिव्हर्सिटीतून राज्यशास्त्रामध्ये 'मास्टर' डिग्री घेऊन ती फरीदपूरमध्ये एका कॉलेजात शिकवते. पण विधवा झाल्यापासून ती जणू सासरची आश्रित आहे असं तिला वाटतंय. ती म्हणते– 'नवऱ्याच्या मृत्यूनंतर मी सासरीच राहते आहे. मला एक मुलगा नि एक मुलगी. मला मुलगा आहे म्हणून मी सासरी राहू शकतेय. पण संपत्तीवर माझा कसलाही अधिकार नाही. बाबांच्या घरी जाण्याची काही संधीच मिळत नाही. माझी स्वत:ची अशी काही संपत्ती नाही. सासरघरी मी आश्रित असं म्हणू शकता तुम्ही.''

भारतात आणि नेपाळमध्ये हिंदू कायद्यात अनेक सुधारणा/ बदल झालेत. हिंदू स्त्रिया घटस्फोट/ विवाहविच्छेद करू शकतात किंवा विधवा झाल्यावर पुन्हा लग्न करू शकतात. बांगलादेशात या कायद्यात काहीही बदल झालेला नाही. फक्त रजिस्ट्रेशनविषयी एक कायदा २०१२ साली झालाय. तोही बंधनकारक स्वरूपाचा झालेला नाही. त्यावेळचे कायदामंत्री म्हणालेत– विवाहविच्छेद/ घटस्फोट आणि संपत्तीवरचा मालकी हक्क यासह हिंदू स्त्रियांच्या अधिकाराचा प्रश्न याबाबत कायदा करण्याची जरुरी झालेली आहे. पण असा काही कायदा निर्मितीचा उपक्रम हाती घेतल्यावर/ केल्यावर धर्मीय भावनांवर आघात करण्याची तक्रार किंवा अभियोग केला जाऊ शकतो, अशी भीती सरकारमध्ये जाणवते.

हिंदूंच्या अधिकारासंदर्भात बाजूने आवाज उठवणाऱ्या यच्चयावत संघटना त्यासुद्धा हिंदू स्त्रियांच्या अधिकाराबाबत मुळीच चिंता करत नाहीत. विवाहनोंदणी

(Registration) कायदा बंधनकारक करणाच्या बाबत ही त्यांचा बिलकूल आग्रह किंवा जोर नाही.

हिंदू, बौद्ध, ख्रिश्चन समितीचे संपादक 'राणा दासगुप्त' म्हणतात, सरकारच्या सर्व प्रमुख पर्यायानुसार त्यांना, एकमताच्या आधारे एक मसुदा तयार करायला सांगण्यात आलेलं आहे. परंतु काहीच उपक्रम दिसून आला नाही त्यांच्याकडून. आताची परिस्थिती अशी अल्पसंख्याकांचा सर्व तऱ्हेने छळ होतो किंवा त्यांना पीडा दिली जाते अशी तक्रार आहे. ते अस्तित्वाच्याच संकटात आहेत. परिणामी आता स्वत:च अस्तित्वरक्षण करायचं का अंतर्गत सुधारणाविषयी काम करायचं, असा प्रश्न निर्माण झालाय. या सर्व प्रश्नांमध्ये, समस्यांमध्ये बऱ्याच त्रुटीही दिसून आल्यात आणि त्यामुळे कोणताच उपक्रम हाती घेतला जात नाहीये.

राणा दासगुप्त यांनी हिंदू धर्मावलंबी लोकांवर सामाजिक अत्याचार होत असल्याचा दावा किंवा तक्रारीविषयी बोलून, स्त्रियांच्या अधिकाराच्या बाबतीत जो उपक्रम करण्याच्या, काही काम करण्याच्या विषयाला बगल दिली, तो विषय टाळला. हिंदू नेते अजूनही हिंदू शास्त्राच्या बदल्यात, समानाधिकाराच्या आधारे कसलाही आधुनिक कायदा करण्याच्या विरोधातच राहिलेत.

बांगलादेशात हिंदू कायद्यात सुधारणा करायची म्हटलं की हिंदूंच्या धर्मानुभूतीवर आघात केल्याचा अभियोग, तक्रार, दावा केला जातो किंवा त्याविरुद्ध आवाज उठतो. ढाका विद्यापीठाचे प्राध्यापक निमचंद्र भौमिक म्हणालेत– 'लग्न किंवा कुटुंब याविषयी धर्मस्वीकृत विधान किंवा नियम दीर्घ काळापासून चालत आले आहेत. त्यामुळे संस्कार किंवा सुधारणा (कायद्यात/ त्या नियमात सुधारणा) करण्याच्या कामी हिंदू समाजात जडता आहे. उत्साह नाही, उदासीनता आहे.'

भारतातले मुसलमान ज्याप्रमाणे मानतात की शरिया/ शरियत कायदा हा अल्लाचा कायदा आहे, हा बदलला जाणार नाही. हिंदूसुद्धा असं समजतात/ मानतात की, शास्त्र पवित्र आहे. शास्त्राला मान देऊन, मानून चालणं ही सर्व हिंदूंची जबाबदारी आहे. बांगलादेशातल्या हिंदू स्त्रिया सजग झाल्या आहेत म्हणून मागणी करताहेत घटस्फोटाच्या अधिकाराची, भारतातल्या मुसलमान स्त्रियासुद्धा मागणी करताहेत 'तीन तलाक' बंद करण्याची. स्त्रियांना मिळालेच पाहिजेत– प्राप्य असे अधिकार मिळण्याच्या मार्गात कॉन्झर्वेटिव्ह– पुराणमतवादी पुरुषच सर्वांत मोठा अडसर, अडथळा आहेत. पुरुष केव्हा माणूस होणार, कधी ते त्यांच्या सहयात्रीला (स्त्रीला) सहयात्री (खऱ्या अर्थाने) समजून घेणार, समजणार, दासी म्हणून नाही, याचं उत्तर कोणाला माहीत आहे का?

१४६

भारताचं सर्वोच्च न्यायालय आता भारतीयांना खरे सच्चे देशप्रेमी केल्याशिवाय राहणार नाही. देशाचं राष्ट्रगीत आणि राष्ट्रध्वज यांचा सन्मान करण्याचे आदेश जारी केले गेलेत. आत इथून पुढे सिनेमा हॉलमध्ये फक्त सिनेमा दाखवून चालणार नाही, सिनेमा सुरू होण्यापूर्वी 'जन गण मन' वाजवायला पाहिजे. 'जन गण मन' जेव्हा वाजेल तेव्हा सिनेमा हॉलची दारं-खिडक्या सर्व बंद असणार. जणू वाटलं तरी कोणी आत प्रवेश करू शकणार नाही किंवा हॉलमधून बाहेरही पडू शकणार नाही. येण्या-जाण्याचा आवाज राष्ट्रगीत ऐकणाऱ्यांची एकाग्रता नष्ट करू शकतो किंवा त्याच्या एकाग्रतेत बाधा, विघ्न आणू शकतो, ही भीती. राष्ट्रगीत वाजत असताना पडद्यावर राष्ट्रध्वज दाखवायला/ दिसायला पाहिजे आणि त्या वेळी सिनेमाघरातील आबालवृद्ध, प्रत्येकाने ५२ सेकंद उभं राहून राष्ट्रध्वजासाठी सन्मान दर्शवला पाहिजे. अशी ही कथा.

सुप्रीम कोर्टाच्या न्यायाधीशांचं मन विसराळू आहे. ते विसरून गेलेत की या कायद्यामुळे १९९७ साली दिल्लीतल्या 'उपहार' सिनेमा हॉलमध्ये फार मोठी दुर्घटना/ मोठा अपघात झाला होता. 'बॉर्डर' नावाचा सिनेमा चालू असताना हॉलमध्ये आग लागली, दरवाजे बंद असल्यामुळे, प्रेक्षकांपैकी कोणीही बाहेर पडू शकलं नाही. त्या दिवशीच्या त्या आगीत ५९ माणसं मेली, शंभराहून अधिक जखमी झाली. या घटनेनंतर सुप्रीम कोर्टाकडून सांगण्यात आलं होतं– 'आता इथून पुढे सिनेमा हॉलची दार उघडी राहतील. तेव्हापासून दरवाजे उघडे असतात. पण आता पुन्हा दरवाजे बंद केलेत, मग आग लागल्यावर माणसं कशी वाचणार याविषयी मात्र काही सांगितलेलं नाही (कोर्टाने).

लहानपणी मी पाहिलंय सिनेमागृहात राष्ट्रगीत वाजायचं, मी उठून उभी राहत असे. अनेक जण उभे राहत. कोणी कोणी नाहीसुद्धा उभं राहायचं. कदाचित अपंग, कदाचित राष्ट्रगीताला मान देण्यासाठी उभं राहायला पाहिजे हा नियम मानत नसत किंवा बसूनही राष्ट्रगीताचा मान ठेवता येतो असा विचार करत असत. असे लोक किंवा मुळातच असा मान द्यायचं, सन्मान राखायचं काही प्रयोजनच नाही असंही काही जण मानत असत. असे सगळे लोक उभे राहत नसत. माणूस तर एकेक जण एकेक तऱ्हेचा. ज्या साऱ्या मतांनी कोणाचंही नुकसान होत नाही, अशा सर्व मतांचं ग्रहण करणं/ स्वीकार करणं, त्या मतांचा अंगीकार करणं ही लोकशाहीची शर्त आहे. जे राष्ट्रगीत वाजत असताना उठून उभे राहत नाहीत, त्यांचा कोणी तिरस्कार करताना तर पाहिलेलं नाही. ती माझ्या लहानपणीची गोष्ट, देश स्वतंत्र झाल्यावर लगेचच्या काळात तर सर्वांचं देशप्रेम अगदी तीव्र होतं, सिनेमा हॉलमध्ये राष्ट्रगीत वाजवायचा नियम होता. हा नियम एकेकाळी बंद झाला.

भारतातही हा नियम केव्हातरी होता, तर कधीतरी नव्हता. हा देश स्वतंत्र झालाय सत्तर वर्षांपूर्वी. एवढ्या काळानंतर कोणाचं देशप्रेम आहे, कोणाचं नाही हे सगळं पारखून पाहणंसुद्धा अगदी पोरकटपणा वाटतो. देशाचं सर्वोच्च न्यायालय, जेव्हा प्रेक्षागारात राष्ट्रगीत वाजवण्याची, त्या वेळी दरवाजे बंद ठेवण्याची आणि प्रेक्षकांनी उठून उभं राहून राष्ट्रगीताचा मान राखला पाहिजे ते बंधनकारक आहे असा आदेश देते, तेव्हा मी तर अवाक होते. जबरदस्तीनं कोणाला देशप्रेमी बनवता येतं का? देशप्रेमी नसलेल्या, देशप्रेमी नाही अशा माणसालासुद्धा सिनेमाघरात जाऊन सिनेमा पाहण्याचा अधिकार आहे; तसेच राष्ट्रध्वज पाहून उभं न राहण्याचा, राष्ट्रगीताचा इतर सर्वांप्रमाणे मान न राखण्याचा अधिकारही आहेच ना. आणि त्याखेरीज राष्ट्रगीत म्हटल्यावर किंवा राष्ट्रगीत ऐकल्यावर उठून उभं राहिल्यासच, माणूस राष्ट्रवादावर विश्वास ठेवतो आणि तसं नाही झालं तर विश्वास नाही ठेवत असं कोणाचं मत असेल तर तेही बरोबर नाही.

सर्वोच्च न्यायालयावर माणसांचा प्रगाढ विश्वास असतो. हा विश्वास, ही निष्ठा नष्ट केली तर कसं चालेल? परस्परविरोधी बोलणं आणखी कोणालाही शोभून दिसू दे, सर्वोच्च न्यायालयाला शोभत नाही. राष्ट्रगीत गाण्याविषयी एक मामला झाला होता १९८६ साली ऑगस्ट महिन्यात. मला आठवतंय, केरळमध्ये एका शाळेत बऱ्याचशा ख्रिश्चन विद्यार्थ्यांनी राष्ट्रगीत न म्हटल्यामुळे त्यांच्यावर दोषारोप झाला. सर्वोच्च न्यायालयाचं मत होतं– 'राष्ट्रगीत हा सन्मानाचा विषय आहे, पण कोणाकडून जबरदस्तीनं गाऊन घेण्यात कसलाच सन्मान/ मान नाही. कोणी गाईल कोणी नाही गाणार तो पूर्णतः व्यक्तीचा अधिकार आहे. पण सुप्रीम कोर्टाचा नवीन कायदा व्यक्तीचा अधिकारच नाकारतो आहे. व्यक्तीनं स्वमत प्रकट करण्याचा जो अधिकार तोही वेगळ्या प्रकारानं त्याज्य केलेला आहे, नाकारला आहे. हे तर लोकशाहीला नाकारणं आहे.

राष्ट्रगीताविषयी यापूर्वी कोणताच कठोर कायदा भारतात नव्हता. जो होता तो प्रशासकीय आदेश किंवा निर्देश. गतवर्षीच एक पास झाला होता. तो निर्देश असा 'अनिच्छेनं राष्ट्रगीत गायल्यास तो त्याचा अवमान आहे, त्यापेक्षा गाणं न गाणं हा विषय त्या त्या माणसावर सोडून देणं उचित होय. सिनेमा हॉलमध्ये किंवा प्रदर्शनात प्रेक्षक विविध कारणांनी राष्ट्रगीताला जेवढा मान द्यायला हवा, देणं उचित, तेवढा, तसा मान देऊ शकत नाहीत त्यामुळे अशा सर्व ठिकाणी राष्ट्रगीत न वापरलं जाणंच योग्य होय.' या निर्देशाला फेकून दूर सारून सुप्रीम कोर्टानं संपूर्णतः उलट असा एक निर्देश जारी केला ज्यात माणसाच्या लोकशाहीतल्या अधिकाराची पर्वा, काळजी केलेली नाही; हे सुप्रीम कोर्टानं काय चांगलं काम केलंय का?

चला मध्य प्रदेशातल्या सेवानिवृत्त इंजिनिअर नाटेर गुरू श्याम नारायण चोकसीचा गडबड घोटाळा पाहू या. २००१ साली डिसेंबरमध्ये करण जोहरचा 'कभी खुशी कभी गम' हा सिनेमा भोपाळच्या ज्योती टॉकीजमध्ये पाहायला ते गेले होते. त्या सिनेमात एक भारतीय बालक, त्याच्या इंग्लंडमधल्या शाळेत, वार्षिक समारंभात भारताचं राष्ट्रगीत गाताच, प्रथम फक्त त्या बालकाचे कुटुंबीय एकमेव भारतीय म्हणून उठून उभे राहिले, पण हळूहळू भारताच्या राष्ट्रगीताच्या सन्मानार्थ समारंभाला उपस्थित असलेले सगळेच प्रेक्षक उठून उभे राहिले, पण ज्योती टॉकीजमध्ये बसून असलेले प्रेक्षक कोणी उठून उभे राहिले नाहीत. फक्त श्याम नारायण चोकसी एकटेच उभे राहिले होते. उभे राहिले होते म्हणून त्यांच्या मागच्या आसनावर बसलेल्या एका प्रेक्षकानं त्याला धमकावून बसायला सांगितलं, कारण ते उभे राहिल्यामुळे, मागे बसलेल्या प्रेक्षकाला सिनेमा नीट दिसत नव्हता, पाहता येत नव्हता. श्याम नारायण चोकसींना त्या दिवशी अपमानित झालो असं वाटलं. त्यानंतर ते सिनेमा हॉलच्या बाहेर लोक घेऊन आले आणि दंगा माजवला. त्याने शांत न होता, त्यांनी मध्य प्रदेशाच्या उच्च न्यायालयात खटला दाखल केला. उच्च न्यायालयाने जोपर्यंत त्या सिनेमातलं राष्ट्रगीताचं दृश्य कापलं जात नाही, गाळलं जात नाही तोपर्यंत 'कभी खुशी कभी गम' सिनेमा दाखवण्यावर बंदी घातली. हायकोर्टाच्या या मताला उडवून लावत त्या वेळी सुप्रीम कोर्टानं सांगून दिलं की, 'सिनेमामध्ये चित्रपटामध्ये राष्ट्रगीत गायलं असेल तर प्रेक्षागृहातील प्रेक्षकांनी उठून उभे राहायला नको, जर कोणी उभा राहिला तर इतर प्रेक्षकांची गैरसोयच होईल आणि राष्ट्रगीताचा मान वगैरे काही वाढणार नाही.'

श्याम नारायण त्यानंतरही गप्प राहिले नाहीत. ते या प्रकरणाच्या मागेच लागले होते. राष्ट्रगीताच्या अवमानाचे नाना तऱ्हेचे पुरावे, प्रमाण एकत्र करायला सुरुवात केली. या प्रमाणात/ पुराव्यात एक होता मासिकाच्या कागदाच्या द्रोणात, मध्य प्रदेशातल्या एका माणसानं काही खाल्लं आणि खाऊन झाल्यावर द्रोण कचराकुंडीत टाकून दिला, ज्या कागदाचा द्रोण बनवला होता, त्या कागदावर भारताचं राष्ट्रगीत आणि राष्ट्रध्वजाचं चित्र छापलेलं होतं. चोकसीच्या राष्ट्रवादी अनुभूतीवर त्यामुळे आघात पोहोचला. त्या कारणाने ते सुप्रीम कोर्टात गेले. त्याचं म्हणणं असं– भारतीय संविधानाच्या ५१ नंबरच्या कलमानुसार देशातल्या प्रत्येक नागरिकाने राष्ट्रध्वज आणि राष्ट्रगीत या दोहोंचा मान राखला पाहिजे. त्यांचं आणखी म्हणणं असं की सिनेमा हॉलमध्ये, सिनेमा दाखविण्यापूर्वी राष्ट्रगीताचा प्रचार करायला पाहिजे, प्रेक्षकांनी कमीत कमी ५२ सेकंद उभं राहिलं पाहिजे, राष्ट्रगीताचा सिनेमा थिएटरमध्ये धंदा करता कामा नये. आलतूफालतू जागी राष्ट्रगीत छापता येणार नाही.

चोकसीच्या अर्जाचा परिणाम म्हणजे सुप्रीम कोर्टानं त्याचं आधीचं निकालपत्र रद्द करून नवीन निकालपत्र जजमेंट दिलं– जे पूर्वीच्या निकालाविरुद्ध असून मानवाधिकाराचं उल्लंघन करणारं आहे. कट्टर उजवे व्यापून आहेत देशभर. तुम्ही हा निकाल नाही मानलात तर तुम्ही देशप्रेमी तर नाहीच, तुम्ही देशद्रोही आहात अशा गोष्टी चहूकडे ऐकू येतायत. देशप्रेम– जे देशाचा राष्ट्रध्वज किंवा राष्ट्रगीत ऐकून उठून उभं राहिल्याने जितकं दिसून येतं, त्याच्यापेक्षाही जास्त देशातलं दारिद्र्य, स्त्री-पुरुष विषमता, दुर्नीती, दूषण, छिद्रान्वेष इत्यादी दूर करण्याचा प्रयत्न केल्यास जास्त दिसून येईल. ही गोष्ट कोणाला समजावू शकले नाही. उलट असं सांगायला जाऊन अनेकांच्या शिव्या मात्र ऐकाव्या लागल्या.

जितक्या क्षुद्र आणि तुच्छ गोष्टींना आपण देशप्रेम म्हणून संबोधू लागणार, तसं लेबल लावणार आणि त्यातच संतुष्ट राहणार, तितकंच ते शासनकर्त्यांना आपल्याला संतुष्ट, खूश करायला आणि खऱ्या मोठ्या समस्यापासून आपली दृष्टी दूर करायला सोपं जाईल. राजकारणी, राजकारणातले लोक, पक्ष असले हीन उद्देश मनी धरून पुढे चालू शकतात. चालतातही पण सुप्रीम कोर्टांचा तर फक्त चांगलाच हेतू आहे, उद्देश आहे, वाईट नाहीच उद्देश. सुप्रीम कोर्ट माणसाचे लोकशाहीतले अधिकार उल्लंघन करणाऱ्या सर्व तऱ्हेच्या प्रक्रिया साधारणपणे रद्द करून टाकते, असे असताना त्या ठिकाणी सुप्रीम कोर्ट स्वत:च त्या अधिकारांविरुद्ध हे काय करतंय! भयभीतीचाच विषय खरोखर!

१४७

अद्‌भुत असा एक दिवस खरंच. लहानपणी अशा दिवसाचं नाव कधी ऐकलं नाही. अचानक जणू उडत येऊन चिकटून बसला. चिकटून राहून चांगलं काम करू शकत असेल तर करू दे.

'व्हॅलेन्टाइन डे'च्या मूळ उगमाविषयी नाना मुनींची नाना मतं. सर्वांत स्वीकारणीय/स्वीकार्य जे आहे ते म्हणजे लुपरकालिया नावाचा प्राचीन रोमध्ये एक उत्सव होता. तो १३ फेब्रुवारीपासून १५ फेब्रुवारीपर्यंत होत असे. या उत्सवात स्त्री, पुरुष खूप मद्यपान करत आणि संभोग-संगमासाठी साथीदार निवडून घेत. रोमच्या लोकांनी त्यांचा प्राचीन धर्म सोडून ख्रिश्चन धर्म जसा, जास्तीत जास्त स्वीकारायला सुरुवात केली तसतसे, प्राचीन रोमच्या देवीच्या नावाने– लुपरकालियाच्या नावाने जो उत्सव असे तो ते मानेनासे झाले. हा उत्सव खूप लोकप्रिय होता त्यामुळे पूर्णपणे तो सोडू किंवा बंदही करू शकत नव्हते. शेवटी असं झालं, ते उत्सव करू लागले, पण हा उत्सव ते सेंट व्हॅलेंटाइनच्या नावाने त्यांनी अर्पण केला, आणि तो साजरा करू

लागले. हाच सेंट व्हॅलेटाइन, ख्रिश्चन धर्म स्वीकारल्यामुळे, रोमचा सम्राट दुसरा क्लॉडियास याने तिसऱ्या शतकात सेंट व्हॅलेंटाइनचा शिरच्छेद केला होता.

इतिहासतज्ज्ञ नोयेल लेन्स्की म्हणतात– 'लुपारकालिया उत्सवात पुरुष, देवी लुपरकासला उद्देशून एक शेळी/ बकरी आणि एक कुत्रं यांचा बळी देत. नंतर मृत बकरी किंवा कुत्र्याच्या चामड्याने उत्सवातल्या मुलींना बेदम मारत. त्यांचा असा (अंध) विश्वास होता की हा असा मार खाल्ल्यावर मुलींची प्रजननक्षमता वाढते. लुपरकालिया हा सर्वांनी मद्यपान करण्याचा उत्सव. नग्न होत होत लॉटरी उत्सव, लॉटरीच्या डब्यातून जो पुरुष ज्या मुलींचं नाव उचलून घेईल तिच्याबरोबर तो पुरुष त्या रात्री शरीरसंबंध ठेवतो. फक्त तीच रात्र नाही, इच्छा झाल्यास आणखी काही रात्रीसुद्धा, काही जण तर लग्न करत. रोमची माणसं ख्रिश्चन झाल्यानंतर त्या उत्सवाचं नाव जसं बदलून टाकलं, नग्न शरीरावर कपडेही घातले. प्रथम पोप जेलासियास याने पाचव्या शतकात या दिवसाला ख्रिश्चनांच्या सुट्टीचा दिवस म्हणून घोषित केलं होतं.

मध्ययुगातील इंग्रज कवी जेफ्री चॉशर आणि विल्यम शेक्सपिअर यांनी 'व्हॅलेंटाइन डे'ला 'रोमॅन्टिक डे' असं म्हणून त्याबद्दलची पद्यरचनासुद्धा केलीय. चॉशर यांनी 'व्हॅलेंटाइन डे'ला 'रोमॅन्टिक डे' असं नामाभिधान दिलं नसतं, जर काव्य लिहून म्हणाले नसते– साथी/ सांगाती पसंत करण्यासाठी, विविधरंगी पक्षी थव्याथव्याने उडत येताहेत, तर दिवसाबरोबर प्रेम येऊन असं मिसळलं नसतं. नग्न होऊन मुलींवर अत्याचार करण्याच्या त्या प्राचीन पुरुषप्रधान उत्सवाला रोमॅन्टिक म्हटलं नसतं तर मला वाटतं, तो दिवस प्रेमाचा दिवस म्हणून प्रतिष्ठित झाला नसता. ज्या दोघांनी व्हॅलेंटाइन नावाच्या सेंटला मारून टाकलं, फेब्रुवारी मध्यात, ते कोणीही रोमॅन्टिक लोक नव्हते. रोमचा सम्राट दुसरा क्लॉदिआस याने रोमच्या सैनिकांच्या विवाहावर बंदी केली होती. त्याला असा विश्वास होता का माहीत नाही, की विवाहित पुरुष हे चांगले सैनिक होण्याच्या योग्यतेचे नसतात. रोमचा एक पुरोहित व्हॅलेंटाइन सम्राटाच्या या निषेधादेशविरुद्ध उभा राहिला होता. गुप्तपणे विवाह केला होता त्याने आणि सैनिकांचेही विवाह करून दिले होते. १४ फेब्रुवारीला त्याचा शिरच्छेद केला गेला, मुंडके छाटण्यापूर्वी म्हणे तो जेलरच्या मुलीच्या प्रेमात पडला होता, एका पत्राच्या शेवटच्या ओळीत लिहिलं होतं– 'फ्रॉम युवर व्हॅलेंटाइन'.

आज एकविसाव्या शतकातही त्याच व्हॅलेंटाइनच्या नावाने दिवस मानला जातो, पाळला जातोय. हा दिवस व्यावसायिकांसाठी मात्र फारच महत्त्वाचा दिवस झालाय. अमेरिकेत या वर्षी १८.२ बिलियन डॉलरची व्हॅलेंटाइन दिवसाची भेट चॉकलेट्स, फूल, कार्ड आणि डिनर याची विक्री झाली आहे. गेल्या वर्षी १७.६

बिलियन डॉलर व्यवसाय झाला होता.

'व्हॅलेंटाइन डे'च्या विरोधात हिंदू आणि मुसलमान कट्टरपंथी चांगलाच अवाज उठवतात. त्यांना वाटतं हा दिवस आमच्या संस्कृतीच्या विरोधी आहे. आश्चर्य आहे! प्रेम काय, संस्कृतीचा अंश नाही का? ज्या संस्कृतीत प्रेम नाही ती कुसंस्कृती, संस्कृतीचा विरोध होय. जे प्रेम दिवसाच्या विरोधात मोर्चा काढतात ते कधी, बलात्कारविरोधात, घृणा आणि असभ्यतेच्या विरोधात मोर्चा काढतात का? नक्कीच नाही काढत.

व्हॅलेंटाइनचा उगम कितीही वाईट असला तरी, कितीही असभ्य असला तरी विचित्र असलं तरी या दिवशी व्यावसायिक प्रचंड व्यवसाय करत असले तरी– हे सर्व असेना का, पण या दिवसाशी प्रेम जोडलेलं आहे, मग ते प्रेम जेफ्री चॉशरमुळे असो, जोडलंय ना! माणसांना इतिहास माहीत नसतो/ नाहीये त्यामुळेच त्याला शुद्ध प्रेमाचा दिवस म्हणूनच त्याच्याकडे पाहतात. करेनात का तसं. जेव्हा चहूकडे युद्ध आणि अशांती– अशावेळी कोण्या एका नावावर कोणी एक असा दिवस माणसामाणसांतलं प्रेम, स्नेह, जिव्हाळा आणि श्रद्धामय असा संबंध स्थापन करू पाहतो याहून सुवार्ता ती काय या पृथ्वीवर? माणूस जन्मताच शिकतोय कसं, काहीही करून स्वत:साठी सगळं मिळवून घ्यायचं, काहीतरी निमित्त, बळ आणि चातुर्य (छल-बल-कौशल्य करून) यांच्यायोगे माणूस फक्त घ्यायला शिकतोय, पण द्यायला शिकत नाहीये, द्यायला कोणी कोणाला शिकवत नाही, व्हॅलेंटाइन नावानं दिवस उगवून जर ते शिकवत असेल तर नुकसान काय? ३६५ दिवसांत ३६४ दिवस तर हिंसा, द्वेष याला धरूनच आहे, वर्षातला एकतरी दिवस प्रेमाला धरून असू दे ना!

हा दिवस- त्याला व्यावसायिकांच्या हातून जर मुक्ती मिळाली असती तर सर्वांत छान झालं असतं. पण प्राप्त परिस्थितीत तशी मुक्ती मिळणं शक्य दिसत नाही. धंदेवाले या दिवसाच्या नावावर चांगला धंदा करून घेतात म्हणून अख्खा दिवसच वाया घालवणं बरोबर नाही. त्यापेक्षा या दिवसाला अजून कोणत्या प्रकारे, कोणत्या उपायांनी समृद्ध आणि सुंदर करता येईल याविषयी आपल्याला विचार करायला पाहिजे. दिवसामध्ये बदल, परिवर्तन तर आदिकालापासून होतोय. आज माणूस फक्त प्रेमिक-प्रेमिकेला नाही तर बाबा, आई, भाऊ, मित्र आणि पाळलेल्या कुत्र्या-मांजरांनासुद्धा 'हॅपी व्हॅलेंटाइन' म्हणतायत. परस्परांवरील प्रेम प्रदर्शित करायला आणखी कोणती संधी, वेळ कोणाकडे नाहीये. जर मला असं वाटत असेल, प्रेम एक दिवसासाठी नाही, प्रेम दररोजसाठी, जरी मी व्यक्तिगतरीत्या 'व्हॅलेंटाइन डे' करत पाळत नसले तरी, समाज स्वार्थांध असल्यामुळे या समाजाने प्रेम शिकावे, प्रेमाविषयी चर्चा करावी. घृणा प्रदर्शित करायला अवघड नाही, पण प्रेम प्रदर्शित

करायला मात्र अवघड वाटतं. म्हणून मला वाटतं. समारंभपूर्वक माणसानं माणसाकरता प्रेम प्रकाशित करावं. उघडपणे माणसानं माणसाला थप्पड नाही, गुद्दा नाही, ठोसा नाही पण चुंबन द्यावं/ घ्यावं. एकच दिवस प्रेमाविषयी चर्चा केल्यानं माणूस उघडपणे प्रेम करण्याला आणि चुंबन घेण्याला वाईट असं मानणार नाही, ते निषिद्ध आहे म्हणून भय वाटणार नाही, माणसाची मनाची द्विधास्थिती जावी. आज या दिवशी व्हायोलन्स निषिद्ध बंद व्हावा.

स्त्रीवरील अत्याचार निदान एक दिवस तरी पुरुष बंद करणार का? निदान वर्षातल्या एका दिवशी तरी पुरुषांनी व्हायोलन्स नाही करावा. 'व्हॅलेंटाइन डे'ला जर व्हायोलन्स बंद नाही झाला तर या व्हॅलेंटाइन दिवसाला काहीही अर्थ नाही. तुम्हाला प्रेम करायला नसेल येत तर निदान घृणा तरी करू नका. तुम्ही फूल नाही देऊ शकत तर निदान काटे तरी देऊ नका.

तुम्ही चुंबन नाही देऊ/ घेऊ शकत तर निदान थप्पड मारू नका. व्हायोलन्स बंद नाही केला तर व्हॅलेंटाइन दिवस पालन करण्याचा अधिकार खरंतर पुरुषांना असणं बरोबर नाही. 'व्हॅलेंटाइन डे'ला जणू एकाही मुलीला भोगदासी व्हावं लागता कामा नये, एकाही मुलीला पुरुषाकडून छळ सहन करावा लागू नये, एकाही मुलीला जणू मुलगी म्हणून जन्म घेण्याच्या कारणानं, शिक्षण, आरोग्य आणि स्वावलंबनाच्या संधीपासून वंचित राहावं लागू नये. तयार?

१४८

संपूर्ण जगातून साधारणपणे पाच लाख माणसं जातात 'जयपूर लिटरेचर फेस्टिव्हल'ला एवढा तो व्यापक आहे. पॉवरफुलही आहे. मोठमोठ्या संस्था, जाहिराती देतात. सरकारसुद्धा सहभागी होऊन धन्य होते. 'बुकर प्राइझ' मिळालेल्या लेखकांची गर्दी 'बेस्ट सेलर'ची पुस्तकं सर्वत्र पसरलीत. हार्पर-कोलिन्स, पेंग्विन दिमाखदार भव्य पार्टी देतेय. या फेस्टिव्हलमध्ये मला या वेळी प्रथमच आमंत्रण दिलं होतं. पण माझ्या उपस्थितीविषयी पाच अज्ञ, असभ्य, अशिक्षित मुल्लांनी जशी हरकत जाहीर केली, तशी एवढ्या मोठ्या पॉवरफुल फेस्टिव्हलचे पॉवरफुल परिचालक त्यांनी सांगून टाकलं– 'आपली मागणी नतमस्तक होऊन मानत आहोत. प्रतिज्ञा करतो की इथून पुढे कधीही तसलिमाला जयपूर फेस्टिव्हलमध्ये आमंत्रण देणार नाही.'

बस्स! मी निषिद्ध.

जगात बहुधा अजून कोणालाच इतक्या सहजासहजी निषिद्ध करता येत नसावं, जितक्या सहजपणे मला करता येतं.

१४९

ॲडेनोकारसिनोमा हा माझ्या जिनमध्ये बहुधा असावा. माझ्या आईच्या आतड्यात झाला. माझ्या दादाला स्वादुपिंडात (पँक्रियात) झाला, माझ्या मामाला लिव्हरमध्ये यकृतात झाला. आता माझ्या मावशीच्या नवऱ्याला पोटाच्या पोकळीतल्या आवरणाला झालाय. मी ऐकलंय की माझा एक काका कॅन्सरने मेला. कदाचित त्यालाही होता ॲडेनोकारसिनोमा. कॅन्सरमध्ये सर्वांत हा भयंकर असतो. परीक्षा करून पाहिलं तर बरोबर समजून येईल की ॲडेनोकारसिनोमाचे जिन माझ्या आत जमून बसलेत की काय ते. मला संपूर्ण खायचंय म्हणून दाताला धार करतंय मधून मधून माझ्या मनात येतं– मला तर डायबेटिस आहे, उच्च रक्तदाब आहे. मरायसाठी हे तर पुरेसं आहे. निसर्ग कदाचित माझ्यावर थोडी दया दाखवेल, माया करेल, मला कॅन्सर होणार नाही. पण प्रकृतीसारखं निर्लज्ज, दगडी आयुष्यात मी अजून काही पाहिलेलं नाही. ती नेमकं देईल. माझ्या मावशीचा नवरा डोळ्यांसमोर त्याला कष्ट होताना दिसत होते, सहन होत नव्हतं. माझ्या आईलाही असाच खूप त्रास व्हायचा. आपण सगळेच जाणार हो ना? त्यानंतरही विचार केल्यावर माथं भणभण करतं. आपण कुठे जातो? कोठे जर जाऊ शकलो असतो तर शांती मिळाली असती. पण कुठेच तर जात नाही. कुठेही न जाणंच कसं भयप्रद आहे. आई नाहीये. मावशीचे यजमानपण राहणार नाहीत. कसं सगळं रिकामं रिकामं वाटतंय.

कॅन्सरच्या जिनला वेगळं करून फेकून दिलं तर नाही का जमणार? जमेल ना. जिन थेरपी तर होतेच आहे. पण माझ्यासारख्या सामान्य माणसापर्यंत अजूनही ही थेरपी पोहोचलेली नाही. सामान्यांच्या आवाक्यात नाही. डायबेटिसचे जिन, कॅन्सरचे जिन, आलतूफालतू जे काही जिन आहेत ते फेकून देऊन फक्त चांगले जिन ठेवायचे आणि चांगल्याप्रकारे जगायचं असं होत नाही का? होतं. होईल. मी मरून गेल्यावर होईल. मरायचं केव्हा तरी आहेच तर झोपेतच जणू मी मरून जावं, मला कळूच नये की मी मरतेय, भोगायला लागू नये (यातना).

१५०

डियरपार्क – हरीणबागेत गेले होते आज सायंकाळी. मोर पाहिले, हरणं पाहिली, वानरं पाहिली. वानरांना केळी, संफरचंदं खाऊ घालाविशी वाटतात. जवळपास दुकानबिकान काही मिळालं नाही, दिसलं नाही. पुढच्या वेळेस घेऊन जाईन. हरणं काय खातात कोण जाणे, गवतबिवत तर कुठेच नाहीये. एकच बरी गोष्ट म्हणजे त्यांना वाघ खाणार नाही. चितळ, हरणाची शिंगं आमच्या ड्रॉइंगरूमच्या भिंतीवर

लावलेली असत. बालपणी पाहिलीत. शिंग कोणी, कुठे, कधी बाजूला दूर करून ठेवलीत. डियरपार्क– हरीणबागेत माणसं फिरत होती. माणसांपेक्षा मला हरणंच बघायला छान वाटत होतं. पुरुष मोराचे इतके रंग, इतकं रूप त्याला. नजर दूर कराविशी वाटत नाही. पुरुष माणूससुद्धा जर असा रंगीत असता तर! मुलींना मोहित मुग्ध करण्यासाठी असेच जर ते नाचले असते! अहा, जर मी मयूरी असते!

१५१

ट्रम्पने माणसांना घृणा करायला शिकवलंय– मुस्लिमांची घृणा करायला, काळे, बदामी, पिवळे यांची घृणा करायला, अपंगांची घृणा करायला. गरीब परदेशींची घृणा करायला. बुद्धिमान मुलींची घृणा करायला शिकवलंय. म्हणून लोक घृणा करताहेत. घृणा करता करता एका गोऱ्या अमेरिकनाने आज दोघांना गोळी मारलीय. दोघेही भारतीय. दोघेही इंजिनिअर. एक जण गोळीनं मारला गेलाय, दुसरा वाचलाय. असं वाटतंय की अजूनही काही लोकांना असंच मरावं लागणारेय. माणसं खरंतर एकसारखीच दिसायला. हिंदू मुसलमानासारखा, मुसलमान हिंदूसारखा. ख्रिश्चन दिसायला ज्यूसारखा, यहुदी/ ज्यू मुसलमानासारखा दिसायला. निर्वासित/ रिफ्यूजी पाहायला सिटीझनांसारखे, नागरिकांसारखे, सिटीझन दिसायला रिफ्यूजी– निर्वासितासारखे आपण माणसाला माणसापासून कसं काय वेगळं करणार.

१५२

१९९४ साली मला सरकारने देशाबाहेर काढून टाकलं. मूलतत्त्ववादींना, कट्टरपंथीयांनाही इतकी आशा नव्हती ते चकित होऊन पाहू लागले. केवळ सरकारच मला बेघर करण्यासाठी खवळलं होतं, चिडलं होतं असं नाही तर मला समूळ उखडून टाकण्याकरता प्रकाशक, संपादकसुद्धा खवळून उठले होते. माझी पुस्तकं छापणं बंद झालं, वर्तमानपत्रात माझे कॉलम छापणं बंद झालं. लोकप्रिय लेखक रातोरात एक निषिद्ध नाव झालं. त्याज्य नाव झालं. हळूहळू एक भयंकर त्रासदायक असा एक गट तयार झाला. एक षड्यंत्र या समाजात निर्माण झालं. माझं नाव उच्चारण्याला मात्र बंदी नव्हती, पण माझं नाव 'अश्लील बोलणं, शिवीगाळ करणं' या अर्थी वापरलं उच्चारलं जायचं, अजूनही जातं. बांगला बाजारातल्या विख्यात, प्रख्यात प्रकाशकात जिचं पुस्तक प्रकाशित करण्यासाठी एकेकाळी स्पर्धा लागलेली असे त्यांनीच शेल्फवरून काढून टाकली तिची पुस्तकं. त्यांना जागा कुठे मिळाली? नीळ शेतीच्या फुटपाथवर. का? ती काय आता चांगलं लिहीत नाही?

खरंतर ती आधीपेक्षा चांगलं लिहिते. तिनं लिहिलेली पुस्तकं जगातल्या अनेक देशांत अनुवादित होतात. मग गडबड/ गोंधळ कुठे आहे? सरकार आणि कट्टरपंथीयांनी शिक्षा दिलीय, पुन्हा समाजानं तिला काय म्हणून शिक्षा द्यायची? कोणी कधी एकदा तरी जाणून घ्यायचा प्रयत्न केला का?

२४ वर्षांच्या दीर्घकाळात एकदोघा प्रकाशकांनी पुस्तक छापूनसुद्धा सरकार आणि कट्टरपंथीयांच्या भीतीने 'नको ते झंझट' म्हणून ते पळून गेले. काही वर्षांपूर्वी दोन मॅगझिन्सचे धाडसी दोन संपादक कसाल्याही धमकीची पर्वा न करता त्यांनी छापायला सुरुवात केलाय माझा कॉलम. या वर्षी दोघे प्रकाशक साहस करून म्हणाले की, 'माझं पुस्तक छापणार आहेत.' 'श्रावण प्रकाशना'नं छापलंय 'सकल गृहहारानो' आणि 'शब्दशैली' छापतंय. 'शोध'. माहीत नाही. हे प्रकाशकसुद्धा एकादवेळेस भीतीनं पळून जाणार की काय? चहूकडे इतके भित्रे लोक! मी माझ्या एकटीच्या जोरावर हिमालयासारखी उंच होऊन जातेय. आणि फारच एकटी पडलेय. साहसी माणसाला खूप खूप पाहावसं वाटतंय, स्वस्थ शांतीचा श्वास सोडावासा वाटतोय.

१५३

मला खूप हसू येतं पाहून– हुमायून अहमदवर बनवलेल्या चित्रपटात पुन्हा काही हरकत घेण्यासारखं काही दाखवलं जाऊ नये– स्पर्श कातर– लागट असं काही बोललं जाऊ नये– चहूकडे या बाबतीत अतिशय सावधानता आहे. हे सगळं अगदी खाचून-खोचून बारकाईनं पाहण्याचा उपक्रम सेन्सॉर बोर्डानं घेतलाय हाती. हे लोक जर इतके सतर्क सावध, तर हे किंवा यांच्यापैकी कोणी कधी प्रतिवाद, विरोध केलाय का?– गेली तीन दशकं एका लेखकाला अत्यंत, हरकत घेण्याजोग्या भाषेत जे शिव्या देणं चाललंय त्याविरुद्ध? देशातून हाकलून दिल्यावरसुद्धा लागट असं बरंच काही तिला बोललं जातंय त्याविरुद्ध? एक जण शिक्षित, सजग, लेखकाला बाजारात, मैदानावर, घाटावर, कॅफेत, रेस्टॉरंटमध्ये, पत्रातून, पाक्षिक-मासिकातून, मंचावर, मेळ्यात, देशात सर्वत्र, सुरक्षितपणे निश्चितपणे, बिनअडथळा, सहजपणे 'मागी', 'बाजारबसवी', 'वेश्या' म्हणून हाकारलं जातं त्याविरुद्ध? का नाही प्रतिवाद केला? लेखक पुरुष नाही म्हणून?

१५४

या माणसानं मुक्तचिंतक राजीव हायदारचं डोकं उडवलं होतं. डोकं उडवून पळून

गेला होता. मलेशियातून पोलिसांनी त्याला पकडलं आणि देशात पाठवून दिलंय. मलेशियाचे पोलीस म्हणाले, ''बांगलादेशात राहिल्यास कोणतेही पोलीस त्याला पकडू शकले नसते.'' कित्येक खुनी मस्त मजेत आहेत. कितीक वर्षांनंतर पकडला गेलाय, 'रिजोयानूल आझाद राणा' कपाळावर काळा डाग, फरशीवर कपाळ आपटल्याचा डाग, अतिरिक्त नमाज पढल्यावर त्याचा डाग, चिन्ह राहून जातं. तरमग नमाजी हे खुनीसुद्धा असतात. नमाजी खरंतर चोर, डाकू, बदमाश, खुनी सर्व काही असतात, होऊ शकतात. त्यामुळे नमाज, रोजा केलं की कोणालाही डोळे बंद करून भला माणूस म्हणणं बरोबर नाही. अलौकिक अतिभक्ती ज्यांची अशाचं भय जास्तच. ज्या तरुणांच्या कपाळावर काळा डाग पडलेला आहे अशांपासून सावध राहणं बरं.

१५५

मार्टिन स्कर्सेस माझा आवडता चित्रपट दिग्दर्शक. त्याचा नवा चित्रपट 'सायलेन्स' पाहिला. गोष्ट सतराशेव्या शतकातली – जपान. त्या काळात जपानमध्ये धर्मप्रचार करण्यासाठी स्पेन आणि पोर्तुगालमधून ख्रिश्चन मिशनरी येत असत. त्या मिशनरींची जपानी राज्यकर्ते हत्या करतच, पण जे जपानी ख्रिश्चन धर्म स्वीकारत त्यांचीही निर्घृण हत्या करत. थोड्या वेगळ्याच दृश्यपटावर जणू दुसऱ्या महायुद्धाची भयावहता पाहिली. ज्यूंची ज्याप्रकारे छळणूक केली गेली १९४०मध्ये जर्मनीत, कॅथलिकांचा तशाच प्रकारे छळ केला गेला १६४० साली जपानमध्ये. आज जपानमध्ये ज्याला आवडेल तो ख्रिश्चन धर्म ग्रहण करतोय. एकेकाळी तो होता अक्षम्य अपराध. पृथ्वीला रागानं मी कितीही असभ्य म्हटले, तरी मनात मला माहीत नाही काय, की ही पृथ्वी अजूनही शतपटींनी असभ्य होती आधी. अजूनही पूर्णपणे सभ्य झालेली नाही, पण पूर्वीपेक्षा बरीच झालीय ही, गोष्ट बरोबर.

१५६

मयमनसिंह शहरात अजूनही बऱ्याच रस्त्यांची नावं पूर्वीप्रमाणेच आहेत. सी.के.घोष रोड, सारदा घोष रोड, टी.एन.राय रोड, रामबाबू रोड, ईशान चक्रवती रोड, हरिकिशोर राय रोड, अमृतबाबू रोड, महाराजा रोड, रामकृष्ण मिशन रोड. पूर्वीप्रमाणेच आहे. विद्यामयी स्कूल, महाकाली स्कूल, राधासुन्दरी स्कूल, मृत्युंजय स्कूल, आनंदमोहन कॉलेज. हिंदूंना हाकलून दिलं तरी हिंदू नावं अजूनही काढून टाकलेली नाहीत. कदाचित एकाद्या दिवशी काढून टाकतील. हिंदू म्हणून कोणी होतं या

प्रांतात, हे कदाचित स्वीकारलं जाणार नाही.

ब्राह्मणवाडियाला विवाडिया म्हणण्याची प्रथा पडतेय/ वाढतेय. मयमनसिंह शहरात गौरहरी वस्त्रालयाने म्हणे नवीन नावानं दुकान उघडलंय, दुकानाचं नाव 'न्यू जी. वस्त्रालय.' जी म्हणजे इथे गौरहरी. माझा मेडिकलमधला सहाध्यायी तर कायमच स्वत:चं नाव एस. के. अपू लिहीत गेलाय. सुजितकुमार लिहायला बहुधा संकोच वाटतो.

१५७

बांगलादेशात 'डूब' नावाचा एक चित्रपट, सेन्सार बोर्डाकडे अनिर्दिष्ट काळासाठी अडकून पडलाय. या अडकून राहण्याविषयी पक्षविपक्षात टीका-टिप्पणी तर्क-वितर्क चालू आहेत. हे नक्कीच चांगलं लक्षण आहे. वितर्क झाला की माणसाला विचार करायला संधी मिळते. मत प्रकट करण्याच्या अधिकारासंबंधात स्वत: काही निर्णय घेऊ शकतात. माझ्या पुस्तकांवर एकापाठोपाठ बंदी आणली बांगलादेश सरकारने तेव्हा कोणी ब्रसुद्धा तोंडातून काढला नाही. ते पाहून मला वाटतंय माझ्या स्वमत प्रकटीकरणाच्या अधिकारावर कोणाचा विश्वास नाहीये. जे लोक माणसाच्या मतप्रदर्शनाच्या अधिकारावर विश्वास ठेवतात ते सर्वांच्या म्हणजे शत्रू- मित्र सर्वांच्या त्या मतप्रदर्शन अधिकारावर विश्वास ठेवतात. विशिष्ट मतावर विश्वास नसू शकतो. परंतु मत व्यक्त करण्याच्या अधिकारावर तरी विश्वास ठेवावा. ठेवायला हवा. तुम्ही 'क'च्या वाक्‌स्वातंत्र्यावर विश्वास ठेवता, पण 'ख'च्या वाक्‌स्वातंत्र्यावर विश्वास ठेवत नाही, असं जर असेल तर त्याचा अर्थ तुम्ही वाक्‌स्वातंत्र्यावर विश्वास ठेवत नाही. वाक्‌स्वातंत्र्य तुम्हाला मान्य नाही.

१५८

मी कोणा पुरुषावर प्रेम करते किंवा मला कोणी एक पुरुष आवडतो किंवा त्याच्याबरोबर प्रेम करायची माझी इच्छा आहे– त्याच्याबरोबर बसून फक्त चणेचुरमुरे खाण्याकरता आणि सुखदु:खाच्या गोष्टी करण्याकरता नाही, पण त्याच्याबरोबर झोपण्यासाठीची इच्छा आहे. जोपर्यंत माझ्या शरीरातले हार्मोन्स मला चावतील (माझ्यात उत्तेजना असेल) तोपर्यंत मी मिलनासाठी कोणाला तरी शोधणार. पुरुषांच्या बाबतीतसुद्धा नेमकं असंच घडतं. इतर प्राणी उघड्यावरच सेक्स करतात, सेक्सविषयी त्यांच्याकडे काही ढोंगीपणा वा ढोंगीपणाचा मार्ग नाही. लपवाछपवी नाही. फक्त माणसाचंच सारं लपूनछपून, लपवाछपवी. माणूस करतो एक आणि

बोलतो वेगळंच, झोपायचंय न म्हणता, म्हणतो प्रेम हवंय मला तू हवी/ हवा आहेस. तुझ्यावर प्रेम करतो/ ते तुझ्यावाचून जगू शकणार नाही इत्यादी. हे सगळं खरंतर एकप्रकारचा 'फोरप्ले'. माणसाचा वर्षभर मिलनाचा ऋतू आणि दुर्भागी माणसानंच सेक्सला रीतसर टॅबू बनवून ठेवलंय. मुली/ स्त्रिया हार्मोन संपल्यानंतर आणि पुरुष (लिंग) उत्थापन शक्तिरहित झाल्यावर जे एकत्र राहतात ते म्हणजे परस्परांविषयी मी आजारी पडलो/ ले तर तू डॉक्टरला बोलावून आणशील, तुला भूक लागली तर मी खायला देईन, या प्रकारच्या परस्पर अवलंबित्वाच्या कारणामुळे.

१५९

प्रेम खरंतर फक्त देण्या-घेण्याची घटना/ क्रिया, तू मला हे हे देशील, मी तुला ते ते देईन. दोन प्राण्यांमध्ये साधारणपणे एका समाधानकारक, संतोषजनक अवस्थेला पोहोचलं की आपण त्याला प्रेम किंवा भालोबाशा म्हणतो. देण्या-घेण्यात मेळ नाही झाला, सुसंवाद नाही झाला तर आपण संबंध तोडून अन्य कोणाबरोबर संबंध करतो, ज्याच्याशी देणं-घेणं अगदी सोयिस्कर होतं. कोणा विक्रेत्याबरोबर दराची घासाघीस करून जमलं की आपण खूप खूश होतो आणि नाही जमलं तर नाखूश, नाहीतर मग दुसरा विक्रेता आपण शोधतो. हेसुद्धा बरचसं तसंच आहे. देणं-घेणं ही एक प्रकारची खरेदी आणि विक्रीच. ऐकायला कानाला वाईट लागतं म्हणून आपण त्याला खरेदी-विक्री म्हणत नाही, भालोबाशा– प्रेम म्हणतो. कोणासाठी तरी मन कसनुसं होतं, कोणी जवळ नसल्यास त्रास होतो. हे सगळं सवयीमुळे. पाळलेला मेंढा मरून गेला किंवा बऱ्याच दिवसांचा चांगला चप्पलजोड फाटून गेल्यावरही असंच वाटतं. माणूस हा मुळात स्वार्थपर आहे. मनुष्याच्या स्वार्थपरायण चरित्राला झाकण्यासाठी, आड करण्यासाठी आपण हृदय-हृदय म्हणून आरडाओरड करतो. यामुळे आपण सुंदर दिसतो किंवा नि:स्वार्थ दिसतो असं आपण मानतो.

१६०

नान्दीपटाचं मनसामंगल नाटक आज मी पाहिलं. देवतांवर शिव्या, घृणा आणि थू थू टाकताहेत माणसं. सांगून देतात की कोणीही देवता निर्दोष नाही, सगळे एकेक जण धूर्त आणि फसवे, लबाड आहेत. काल एका नाटकात पाहिलं तर भगवान कृष्ण आणि रामाचीसुद्धा निंदा केली होती. असं कुठे एकेश्वरवादी धर्मात होऊं शकतं का? बहुईश्वरवादी धर्मात, एकेश्वरवादी धर्माप्रमाणे धर्मीय आतंकवादी

असण्याचं काहीच कारण नाही. त्यांचे तर हजारो देव/ भगवान. कोणी कोणताही भगवान मानला, नाही मानला, तर त्याचं डोकं उडवायला कोणीही येत नाही. पण त्यानंतरसुद्धा आजकाल त्यात डोकं घालतात, डोकावतात काही आतंकी जे दाभोळकर, पानसरे, कलबुर्गी यांची हत्या करतात. हिंदूंच्या संस्कृतीने एकेकाळी उपमहादेशातील मुसलमानांना प्रभावित केलेले आहे, आता काय मुसलमानांची संस्कृती हिंदूंना प्रभावित करते आहे का?

१६१

सत्तरच्या दशकात बांगला शब्दाचं (स्पेलिंग) घडण बदलून टाकलंय 'लिटिलं मॅगझिन'च्या कवितांनी. काही शब्दांतून दीर्घ ईकार काढून ऱ्हस्व इकार केलाय. 'य' चा बंगालीत 'ज्य' असा उच्चार होतो, त्याची जोडाक्षरं किंवा संयुक्त वर्ण. J = ची जोडाक्षरं काढून टाकलीत. सर्व नाही पण बरेच बदललेले शब्दच टिकून राहिलेत. आजकाल लक्षात येतंय की बांगलादेशाच्या वार्तापत्र, मासिकातून शब्दांच्या स्पेलिंगमधलं परिवर्तन. हा बदल कधी आला माहीत नाही. 'तार ताके, जार आहे' या शब्दांवरील चंद्रबिंदू बिलकूल दूर केलाय. 'लोकटि एसेछे, बोसेछे, तार काछे आमि गियेछि, ताके बोलेछि' किंवा लोकाटि एसेछेन, बोसेछेन, ताँर काछे आमि गियेछि, ताँके बोलेछि... हे स्वाभाविक आहे. परंतु आजकाल सर्व संबोधनांचा एकच नियम झालेला दिसतोय. बांगलादेशात माणसं छान लिहिताहेत– 'तिनि एसेछेन, बोसे छेन, तार काछे गियेछि, ताके बोलेछि' चंद्रबिंदूचं चिन्ह कुठेच नाही. (चंद्रबिंदूच्या चिन्हामुळे ते रूप आदरार्थी आहे हे कळते ते चिन्हच गाळत आहेत) एकदोघे म्हणाले मृत व्यक्तीच्या बाबतीत फक्त चंद्रबिंदूचा ते वापर करतात. बांगलादेशाचे बंगाली चंद्रबिंदूचा उच्चार करत नाहीत म्हटलं तरी चालेल. आणि या कारणानेच की काय शब्दघडणीतून चंद्रबिंदूला निरोप दिलाय. बाँशिला बाशि म्हणतात. (बाँशि = बासरी) पण बाँशि असं लिखाण किंवा लिखाणात चंद्रबिंदू वापरतात. भीती अशी वाटते की, बाँशिमधला चंद्रबिंदूसुद्धा कधीतरी जाणार याची. (कारण 'बाशि'चा अर्थ शिळं असा आहे.)

मी भाषेतील बदलांवर विश्वास ठेवते तरीही शब्दघडणीतील हे बदल मला मान्य होऊ शकत नाहीत.

१६२

मुलींना समान अधिकार मिळाल्यास खरोखर कोणावर उपकार, कोणाचा फायदा

कोणाला साहाय्य होणार आहे? पुरुषांना, मुलींना समान अधिकार मिळणं म्हणजे पुरुषप्रधान समाजघडण मोडून पडणे, पितृसत्ताक पद्धती संपणे, मुलींचं सुशिक्षित होणं, स्वावलंबी होणं इत्यादी हजार प्रकारच्या चांगल्या गोष्टी त्यात येतात. परावलंबी क्रीतदासीबरोबर जीवन व्यतीत करण्याच्या ग्लानीतून पुरुषांना मुक्ती मिळेल. सुशिक्षित खाऊनपिऊन सुखी, योग्य व्यक्तीसह जीवनयापन करता येईल. आयुष्यातले सर्वच निर्णय घेण्याचा भार पुरुषाच्या खांद्यावर पडणार नाही. संसाराचा खर्च पुरुषाला एकट्याला सोसावा लागणार नाही. खऱ्या अर्थाने असलेल्या खरोखरीच्या जीवनसाथीबरोबर जीवन व्यतीत केल्यावर पुरुषाचा समाजिक मान-सन्मान वाढेल. दासी, क्रीतदासी = गुलाम स्त्री वगैरेंबरोबर दिवस काढणं, जगणं ही काही गौरवास्पद गोष्ट नाही.

पुरुषप्रधानता काही आकाशातून पडलेली नाही. ती बनवलेली आहे, तिला जिवंत ठेवतायत पुरुष आणि त्यांच्या कित्येक विवेकबुद्धिहीन खुशामत करणाऱ्या मुली/ स्त्रिया. मुलींना/ स्त्रियांना संपूर्ण स्वातंत्र्य मिळाल्याशिवाय एक निरोगी, सुंदर समतावान समाज कधीच निर्माण होऊ शकत नाही. पराधीन मुली/ स्त्रियांना घेऊन जे पुरुष राहू इच्छितात ते विकृत, रोगी होय. हे असले पुरुष, ज्या मुली/स्त्रिया समान अधिकारासाठी संघर्ष करताहेत त्यांना पाहिल्यावर, रस्त्यावरची चिडकी कुत्री स्वत:ला असुरक्षित वाटून भूऽऽभू करतात त्याप्रमाणे पुरुष भूऽऽभू भुंकतात. त्यांना मालक म्हणून जीवन जगणं हवं असतं. आयुष्यभर दासी, बटकी त्यांना घरात ठेवायला हव्या असतात. घरी-बाहेर कुठेही मुलींवर बलात्कार करू इच्छितात. स्त्री-पुरुषात विषमता/ वैषम्यच त्यांना हवं असतं. असम, विषम कुटुंब त्यांना हवं असतं, म्हणजे पुरुष श्रेष्ठ, नारी कनिष्ठच असा परिवार.

आम्ही मुली पुरुषप्रधानतेच्या विरुद्ध लढाई करतोय. जे कोणी सभ्य, स्वस्थमनाचे पुरुष असतील त्यांनी आमच्या या लढाईत सहभाग घ्यावा. या लढाईत आमचा (स्त्रियांचा) जय होणं म्हणजे पुरुषांचा जय होणं आहे. आम्ही स्त्रिया, मुली आमचे न्याय्य अधिकार परत मिळवू, ते आम्हाला मिळतील. अरेच्या, मग आमची जबाबदारी खूपच वाढेल. पुरुषाच्या दया आणि दाक्षिण्यावर मग जगणं बचावणं चालणार नाही. पण पुरुषांना मात्र, जे त्यांना आता मिळतंय, त्याहून लाखपटीने मिळेल. सर्वांत मोठी प्राप्ती, ती म्हणजे एका ग्लानी भरल्या जीवनाऐवजी त्यांना एक गौरवान्वित जीवन मिळेल.

१६३

साधारण पाच वर्षांपूर्वी 'निर्वासन' लिहिलं होतं. कोलकाता येथील बोईमेळ्यात – पुस्तकजत्रेत ते पुस्तक लोकांपुढे आलं होतं. माझ्या प्रकाशकांनी प्रकाशनाचा कार्यक्रम आयोजित केला होता. पण तो समारंभ किंवा कार्यक्रम मुख्यमंत्री ममता वंद्योपाध्याय यांनी करू दिला नाही. बांगलादेशांतून माझी हकालपट्टी– निर्वासन झाल्यावर, माझं नाव तिथे जसं निषिद्ध झालं होतं, त्याचप्रमाणे, पश्चिम बंगालमधून मला हाकलून किंवा बाहेर काढल्यावर तिथेही माझं नाव निषिद्ध झालंय.

'निर्वासन'मध्ये मी वर्णन केलेलं आहे– प्रथम मला पश्चिम बंगालमधून, त्यानंतर राजस्थानमधून, त्यानंतर संपूर्ण भारतातून मला कसं हाकलून देण्यात आलं. मला कशाप्रकारे घरबंदी/ नजरकैदी केलं होतं. किती भयंकर असुरक्षित होते मी राष्ट्राच्या सुरक्षित घरात! काही निमित्त, चतुरपणा करून सरकारला मला देशातून हाकलून द्यायचं आहे. आणि मी एक असहाय निर्वासित लेखक– जिच्या पाठीशी कोणताही राजकीय गट पक्ष नाही, संघटना नाही, सामान्य काही माणसं सोडल्यास नामवंत, धनवंत माणूस नाही. एकटी– एका विशाल 'राष्ट्रयंत्रासमोर' न हलता, न डगमगता उभी राहिलेय, कोणताही सरकारी उपदेश किंवा आदेश मानला नाही, केवळ फक्त मनोबल– ते सोडून आणखी काहीही मला आधार नव्हता. मी काहीही अपराध, गुन्हा केलेला नाही, मला का म्हणून शिक्षा व्हावी! या पृथ्वीचं मी संतान, प्रेमानं ज्या देशात राहायची इच्छा आहे, त्या देशात राहायचा अधिकार मला का नाही, का नसावा. सेक्युलर प्रजासत्ताक म्हणून स्वत:ची ओळख देतोय जो देश, तो देश एक खरी, सत्, साहसी आणि सेक्युलर लेखकाला देशातून हाकलून लावणार, का तर काही स्त्रीविरोधक, असत्- खोटारडे आणि असहिष्णु कट्टरपंथींना/ मूलतत्त्ववादींना खूश करण्यासाठी!

एकेकाळी जीवन वाचवण्यासाठी भारतातून बाहेर पडण्यास भाग पडले खरे पण शेकडो निषेध, अडथळे, शेकडो तांडव, धुडगूस आणि शेकडो धमक्या मिळूनसुद्धा, वाट्याला येऊनसुद्धा परत आले आहे भारतात. भारताखेरीज मला दुसरा उपाय नाही म्हणून नाही तर भारत हा जणू मुक्त चिंतनांचा मान राखतो. या कारणास्तव मी भारतात आले. मी माझी मतं उघड मांडणार, ते मत इतरांच्या मतापेक्षा वेगळं असेल आणि मी भारतात राहणार. भारताकडे पाहून जणू शिकतात, ज्यांना अजूनही, वाक्‌स्वातंत्र्य नेमकं कशाला म्हणतात हे माहीत नाही, असे शेजारी देश प्रेरणा घेतात मी खूप निश्चिंतपणे भारतात राहतेय असं नाही. अजूनही मरणाची धमकी मिळतेच आहे. साधारण बारा वर्षांपूर्वी कोलकात्याला एक मुस्लीम धर्मगुरू इमाम त्याने, 'माझ्या तोंडाला काळं फासून मला अवमानित करण्यासाठीचं गूल्य वीस हजार रुपये,' अशी घोषणा केली होती. त्यानंतर मस्तकाचं मूल्य

सांगितलं होतं पन्नास हजार रुपये, त्यानंतर तर सांगूनच टाकलं की 'अनलिमिटेड अमांउट ऑफ टाका = रुपये, रूपी' माझं मुंडक जो कापून घेऊन जाऊ शकेल त्याला देणार. उत्तर प्रदेशामधून मुस्लीम लॉ बोर्डाचा एक परिचालक– त्याने घोषणा केली होतीच पाच लाख रुपये. नवीन फतवा तर आधीपेक्षाही भयंकर. केरळची आइसिस संघटना– त्यांनी फेसबुकवर घोषणा करून टाकली की मला अतिशीघ्र-ताबडतोब मारून टाकलं पाहिजे/ जावं. पार्लमेंटमधला एक बडा नेता त्याने तर मी इस्लामसंबंधी केव्हा काय बोलले आहे त्याविषयी कोणत्याही भारतीय माध्यमावर, मीडियावर माझं मत व्यक्त करायला कधीही संधी मला मिळाली नाही पाहिजे. सरकारने कट्टरपंथीयांना/ मूलतत्त्ववादींना रोखायला पाहिजे तर ते नाही, उलट कट्टरपंथीयांची/ मूलतत्त्वादींची मागणीच एक एक करून पूर्ण करतंय. माझ्या पुस्तकावर बंदी मला पश्चिम बंगालमधून हाकलणे, वार्तापत्र, मॅगझिन इत्यादींमधून माझं लिखाण लेख– सर्व बंद करणे, टीव्हीमध्ये माझ्या मेगा सिरियलचा प्रचार बंद करून टाकणे, भारतातून मला हाकलून देणे, या सर्वांच्या मागे आहे मतबँकेचा हिशेब, मताच्या राजकारणाचा हिशेब, कट्टरपंथी किंवा मूलतत्त्ववादींच्या रागाची भीती किंवा त्यांना खूश करणं. हे संतुष्टीकरणाचं राजकारण लोकशाहीला मोठं दुर्गंधी करून टाकतंय, राजकारण्यांना काय माहीत नाही का की धर्मीय कट्टरवादी समाजाला अंधकारातच ठेवू पाहतायत. ते स्त्रियांच्या अधिकारावर तर नाहीच, पण मानवाधिकारावरही विश्वास ठेवत नाहीत. त्यांच्या मताशी जे एकमत नाहीत, त्यांच्या भाषणस्वातंत्र्यावरही ते विश्वास ठेवत नाहीत.

या पृथ्वीवर, जगात फक्त मी नाही, अजून अनेक लेखकांना हा छळ सहन करावा लागतोय. लेखकांना चाबकाने मारलं जातंय, जेलमध्ये टाकलं जातंय. हाकलून बाहेर काढण्यात येतंय किंवा मारून टाकलं जातांय. वाक्स्वातंत्र्याचं महत्त्व अजूनही, हुकूमशहा तर नाहीच पण अधिकांश लोकशाही सरकारेसुद्धा समजून घेऊ इच्छित नाहीत. वाक्स्वातंत्र्याविषयी काही बोलू गेले तर अनेक जणांना असं बोलताना ऐकलंय की, त्यालाही एक मर्यादा आहे. वाक्स्वातंत्र्य म्हणजे कोणाच्या अनुभूतीवर, अनुभवावर आघात करणं नव्हे. कधीही कोणाच्याही जाणिवेवर, अनुभूतीवर आघात, प्रहार होणार नाही, अशाप्रकारे सारं जीवन जगण्याची मागणी करणं खूप अद्‌भुत आहे. दुसऱ्याच्या बोलण्यावर आणि कामावर आमच्या सर्वांच्या मनात दिवसेंदिवस/ दरदिवशी आघात होतोय, मनावर आघात होणारच, कारण समाजात नाना मानसिकतेची माणसं राहत असतात. कोणाच्या मताशी स्वत:चं मत जुळलं नाही आणि जर अनुभूतीवर/ भावनांवर आघात झाला, तर त्या आघात लागण्याचा मोठा बाऊ करण्याची क्षमता आपल्यापैकी सर्वांमध्ये असते. फक्त इस्लाम विश्वासींमध्ये काही कट्टर लोक अनुभूतीवरील आघात सहन करणार

नाहीत या कारणासाठी चहूकडे अशांती करताहेत. (अनुभूती म्हणजे या ठिकाणी भावना)

लोकशाही अर्थहीन होऊन जाते जर माणसाला वाक्स्वातंत्र्य किंवा स्वमत प्रकटीकरणाचा अधिकार नसेल. समाज बदलायचा झाला तर नाना लोकांच्या नाना मनोभावनांना धक्का बसतो, आघात होतो. कोणाच्याही कसल्याही भावनांना थोडाही धक्का द्यायचा नाही असं ठरवलं तर समाजाला बदलू शकणार नाही, समाज बदलला जाणार नाही. राष्ट्रापासून धर्म वेगळा करू गेले असता किंवा स्त्रीविरोधी कायदा दूर करू गेले असता माणसाच्या धर्मानुभूतीवर, धर्मभावनेला आघात पोहोचतो. धर्मानुभूती/ धर्मभावनेला आघात न करता खूप चांगलं काम आजपर्यंत समाजात झालेलं नाही. युरोपमधून चर्चचं वाईट शासन बंद करण्याच्या– दु:शासन बंद करण्याच्या वेळीसुद्धा पुष्कळ लोकांच्या धर्मभावना दुखावल्या गेल्या, त्यावर आघात झाले होते. गॅलिलिओच्या शब्दात, डार्विनच्या भाष्याने लोकांच्या धर्मानुभूती म्हणजेच भावनांना आघात पोहोचला होता. विज्ञानाच्या अग्रगामित्वामुळे अंधश्रद्धेनं भारलेल्या माणसांच्या धर्मभावनेला आघात पोचतो, पण त्यांना धक्का बसेल म्हणून जर आपण मत प्रकाशित करणं, बंद केलं, जर आपण विज्ञानाचा आविष्कार आणि वापर यावर बंदी घातली, त्याचा निषेध केला, जीवनपथाच्या उत्कर्षाची चाकं थांबवली तर समाजाला स्थिर (जो वाहता नाही असा) जलाशयाप्रमाणे ठेवायला लागेल, त्याला आणखी स्वत:स्फूर्त प्रवाहिनी करणे आपल्याला जमणार नाही. अनेक जण म्हणतात देशात बहुसंख्य माणसं मुसलमान आहेत त्यामुळे 'लतिफ सिद्दिकी'ला समजून ऐकून काही बोलणं योग्य होतं. (लतिफ सिद्दिकी हा एक मोठा बांगलादेशी नेता) माणसांना खूश करून बोललं की मत प्रकटीकरण अधिकार किंवा वाक्स्वातंत्र्य यांचं काही प्रयोजनच पडत नाही, गरज पडत नाही. ज्यांच्या मताशी अधिकतर लोकांचं मत जुळत नाही. अशांनाच वाक्स्वातंत्र्याची जरुरी पडते. जी गोष्ट, जे मत तुम्हाला ऐकायचं नसतं, ऐकायची इच्छा नसते, ती गोष्ट, ते मत ऐकून कोणालाही, कोणाच्याही मनाला धक्का बसत नाही, आघात होत नाही. अशांना वाक्स्वातंत्र्याची गरजच नाही. भाषण/ वाक्स्वातंत्र्याच्या बाजूने न राहता, जेव्हा सरकार वाक्स्वातंत्र्य विरोधकांच्या बाजूने उभे राहते तेव्हा स्वत:च्या देशाचा विध्वंस स्वत:च बोलावून आणते.

वाक्स्वातंत्र्यविरोधी अशा एका कायद्याचा त्या दिवशी भारतात निषेध केला गेला. हा काळा कायदा रद्द करण्याच्या लढाईत हाताच्या बोटावर मोजण्याइतके, काही जण होते त्यात मीही होते. मी भारताची नागरिक नसूनसुद्धा भारताच्या एका असांविधानिक कायद्याविरुद्ध मी युद्ध केलंय आणि जिंकलंय. भारताच्या स्वमत प्रकटविरोधी कायदा याबाबत अचानक माझी एक भूमिका त्यासाठी होती. या

कायद्यामुळे बऱ्याच निरपराध माणसांना दुःख भोगावे लागले. मलाही लागले. स्त्रीविरोधी आणि मानवताविरोधी धर्मांधाच्या तथाकथित धर्मभावनेला जणू आघात न लागावा या कारणाने जग सजग आहे! सर्वांना समान दृष्टीने पाहण्याची जगाची वेळ अजूनही झाली नाही का? धर्मांधाचा जास्तीचा मानसन्मान, खातिरदारी न करण्याची वेळ अजूनही नाही का झाली? सयुक्तिकतेने बोलणाऱ्या तर्कनिष्ठांच्या मानवाधिकाराचा सन्मान करण्याची वेळ अजूनही नाही का झाली?

केवळ भारतातच नाही, साऱ्या जगात ही लढाई चालू आहे. पण ही लढाई भिन्न धर्मांत नाही, ही लढाई दोन मतवादात आहे. धर्मनिरपेक्षता आणि कट्टर किंवा मूलतत्त्ववाद. लढाई आहे विज्ञानमनस्कता, वैज्ञानिक शास्त्रीय दृष्टिकोन आणि धर्मांधता यामध्ये सचेतनता आणि सजगता आणि असजगता- अचेतनता यामध्ये स्वातंत्र्य आणि पारतंत्र्य यामध्ये. या लढाईत मला माहीत आहे मी कोणत्या पक्षात ते. विपक्षीयांच्या मत प्रकटीकरणाच्या अधिकाराच्या पक्षात मीही त्यांची मते मानून घेणार नाही. मानणार नाही. त्यांच्या मतावर माझी श्रद्धा किंवा विश्वासही नाही. पण याचा अर्थ असा नाही की समजा सकाळी विरुद्ध पक्षाचा कोणी मॉर्निंग वॉकसाठी बाहेर पडेल तर मी त्याला गोळीनं मारीन किंवा तो जेव्हा फुटपाथवरून चालत असेल तेव्हा मी त्याच्यावर चॉपर चालवून त्याचा खून करीन. तर नाही. कोणाचं मत मला पसंत नसेल तर मी काही त्याचं चुंबन घेणार नाही किंवा त्याच्या गालावर थप्पडही मारणार नाही. मी लिहीन. लिहून मी माझं मत, म्हणणं मांडीन, कोणाला माझं लिखाण नाही आवडलं तर त्याबद्दल लिहून माझ्या लेखाचा प्रतिवाद करू शकतात, माझ्या म्हणण्याविरुद्ध भाषण देऊ शकतात, पण मला जिवे मारायला येऊ शकत नाही. वाक्‌स्वातंत्र्याची ही शर्त आजकाल अनेकांना माहीत असते. माहीत असूनसुद्धा काही काही धर्मीय कट्टरतावादी, आतंकवादी ही शर्त बिलकूल मानत नाहीत, त्यांना ती मानायचीच नसते.

असे केल्याने काय धर्म टिकून राहतो का? जगात शेकडो धर्म होते. आता त्यातले जास्तीत जास्त लोप पावलेत. कुठे आहेत शक्तिशाली रोमनांचे नामवंत, धनवंत ईश्वर? आज अलिमापिया पहाडावरच्या त्या प्रख्यात/ विख्यात ग्रीक देवता, कुठे आहेत इजिप्तच्या धर्मविश्वासीचे देव? सर्व आज इतिहास– इतिहासजमा. इस्लाम, ख्रिश्चन धर्म, ज्यू धर्म, बौद्ध अथवा हिंदू धर्मसुद्धा कधीतरी इतिहास (जमा) होईल. कालोपयोगी नवीन धर्म येईल. किंवा तर्कशुद्धता/ युक्तिवाद आणि विज्ञानाची मानसिकता यावर माणसाचा विश्वास वाढेल, दृढ होईल. अशाच प्रकारे हे जग पुढे चालेल, शिक्षण नसणं = अज्ञानजडता आणि मूर्खता हे चालतील, शिक्षण = ज्ञान आणि सजगता यांच्या बरोबरीने. धर्मांध आणि राजकारणी स्वतःचा स्वार्थ पाहतील, समाजाला अंधारातच ठेवतील. केवळ स्वस्थचित्त, मनाने निरोगी

मनुष्यच समाज बदलेल. हाताच्या बोटावर मोजण्याइतकीच माणसं समाज बदलतात कायम. सदैव हेच होत आलंय.

केवळ मत वेगळं आहे म्हणून त्या कारणासाठी या पृथ्वीवर आणखी कोणालाही बेघर/ निर्वासित होण्याची शिक्षा भोगायला लागू नये. आणि कोणा कोणालाही माझ्यासारखे दुःख-भोग वाट्याला न येवोत.

१६४ - ९

काही दिवसांपूर्वी हिंदू सधवा स्त्रिया सिंदूर खेळ खेळल्या. सिंदूरचा अर्थच आहे पतीसाठी मंगल कामना, पतीसाठी दीर्घायुष्य कामना. सधवांच्या या खेळात विधवांना प्रवेश बंद. आज मुली सूर्योदयापासून चंद्रोदयापर्यंत उपास करून 'करवा चौथ' पाळतात. यामागे ही तीच भावना पतीला आरोग्य, यश-समृद्धी आणि दीर्घ जीवनाची कामना करणे. एकेकाळी दक्षिण भारतातल्या मुली करवा चौथ पालन करत असत. आता भारतात सर्वत्रच मोठ्या दिमाखात करवा चौथ पाळला जातो. धर्मीय कट्टरता समाजात जितकी जास्त वाढीस लागते, तितक्याच दिमाखात, धूमधाम करत स्त्रीविरोधी अंधश्रद्धा पाळल्या जातात.

असं वाटतंय की, जगातले बरेच देश हे सर्व तऱ्हेच्या कट्टरवादाच्या दाढेखाली सापडलेत. कट्टरवाद्यांनी बऱ्याच देशांचा चावा घेतलाय. म्यानमारमध्ये पाहतेय, बौद्ध कट्टरपंथी किती बीभत्स जातीयतावादी होऊ शकतात आणि अगदी खुश्शाल निरपराध माणसांची हत्या करू शकतात. बांगलादेश, पाकिस्तान, अफगाणिस्तान या देशांत धष्टपुष्ट प्रतारक, फसवणारे धर्माचा वाईट वापर करताहेत. या सगळ्या देशांत एकेकाळी खूप कमी मुली हिजाब किंवा बुरखा घालत असत, पण आता इस्लामी पोशाखच घालणं जणू बंधनकारक झालंय. इराणमधल्या मुली मिनिस्कर्ट घालत, आता त्यांना बुरखा बंधनकारक आहे. अफगाणिस्तानातही तेच. मुलींना निळा बुरखा घालणं बंधनकारक आहे. भारतात हिंदुत्ववादींचा जयजयकार. ते सगळ्या तऱ्हेच्या हिंदू प्रथा पालन करण्यावर प्रचंड विश्वासी आहेत. ज्या प्रथा हळूहळू नाहीशा होत होत्या, लोप पावत होत्या, त्यादेखील पुन्हा आल्या आहेत. नव्यानेच त्यांचं पालन सुरू करताहेत. या सगळ्या प्रथांविरुद्ध एखादंच वाक्य उच्चारलं नाही तोच माझ्यावर हे सगळे कट्टर हिंदुत्ववादी तुटून पडताना दिसतात. जसं मी म्हटलं की, बुरखा घालणं आणि सिंदूरखेला या दोन्ही प्रथा स्त्रीविरोधी संस्कार आहेत. या नाहीशा होणं गरजेचं आहे, तसेच हिंदू-मुस्लीम दोन्ही कट्टरपंथींनी अतिशय घाणरेड्या भाषेत माझ्या चौदा पिढ्यांचा उद्धार केला, मातीत घातल्या, माझ्यावर सामूहिक बलात्कार केला, हत्या केली, देशातून बाहेर काढलं किंवा

जिवंत पुरून गाडून टाकलं, हा झाला त्यांच्या सहिष्णुतेचा नमुना. जग जसं भयंकर होतंय, सायबर जगतसुद्धा तशाच प्रकारचं भयंकर झालेलं आहे.

१६४ - २

धर्माचं अग्रस्थान, उच्चासन होणं म्हणजे स्त्रियांवरच्या अत्याचारात वाढ. मुस्लिमांच्यात पीर वाढताहेत, प्रवचन, उपदेश देणारे हुजूर वाढताहेत. तिकडे हिंदूंमध्ये वाढतात बाबा, माता हे सगळे पीर-हुजूर, बाबा-माता सगळे लोक माणसांना फसवण्याचा धंदा करतात. ढिगानं पैसे कमावतात.

सतीदाह बंद झालाय, पण भारतीय उपमहादेशात स्त्रीविरोधी पुष्कळ प्रथा अगदी व्यवस्थित बाळसं धरून आहेत. चालूच आहेत. त्या साऱ्या गोष्टी दूर करण्यासाठी काही उपक्रम तर हाती घेतला जातच नाहीये. उलट अजून जोशात त्यांचं पालन करण्याची व्यवस्था होतेय. या सर्वांचे अजूनच दिमाखदार उत्सव होतायत. काही दिवसापूर्वीच बंगाली विवाहित मुलींचा सिंदूरखेला झाला– दुर्गाप्रतिमा विसर्जनाच्या दिवशी एकमेकींच्या कपाळाला, गालाला-डोक्याला-हनुवटीला, नाक-कानाला सिंदूर माखामाखी चालू होती. या सिंदूरखेलाचा हेतू एकच– पती दीर्घायू होणं. विधवा आणि अविवाहितांना सिंदूरखेलात बंदी. कारण त्यांचा नवरा नाही, त्यांच्या डोक्यावर (भांगात) सिंदूर दिलेला नाही किंवा सिंदूर पुसून टाकण्यात आलाय.

दोन वयात आलेल्या स्त्री-पुरुषांनी लग्न केल्यावर स्त्रीच्या शरीरावर शाँखा (शंखाची बांगडी), सिंदूर, पला (पोवळ्याची लाल बांगडी), लोहा (लोखंडी बांगडी) हा सगळा उपद्रव– साज चढवला जातो. (स्त्रींच्या) आणि एक शरीर अक्षरश; जसं होतं तसंच राहते. नवऱ्याच्या शरीरावर काही घालत नाहीत. कोणी कधी मग प्रश्न विचारतो का ज्या कारणामुळे विवाहित मुली शाँखा, सिंदूर, पला, लोहा घालते. त्याच एका कारणास्तव विवाहित पुरुष, शाँखा, सिंदूर, पला, लोहा का घालत नाहीत? किंवा ज्या कारणास्तव पुरुष शाँखा, सिंदूर, पला, लोहा घालत नाहीत त्याच कारणास्तव विवाहित मुलीसुद्धा ते सगळं अंगावर घालण्यापासून का परावृत्त होत नाहीत?

स्वच्छ गोष्ट अशी आहे– पुरुषांचा असा विश्वास आहे आणि बायकांनाही त्यावर विश्वास ठेवणं बंधनकारक ते करतात ती ही की, विश्वब्रह्मांडात सर्वांत मूल्यवान वस्तू माणूस प्रजातीतील पुरुषनामक जो प्राणी आहे, त्याच्या मांड्यांच्या मध्ये दोन किंवा तीन/ चार इंच लांबीचं जे लिंग झुलत असतं ते. ते ज्याला आहे त्याच्या अंगाला कसलाही उपद्रव किंवा उपद्रवकारक अशा वस्तू चढवायच्या

नाहीत. त्यांची जीवनसंगिनी किंवा स्त्री ती निरोगी राहण्यासाठी, तिचं दीर्घायुष्य व्हावं म्हणून, तिला धनदौलतीचा लाभ व्हावा म्हणून, भगवंतापाशी प्रार्थना करण्यासाठीचा कसलाही आचार किंवा अनुष्ठानात पुरुषाला भाग घ्यावा लागत नाही, स्त्रीच्या कल्याणासाठी त्यांना (पुरुषांना) दिवसभर उपास करायला लागत नाही, सिंदूरखेलाही खेळावा लागत नाही. पुरुषप्रधान समाजात, दररोज सकाळपासून संध्याकाळपर्यंत जी पूजा चालते, ती पुल्लिंग पूजा. पुरुष म्हणजे समाजाचे ईश्वर, महाशक्तिवान, महाक्षमतावान, पुरुष स्त्रियांचे मालक, पालक, कर्ता आणि देवता. पुरुषाची अजून क्षमता आणखीन प्रभाव, प्रताप आणि चतुराई वाढण्यासाठी, पुरुषाचं दीर्घायुष्य आणि अमरत्व यासाठी स्त्रियांना– दुर्बलांना, दुर्भागांना, दलितांना, छळ होतात अशांनी उपास करायला लागतो, प्रार्थना करावी लागते. पुरुषांच्या कल्याण कामनेपोटी, भाऊबीज, शिवरात्री, राखी, श्रावणी सोमवार आणि किती काय वर्षभर पालन करत असतात स्त्रिया.

स्त्री शिक्षित होतेय. इतकंच काय, स्वावलंबी होते आहे. आर्थिकदृष्ट्या त्या नवऱ्यावर अवलंबून नाहीत असं म्हटलं तरी चालेल, नवऱ्यावाचून चालणार नाही असं एकही काम नाहीये. इतकंच काय स्त्रियासुद्धा पुरुषप्रधान अशी विधी व्यवस्था, कायद्याच्या व्यवस्था वगैरे छान समर्थपणे पेलताहेत. कोणी प्रश्न विचारत नाही– की लग्नानंतर स्त्रीचेच नाव का बदलायचं, पुरुषाचं का नाही बदलायचं? स्त्रीलाच का सासरी घरी राहायला पाहिजे, स्त्रीप्रमाणे पुरुषाचं कर्तव्य नाही का सासुरवाडीत राहायचं आणि सासू-सासऱ्यांची सेवा करायची हे? हुंडा, वरदक्षिणेचा नियम जर मानायचाच असेल तर फक्त स्त्रीनेच पतीला का द्यायचे, पती स्त्रीला पण 'दक्षिणा, हुंडा' का देत नाही?

भारतातल्या बऱ्याच राज्यातल्या विवाहित मुली 'करवा चौथ' पालन करतात. हा उत्सव मूलत: नवरा दीर्घायू व्हावा, अनंतकाळ चांगला जगावा, नवऱ्याला दु:ख, कष्ट, रोग न व्हावं, अपघात वगैरे न होवोत, यासाठीच आमचं (स्त्रियाचं) काहीही होऊ देत, आमचं आरोग्य खड्ड्यात जावो, आमच्या दीर्घ जीवनाचे वाजेनात का बारा! यासाठीचा उत्सव. सूर्योदयापासून चंद्रोदयापर्यंत नवऱ्याच्या स्वास्थ्यासाठी उपास. चंद्र पाहणार त्यानंतर जलस्पर्श करणार अशा लाखो-लाखो पतिव्रता स्त्रिया. हीसुद्धा तीच 'पुंपूजा' (पुं = पुल्लिंग = पुरुष) या सर्व आचार अनुष्ठानाची एकच सारभूत गोष्ट– संसारात स्त्रीचं नाही, पतीचं जीवन मूल्यवान.

लक्षणीय असं आहे की, गरीब, दरिद्री, अशिक्षित परावलंबी मुली नाही, तर उच्चवर्गीय, मध्यमवर्गीय शिकलेल्या, स्वावलंबी मुलीच पुरुषप्रधान असे आचार नि अनुष्ठान, जास्तकरून पालन करतात. या मुलीच आजकाल बलात्कार आणि इतर तऱ्हेची स्त्री पीडा– छळणूक याविरुद्ध आवाज उठवतात. पण 'सिंदूरखेला'

किंवा करवा चौथ वगैरे अगदी रीतसर पाळतात उत्सव. बलात्कार, स्त्रियांचा छळ, करवा चौथ, सिंदूरखेला हे सारं सारं पुरुषप्रधानतेतून आलेली स्त्रीविरोधातली विघ्नं, उत्पात होय.

स्त्रीविरोधी अशी ही सगळी अनुष्ठानं, याला धरून प्रचंड वाणिज्य-व्यवसाय धंदा होतोय. करवा चौथचा डोळे दिपवणारा उत्सव आता सिनेमात, थिएटर, नाटकात, टीव्ही मालिकात दिसतो. जाहिरातीत पुरुषप्रधान तंत्रातून येणारे आचार, उपचार यांनी अलंकृत हावभावमय नृत्य करणाऱ्या स्त्रियांची झगझगती दृश्यं दिसतात. हे सर्व दुरून ज्या मुली पाहतात, खरंतर ज्यांचं जीवन दु:खी, दुर्दशामय आहे अशा मुली त्यांना हे सर्व पाहून वाटतं की असा नट्टापट्टा साजशृंगार करून गोऱ्यागोऱ्या, सुखी मुलींप्रमाणे आपणही त्यांच्यासारखा उत्सव साजरा करावा. त्याही एकदा त्या जाळ्यात पाय टाकतात. वाणिज्यात- त्या धंद्याच्या फासात पाय ठेवतात. साडी-दागिने विकत घेण्याचा फास– जाळं. एरव्हीच हा समाज मुलींना पण्य– विक्रेय वस्तू असंच समजतो. पुंपूजेच्या या आचारात, व्यवहारात, क्रियेत भाग घेऊन मुली स्वत:ला आणखीन मोठं पण्य- विक्रेय वस्तू बनवून टाकतात. हे सगळं करून मुली पुरुषांना जितकं मूल्यवान करतात, तितकं जास्त स्वत:ला त्या मूल्यहीन- तुच्छ करतात. पुरुषप्रधानतेतून येणाऱ्या असभ्यपणाला, असमानतेला, लिंगवैषम्याला, स्त्रीद्वेषाला, घाणेरडेपणाला केवळ सहनीय नव्हे तर आदरणीय आणि आकर्षक करून दाखवण्याचा बडेजाव, फुलोरा चहूकडे चाललेला आहे. ज्या राज्यात करवा चौथ पालन केला जात नसे, त्या सगळ्या राज्यात आता तो पालन केला जातो. पुरुषप्रधानतेचं तंत्र मोठं संक्रमक, (infections) प्रसरणशील आहे.

पुरुष ज्या समाजात प्रतिदिवशी वधूहत्या करताहेत, वधूछळ करताहेत, बलात्कार करताहेत, सामूहिक बलात्कार करताहेत, स्त्रीभ्रूण, स्त्री-शिशू हत्या करताहेत, त्याच समाजात मोठ्या अवडंबराने, दिमाखाने मुलीच पुरुषपूजा करताहेत. असंच चालत राहिलं तर या पुरुषांना मुळातच कधी कोण्या दिवशी काही बोध होणार का, काही अक्कल येणार का? पुरुष आधिपत्यवादाच्या युक्त्याक्लृत्या शिकून मोठे झालेले पुरुष त्यांच्या डोक्यातून हे जे काय शिकलेत (स्त्री वर्चस्वादी गोष्टी) त्या काढून झाडून टाकू शकतील का?

या समाजात समानाधिकाराविषयी, स्त्री-पुरुषांच्या संपर्कात कोणतीही चर्चाच होत नाही. पुरुषाला वाटतं, त्याचं पुरुषत्व, पुरुषी अहंकार किंचितसा जरी गळून पडला तरी त्याचा अपमान होईल. स्त्रीला वाटतं तिचं स्त्रीत्व काहीसं कमी पडलं तर काही सुटका नाही, रक्षण नाही. एकेकजण अगदी प्राणपणानं जपून/ राखून ठेवू पाहतो. पुरुष आणि स्त्रीसाठी समाजानं बनवलेली, तयार केलेली चारित्र्याची वैशिष्ट्यं. समजा जर धरून चाललो की, पुरुषांमध्ये हे तथाकथित पुरुषत्व आणि

स्त्रीमध्ये तथाकथित स्त्रीत्व आहे, तर मी अगदी निश्चितपणे सांगू शकते– पुरुषात जे आहे त्याच्या शंभर भाग/ टक्के पुरुष आणि स्त्रीत जे आहे त्याच्या शंभर भागच/ टक्केच स्त्रीत्व अशी ही पूर्णत: चुकीची धारणा आहे. समाज डोळे वटारतो म्हणून त्याच्यात जितकं स्त्रीत्व आहे तितकंच तो उघड करू धजत नाही. स्त्रीला अडथळा आणला जातो तिच्यातलं पुरुषत्व उघड करण्यासाठी. जर समाजाकडून काही अडथळे, विघ्नं नसती तर सर्वचजण खरोखरीच खुलेपणाने स्वत:चं सत्य चारित्र्य दाखवू शकते, धरू शकते, तसं झाल्यावर संबंधात समता आली असती. पुरुषही रडले असते, बालसंगोपन केलं असतं, प्रेमाच्या माणसाला रांधून खाऊ घातलं असतं. परंतु पुरुषप्रधान समाज डोक्यावर बसून सावधगिरी करतोय ना. पुरुषांनी नुसती नृशंसता करत जायचं आणि स्त्रीनं केवळ सर्वंसहा (पृथ्वीप्रमाणे) सर्व सोसत, सहन करत राहायचं. कितीही काहीही असो, पण स्त्रीनं हे सिद्ध केलंय की पुरुष जे करू शकतो ते स्त्रीही करू शकते. स्त्री पुरुषाप्रमाणे पर्वतारोहण करू शकते, सातासमुद्रापल्याड जाऊन व्यवसाय/व्यापार करायला जाऊ शकते. पण पुरुषांनी आजही दाखवून दिलेलं नाही किंवा सिद्ध केलेलं नाही की स्त्री जे करू शकते ते पुरुषही करू शकतो. किंवा स्त्रीला जे जमतं ते पुरुषालाही जमतं हे पुरुषांनी आजही सिद्ध केलेलं नाही. घरदार स्वच्छ करणं, घरासाठी स्वयंपाक वगैरे करणं, बालसंगोपन करणं– हे सारं पुरुष अजूनही करत नाहीये. जोपर्यंत तो नाही करणार तोपर्यंत संसारात विषमभाव किंवा स्त्री-पुरुषवैषम्य नाही, असं म्हणायला काही उपाय नाही.

जितके दिवस समाजात पुरुषप्रधानत्व टिकून आहे, तोपर्यंत, तितके दिवस, हा समाज समता आणि समानाधिकाराकडे जाऊ देणार नाही, त्या गोष्टीला हातही लावू देणार नाही. एकाचं ताब्यात असणं– अधीनत्व आणि दुसऱ्याचं आधिपत्य, वर्चस्व हे दोन्ही दूर करायचं झालं तर वर्चस्व तंत्र आधिपत्य तंत्रच समूळ नष्ट करायला पाहिजे किंवा वर्चस्व निर्मूळ करायला पाहिजे. स्त्री-पुरुषांमधील वैषम्य दूर करण्यासाठी पुरुषप्रधानतेला निर्मूल केलं पाहिजे, समूळ नष्ट करण्याची गरज आहे. 'हुंडा प्रथा बंद करा, बलात्कार बंद करा,' असं पुरं वर्ष ओरडून सांगितलं तरी हे सारे उत्पात कधीच संपणार नाहीत. जितके दिवस रोग आहे तोपर्यंत आनुषंगिक लक्षणं दबा धरून लपून राहतात/ राहणारच. त्यामुळे रोग नष्ट केला पाहिजे, संपवला पाहिजे.

१६५

सर्वच धर्मांत रिफॉर्मेशन बदल, सुधारणा झाल्या आहेत. सर्व धर्मांतील स्त्रीविरोधी

आणि मानवाधिकार विरोधी नियम-कायदे यात बदल झालेत. कायदा करूनच बदल केलेत. इस्लाम धर्मातही अनेक बदल झालेत, पण अजूनही काही बदल, मुस्लीम दुनियेतल्या अनेक मुलींना वाटतंय, व्हायला पाहिजेत. याविषयी त्या लिखाणही करतात. वेगळी मतं उघड मांडताहेत. त्या म्हणतात की, त्यांचं इस्लाम धर्मावर इतकं प्रेम आहे की ऋतुस्राव-मासिक पाळीच्या कारणाने त्या स्वत:ला रोजापालनापासून वंचित होऊ इच्छित नाहीत. ऋतुस्रावाच्या काळात त्यांना रोजाचा उपवास करायचाय, नमाजही पढायचाय. जरी त्या काळात त्यांना रोजापासून मुक्ती दिलीय, पण ती मुक्ती किंवा सुटका मुलींना नको आहे. त्या इतक्या धर्मपरायण आहेत की एक दिवसासाठीसुद्धा नमाज, रोजा यात त्यांना खंड नकोय. त्याखेरीज रोजाच्या वेळी जे जे निषिद्ध केलंय इस्लामने ते सारं पूर्णत: स्वच्छता राहण्याच्या दृष्टीतून केलंय असं त्यांना वाटतं. स्वच्छता जर त्या स्वत:च नीट संभाळत असतील तर मग निषेधाज्ञा जारी/ लागू करण्याचं काही प्रयोजन उरत नाही. त्या म्हणतात, कुराणात असं कुठेही लिहिलेलं नाही की 'मासिक पाळीत रोजापालन करू शकत नाही' ज्या अर्थी कुराणात नाही त्या अर्थी हा नियम मग त्या मानणार नाहीत. लैंगिक संबंध केल्यास रोजा मोडेल ही गोष्टही मुलींना मान्य होत नाही. इस्लामने शरीरसंबंधाला कधीही अपवित्र असं म्हटलेलं नाही. विशेषत: पती-पत्नीचा शरीरसंबंध. पती-पत्नीचा शरीरसंबंध रोजाला आणखीनच पवित्र करतो, असा त्यांचा विश्वास आहे. त्यामुळे रोजा पाळत असताना शरीरसंबंधाच्या बाजूने या मुस्लीम मुलींनी मत दिलेलं आहे. उलटी झाल्यावर रोजा कशाला मोडेल हा त्यांचा प्रश्न आहे. उलटी झाल्यानंतर तोंड आणि तोंडाची पोकळी, पूर्ण स्वच्छ केलं म्हणजे झालं.

मुलींच्या या सगळ्या मागण्या ऐकून अनेकांना राग येऊ शकतो, पण त्यात नवीन काहीच नाही. कायमच माणसांनी मागण्या केल्या, त्या मागण्या ऐकून काही लोकांना राग आलाय तर काही लोकांना चिंता करायला कारण खुराक मिळाला. काही मागण्या मान्य झाल्या तर काही नाही झाल्या. बऱ्याच मुस्लीम देशात 'तलाक तलाक तलाक' (तीनदा) म्हटलं की आजकाल तलाक होत नाही. बऱ्याच मुस्लीम देशात बालविवाहाला बंदी आहे.

सूर्योदयापासून सूर्यास्तापर्यंत रोजा पाळायचा नियम आहे, पण उत्तर युरोपमधील देशांत थंडीच्या दिवसात आणि उन्हाळ्याच्या दिवसात दोन्ही ऋतूत सूर्याच्या उगवण्याच्या आणि अस्ताला जाण्याच्या वेळांवर अवलंबून रोजापालन करणं हे कोणाही मुसलमानाला सुखकर वाटत नाही.

थंडीच्या दिवसात उजेड दोन-तीन तास असतो, गरमीच्या दिवसात अंधार दोन-तीन तास असतो. उत्तरेकडच्या देशात रमजान महिन्यात नेमकं कसं राहायचं

त्याविषयी इस्लाम धर्मानं काही सांगितलेलं नाही. त्यामुळे तिथल्या मुसलमानांनी स्वत:च्या सोयीप्रमाणे रोजाचं वेळापत्रक करून घेतलंय. अशाप्रकारेच संस्कार चालू राहतात. आधुनिक समाजात राहायचं तर संस्कारांची खूप जरुरी आहे.

इंग्लंडमध्ये एक प्रकारची मशीद आहे, त्यात मुली आणि समलिंगीसुद्धा– यांना गुरू 'इमाम' होण्याची संधी मिळते. इमाम मुलींच्या मागे इमाम पुरुष जवळच उभे राहून नमाज पढतात. जुन्यापुराण्या नियमातून बरेच जण बाहेर पडू पाहत आहेत. सर्वच धर्मांत असं होत असतं. आधुनिक समाजात धर्मातील जे काही न जुळणारं, विशोभित आहे ते छाटून, काटून टाकलं पाहिजे. सर्वांनाच विशेषत: जे सजग आहेत त्यांना माहीत आहे की इस्लामवर अजून संस्कार होण्याची गरज आहे. आणि या संस्कार करण्याच्या कामासाठी प्रगतिशील मुसलमानांनी पुढे यायला हवं. या युगात आपण मानवाधिकार आणि स्त्री अधिकार– स्त्रियांना समानाधिकार या पायाभूत गोष्टीवर आधारित कायदे करतो, या युगात लोकशाहीचं गुणगान करतो, आणि वाक्स्वातंत्र्याच्या बाजूने झेंडा उभवतो. धर्मालासुद्धा समानाधिकार आणि मानवाधिकार यांच्या बाजूने बोललं पाहिजे. चालू युगाच्या तालाशी ताल मिळवून धर्म जितका जास्त चालेलं तितकं अधिक त्याला (धर्माला) टिकून राहण्याची संधी मिळेल.

इस्लाम नेमका एकाच ठिकाणी उभा नाही. भिन्न वेळी त्यातही परिवर्तन झालंय. 'मुस्ताजिल'चं युग हे प्रकाशमान युग होतं. सूफी परंपरा ही इस्लामची सर्वांत गौरवशाली परंपरा आहे. प्रकाशाच्या विरुद्ध दबा धरून असतो अंधकार. अरबाच्या 'इबने अब्दुल वाहाब' याने संस्काराच्या नावाखाली पुरा धर्म अंधकाराच्या खाईत ओढून नेला होता. आजकाल मूलतत्त्ववाद किंवा कट्टरवादातून आतंकवादाने जन्म घेतलाय. जगामध्ये जो काही आतंक चालतो, त्यापैकी जास्तीत जास्त, बहुसंख्य मुस्लीम देशात चालतो, दिसतो. संपूर्ण जगात मुस्लीम जिहादी-धर्मयोद्धे यांची संख्या शांतिप्रिय मुस्लिमांपेक्षा कमी असली तरी, जिहादी हेच मुस्लिमांचं प्रतीक होऊन गेलेत. आज/ सांप्रत मुस्लीम म्हटलं की 'आइसिस', 'बोको हाराम', 'अल् कायदा' हेच मुस्लीम म्हणून समजले जातात, ओळखले जातात. सामान्य निष्पाप, निरपराध मुस्लिमाचं चित्र किंवा प्रतिमा हळूहळू अस्पष्ट होतेय. पण हे लक्षण काही चांगलं नाही. जिहादी– धर्मयोद्धा या आदर्शाविरोधात लढलं नाही तर मुस्लीम जगताचं भविष्य सर्वनाश हेच होय. जिहादींची शिकार मुसलमानच असतात. जिहादी ज्याप्रकारे प्रगतिशील मुसलमानांची हत्या करताहेत, तोच प्रकार चालू राहिला तर एकवेळ अशी येईल की मुसलमान म्हणजे जिहादी आणि जिहादींचे समर्थक एवढंच उरेल. मुस्लीम जगतातल्या पुरोगामींची जबाबदारी म्हणजे राष्ट्रातून, कायदा आणि शिक्षणव्यवस्था यापासून धर्माला वेगळं करणं ही

आहे. हे संशोधन या सफाईशिवाय संस्कार-सुधारणा अशक्य आहे. संस्काराविना सभ्य जगात स्थान मिळणं शक्य नाही. मानसन्मानप्राप्ती तर बिलकूल शक्य नाही.

माझी साधीभोळी भल्या मनाची आई जे कुराण वाचायची, तेच कुराण आइसिसचे हत्याकारीसुद्धा वाचतात. माझी आई माणसांवर दया करत असे, आइसिसवाले माणसाची हत्या करतात. कुराणमधला बराच भाग आई त्याचा शब्दशः अर्थ घेत नसे. कुठे जर समजायला कठीण गेलं तर त्याचं स्पष्टीकरण तयार करायची. आइसिसवाले तसं करत नाहीत. ते सातव्या शतकातल्या धर्मयोद्ध्यांप्रमाणेच आहेत. माझ्या आईसारखे आधुनिक मनाचे/ विचाराचे मुसलमान संख्येनं खूप असले तरी ते पडद्यामागे असतात. समोर, पुढ्यात ज्यांना आपण पाहतो ते अल्पसंख्य आतंकवादी मुसलमान असतात.

पडद्यामागे असलेले मुसलमान, तसेच पडद्यामागे राहून गेले की जिहादी युद्धखोरच राज्य करतात. या जिहादींच्या हातातून अस्त्र काढून घेण्याची वेळ झालेली आहे. इस्लामला शांतीचा धर्म बनवण्याचं, हे काम कोणतेही सरकार करणार नाही. निःस्वार्थी/ स्वार्थहीन सरकार मिळण्याचं, सौभाग्य आमचं नाही, नजीकच्या भविष्यातही ते होणार नाही. म्हणून हे काम मुस्लीम समाजातल्या निरोगी मनाच्या, सजग, आधुनिक माणसाचं, ज्यांचा मानवाधिकारावर, स्त्री अधिकारावर, समलिंगींच्या अधिकारावर, रूपांतर लिंगीच्या अधिकारावर, जीवजंतूंच्या अधिकारावर, सभ्यतेवर, संस्कृतीवर, विज्ञानावर आणि टेक्नॉलॉजीवर विश्वास आहे, अशा माणसांचं आहे. ज्या ज्या कारणांनी मुस्लीम तरुण-तरुणी जिहादसाठी झोकून देतात, ती कारणं शोधून काढली तर समस्येवर तोडगा काढता येईल. काढणं शक्य आहे. ती कारणेच नष्ट केली तर समस्यांचा उपाय प्रतिकार हाताच्या मुठीत येऊ शकेल.

एकेश्वरवादी ज्यू व ख्रिश्चनाच्या धर्मग्रंथात असहिष्णुता, स्त्रियांच्या बाबतीत वैषम्य, मानवाधिकाराचं उल्लंघन नाही का? पण ज्यांचा हा धर्म आहे. त्यांना त्याचं काहीच वाटत नाही. कुठे काय आहे नि काय नाही सारं विसरून गेलेत. कायदा बनवलाय समानाधिकाराच्या पायावर, शिक्षण केलंय धर्मनिरपेक्षतेच्या आधारावर, समाज निर्माण केलाय व्यक्तिस्वातंत्र्याच्या आधारे आणि राष्ट्र घडवलंय लोकशाहीच्या आधारावर/ पायावर.

आब्राहमचे (इब्राहिम) धर्म सर्वांत चांगले आहेत जर ते एकाच मार्गानं चालले तर, जर इस्लामसुद्धा संस्काराच्या माध्यमातून एकविसाव्या शतकात एकच मानवी धर्म या हिशेबाने परिचित झाला तर! बांगलादेशात इस्कॉनचे हिंदू त्यांच्या मंदिरातून, बौद्ध त्यांच्या उपासना करण्याच्या मठातून, दरिद्री मुसलमानांना इफ्तार (खाद्य वगैरे) वितरण करतात, ही उदारता आणि महानुभावता– मोठेपणा मुसलमान का

दाखवत नाहीत? का दाखवणार नाहीत? मुसलमान त्यांच्या मशिदीत असुरक्षित हिंदूंना आश्रय देऊ शकतात, भुकेल्या बौद्धांना मशिदीतून अन्न, खाद्य देऊ शकतात, पुरवू शकतात, ज्या अमुस्लिमांना किंचित मदतीची खूप गरज आहे अशा अमुस्लिमांना मुसलमान मदत करू शकतात. माणसांना, लोकांना मग समजून येईल की अमुसलमानांना शस्त्राघातांनी मारून टाकणं हे मुसलमानांचं काम नाहीये. ग्रंथांतून (धर्मग्रंथातून) काहीही लिहिलेलं असू दे, ग्रंथातून बाहेर पडून मुसलमान मानवतावादी होऊ शकतात, महान होऊ शकतात, सुरक्षित आणि नि:स्वार्थी होऊ शकतात.

इस्लामचा संस्कार होणं (धर्माचा चांगला संस्कार होणे) हे तेव्हाच शक्य होईल जेव्हा मुसलमान स्वत:वर संस्कार (बदल) करतील.

१६६

मुसलमानांच्या रोजाशी स्वातंत्र्यापेक्षा पारतंत्र्याचा संबंध जास्त आहे. सांप्रत, चीनच्या सरकारने, चीनमधील मुस्लीम राहत असलेल्या भागांमध्ये रोजाला बंदी घातलीय. सरकारी कर्मचारी, कम्युनिस्ट पार्टीचा नेता, काम करणारे आणि विद्यार्थी सोडून इतर कोणाच्याही बाबत हा बंदीचा आदेश लागू नाही. स्वास्थ्य/ आरोग्याच्या कारणास्तव विद्यार्थी, शिकणाऱ्यांच्या दृष्टीने रोजा करणं योग्य नाही, कम्युनिस्ट पार्टीचे नेते कर्मचारी यांमध्ये कम्युनिझम आणि नास्तिकता यावर विश्वास असण्याची शर्त आहे. त्यामुळे त्यांनीही रोजापालन करणं योग्य नाही. पण सरकारी कर्मचारी, कार्यकर्ते सगळेच काही नास्तिक नाहीत/ नसतात, त्यांना जर रोजा करायचा/ पाळायचा असेल तर त्यांना रोजापालन करायला आडकाठी का असावी? सरकार नक्कीच समजावत आहे की रोजाचा उपास केला तर शरीराला थकवा येतो, दिवसाच्या वेळी, ऑफिसच्या वेळात सरकारी कामात व्यत्यय येतो. पण बरेच जण जे रोजापालन करूनही छान अथक न दमता काम करत असतात, करू शकतात, त्यांना रोजापालन करायचा अधिकार का नसावा? सर्व रोजादार (रोजा करणारे) तर ऑफिसमध्ये बसून पेंगत नसतात.

चीन सरकारचा हा निषेध आदेश जो आहे त्याची मी निंदा करते. असं नाही की चीनमध्ये मुस्लिमांना फक्त रोजापालनाचं स्वातंत्र्य नाही. तर धर्म, वर्ण, लिंग हे काहीही लक्षात न घेता, कोणालाच वाक्स्वातंत्र्य किंवा मतस्वातंत्र्याचा अधिकार चीनमध्ये नाही. कोणालाही सरकारवर टीका, आलोचना करण्याचा अधिकार नाही. लेखक, पत्रकारांनासुद्धा तोंड बंद ठेवणं बंधनकारक आहे. चीनमधील वार्तापत्रं, पाक्षिकं, मासिकं इत्यादी कोणीही सरकारी मताहून भिन्न मत प्रकट करू शकत नाही. लोकशाहीविरोधी आणि मानवताविरोधी भूमिका असल्यामुळे अवघ्या विश्वात

लोक चीनची निंदा करतात. मुसलमानांचा रोजापालनाचा अधिकार काढून घेतल्यामुळेही निंदा करतात. चीनने हे मात्र सांगून ठेवलंय की, मुस्लीम युद्धखोर आणि विच्छिन्नतावादींचं पूर्ण दमन करताच मुस्लीम राहत असलेल्या प्रदेशात रोजाच्या वेळी चीन सरकार कडक नजर ठेवते. रमजान महिन्यात कॅफे आणि रेस्टॉरंट्स बंद ठेवली जाणार नाहीत असं सरकारनं सांगून दिले आहे. कॅफे, रेस्टॉरंट बंद न ठेवण्याच्या पक्षात मी आहे. चीन सरकारने हे काम मात्र वाईट नाही केलेलं. कॅफे, रेस्टॉरंट बंद ठेवल्यास बिगरमुस्लिमांसाठी ते कठीण/अवघड होईल.

रोजाच्या बाबतीत, मुस्लीम देश, चीन जे करत आहे, त्याच्या उलट करत आहेत. चीनला रोजा पसंत नाही तर मुस्लीम देशांना रोजा इतका जास्त आवडतो की, माणसांवर रोजापालन करण्यासाठी तो त्यांच्यावर लादतात. काही देशात तर रोजा नाही पाळला तर शिक्षा होते. रोजा नाही पाळला तरी बाहेर काही खाणं किंवा पिणं यावर बंदी आहे. मुसलमानांत अनेक जणांना रोजा पाळायचा असला तरी शरीराच्या अस्वास्थामुळे, दुखण्यामुळे ते रोजापालन करू शकत नाहीत, त्यांना औषध वगैरे खावं लागतं, नियमित जेवण घ्यायला लागतं, घरात स्वयंपाकपाण्याची कदाचित सोय नसते (रोजामुळे) मग बाहेर खाद्यांची दुकानं बंद असली तर ते कुठे काय खातील? मुस्लीम देशात फक्त मुस्लिमच राहत नाहीत, अमुस्लिमही राहतात. नागरिक म्हणून किंवा रहिवासी या नात्याने कॅफे किंवा रेस्टॉरंटमध्ये खाण्यापिण्याचा अधिकार त्यांना का असू नये? मुसलमानातही बरेच जण रोजापालन करत नाहीत किंवा रोजा करायची त्यांची इच्छा नसते. अशांना रस्त्यात वाटेत तहान लागल्यावर पाणी पिण्याचा अधिकार का असू नये? भूक लागल्यास जेवायचा अधिकार का नसावा? धर्मावर ज्यांचा विश्वास नाही अशांना कॅफे रेस्टॉरंटमध्ये जाण्याचा अधिकार का नसावा? धर्म हा ज्याचा- त्याचा व्यक्तिगत मामला आहे. ज्याला धर्म पालन करायची इच्छा आहे तो करेल पालन. ज्याला तो पालन करायची इच्छा नाही तो नाही पालन करणार. अशा माणसाला धर्मपालन करण्यासाठी राष्ट्र किंवा राज्य किंवा समाज यांनी जबरदस्ती का करावी किंवा काही अडचणी का कराव्या? मग धर्म काही मुक्तीचा मार्ग सांगणार नाही का? पराधीनतेच्या साखळदंडात नुसता बांधून ठेवणार का? पण राष्ट्र हे सर्वांसाठी आहे फक्त बहुसंख्याकांसाठी नाही, अल्पसंख्याकांसाठी सुद्धा आहे. बहुसंख्य, अल्पसंख्य सर्वांना सारख्याच दृष्टीने पाहणं ही सरकारची जबाबदारी आहे.

बांगलादेशात रोजाच्या दिवसात रात्रीचा शेवट आला की माणसाची झोप मोडण्यासाठी भयानक हाकाहाकी सुरू होते. या आरडाओरडीनं सर्वांची झोप मोडते. ज्यांना सेहरी (सूर्योदयापूर्वीचं खाणं) खाण्यासाठी उठायचं नसतं त्यांचीही झोप मोडते. झोपायचा त्यांना काही अधिकार नाही का? असंच अजान = (पहाटेची

बांग)च्या बाबतीतही म्हणू शकतो. एकेकाळी जेव्हा माणसाकडे गजराचं घड्याळ नव्हतं, मोबाइल नव्हता, त्या वेळी 'सेहरी' खायला उठण्यासाठी वस्तीतल्या मुलांचा ओरडा कदाचित, ज्यांना 'सेहरी' खायचीय त्यांच्यासाठी उपयोगी होता. आता या टेक्नॉलॉजीच्या युगात ओरडाआरडा, चीत्कार हे सगळं पूर्णपणे निरर्थक आहे. मोबाइल फोनवर अलार्म कसा सेट करायचा ते मला वाटतं, मला विश्वास वाटतो सर्वांना माहीत आहे. नसेल माहीत तर ते शिकून घेणं ही दोन मिनिटांची बाब आहे.

जे रोजापालन करू इच्छितात त्यांना तो पालन करायचा अधिकार आहे. जे रोजापालन करू इच्छित नाहीत त्यांनासुद्धा तो पालन न करायचा अधिकार आहे. प्रत्येक मनुष्यालाच धार्मिक होण्याचा अधिकार आहे, तसा धार्मिक न होण्याचाही अधिकार आहे. सर्व जगात मला दिसतं की धर्मकर्म करण्याचा सर्व प्रकारचा अधिकार माणसाला आहे. नुसतं तेवढंच नाही तर, धर्मावर ज्यांचा अविश्वास/ विश्वास नाही, अशांची निंदा करायचा अधिकारसुद्धा धार्मिकांना आहे. परंतु धर्मावर विश्वास न ठेवणाऱ्यांना मात्र, धार्मिकांची किंवा धर्मविश्वासूंची निंदा करायचा अधिकार नाही– असं जगातल्या जास्तीत जास्त देशांत दिसून येतं. निंदा केली तर खून होऊ शकतो, अपमानित व्हावं लागतं, खटल्यात अडकवलं जातं, तुरुंगात टाकलं जातं, देशातून बाहेर काढलं जातं.

जे इस्लामचे पंडित आहेत, ते इस्लामची प्रशंसा करताना सर्वदा म्हणतात, कुराण म्हणतं– 'धर्मात कसलीही जोरजबरदस्ती नाही.' मला वाटतं इस्लामच्या बाजूने हे श्रेष्ठ वाक्य आहे, वचन आहे. पण रोजाच्या बाबतीत का बरं या वचनाचा उपयोग केला जात नाही? 'रोजाच्या बाबतीत कोणतीही जोरजबरदस्ती नाही.' असं का बरं म्हणत नाहीत? आणि मग कुराणानं म्हटलंय असं म्हणून मुसलमान ज्याचा गौरव करतात त्याची मुसलमान चर्चा का करत नाहीत? धर्मात जोरजबरदस्ती नाही. अल्लानं सांगितलंय. सारे अल्लाचे बंदे, अल्लाच्या उपदेशाला मान देऊन पुढे चालतील अशी सर्वांनाच आशा वाटते. रोजादारांचा सन्मान करायला अल्ला आहे. अंतिम निवाड्याच्या मैदानात ते अल्लाच्या नेक, चोख नजरेस पडतील. अरोजादार आणि अमुस्लीम यांच्याकडून रोजादारांना सन्मान व्हावा, मिळावा असं का वाटतं? स्वत:चा मानवाधिकार उल्लंघन करूनही रोजादारांना का सन्मान दाखवायचा. सन्मान एकतर्फीच का? सन्मान, माझ्या माहितीप्रमाणे परस्परांनी परस्परांचा ठेवायचा/ करायचा असतो. तुम्ही मला सन्मान दिलात तर मी तुम्हाला सन्मान देईन, असंच नाहीये का?

बांगलादेशात एका हिंदू पुरोहिताची हत्या करून, मुस्लीम आतंकवादींनी

त्यांचा रमजान सुरू केला. केवळ हिंदू नव्हे तर बौद्ध, ख्रिश्चन धर्मातील लोकांचेही खून केले गेलेत. त्या दिवशी एका बुरखाधारी मुलीचा खून केला गेला; कारण तिचा नवरा मूलतत्त्ववादाचा विरोधक म्हणून. बांगलादेशात आज कोणालाच सुरक्षितता नाहीये.

इस्लाम जर अजून उदार बनला नाही तर सर्वांत जास्त नुकसान मुस्लिमांचेच आहे. आज जगातली अगणित माणसं मुस्लिमांची निंदा करतात. अनेकांचा त्यांच्यावर आता विश्वास नाही. मुस्लीम नाव ऐकताच झटकून बाजूला/ दूर होतात. भीती वाटते. जगभरातल्या काही आतंकवादी गटांमुळे मुस्लीम हे असहिष्णु, घातकी, असभ्य म्हणून त्यांच्यावर शिक्का पडलाय. इस्लामला उदार करण्यासाठीची जबाबदारी मुस्लिमांनाच घ्यायला पाहिजे. अवघ्या विश्वापुढे सिद्ध करायला हवं, प्रमाण करायला पाहिजे की, ते (मुस्लीम) आतंकवादी आणि असहिष्णु नाहीत, ते युद्धखोर मुस्लिमांचं समर्थन करत नाहीत, ते क्षमा, उदारता, स्वातंत्र्य आणि मानवाधिकार यावर विश्वास ठेवतात, ते माणसानं स्वमत प्रकट, उघड करण्याऱ्या अधिकारावर विश्वास ठेवतात. मानवाधिकार आणि लोकशाही यांचा सन्मान न ठेवल्यास, जगातल्या विवेकी माणसांकडून सन्मान मिळण्याचा कोणताही मार्ग खुला नाही. पश्चिम बंगालच्या मुख्यमंत्री मुस्लीम नसतानासुद्धा नमाज पढतात, रोजा करतात. त्या हे सगळं मनापासून करत नाहीत, हे आपण सर्वजण जाणतोच, मुस्लिमांची मते मिळवण्यासाठी त्या करतात. पण त्यानंतरसुद्धा, मला वाटतं त्यांच्या नमाज, रोजाला कोणीही अडचण, अडथळा आणणं उचित नाही. कोणत्याही धर्माचं पालन करण्याचा त्यांना अधिकार आहे. एकापेक्षा जास्त धर्म पालन करण्याचा अधिकार कोणाला नाही असं कोण म्हणतं? कोणताही धर्म पालन करण्याचा अधिकार जसा माणसाला आहे, त्याचप्रमाणे एक आणि एकाधिक धर्मपालनाचा अधिकारसुद्धा माणसाला आहेच. पण एक गोष्ट विसरता कामा नये ती ही की, राष्ट्राच्या दृष्टीने जो धर्मपालन करतो आणि जो करत नाही, दोघांचं महत्त्व समानच आहे, अशा दोन्ही व्यक्तींचा अधिकार समान आहे.

❖